# निर्णय मेनकेचा

'कर्णाज् वाईफ – द आऊटकास्टस् क्वीन' आणि 'सीताज् सिस्टर' या प्रसिद्ध पुस्तकांच्या लेखिका म्हणजे कविता काणे. पत्रकार म्हणून कारकीर्द सुरू केल्यानंतर त्यांनी आपला पूर्ण वेळ कादंबरी लिखाणाला वाहून घेतला. इंग्रजी साहित्य आणि पत्रकारिता या विषयात त्यांनी पदव्युत्तर शिक्षण घेतलं आहे. रंगभूमी आणि सिनेमा यांविषयी त्यांना अतिशय प्रेम असून, त्या त्यातील तज्ज्ञ आहेत. नोकरीनिमित्त त्यांच्या यजमानांचा अधिकाधिक काळ बोटीवर जातो. आपल्या दोन मुलींसह त्यांचं वास्तव्य पुण्यात आहे. रॉटवीलर ड्युड, स्पॅनिअल चिक् आणि बेब मांजर त्यांच्या सोबतीला आहेत.

# निर्णय
# मेनकेचा

## कविता काणे

अनुवाद – डॉ. शुचिता नांदापूरकर–फडके

MANJUL

मंजुल पब्लिशिंग हाउस

*First published in India by*

**Manjul Publishing House**

*Pune Editorial Office*
•Flat No. 1, 1st Floor, Samartha apartment, 1031,
Tilak Road, Pune - 411 002
*Corporate and Editorial Office*
•2 Floor, Usha Preet Complex, 42 Malviya Nagar, Bhopal 462 003 - India
*Sales and Marketing Office*
•C-16, Sector 3, Noida, Uttar Pradesh 201301, India
Website: www.manjulindia.com
*Distribution Centres*
Ahmedabad, Bengaluru, Bhopal, Kolkata, Chennai,
Hyderabad, Mumbai, New Delhi, Pune

Marathi translation of *Menaka's Choice*

The English edition first published by Rupa Publications Ltd in 2016

Marathi translation © Manjul Publishing House, 2021
All rights reserved

This Marathi edition first published in 2021

**ISBN: 978-93-90924-68-4**

Marathi translation: Dr. Shuchita Nandapurkar-Phadke

Printed and bound in India by Parksons Graphics Pvt. Ltd.

*माझ्या प्रकाशसाठी...*

# अनुक्रमणिका

# उपोद्घात
# मेनकेची कन्या

घनदाट जंगलात ते घाबरलेलं हरीण दिसेनासं झालं. राजा दुष्यन्ताने खोल उसासा सोडला. रथातून पायउतार होऊन त्या हरणाच्या मागावर आपल्याला जावं लागेल हे त्याच्या लक्षात आलं. पिळदार शरीरयष्टीचा, उंचापुरा, देखणा, तरतरीत तरुण होता तो. हस्तिनापूरच्या ह्या राजाला ते चपळ हरीण नक्कीच चकवू शकलं नसतं. दाट अरण्यात शिरलेल्या हरणाचा पाठलाग त्याने सुरू केला. त्याच्या डोळ्यांनी हरणाची हालचाल टिपण्याआधीच त्याच्या कानांनी सावजाचा आवाज टिपला. एका दाट काटेरी झुडपाआड त्याची नजर स्थिरावली. पुढच्या क्षणी सरावलेल्या हातांनी आवाजाचा अचूक शरवेध घेतला. किंचितसं कण्हत हरीण जमिनीवर कोसळलं.

आपल्या सावजापर्यंत राजा पोहोचायच्या आधीच कुणीतरी हरणाच्या दिशेने धाव घेतलेली त्याला दिसली. कुणी तरुणी होती ती. उत्सुकता चाळवल्यामुळे त्याने चालण्याची गती वाढवली. दाट काळ्या केसांचा सैलसर आंबाडा मानेवर रुळल्यामुळे तिचा अर्धा चेहरा झाकला गेला होता. राजाच्या पावलांची चाहूल लागून तिने मागे वळून पाहिलं. तिचा चेहरा नजरेस पडताच राजा अवाक झाला, श्वास घ्यायला विसरला. तिचं आरसपानी सौंदर्य पाहून त्याला स्वतःचा विसर पडला. तिच्या अंबाड्यातून काही चुकार बटा निसटून आल्या होत्या. तिच्या उभट चेहऱ्याला त्यांची महिरप खुलून दिसत होती. तिच्या टपोऱ्या डोळ्यांत मात्र विषाद दाटला होता. आयुष्यात पहिल्यांदाच राजाला रुखरुख लागली. त्या हरणाला इजा केल्यापेक्षाही त्या तरुणीला दुखावल्याची टोचणी त्याला लागली.

''या निष्पाप जिवाला जखमी करून असा कोणता आनंद मिळवलात तुम्ही?'' तिच्या नजरेत त्रस्त भाव होता. ''हे राजन, तुमच्या सामर्थ्याची ही चुणूक आहे का?'' तिने टोमणा मारला.

तिच्या सौंदर्यामुळे दुष्यन्ताचं भान हरपलं होतं. त्याला बोलणं सुचत नव्हतं. तिची किंचित उंचावलेली हनुवटी आणि फुललेलं अपरं नाक ह्यावरून तिच्या चेहऱ्यावरचा अभिमान त्याने अचूक टिपला.

''तुम्ही महाराज आहात, हो ना?'' त्याच्या राजेपणाला दबून न जाता तिने प्रश्न केला. मोठ्या प्रयासाने तिने राग आवरला होता. तिच्यावर त्याची जराही छाप पडली नव्हती. तिच्या वागण्या-बोलण्यातून ते सहज लक्षात येत होतं.

''हो, मी हस्तिनापूरचा राजा दुष्यन्त आहे,'' घोगऱ्या आवाजात तो उत्तरला. ''तुमच्या पाळीव हरणाला इजा केल्याबद्दल मी क्षमा मागतो.''

''हे मी पाळलेलं नाहीये,'' ती कडवटपणे म्हणाली, ''तरीही ह्या जंगलात साऱ्या प्राण्यांची मोठ्या प्रेमाने काळजी घेतली जाते. जे आमच्याबरोबर राहतात त्यांना आम्ही इजा करत नाही.'' तिच्या या स्पष्ट वक्तव्यावर तो दिङ्मूढ झाला. ह्या परिस्थितीतून मार्ग काढणं त्याला गरजेचं वाटलं. स्वतःचा मानसन्मान बाजूला ठेवून त्याने परत एकदा क्षमायाचना केली.

''मी माझ्या नादात या निष्पाप प्राण्याला दुखावलं आहे,'' तो बोलू लागला, ''सुदैवाने, बाण त्याच्या वर्मी लागलेला नाही. त्याचा जीव वाचू शकतो. मी स्वतः त्या हरणाला बरं करण्याची जबाबदारी घेतो. हे सुंदरी, ह्या जखमी हरणाला मी कुठे घेऊन जाऊ म्हणजे त्याच्यावर उपचार करता येईल?''

त्या तरुणीने त्याच्याकडे संशयाने बघितलं. त्याच्या विनंतीचा तिच्यावर जराही प्रभाव पडला नव्हता. ''त्याच्या जखमेतून खूप रक्त वाहत आहे. तुम्ही जो अचानक कनवाळूपणा धारण केला आहे ना, त्याला स्मरून मी आशा करते की तो मरणार नाही.'' आपला त्रागा लपवण्याचा जराही प्रयत्न न करता ती पुढे म्हणाली, ''आणि हो! तुर्तास तुम्ही त्याला उचलून माझ्या कुटीपर्यंत आणू शकता. माझ्या तातांचा आश्रम इथून जवळ आहे.''

त्या जखमी हरणाला हळुवारपणे उचलून घेत राजा चकार शब्दही न उच्चारता अपराधी मनाने त्या तरुणीमागून चालू लागला. लवकरच जंगल

विरळ होत गेलं. समोर प्रशस्त आश्रम होता. अनेक छोट्यामोठ्या कुटी तिथे दिसत होत्या. मधल्या मोकळ्या जागेत जंगली अस्वलापासून नाजूक पक्ष्यांपर्यंत अनेक वन्यजीव मजेत फिरत होते. इथल्या वातावरणामध्ये भीतीचं नाव नव्हतं. सगळीकडे एक प्रकारची शांती जाणवत होती. वृक्षांची दाट सळसळ, दूरवरून झेपावणारे कक्कर पक्ष्यांचे थवे आणि मालिनी नदीचं अथांग पात्र; प्रसन्न शांततेची अनुभूती तिथे येत होती. दुष्यन्ताने मनातल्या मनात आठवून पाहिलं. त्याच्या माहितीप्रमाणे जंगलाच्या ह्या भागात कण्व ऋषींचं वास्तव्य होतं. तत्त्वज्ञान आणि न्यायाचे गाढे अभ्यासक असलेले कण्व मुनी कुठे दिसत नव्हते.

"मुनीवर कुठे दिसत नाहीत?" त्याने विचारलं.

"ते काही कामानिमित्त काही दिवसांकरता नगरात गेले आहेत," तिने उत्तरादाखल म्हटलं. "हे राजन, जंगलाच्या ह्या इतक्या आतल्या भागात तुम्ही त्यांचा आशीर्वाद घेण्यासाठी आला होतात का?"

"नाही, मी तर शिकारीसाठी आलो होतो," तिच्या चेहऱ्यावर स्पष्ट दिसणाऱ्या उद्वेगामुळे स्वतःची लाज वाटून तो कसाबसा उत्तरला. "आणि आता इथे आलोच आहे तर ऋषिवर्यांना भेटायला मला मनापासून आवडलं असतं," त्याच्या स्वरातला ऋषींबद्दलचा आदर उघड होता. "पण हे तरुणी, तू आहेस तरी कोण?"

"मी त्यांची कन्या आहे," त्याच्या आदरयुक्त बोलण्यामुळे तिचा पारा थोडा उतरला होता. किंचित हसत ती पुढे म्हणाली, "माझं नाव शकुन्तला आहे. आमच्या आश्रमात शिकाऱ्यांचं स्वागत होत नाही; पण तरीही तुमचं मी इथे स्वागत करते."

तिच्या टोमण्यामुळे दुष्यन्त संकोचला; पण क्षणभरच. कारण, दुसऱ्या क्षणी त्याच्या मनात विस्मय दाटून आला. त्याच्या तोंडून पटकन आश्चर्योद्गार बाहेर पडला, "त्यांची कन्या? पण ऋषी कण्व तर अविवाहित आहेत. ज्ञानाच्या व्यतिरिक्त त्यांचं कुठेही लक्ष नाही, मग...," आपण हे काय बोलून बसलो आहोत ह्याची जाणीव होताच त्याने वाक्य अर्धवट सोडलं.

त्याचं ते अविचारी विधान त्या तरुणीने फारसं मनावर घेतलं नाही. उलटपक्षी, त्याची चलबिचल पाहून तिला गंमत वाटली असावी. मोकळं

हसत ती म्हणाली, ''महाराज, तुमची माहिती अचूक आहे. माझे पिता अविवाहित आणि ब्रह्मचारी आहेत. मी त्यांची मानसकन्या आहे.'' तिने स्पष्टीकरण दिलं.

तरुण दुष्यन्त आता अधिक संकोचला. ह्या तरुणीबद्दल अधिकाधिक जाणून घेण्याची उत्सुकता त्याच्या मनात दाटली. मात्र तसं करणं शिष्टसंमत नाही हे जाणून तो गप्प बसला. आजवर अनेक रक्तरंजित लढाया लिलया जिंकणाऱ्या त्या राजाच्या मनात अनोख्या भावना दाटून येऊ लागल्या.

''मानसकन्या...?'' नम्रपणे त्याने मनातला संदेह व्यक्त केला.

''हो. तसं इथे साऱ्यांना माहिती आहे की, मी त्यांची पोटची कन्या नाही,'' कसंनुसं हसत ती म्हणाली. अचानक तिचे तरतरीत डोळे झाकोळले. तिच्या नजरेतला भाव वाचणं कठीण होतं. टपोऱ्या डोळ्यांच्या त्या सुंदर तरुणीच्या चेहऱ्यावरचं दुःखाचं सावट टिपून घ्यावं, असं आपल्याला का वाटतं आहे हे राजाला उमजेना.

'त्रैलोक्यसुंदर अप्सरा मेनका आणि सर्वश्रेष्ठ ऋषी विश्वामित्रांची मी कन्या आहे.''

''विश्वामित्र ऋषी?'' तो तरुण राजा थक्क झाला. ''अंतिम सत्य, ब्रह्मज्ञान मिळविण्यासाठी ज्याने सर्व देवांचा आणि ऋषींचा पराभव केला तो महान राजा?''

कळत-नकळत मान डोलवत तिने होकार दिला. ''त्या वेळेस ते कौशिक महाराज म्हणून ओळखले जात. ते सर्वांत बलाढ्य होते; परंतु ब्रह्मर्षी बनण्याचं ध्येय पूर्ण करण्याकरता त्यांनी भौतिक, ऐहिक सुखांचा त्याग केला. असं करणारे ते एकटेच ऋषी आहेत. एक ना एक दिवस ते हे पद प्राप्त करतीलच. अर्थात त्यात माझ्या मातेचाही वाटा असेल.'' तिच्या स्वरातला अभिमान आणि कौतुक लपत नव्हतं; पण दुष्यन्ताला अजून एक भाव जाणवला. तो राग होता की संताप? ''आज त्यांनाच विश्वामित्र ऋषी म्हणून ओळखलं जातं,'' तिने आदराने पुष्टी जोडली.

तिचं बोलणं ऐकून राजा दुष्यन्ताला इतका धक्का बसला की, तो काही न बोलता तसाच स्तब्ध उभा राहिला. वल्कलं नेसलेली ही तरुणी विश्वामित्र आणि मेनकेची कन्या आहे? त्रिखंडात पूजनीय असलेले ऋषी आणि स्वर्गलोकीची सर्वांत सुंदर अप्सरा... मेनकेच्या मधाळ कटाक्षाने

घायाळ न होणारा पुरुष त्रैलोक्यात शोधून सापडणार नाही. आपल्या मातेचं घायाळ करणारं सौंदर्य हुबेहूब उचलेलं आहे लेकीने. त्याची नजर तिच्या कमनीय देहावरून झर्रकन फिरली. पुन्हा एकवार त्याच्या मनात वेगळ्याच ऊर्मी दाटून आल्या. हिच्यामुळे आपण इतके सैरभैर का झालो आहोत हे आत्ता कुठे त्याच्या लक्षात आलं. तो तिच्या प्रेमात पडला होता, अगदी पहिल्यांदा ती दिसली त्याच क्षणी. तिच्या प्रफुल्लितपणाबरोबरच तिचा टोचरा स्वर, अपरं नाक, निमुळती हनुवटी आणि तिने दर्शवलेला विरोध या साऱ्याची त्याला भुरळ पडली होती.

परत एकदा त्याच्याकडे कठोरपणे पाहत तिने म्हटलं, ''वलय लाभलेल्या पालकांची कन्या आहे मी. ते इतके प्रसिद्ध आहेत की, मला आपली कन्या म्हणण्याचीदेखील त्यांना लाज वाटते,'' बोलता बोलता तिचा स्वर निर्विकार झाला. ''त्या दोघांनी माझा त्याग केला. कण्व ऋषींनी दयाळूपणे मला दत्तक घेऊन स्वतःची कन्या म्हणून वाढवलं. शकुन पक्ष्यांनी माझं संगोपन केलं म्हणून माझं नाव शकुन्तला आहे,'' अंगणातल्या शकुन पक्ष्यांच्या थव्याकडे निर्देश करत ती म्हणाली. ''मी अगदी बाळ असल्यापासून त्यांनी माझी काळजी घेतली आहे. माझी माता तर मला त्यांच्या पंखांच्या सावलीत सोडून जात असे.''

''आणि तरीही ती तुला टाकून गेली...'' तो हळुवारपणे म्हणाला. ''पण ती इतकी निष्ठुर कशी झाली?'' कळवळून त्या राजाने विचारलं. पटकन पुढे होत या सुंदर तरुणीला कुशीत घ्यावं आणि सर्व दुःखांपासून तिचं रक्षण करावं, असा भाव त्याच्या मनात दाटून आला. तिच्यामध्ये सात्त्विकता आणि निरागसतेचा अनोखा संगम होता. तिच्या वागण्या–बोलण्याला निश्चयाची किनार होती. अशा सुंदर कन्येचा त्याग करावा, असं तिच्या पालकांना का बरं वाटलं असेल?

कसंनुसं हसत ती म्हणाली, ''त्यांना त्यांची काही कारणं होती.'' तिने खांदे उडवले. तिचा स्वर अचानक औपचारिक झाला. ''माझी माता स्वर्गलोकीची अप्सरा होती. ती मला अमरावतीला नेऊ शकत नव्हती. माझ्या पित्याने सर्वश्रेष्ठ ब्रह्मर्षी होण्याची शपथ घेतली होती. एक लहान लेकरू त्यांच्या मार्गात अडसर ठरलं असतं...'' मनातली व्यथा ओठावर आल्यामुळे तिला पुढे बोलवेना. कसंबसं सावरत ती म्हणाली, ''त्यांचं प्रेम

आख्यायिका बनून राहिलं आहे. इतकं समरसून आणि वेड्यासारखं प्रेम आजवर कोणीही केलेलं नाही. त्यांना वेगळं करण्याच्या प्रयत्नात देवदेखील हताश झाले होते; पण त्यांना एकमेकांशिवाय कोणाचीही पर्वा नव्हती. ते ह्या जगाला जणू विसरून गेले होते. त्यांचं जग केवळ त्या दोघांच्या अस्तित्वापुरतं मर्यादित होतं...'

त्या सुंदरीच्या डोळ्यांत असंख्य भावना दाटून आल्या. राजा तिच्याकडे अधिक आकृष्ट झाला.

''त्यांची गाथा प्रेम आणि विरहाच्याही पलीकडची आहे.''

# निर्मिती

दुग्धसागरातून अतिशय अलवारपणे बाहेर आल्यावर मेनकेनं डोळ्यांची उघडझाप करत चारही बाजूला नजर टाकली. काळ्याभोर आकाशात चांदण्या लखलखत होत्या, सूर्यापेक्षा अधिक तेजाने. भूमीवरच्या समुद्राइतकाच आकाशगंगेचा पट्टादेखील विस्तृत होता. कुठेतरी दूर क्षितिजाशी दोन्ही एकमेकांत मिसळल्याचा मोहक आभास निर्माण झाला होता.

आज मंथनाचा शेवटचा दिवस आणि त्यातून बाहेर पडलेली मेनका म्हणजे शेवटचं रत्न होती. तात्पुरती का होईना सुर आणि असुरांची एकजूट होऊन त्यांनी समुद्रमंथन आरंभलं होतं. त्याच्या पोटात अगणित काळापासून अमूल्य ठेवा दडलेला होता. त्यामध्ये नानाविध औषधी वनस्पतींचा समावेश होता. मंदार पर्वताच्या रूपातील घुसळखांब्याला विराट आकाराच्या कुर्माने आपल्या पाठीवर तोलून धरलं होतं. सर्पश्रेष्ठ वासुकी झाला होता मंथनासाठीचा दोरखंड. एका बाजूला सुरांनी तर दुसऱ्या बाजूला असुरांनी वासुकीला घट्ट धरून अमृतप्राप्तीसाठी समुद्रमंथनाचं जटिल कार्य सुरू केलं होतं; परंतु अमृतप्राप्तीचा क्षण फारच अल्पकाळ टिकला. आता अमृत पिऊन टाकायचं ह्या तयारीत असुर असतानाच अचानक त्यांच्यासमोर त्रैलोक्य सुंदरी मोहिनी अवतरली. तिच्या रूपाने संमोहित झालेले असुर भान विसरले. तिच्या मधाळ हसण्यात हरवले. काय होतं आहे हे कळण्याच्या आत त्यांच्या हातातला अमृतचषक काढून घेत ती सुंदरी निमिषार्धात अदृश्य झाली होती. त्यानंतर तो चषक इन्द्रलोकात सापडला होता. अर्थात तो प्राप्त झाल्यामुळे देवांचा आनंद सहस्रगुणित झाला होता. मोहिनीची किमया परत एकदा यशस्वी ठरली होती.

पुरुषांच्या या मूढपणाचं मेनकेला परत हसू आलं. हजारो वर्षांपासून अविरत परिश्रम करणारे देव कुठे आणि मधाळ हसत तिरका कटाक्ष टाकून मोहवणारी एक स्त्री कुठे... जीत त्या स्त्रीची झाली होती. त्याचबरोबर अमृतप्राप्तीदेखील. जर ऐनवेळेस श्री विष्णूने मोहिनीचं रूप घेतलं नसतं, तर देवांच्या वाट्याला अमरत्व कधीही आलं नसतं. आधी कुर्माच्या आणि नंतर मोहिनीच्या रूपात त्यांनीच देवांना वाचवलं होतं. त्यानंतर वेळ न दवडता अमृतप्राशन करून देवांनी राक्षसांचा पराजय करत त्यांना पार पाताळात ढकलून दिलं होतं. आता समस्त देवगण आनंदोत्सवात मग्न होते. मात्र, प्रदीर्घ काळापासून चाललेल्या मंथनामुळे समुद्रामध्ये निर्माण झालेली खळबळ अजूनही शांत झाली नव्हती.

मेनकेच्या अंगावर शिरशिरी आली. दवबिंदूचा पातळ थर तिच्या सर्वांगाला लपेटला गेला होता. तिची निर्मिती पाणी आणि ढगांपासून झाली होती. ती कुणी सामान्य जलदेवता होती का?

"अंह! तू त्याहून श्रेष्ठ आहेस." आवाजाच्या रोखाने तिने वळून पाहिलं. एक देखणा, उंच माणूस – छे – देव तिच्या नजरेला पडला. तिने लगेच ओळखलं की, तो देवेन्द्र होता, देवांचा राजा. सर्वाधिक शक्तिमान, आकाशस्थ योद्धा, स्वर्गाचा शासनकर्ता, पर्जन्य आणि वादळावर साम्राज्य गाजवणारा देव. मेनकेने हसू लपवलं. तो एक अजब मिश्रण होता. अत्यंत रसिक होता. शृंगार ही त्याची ओळख होती. मानवी स्त्रियांनादेखील त्याने सोडलं नव्हतं.

ह्याहीपेक्षा अधिक म्हणजे तो उपद्रवी होता. त्यापायी, इतरांबरोबर अनेकदा त्याला स्वतःलाही चटके बसत. केवळ ह्या एका देवाच्या अहंकारापायी समुद्रमंथन घडलं होतं. त्याच्या निष्काळजीपणा आणि अहंकारापायी देवांना स्वर्गीय राज्याला आणि पावित्र्याला वंचित व्हावं लागलं होतं. त्याच्या एकट्यापायी संपूर्ण विश्वात हाहाकार माजला होता. झालं असं होतं; दुर्वास ऋषींनी आपल्या मैत्रीचं प्रतीक म्हणून देवेन्द्राच्या गळ्यात एक पुष्पमाला घातली; परंतु स्वतःच्या धुंदीत मग्न असलेल्या देवेन्द्राने ती काढून खुशाल ऐरावताच्या गळ्यात भिरकावली. त्या गजेंद्राने दुसऱ्या क्षणी तो गळ्यातून काढून पायदळी चिरडली. संतापलेल्या दुर्वासांनी इन्द्राच्या जोडीने समस्त देवांना शाप दिला की, त्यांचं देवत्व नष्ट होईल. शिवाय, स्वर्गाची किंमत जाणून ते परत प्राप्त करण्यासाठी त्यांनी प्रयत्न

केल्याशिवाय त्यांना ते मिळणार नव्हतं. अशा प्रकारे स्वर्गाचं राज्य हातातून गेल्यावर इन्द्राने ताबडतोब श्री विष्णूकडे धाव घेतली. श्री विष्णूने सुचवलं की, अमृतपानाने हे साध्य होऊ शकेल. अमृतप्राप्तीसाठी समुद्रमंथन करणं भाग होतं. ते सिद्धीस जाण्यासाठी केवळ देवांचं सामर्थ्य पुरेसं नव्हतं, त्यामुळे आपला अहंकार बाजूला सारून असुरांना मदतीला बोलावणं देवांना भाग पडलं. मोठ्या निरुपयाने त्यांनी अमृताचा काही भाग असुरांना देण्याचं वचन दिलं. त्यानंतर लक्षावधी वर्षांच्या मंथनानंतर दुग्धसागराकडून अमृतप्राप्ती झाली.

मेनकेने इन्द्राकडे तिरस्काराने पाहिलं. तिच्या आदराला प्राप्त होणं इन्द्राला कठीण जाणार होतं, तरीही त्याचा देखणेपणा किती निर्विवाद आहे ह्याची तिला जाणीव होती. उंचापुरा, गोरापान, कुरळ्या केसांचा इन्द्र आपल्या हसण्याने सगळ्यांना आकर्षून घ्यायचा. त्याचं ते हसू कमावलेलं होतं. त्याची टोकदार हनुवटी आणि दोन्ही बाजूंनी खाली वळलेली जिवणी त्याच्या दुर्बलतेचं, नादानपणाचं आणि क्रौर्याचं लक्षण होती. मेनकेने ताबडतोब स्वतःला बजावलं.

'...मेनका, तू पाण्यापासून निर्माण झालेली अप्सरा आहेस. पूर्णत्वाला आलेलं सौंदर्यस्वप्न आहेस. मात्र त्याबरोबरच हे लक्षात ठेव की, पवित्र समुद्रमंथनापासून प्राप्त झाल्यामुळे तुझं शुचित्व निर्विवाद आहे.'

'देव-दानवांना गुदमरवून टाकणारं हलाहलदेखील याच मंथनातून प्राप्त झालं आहे, नाही का?' तिने पटकन म्हटलं, 'शिवशंकराने ते प्राशन केलं म्हणून जग वाचलं.'

इन्द्राने तिच्याकडे जाणीवपूर्वक कटाक्ष टाकला. तिच्या आधीच्या इतर अप्सरांहून, रम्भा, घृताची किंवा मनोरमेहून ही वेगळी होती, तेजस्वी होती. त्याने टक लावून कौतुकाने तिच्याकडे पाहिलं. त्या सगळ्यांहून ती सुंदर होती. असं कसं बरं शक्य आहे? सगळ्या जणी तर मंथनातून बाहेर पडल्या आहेत. तिचं सौंदर्य विलक्षण होतं, मती कुंठित करणारं. तिची निर्मिती त्या कारणास्तव झाली होती. आत्ताही चंद्राच्या तेजात ती झळाळून उठली होती. तिच्या उंच देहाची गोलाई नजरेत भरत होती. ती सुकुमार होती, गच्च भरलेली होती. निमुळती मान, देखणे खांदे, दुधाळ रंगाची वरखाली होणारी गच्च छाती, सिंहकटी, रेखीव नितंब, वेड लावणारी, आव्हान देणारी, नजर खिळवून टाकणारी नाभी, ह्या साऱ्यांच्या जोडीला

भरीव मांड्या आणि निमुळते पाय... किंचितशा हालचालीनेदेखील तिच्या देहात तरंग उमटत होते.

खोल श्वास घेत इन्द्राने तिच्या नजरेत डोकावून पाहिलं. तिच्या मोतिया रंगाच्या, लवचीक शरीराला शोभेसा चेहरा होता तो. ती गूढपणे हसली. त्याबरोबर तिचे रसरशीत लाल ओठ किंचित विलग झाले. तिचे गहिरे निळे-जांभळे डोळे त्याच्यावर रोखलेले होते. त्या नजरेत प्रश्नाच्या जोडीला खट्याळपणादेखील दडलेला होता. ते जितके प्रचंड निरागस होते, तितकेच मादकदेखील होते.

इन्द्राने मोठ्या कष्टाने आवंढा गिळला. तिचा जन्म झाला होता तोच मुळी चित्त वेधून घ्यायला, विनाश करायला आणि मोहवायला. समुद्रातून निर्माण झालेल्या इतर कुठल्याही रत्नांना तिची सर नव्हती. देवांचा वैद्य धन्वंतरी, कामधेनू सुरभी, तिन्ही लोकांना आपल्या सुगंधाने वेडावणारा स्वर्गीय पारिजातक, ऐरावत हत्ती, श्वेत अश्वउच्छैश्रवा... अगदी कशालाही नव्हती. त्यापैकी ऐरावत आणि उच्छैश्रवावर इन्द्राने ताबडतोब हक्क सांगितला होता. असाच हक्क हिच्यावर सांगता आला असता तर..; पण इन्द्राणी शची हे अजिबात खपवून घेणार नाही, ह्याची त्याला खात्री होती. त्याच्या मनात आलं, 'काय हे स्वर्गीय सौंदर्य आहे! सर्वश्रेष्ठ वारूणीहून मादक, समुद्रमंथनातून बाहेर पडलेल्या सौंदर्य आणि संपत्तीची देवता असलेल्या श्री लक्ष्मीहून पराकाष्ठेची सुंदर! मेनका स्वतः विषवल्ली तर नाही ना, नाहीतर तिने मघाशी थट्टेत हलाहलाचा उल्लेख का करावा बरं? ते विष प्राशन करून शंकराचा गळा निळा झाला होता. निळकंठ! देवी पार्वतीने जर ऐनवेळेस त्याचा गळा आवळून धरला नसता तर त्याच्या शरीरभर ते विष भिनलं असतं.'

पण ती मेनका होती. इन्द्राने स्वतःला आठवण करून दिली. स्वयं ब्रह्माच्या, विश्वनिर्मात्याच्या मनातून, कल्पनेतून तिची निर्मिती झाली होती; ती त्याची कन्या होती. ती केवळ सौंदर्याची मूर्तिमंत प्रतिमा नव्हती, तर तिला प्रगाढ बुद्धीचंदेखील वरदान मिळालं होतं. तिचं नातं फक्त मंत्रमुग्ध करणाऱ्या सौंदर्याशी नक्कीच नव्हतं. तिचं हे वेगळंपण लक्षात ठेवून तिच्याशी व्यवहार करावा लागणार होता. तिला इतर अप्सरांप्रमाणे लेखून चालणार नव्हतं.

'बरोबर आहे तुझं; पण मोहिनीसारखं व्हायचं तर हलाहलसुद्धा पचवण्याची तयारी...' त्याने मुद्दाम वाक्य अर्धवट सोडलं. आपल्या बोलण्याचा नेमका अर्थ तिच्या लक्षात येईल याची त्याला खात्री होती.

इन्द्राच्या बोलण्याचा गर्भित अर्थ लक्षात घेत मेनकेने मान डोलावली. मनमोहिनी, कामिनी आणि कामकलिकेची भूमिका निभावताना मी त्याला बुद्धीची जोड देणं इन्द्राला अपेक्षित आहे तर!

''मला वाटतं केवळ देव आणि दानवांपुरतं अमरत्व मर्यादित नसेल, नाही का?'' आपल्या लांब, दाट पापण्यांआडून त्याच्याकडे पाहत तिने खर्जात हसत विचारलं. अत्यानंदाने इन्द्राच्या अंगावर रोमांच उभे राहिले. ह्या स्त्रीमध्ये असं काय खास असावं बरं? रम्भा, उर्वशी किंवा तिलोत्तमेचा त्याच्यावर असा परिणाम झाला नव्हता.

प्रयत्नपूर्वक चेहरा कोरा ठेवत तो म्हणाला, ''दानवांप्रमाणेच मानवदेखील त्यात आले. मर्त्य मानवांनादेखील अमरत्वाचं वरदान प्राप्त करायचं आहे...'' त्याच्या चेहऱ्यावर कुत्सित हसू होतं.

''हं..., राजे-महाराजे आणि मुख्य म्हणजे ऋषिमुनी. तुला सगळ्यात जास्त भय त्यांचं वाटतं आहे, बरोबर ना?'' लबाड हसू घोळवत तिने विचारलं.

इन्द्राचा चेहरा लाल झाला. तिचा रोख कोणाकडे आहे हे त्याच्या लक्षात आलं. ऋषींबद्दल त्याच्या मनात असलेला वैरभाव सर्वश्रुत होता. ऋषींच्या महत्त्वाकांक्षा किंवा त्रिभुवनावर, अगदी त्याच्या सिंहासनावर राज्य करण्याचं त्यांचं सामर्थ्य हे एकमेव कारण त्या वैरामागे नव्हतं. हे सगळं ठाऊक असलेली मेनका तशीच तिथे उभी राहून त्याला डिवचत हसत होती, अगदी उघडपणे; त्याला त्यामागचं कारण माहीत होतं. अनेकानेक सुंदर स्त्रियांबरोबरचे, विशेष करून ऋषिपत्नींबरोबरचे त्याचे लज्जास्पद शारीरिक संबंध; त्याच्या ह्या विविक्षित दुबळेपणाचं तिला हसू येत होतं.

इन्द्राचा चेहरा गढूळला. ''मर्त्य राजांपेक्षाही ऋषी जास्त धोकादायक असतात,'' तो ताडकन म्हणाला. ''राजे-महाराजांच्या हातातल्या नंग्या तलवारींइतक्याच त्यांच्या महत्त्वाकांक्षादेखील उघड्यानागड्या असतात; पण हे ऋषी मात्र त्यांच्या मंत्र आणि तप सामर्थ्याने, आध्यात्मिक शक्तीने आणि त्यापोटी आलेल्या अहंकाराने राजे-महाराजांपेक्षा प्रचंड धोकादायक ठरतात. विचार कर, हे दोघे एकवटले तर आपलं काय होईल!''

खाली दूरवर दिसणाऱ्या, परिवलन आणि परिभ्रमण करणाऱ्या पृथ्वीगोलाकडे त्याने एक कटाक्ष टाकला. एवढ्या दूरूनही तिचा निळेपणा झळकत होता.

मेनकेनेदेखील नजर विचारपूर्वक खाली वळवली. ''क्षत्रिय आणि तोही ऋषी... फारच धोकादायक असेल ते,'' अतिशय हळू आवाजात ती म्हणाली. तिच्या स्वरातली अनिश्चितता तिन्ही लोकांना व्यापून उरली.

समोर मांडलेल्या पायसाच्या दोन्ही वाडग्यांकडे सत्यवतीने टक लावून पाहिलं. त्यातला एक तिच्यासाठी होता तर दुसरा तिची माता म्हणजेच कान्यकुब्जदेशाची राणी रत्ना हिच्यासाठी होता. त्या दोघींना पुत्रप्राप्ती हे त्या पायस सेवनामागचं प्रयोजन होतं; एक पुत्र आणि दुसरा बंधू. आपल्यासाठी कोणता वाडगा आहे हे सत्यवती जाणून होती. तिचे पती ऋषी ऋचिक हे भृगू वंशाच्या च्यवन ऋषींचे पुत्र. राजकन्येशी विवाह केला असला तरी ऋषी ऋचिक ह्यांना तिच्या क्षात्रधर्माचा किंवा राजवंशाचा लोभ नव्हता. आपल्यासारखा विद्वान आणि उल्लेखनीय कार्य करणारा पुत्र तिच्या पोटी जन्माला यावा म्हणून त्यांनी स्वतः पायस सिद्ध केलं होतं. त्याबद्दल तिच्याशी बोलताना ते मोठ्या अभिमानाने म्हणाले होते की, 'ह्या पायसाच्या सेवनानंतर जे पुत्रबीज तू धारण करशील ते ह्या पृथ्वीतलावर आपल्या बुद्धितेजाने झळकेल. आपला पुत्र तपसाधना आणि मनोबलाच्या सामर्थ्याने अचाट ज्ञान संपादन करेल. त्याची तपश्चर्या आणि कठोर निश्चय ह्यांना त्रैलोक्यात जोड नसेल. तुझ्या मातेसाठीदेखील वैशिष्ट्यपूर्ण पायस सिद्ध केलं आहे. त्याच्या सेवनाने तुझ्या मातेच्या पोटी अत्यंत पराक्रमी आणि अजेय असा क्षत्रिय पुत्र जन्माला येईल. त्रिखंडामध्ये त्याच्या इतका बलाढ्य राजा कोणीही नसेल.'

माझ्या मातेला किती अवर्णनीय आनंद होईल! सत्यवतीच्या मनात आलं. तिने निःश्वास सोडला. सत्यवतीच्या जन्मानंतर गेली वीस वर्षं महाराणींची कुस पुन्हा उजवली नव्हती. आपल्या मातेला आणि पित्याला पुत्राची - युवराजाची किती आस लागून राहिली आहे, ह्याची जाणीव सत्यवतीला होती म्हणूनच तिचे पती तिच्यासाठी पायस सिद्ध करत असताना त्यांनी आपल्या मातेसाठीदेखील पायससिद्धी करावी, असा तिने आग्रह धरला. त्यायोगे त्या दोघींना मनासारखी पुत्रप्राप्ती होणार होती.

सत्यवतीने आपल्या मातेसमोर पायसाने भरलेला वाडगा धरला. अत्यंत आनंदाने राणीने तो ग्रहण केला. मोठ्या समाधानाने आणि मनात असंख्य अपेक्षा बाळगत राणी राजधानीकडे परतली. त्यानंतर काही महिने

गेले. उलटणाऱ्या दिवसागणिक राणीच्या चेहऱ्यावरचं तेज वाढू लागलं होतं. तिच्याकडे पाहताना प्रत्येक जण आश्चर्यचकित होत होता. ऋषी ऋचिक मात्र संभ्रमित झाले होते. मनातल्या शंकांचं अचूक उत्तर कुठे मिळेल ह्याची त्यांना जाणीव होती.

म्हणूनच त्यांनी आपल्या पत्नीला तीव्र स्वरात विचारलं, ''नेमका कोणता वाडगा तू आपल्या मातेला दिलास?''

''जो तुम्ही सांगितला होतात तोच – ज्यायोगे महापराक्रमी क्षत्रिय पुत्र तिच्या पोटी जन्म घेणार आहे.'' सत्यवतीचेही दिवस भरत आले होते; परंतु त्या अवघडलेल्या अवस्थेतदेखील तिच्या चेहऱ्यावरचा आनंद लपत नव्हता. आपल्या गर्भातल्या बाळाचं पोषण योग्यप्रकारे व्हावं म्हणून ती विचारपूर्वक आहार घेत होती. आत्ताही ती द्राक्षं खात होती. आपल्या ओटीपोटावरून मायेने हात फिरवत ती पुढे म्हणाली, ''आणि ज्यायोगे माझ्यापोटी तुम्हाला हवा असलेला महान बुद्धिवंत ऋषी जन्माला येणार आहे ते पायस मी सेवन केलं.'

सत्यवतीचं उत्तर ऐकून तिच्या पतीने खेदाने मान हलवत म्हटलं, ''नाही. एकतर तू आपल्या मातेला चुकीचा वाडगा दिला असणार किंवा मग तुझ्या मातेने तुझी दिशाभूल केली असणार. ह्या कृतीचे परिणाम सुखावह होणार नाहीत हे नक्की समज.'

ते ऐकताच सत्यवतीच्या चेहऱ्यावरचा रंग उडाला. ऋषी सौम्यपणे पुढे म्हणाले, ''तुझ्या मातेच्या पोटी राजपुत्र जन्म घेईल. तुझ्या ह्या बंधूच्या रक्तात क्षत्रियत्वाबरोबरच सर्वश्रेष्ठ वैश्विक ब्रह्माचे गुणधर्मदेखील असतील. तो सर्वश्रेष्ठ ऋषी होईल, आपल्या बुद्धीच्या जोरावर तो त्रिखंडाचा स्वामी होईल; परंतु मातेसाठी असलेलं पायस तू सेवन केल्याच्या परिणामस्वरूप तुझ्या पोटी ब्राह्मणपुत्र जन्माला येण्याऐवजी क्षत्रिय पुत्र जन्माला येईल. अतिशय शक्तिमान असला तरी तो निष्ठुर असेल. अनेक राजांचा निर्वंश त्याच्या हातून होईल...''

''नाही!'' भयचकित होऊन सत्यवती किंचाळली. ''नाही, नको. माझ्यावर कृपा करा. मी कोणताही अपराध केलेला नाही. निर्वंश करणारा क्रूरात्मा माझ्या पोटी जन्माला घालू नका. हे ज्ञानी ऋषीवर, हा तुमचाही पुत्र आहे. आपल्या पित्यासारखा तोही ज्ञानी, दयाळू आणि सद्विचारी व्हावा एवढंच माझं मागणं आहे.''

हुंदके देत रडणाऱ्या आपल्या पत्नीकडे पाहत ऋचिक ऋषींनी दुःखाने म्हटलं, ''कदाचित आपली दैवगती हीच असेल... तुझा बंधू सर्वश्रेष्ठ ऋषी आणि विद्वानांहून श्रेष्ठ होईल. तुझ्या पोटी जन्माला येणारा आपल्या दोघांचा पुत्र मात्र रक्तपिपासू योद्धा असेल. तो अजिंक्य असेल.'

''मुनीश्वर, हे आपल्या पुत्राचं विधिलिखित असू नये. भलेही ते आपल्या नातवाचं विधिलिखित असलं तर मी मान्य करेन,'' हुंदके देत सत्यवती म्हणाली. ''अशा पुत्राला जन्म देणं मी नाकारते. तुमच्या योगसामर्थ्याने माझ्या पोटी ज्ञानी आणि विद्वान ब्राह्मण जन्माला येवो. इतर क्षत्रियांचा निर्वंश करणारा अजेय योद्धा माझा नातू म्हणून जन्माला येवो. ही माझी एकमेव इच्छा आहे. ह्याहून वेगळं मी काहीएक मागत नाही.''

खोल सुस्कारा सोडत ऋचिक ऋषींनी हसण्याचा प्रयत्न केला, ''प्रिय भार्ये, तुझी इच्छापूर्ती मी करतो; परंतु लक्षात घे की, पुत्र किंवा पौत्र ह्यात काहीही फरक नाही, तरीही, तुझ्या म्हणण्यानुसार तुझ्या पोटी ब्राह्मण जन्माला येईल आणि तुझा पौत्र क्षत्रिय म्हणून जन्माला येईल. त्याचप्रमाणे, राणीच्या पोटी जन्माला येणारा तुझा बंधू युवराज होईल. राजाला आवश्यक असलेल्या सर्व गुणांनी तो युक्त असेल. असं असूनही तो सर्वश्रेष्ठ मुनी होईल. प्रज्ञा, चातुर्य, ज्ञान आणि विद्वत्ता हे ब्राह्मणाचे गुण त्याच्या ठायी प्रकर्षाने दिसून येतील. रणांगण, युद्ध, रक्तपात ह्याऐवजी आपलं संपूर्ण आयुष्य तो प्रज्ञावर्धनासाठी वेचेल. अत्यंत कठोर तपश्चर्या करून तो ब्रह्मर्षी या पदाला पोहोचेल. खऱ्या अर्थाने तो विश्वाचा सखा, मित्र आणि गुरू ठरेल. तो विश्वामित्र असेल. तथास्तु।''

यथावकाश सत्यवतीने पुत्राला जन्म दिला.

काही महिन्यांच्या आपल्या पुत्राला हातावर जोजवताना तिला हा संवाद जशाच्या तसा आठवला. ऋषी ऋचिकांचे शब्द असत्य ठरणार नाहीत, ह्याची जाणीव तिला होती. तिच्या मनात पश्चात्तापाची भावना उमटली. योग्य वृक्षाने योग्य फलधारणा केली असती तर..; परंतु आता ह्या जर-तरला काही अर्थ नव्हता.

पायसाची अदलाबदल झाल्याच्या संदर्भात सत्यवतीने आपल्या मातेकडे विचारणा केली असता तिच्या मातेने मोठ्या संकोचाने मान्य केलं होतं. त्याबद्दल बोलताना राणी रत्नावतीने उत्तर दिलं होतं की, 'तुझे यजमान तुझ्या पोटी सर्वोत्तम बीजधारणा व्हावी, असा प्रसाद तुला देतील ह्याची

मला खात्री होती. ते सर्वोत्तम बीज माझ्या पोटी जन्माला यावं म्हणून मी पायसांचे वाडगे बदलले. माझा पुत्र आता त्रैलोक्यातील सर्वोत्तम युवराज आणि कालांतराने सर्वोत्तम नरेश ठरेल हे निःसंशय.''

तिचे हे शब्द ऐकताच सत्यवतीला मोठा धक्का बसला. जणू धारदार शस्त्राने तिला कोणी भोसकलं होतं. तिच्या मातेला मात्र आपल्या कृत्याचा पश्चात्ताप झाल्यासारखं वाटत नव्हतं. सत्यवती आपल्या क्रोधावर नियंत्रण ठेवू शकली नाही. मातेच्या अविचारामुळे जे गंभीर आणि दूरगामी परिणाम होणार होते, त्याची कल्पना तिने मातेला दिली.

''असं घडणार नाही. तुझ्या या धूर्त विचाराला कटू फळ येणार आहे,'' सत्यवती कडाडली. ''तुझ्यासाठी असलेलं पायस सर्वोत्तम क्षत्रिय गुणांनी सिद्ध केलेलं होतं आणि तुझ्या अविचारापायी ते मी प्राशन केलं. परिणामतः, माझे वंशज क्रूरकर्मा होणार असून, तुझ्या पोटी जन्माला आलेला पुत्र – जो युवराज होणार आहे, जो सर्वश्रेष्ठ नरेश होणं अपेक्षित आहे – तो मात्र ऋषिगुणांनी युक्त आहे आणि म्हणूनच, तो आपलं संपूर्ण जीवन आत्मज्ञानाच्या शोधार्थ व्यतीत करेल. तुझ्या इच्छेनुसार तो राज्यकर्ता होणार नाही,'' ती कडवटपणे म्हणाली. ''महाराणी, इथून पुढे तुमचे वंशज ब्राह्मण म्हणून जन्माला येतील, तर माझे वंशज क्षत्रिय म्हणून जन्माला येतील. माते, तुझ्या हातून किती घोर प्रमाद घडला आहे, ह्याची तुला कल्पना तरी आहे का?''

आपल्या लेकीचा संतप्त स्वर ऐकून राणीचा धीर सुटला. तिचा चेहरा पांढराफटक पडला. भविष्याच्या अघटिततेची जाणीव होऊन तिने पाळण्यात पहुडलेल्या आपल्या युवराजाच्या हसतमुख चेहऱ्याकडे पाहिलं. चिमुकल्या युवराज कौशिकाला मात्र ह्या कशाचीही जाणीव नव्हती. त्याचे पणजोबा राजा कुशिक, फार मोठे योद्धा होते. त्यांच्या नावावरून त्याचं नाव कौशिक ठेवण्यात आलं होतं. सातत्याने त्याची वळवळ सुरू होती. सत्यवतीच्या हातातलं बाळ मात्र अतिशय शांत होतं. त्याचं नाव जमदग्नी – तपश्चर्येचा महासागर – ठेवण्यात आलं होतं. सत्यवतीच्या बोलण्यावरून राणीच्या लक्षात आलं की, जमदग्नीच्याऐवजी कौशिक तपश्चर्येची गादी चालवणार आहे. तपश्चर्या! राणी शहारली. माझ्या या कृत्याबद्दल महाराज गधी मला कधीही क्षमा करणार नाहीत. माझी लेकसुद्धा मला क्षमा करणार नाही. राणी चिंताग्रस्त झाली. किती

अविचाराने वागली होती ती! धडधडत्या हृदयाने तिने पुन्हा एकवार दोन्ही बाळांकडे कटाक्ष टाकला.

''माते, जमदग्नीकडे असं साशंकतेने पाहू नकोस. क्षत्रिय ज्याची धास्ती घेणार आहेत, तो जमदग्नी नसून माझा नातू असेल. तुझ्या कृत्यामुळे आमची स्वप्नं भंगली आहेत,'' निर्विकारपणे सत्यवती म्हणाली.

जणू काही तिला दुजोरा देण्यासाठी कौशिक पाळण्यात खिदळू लागला. गालावरच्या खळ्यांमुळे त्याच्या गोडव्यात भर पडली होती. पुढे होत सत्यवतीने त्यालादेखील उचलून हृदयाशी घट्ट धरलं. आपल्या या छोट्याशा बंधूबद्दल तिला ममत्व वाटणं स्वाभाविक होतं. तोंडातून गमतीदार आवाज काढत कौशिकने मोकळ्या आकाशाकडे नजर टाकली. दोन्ही हात उंचावत तो सूर्याला धरण्याचा प्रयत्न करू लागला. एक ना एक दिवस संपूर्ण विश्वाला तिच्या या बंधूचा अभिमान वाटणार होता. सत्यवतीला आपल्या पतीचे शब्द आठवले. महर्षी विश्वामित्र! एका राजाचं रूपांतर अभ्यासकात आणि एका योद्ध्याचं रूपांतर मुनीमध्ये कसं आणि कोण करणार? सत्यवतीच्या मनात विचारमंथन सुरू झालं. क्षणभर तिला वाटलं की, होणारं विधिलिखित टाळण्याचं सामर्थ्य असलेलं कुणीतरी नक्की असेल.

# नंदनवन

स्वर्ग. इन्द्रनगरी. अमरावती. संपन्न राजधानी आणि तिच्या पाठीशी उभा असलेला उत्तुंग मेरू पर्वत. अमर्त्यांचं निवासस्थान. पुढील अवतार घेईपर्यंतचा विश्रांतीचा टप्पा. सौख्याचा परमावधी. भरभरून आनंद. मेनकेच्या चेहऱ्यावर हलकंसं हसू उमटलं. सामान्य माणसाला जाणवणाऱ्या प्रत्येक भुकेची तृप्ती करणारं स्थान म्हणजे इन्द्रलोक. सर्व इच्छांची परिपूर्ती करणारी जागा. पंचेंद्रियांना सुखावणारी अनुभूती. कामधेनूच्या वास्तव्याने कुणीही उपाशी राहत नव्हतं. चिंतामणीमुळे ऐश्वर्य, संपत्तीला ददात नव्हती. कल्पतरूमुळे विपुलता आणि सधनता होती. गंधर्वांच्या कुशल संगीताच्या सहवासात मदिरेचे घोट घेताना रिकामे होणारे चषक भरण्यासाठी सर्वांगसुंदर अप्सरा. त्यांची निर्मिती सौख्य देण्यासाठी केली गेली होती. स्वतःच्या सौख्याची कामना करण्याचा विचारही त्यांच्या मनात नव्हता. त्यांची घडण जाणीवपूर्वक तशी केली गेली होती.

दुग्धसागरामधून निर्माण झालेल्या अप्सरा लावण्याच्या खाणी होत्या. वस्त्रालंकारांनी सजलेले त्यांचे कमनीय देह पाहणाऱ्यांच्या नजरेला सदैव आव्हान देत. आकाशाच्या झळझळीत निळाईमध्ये उठून दिसणाऱ्या ह्या अप्सरा म्हणजे जणू तेजशलाका. उगवतीच्या किरणांची ऊब, मावळतीच्या किरणांचे रंग, मंद वाहणाऱ्या झुळुकीचा गारवा आणि घनदाट जंगलात घुमणाऱ्या प्रतिध्वनींचा नाद; ह्या साऱ्यांचं एकवटलेलं आणि मोहवून टाकणारं रूप म्हणजे ह्या अप्सरा.

प्रत्येक आत्म्याच्या ठायी आम्ही वास्तव्य करतो, नृत्यगृहातून बाहेर पडणाऱ्या मेनकेच्या मनात विचार आला. तिच्या चेहऱ्यावर हलकंसं हसू उमटलं. प्रत्यक्ष इन्द्राच्या दरबारात वावरणाऱ्या ह्या अप्सरांमुळे कुणीही सहजच उत्तेजित आणि विचलित होऊ शकत होतं. कवी, शिल्पकार, चित्रकार... कुणीही कलाकार त्यानंतर सर्जनाचे नूतनतम आविष्कार प्रकट करू शकत होतं; परंतु त्यांची कामना करणं म्हणजे प्रत्यक्ष मृत्यूला आमंत्रण देण्यासारखं होतं. किमान एकदा तरी त्यांना मिठीत घेता यावं म्हणून माणसं, दैत्य, ऋषी इतकंच नाही तर प्रत्यक्ष देवसुद्धा हपापलेले होते. त्यांच्यापायी मनात जागृत झालेल्या लालसांवर नियंत्रण ठेवणं साऱ्यांना अशक्य होतं. अप्सरांचा हक्क प्रस्थापित करण्यासाठी युद्धं खेळली जात होती. उर्वशीसाठी राजा पुरूरवा आणि घृताचीसाठी राजा कुशनाभ वेडावला होता. अप्सरांच्या नग्न सौंदर्यापुढे विबंधक आणि भारद्वाज ह्यांच्यासारख्या ऋषिमुनींचा देखील संयम ढळला होता. वर्षानुवर्षांची त्यांची तपश्चर्या क्षणार्धात भंग पावली होती. जीवनाचं अपार सौख्य, सौंदर्याचा मादक आविष्कार, शृंगाराचा परमावधी आणि गूढतेचं वलय लाभलेल्या अप्सरा समोर उभ्या ठाकल्यावर संयम ठेवणं केवळ अशक्य होतं. मेनका अशीच एक अप्सरा होती.

प्रशस्त अशा त्या मार्गावरून मेनका डौलाने चालू लागली. इन्द्राच्या दरबारासमोरून – सुधर्म कक्षासमोरून ती पुढे झाली. मृदुल अंतःकरणाच्या जनांची वस्ती निशापती चंद्राच्या प्रासादात होती. दुःखाचा किंवा खेदाचा स्पर्शही त्यांना होत नव्हता. आपल्या शब्दांशी बांधलेले जन प्रभापती सूर्याच्या सुवर्ण प्रासादात वास्तव्य करत होते. असं असलं तरी स्वर्गातील सर्वांत सुंदर भाग इन्द्राचा राजप्रासाद होता. युद्धभूमीवर धारातीर्थी पडलेल्या वीरांचं मृत्युपश्चात आगमन सर्वांत प्रथम ह्याच भागात होत होतं. त्याचप्रमाणे विद्वानांचा आणि वीरांचा सन्मान इन्द्राच्या दरबारात केला जात होता. इन्द्राचं लक्ष वेधून घेण्यासाठी अप्सरांमध्ये चढाओढ चालत असे तीदेखील इथेच. पुष्करमालिनी कक्ष हा ऋषिमुनी आणि अर्ध-देवांच्या सत्कारासाठी राखून ठेवलेला होता; परंतु सुधर्म कक्ष मात्र मौज-मजा आणि मौजमजेसाठी राखून ठेवण्यात आला होता. मद्याच्या आहारी गेलेले देव आणि गंधर्व तिथल्या मंचकांवर अस्ताव्यस्त पसरू शकत होते. त्यांचे रिकामे होणारे चषक भरण्यासाठी अप्सरा हसतमुखाने आणि तत्परतेने पुढे होत, त्यांच्या आतूर मिठीत विसावत. काही अप्सरा आपल्या मादक हावभाव आणि

पदन्यासाने त्यांना कामप्रेरित करत. इन्द्रलोकीच्या ह्या उथळ आणि उच्छृंखल वातावरणात ऋषिमुनी मात्र पाऊलही टाकत नसत. पृथ्वीतलावरचं आपलं मर्त्य अस्तित्व संपवून ते आकाशगंगेत वास्तव्य करत.

स्वर्गाचा संपूर्ण विरोधाभास म्हणजे सप्तपातळ. त्याच्या नुसत्या कल्पनेने मेनका शहारली. स्वर्गाची सप्तस्तरीय रचना वैशिष्ट्यपूर्ण होती. देव असोत की यक्ष, किन्नर अथवा गंधर्व, प्रत्येकाला श्रेणीनुसार निवासस्थान दिलेलं होतं. अर्थातच, इन्द्राचं निवासस्थान सर्वाधिक उंचीवर होतं. त्याच्या प्रासादाच्या भव्यतेशी आणि झगमगटाशी इतर कुठलाही प्रासाद स्पर्धा करू शकत नव्हता. सातवा स्वर्ग म्हणजे वैकुंठ स्थान होतं. इथे श्री विष्णूंचं वास्तव्य होतं. महादेव शंकर कैलास पर्वतावर तर त्रैलोक्यपिता ब्रह्मा सत्यलोकात निवास करून होते. इन्द्रलोकीचं वैभव अतुलनीय होतं. इन्द्राचं सुवर्ण सिंहासन मौल्यवान रत्नांनी जडवलेलं होतं. तिथल्या अगणित संगमरवरी खांबांच्या नक्षीकामासाठी अमूल्य रत्नांचा मुक्त हस्ताने वापर केलेला दिसत होता. त्यांच्यावरून अलगद हात फिरवण्याचा मोह कोणालाही होणं स्वाभाविक होतं. सुवर्ण आणि रत्नालंकारांनी झळकणाऱ्या मेनकेला मात्र त्यांचा अजिबात मोह नव्हता. 'अतिपरिचयात अवज्ञा', मेनकेच्या मनात आल्यावाचून राहिलं नाही. तिच्या सभोवताली सौंदर्याविष्काराचे असंख्य नमुने पदोपदी विखुरलेले होते. तसं पाहिलं तर कुरूपतेला स्वर्गात जागाच नव्हती, तरीही मेनकेवर तिथल्या सौंदर्याचा काहीही परिणाम होत नव्हता. आजूबाजूला असणाऱ्या देवांचं अथवा गंधर्वांचं देखणेपण तिच्यापर्यंत पोहोचत नव्हतं. तिथे उपस्थित असलेला प्रत्येक जण चिरतरुण होता, सुंदर होता. इतर अप्सरांना त्यांचा मोह होत होता. मेनकेला मात्र फक्त आणि फक्त वसूचा ध्यास होता – तिचा वसू. त्यालाच भेटायला ती निघाली होती. लगबगीने ती आपल्या प्रासादाच्या ऐसपैस संगमरवरी पायऱ्या चढली. तिच्यातील अभिसारिका आता उत्सुक झाली होती.

तिच्या भव्य शयनकक्षातील एकांतात मंचकावर ती वसूच्या मिठीत विसावली. आता कोणाचीही नजर त्यांच्यावर पडणार नव्हती. वसू हलकेच तिच्या कानात कुजबुजला, "प्रिये, सौंदर्याचं महत्त्व जाणून घेण्यासाठी कुरूपता म्हणजे काय हे माहिती असावं लागतं. तू फार नशिबवान आहेस. सौंदर्याव्यतिरिक्त इतर कशाचा गंध तुला नाही, तरीही कुरूपता म्हणजे काय हे तुला नक्की उमजेल."

किंचितसं हसत ती म्हणाली, ''माहिती आहे मला. नशिबाबद्दल जे तू म्हणतो आहेस ते खरं तर आपल्यावर अवलंबून असतं, नाही का? तुझं सौंदर्य मला आवडतं. त्याहून अधिक मला तरी काय हवं आहे? किंवा मला सांग तुला तरी काय हवं आहे?'' एवढं बोलून मेनकेने त्याच्या ओठांवर ओठ टेकवले. त्याच्या देखण्या ओठांवरचं हसू तिच्या लसलसत्या जिभेने झटक्यात टिपलं. तिची निमुळती बोटं त्याच्या रुंद पाठीवरून अलवारपणे फिरू लागली. ''सौंदर्याचा आस्वाद कसा घ्यायचा ते चांगलंच ठाऊक आहे मला,'' त्याच्या कानात कुजबुजत तिने त्याला किंचितसं दूर केलं. आता ती त्याला नजरेने घटाघटा पिऊ लागली, त्याचा उंचापुरा सुदृढ बांधा मनात साठवू लागली.

गंधर्वराज विश्ववसू अतिशय संवेदनशील आणि शृंगाररसात परिपूर्ण होता. प्रत्यक्ष कामदेव आणि इन्द्राहून अधिक देखणं रूप त्याला लाभलं होतं. गौरवर्ण, दाट सोनेरी-तपकिरी केस, पिंगट डोळे, बाकदार नाक आणि आव्हान देणारे ओठ; विश्ववसूच्या ह्या देखण्या रूपाने स्त्रिया सहजच घायाळ होत. मर्दानी सौंदर्याचा आविष्कार असलेल्या वसूमध्ये खोड काढायला तिळमात्र जागा नव्हती. नितळ त्वचेमुळे त्याचं भव्य कपाळ अधिक खुलून दिसत होतं. जबड्याच्या ठेवणीतून त्याची आक्रमकता आणि हनुवटीच्या निमुळतेपणातून दृढता जाणवत होती. त्याच्याकडे धुंदावलेल्या नजरेने पाहणाऱ्या मेनकेच्या मनात आलं, 'किती मुलायम आहे हा!'

मेनका नजरेने वसूला निर्वस्त्र करत होती हे त्याच्याही लक्षात आलं; पण त्यावर त्याची काही हरकत नव्हती. त्याला डिवचण्यासाठी हे तिचं नेहमीचं तंत्र होतं. त्याने तिच्या नजरेत नजर मिळवली, तेव्हा त्यात तिच्या प्रति कोमल भाव होते. कुठल्याही प्रकारचा उद्धटपणा त्यात नव्हता. बोटाने किंचितसं ढकलून तिने पुन्हा त्याला मंचकावर आडवं पाडलं आणि अधिरतेने तिचे ओठ त्याच्या शरीरभर फिरू लागले.

''हे बघ वसू, मला मान्य आहे की तू उत्तम संगीतकार, तत्त्वज्ञ आणि अभ्यासक आहेस. याज्ञवल्क ऋषींचा सर्वांत लाडका शिष्य आहेस; परंतु माझ्याबरोबर असताना तुझं तत्त्वज्ञान जरा बाजूला ठेवत जा,'' ती त्याच्या कानात कुजबुजली. त्याच्या नजरेत दाटून आलेली कामभावना, त्याचा फुललेला श्वास, त्याची अधीरता या साऱ्यांमुळे तिच्या मनाला गुदगुल्या होत होत्या. ''सौंदर्य दिसलं की, मी त्याचा आस्वाद घेतेच,'' मिस्कीलपणे

असं म्हणत तिने त्याच्या हनुवटीवर बोट ठेवलं. ''इथला... इथला... आणि...'' तिचं बोट त्याच्या गळ्यावरून, छातीवरून, पोटावरून त्याच्या मांड्यांच्या दिशेने फिरू लागलं. त्या स्पर्शासरशी तो थरथरला.

''...आणि इथलासुद्धा...'' असं घोगऱ्या स्वरात म्हणत तिचे ओठ त्याच्या आतूर ओठांना भिडले. बोटाच्या दिशेने तिच्या ओठांचा प्रवास सुरू झाला. त्याची निमुळती हनुवटी, डौलदार मान आणि गळ्याच्या खळग्याशी जाणवणारी धडधड; त्याच्या हृदयाचे लयबद्ध ठोके. तिथे तिचे ओठ रेंगाळले. त्याच्या भरदार पाठीमध्ये आपली बोटं गच्च रुतवून तिने त्याच्या खांद्यांवर चुंबनाचा वर्षाव केला. ''...आणि इथलासुद्धा!'' तिच्या अधीर स्वरामुळे तो अधिक कामातुर झाला.

''मी सौंदर्याची उपासक आहे,'' असं म्हणत तिच्या ओठांनी त्याच्या तप्त शरीरावर खालच्या दिशेने प्रवास सुरू केला. अर्धवट मिटलेल्या डोळ्यांनी तो तिला न्याहाळत होता, तिची प्रत्येक हालचाल त्याला उत्तेजित करत होती. तिच्या धीट स्पर्शाने तो अधिकाधिक चेतवला जात होता. तिच्या चेहऱ्यावरचं समाधान, ओठांवरचं हसू, किंचित सलज्जता, केसांच्या विखुरलेल्या बटा... तो चीत्कारला. 'हा स्वर्ग नाही तर काय आहे?' त्याच्या मनात आलं. अधिक आवेगाने तो लयबद्ध हालचाल करू लागला.

''अरे देवा,'' असं म्हणत तिचे केस दोन्ही हातात पकडत त्याने तिला स्वतःजवळ ओढून घेतलं. त्याच्या उत्कटतेने परमावधी गाठला. मेनका आता त्याच्या गंधात आणि समागमात पूर्णपणे रंगली होती.

''देव. नाही. मी. मेनका. सौंदर्याची उपासक. तृप्त आहेस?'' तिने खट्याळपणे विचारलं.

मोठ्या कष्टाने त्याने म्हटलं, ''अगदी.''

त्यावर छानसं हसून, ती पुन्हा एकवार त्याला उत्तेजित करू लागली. मेनकेच्या प्रेम करण्यात किती उत्कटता आहे ह्याची वसूला प्रत्येक वेळेस नव्याने जाणीव होत होती आणि तो अधिकाधिक अचंबित होत होता. इतर देवांना – विशेष करून इन्द्राला – त्याचा मत्सर वाटला, तर त्यात नवल ते काय?

विश्ववसूला देवगंधर्व म्हणून ओळखलं जात होतं; परंतु मेनकेसाठी तो फक्त वसू होता. वसू – तिचा प्रियकर आणि पती. स्वर्गाची रीत न्यारी होती. इथे अप्सरांना विवाहबद्ध होण्याची अनुमती नव्हती, तरीही मेनकेने

वसूशी विवाह केला होता. अप्सरा कधी कोणाच्या प्रेमात पडत नव्हत्या; पण मेनका मात्र वसूच्या प्रेमात पडली होती. त्या प्रेमानेच तिला वसूशी विवाह करण्याचं धैर्य दिलं होतं.

गांधर्वविवाहाची पद्धत वसूच्या कुळाला मान्य होती, तरीही कुठल्याही गंधर्वाला विवाह अथवा तत्सम कायमस्वरूपी नात्यात स्वतःला बांधून घेण्याची आवड नव्हती. गांधर्वविवाह हा विशेषत्वाने प्रेमिकांसाठी वरदान होता. तिथे कुणी साक्षीदार किंवा थोऱ्यामोठ्यांचे आशीर्वाद घेण्याची आवश्यकता नव्हती म्हणूनच ज्यांना गुप्तपणे विवाह करायचा असेल ते हा पर्याय स्वीकारत. वसू मात्र इतर गंधर्वांपेक्षा वेगळा होता. मेनकेच्या प्रेमाची गोडी उघडपणे चाखायला तो उत्सुक होता. तिच्याशी असलेलं नातं लपवून ठेवण्याची आवश्यकता त्याला वाटत नव्हती. आढ्यता आणि स्व-प्रिती ह्या गंधर्व अवगुणांपासून तो दूर होता. मेनकेवर त्याचं जिवापाड प्रेम होतं. स्वर्गात असलेल्या प्रत्येक गोष्टीवर सर्वांचा समान हक्क असतो, ज्याला जे हवं ते भोगण्याची अनुमती असते. वसूला मात्र इतर कोणी मेनकेवर अधिकार दाखवलेला चालत नव्हतं. तिचा उपभोग इतर कोणी घ्यावा हे त्याला मान्य नव्हतं. स्वर्गात कोणालाही कशाचीही ददात नव्हती; पण कोणाचाही कशावरही अधिकार नव्हता. ही विचारसरणी सर्वांना मान्य होती. वसू मात्र त्याला अपवाद होता.

त्या दोघांच्या नात्याबद्दल इन्द्राला समजलं ते रम्भेकडून. अप्सरांची राणी रम्भा. मेनकेची चहाडी तिनेच इन्द्राकडे केली. तिच्या विखारी शब्दांमुळे इन्द्राचा संताप झाला. मेनकेबद्दल त्याचं मत कलुषित करण्याचा रम्भेचा उद्देश सफल झाला.

''हा इन्द्रलोक आहे. इथे गंधर्व आणि अप्सरा एकमेकांवर प्रेम करू शकतात. एकमेकांचा उपभोग घेऊ शकतात; परंतु विवाहबंधनाची अनुमती त्यांना नाही!'' मेनकेकडे अविश्वासाने पाहत इन्द्र कडाडला. ''ज्या कोणाला तुम्हाला उपभोगण्याची इच्छा आहे आणि इच्छापूर्ती करण्याचं सामर्थ्य आहे त्याच्यासाठी तुम्ही उपलब्ध आहात. सौंदर्य, तारुण्य आणि अमरत्वाचं वरदान तुम्हाला मिळालं आहे ते इतरांना सुख देण्यासाठी. निव्वळ तुमच्या सुखासाठी ते नाही. खाजगी वैवाहिक जीवन ही संकल्पना इन्द्रलोकी मान्य नाही आणि म्हणूनच अस्तित्वातही नाही. इथले नियम मोडण्याचं धारिष्ट्य तरी तुम्हाला कसं झालं?'' वसूकडे पाहत इन्द्राचे जळजळीत वाग्बाण सुटले.

वसूने इन्द्राच्या नजरेला नजर दिली. आत्ताही तो विलक्षण देखणा दिसत होता. शिवाय, सम्भोगतृप्तीमुळे त्याचा चेहरा अधिक उजळला होता. ते पाहून इन्द्राला असुया वाटली की ती वेदना होती? की प्रचंड संताप होता? वसू इन्द्राचा जीवश्चकंठश्च मित्र होता, सर्वाधिक निकट सहचारी होता. असं असूनही वसूने त्याला फसवलं होतं. एका शब्दानेदेखील त्याने इन्द्राला कल्पना दिली नव्हती, त्यामुळे इन्द्राच्या नजरेतून तो उतरला होता. इथून पुढे इन्द्र कधीही वसूवर विश्वास टाकू शकणार नव्हता. वसू त्याला आपला शत्रू वाटू लागला. दोघांच्याही नजरेतील द्वेष लपत नव्हता.

''विश्ववसू, तुला तरी हे समजायला हवं होतं! त्या मर्त्य राजा पुरूरवापासून उर्वशीला दूर करण्याच्या कारस्थानात तूदेखील सहभागी होतास,'' इन्द्राचा क्रोध यत्किंचितही कमी झाला नव्हता. त्यांच्याकडे पाहणाऱ्या मेनकेला आश्चर्य वाटत होतं. ''तुला ठाऊक आहे ना की, स्वर्गामध्ये संभोगाला मान्यता असली तरी वैयक्तिक प्रेमाला नाही? असं असूनही तू इथले नियम डावलण्याचा मूर्खपणा केलास. मी तुला शाप देतो की...''

''थांब इन्द्रा, आम्हाला क्षमा कर. वसू इतकीच मीदेखील ह्या कृत्याला जबाबदार आहे,'' इन्द्राचं बोलणं पूर्ण होण्याआधीच मेनका म्हणाली. तिला माहीत होतं की, इन्द्राच्या शापाचा संपूर्ण भार वसूला पेलावा लागेल. मेनकेला दुखवण्याची शक्ती इन्द्रात नव्हती. तो वसूला इन्द्रलोकातून हद्दपार करेल का? मेनकेने मनातल्या मनात झटक्यात आडाखे बांधले. इन्द्राने एकट्या वसूला घालवून देणं तिला मान्य नव्हतं. वसूच्या जोडीने मेनकेलासुद्धा त्याने घालवायला हवं होतं; पण मेनका जाणून होती की, इन्द्र असं काहीही करणार नाही. एकतर इन्द्राने त्या दोघांनाही शिक्षा करायला हवी होती किंवा मग मुभा द्यायला हवी होती. एकाच गुन्ह्यासाठी दोघांनाही एकाच प्रकाराने तोलायला हवं होतं.

इन्द्राच्या संतापाला तोंड देण्यासाठी मेनकेने स्वतःला सिद्ध केलं. तिचं सौंदर्य हेच तिचं अमोघ अस्त्र होतं. त्या सौंदर्यापायी आजवर कित्येक घायाळ झाले होते. तिच्या सौंदर्यावर न भाळणारा पुरुष तिने पाहिला नव्हता. आज इन्द्राची पाळी होती. मेनकेने इन्द्राकडे रोखून पाहिल्याबरोबर त्याचा पारा झर्रकन खाली उतरला.

इन्द्राकडे आर्जवाने पाहत ती मधाळ स्वरात म्हणाली, ''सर्व दोष माझा आहे. एका अप्सरेच्या कर्तव्याला मी मुकले आहे.'' मेनका उत्तम

गायिका होती. आवाजातल्या गोडव्याला चढ-उतार देण्याचं अचूक भान तिला होतं. आत्ता तिच्या स्वरामध्ये पश्चात्ताप आणि चूक स्वीकारल्याची भावना ह्यांचं अचूक मिश्रण होतं... जाणीवपूर्वक.

''आपल्या ह्या जगाच्या मर्यादा मी ओलांडल्या आहेत. हो, मी फक्त एका पुरुषावर प्रेम केलं आहे. मला तो हवा होता म्हणून मी त्याला माझ्या मोहपाशात अडकवलं आहे,'' बोलता बोलता तिने खालचा ओठ चावला. तिची नजर अजूनही इन्द्रावर खिळली होती. ''हे देवांच्या राजा, मी प्रेमात पडले. माझं स्वतःवर नियंत्रण राहिलं नाही. शिवाय, मला जाणवलं की, गंधर्वराज विश्ववसूदेखील माझ्या प्रेमात पडला आहे म्हणूनच, त्याच्यावर स्वामित्व हक्क गाजवण्याची ऊर्मी माझ्या मनात दाटून आली आणि त्यातूनच त्याच्याशी विवाहबद्ध होण्याचा अपराध मी केला. त्याच्याशी विवाह न करता मी जगू शकले नसते. विरहाच्या आगीत मी होरपळले जात होते. असं वाटत होतं की, प्रेमाची ही आग मला कोणत्याही क्षणी संपवेल,'' अगतिक स्वरात रडत तिने आपली बाजू मांडली.

इन्द्राचा चेहरा जरी सौम्य झाला होता तरी त्याच्या नजरेतील असुया लपत नव्हती.

''आमच्या उत्कट इच्छांची तृप्ती झाली; परंतु ती क्षणमात्र. त्यावर तोडगा म्हणून आम्ही विवाह केला.'' ती पुढे बोलू लागली. ''विवाह करण्याचा निर्णय माझा होता; पण खरं सांगू इन्द्रा, हा निर्णय मी समस्त देवांसाठी आणि आपल्या अमरावतीसाठी घेतला... विशेष करून तुझ्यासाठी घेतला.''

हे ऐकून इन्द्र किंचित संभ्रमात पडला. स्वतःला आणि वसूला वाचवण्याची अशी संधी पुन्हा मिळणार नाही हे जाणून मेनका पटकन पुढे सरसावली. ''अरे, मीच जर दुःखात असेन तर इतरांना सुख देणार कशी? विश्ववसूशी विवाह केला, तरच मी आनंदात राहू शकणार होते. इतरांना आनंद देऊ शकणार होते. माझ्या वासनेची लाज मला का वाटावी? शिवाय, वसूबद्दलची माझी कामना इतकी तीव्र होती की, तो केवळ मला मिळावा म्हणून मी त्याच्याशी विवाह केला.'' तिच्या ह्या बोलण्यावर इन्द्राने ओठ आवळून घेतल्याचं तिच्या लक्षात आलं. न थांबता ती पुढे म्हणाली, ''सुदैवाने आपल्या ह्या जगातील एकाची निवड मी सहचर म्हणून केली आहे. कुठल्याही मर्त्य मानवाला अथवा ऋषीला किंवा देवाला मी निवडलेलं नाही. माझ्या पदाची जाणीव ठेवत मी एका गंधर्वाची निवड केली आहे.

अप्सरांवरच्या बंधनांची ज्याला जाणीव आहे आणि वेळप्रसंगी जो आपल्या पत्नीला इतरांच्या सेवेसाठी पाठवण्याइतका मोठ्या मनाचा आहे, जो स्वतः तुझ्या सेवेत आहे, असाच गंधर्व मी निवडला आहे,'' काकुळतीला येत तिने म्हटलं. ''स्वामी, वसूशी विवाह केला असला तरी माझ्या कर्तव्यात मी जराही उणं पडू देणार नाही, असं वचन देते. एका अप्सरेकडून अपेक्षित असलेलं वर्तन माझ्याकडून घडेल. मी स्वर्गीय नारी आहे, त्यामुळेच माझ्या वासना विस्तारित आहेत,'' तिने चातुर्याने पुस्ती जोडली.

इन्द्राचा संताप कमी झाला आहे हे मेनकेच्या लक्षात आलं. वासनेचा स्पर्श असलेली कुठलीही बाब त्याच्या गळी उतरवणं सहज सोपं होतं हे ती जाणून होती. तो नेहमीच वासनेच्या आहारी जात असे.

इन्द्राच्या मनात उफाळलेल्या असूयेच्या ज्वालांवर मेनकेच्या शब्दांनी हळुवार फुंकर घातली. मेनका सामान्य अप्सरांहून निश्चितच वेगळी होती. इन्द्राच्या दरबारात नृत्य-गायन करणे एवढ्यापुरती तिची भूमिका मर्यादित नव्हती. आपल्या पदन्यासाने आणि मादक हावभावांनी ती क्षणार्धात त्याच्या चित्तवृत्तींना उत्तेजित करू शकत होती. तिच्या निव्वळ उपस्थितीमुळेदेखील त्याचं रोम-रोम फुलून येत होतं. तिच्यावरून नजर काढून घेणं त्याला शक्य नव्हतं. प्रत्येक क्षणाला मेनका आपल्या बाजूला हवी अशी तीव्र इच्छा त्याच्या मनात सातत्याने रुंजी घालत असे. तिच्याशिवाय जगण्याची कल्पना त्याला असह्य होती.

इन्द्राच्या चेहऱ्यावर हलकंसं स्मित उमटलं. त्याने आपल्याला क्षमा केलेली आहे हे मेनकेच्या लक्षात आलं. खालचा ओठ किंचितसा दाबत ती हसली. सुटकेची विलक्षण भावना जाणवून ती लगबगीने इन्द्राजवळ पोहोचली. तिने कृतज्ञतेने त्याचा हात हातात घेतला. आता तिला कशाची काळजी नव्हती. स्वतःच्या स्पर्शाचा इन्द्रावर होणारा मोहक परिणाम ती जाणून होती. पुन्हा पुन्हा त्याचे आभार मानत हसऱ्या चेहऱ्याने ती मागे झाली. तिची सरशी झाली होती. मोठ्यांदा हसून विजय साजरा करण्याची उत्कट इच्छा महत्प्रयासाने दाबून ठेवत ती वसूच्या बाजूला उभी राहिली.

रम्भा थक्क झाली. काजळांनी रेखलेल्या तिच्या डोळ्यांमध्ये अविश्वासाचा भाव उमटला. सौंदर्याची खाण असलेली रम्भा आपल्या रंगवलेल्या लालभडक ओठांना मुरड घालून उभी होती. आपल्या सौंदर्याचा पुरुषांवर काय परिणाम होतो, याची तिला अचूक कल्पना होती. अंगभर

लपटलेल्या झिरझिरीत वस्त्रांमधून कौशल्यपूर्ण अंगप्रदर्शन करण्याची कला तिला अवगत होती. तिच्या प्रत्येक हालचालीतून तिचा आत्मविश्वास जाणवत होता.

मेनकेसमोर इन्द्राने अशी नांगी टाकलेली पाहून तिचा संताप झाला. मेनका समोर आली की इन्द्र अगदी विरघळतो. मेनकेने आपला तिच्यावरचा हक्क मान्य केला आहे, अशी त्याची कल्पना झाली आहे. तिने किती धूर्तपणे आपल्याला फसवलं आहे, हे त्याच्या लक्षात आलेलं नाही. ह्या क्षणी आपण काहीही करू शकत नाही हे लक्षात येऊन रम्भेने चेहऱ्यावर हसू आणलं. इन्द्राचे डोळे उघडण्याचा प्रयत्न तिने केला होता. असुयेपोटी इन्द्र ह्या प्रेमी युगुलाला वेगळं करेल, असं तिला वाटलं होतं; पण मेनकेने आपल्या शब्दांनी त्याला घायाळ केलं होतं. ही तिची नेहमीची युक्ती होती. कुठलंही काम करून घेण्यासाठी मेनकेवर स्वतःच्या शरीराचा वापर करण्याची वेळ येत नसे. त्याऐवजी ती आपल्या बुद्धीच्या जोरावर कार्यपूर्ती करत असे. आजही तेच झालं. 'एक ना एक दिवस मी तुला स्वर्गातून बाहेर घालवेन हे नक्की!' मनातल्या मनात शपथ घेत रम्भेने वसूच्या दिशेने जळजळीत कटाक्ष टाकला.

रम्भेच्या कटाक्षाचा अर्थ वसूच्या लक्षात आल्यावाचून राहिला नाही. तिथून बाहेर पडताच तो आणि मेनका तिच्या प्रासादाच्या उद्यानात गेले. सुगंधित पुष्पवाटिकेत, झाडांच्या गर्द सावलीत, लुसलुशीत हिरव्यागार गवतावर ती दोघं एकमेकांच्या कुशीत विसावली. एकांतात वस्त्रांची बंधनं त्यांनी दूर केली. तिथेच त्याने आपली चिंता मेनकेला बोलून दाखवली.

''प्रिये, आपल्या दोघांबद्दल इन्द्राकडे चहाडी करणारं दुसरं तिसरं कुणी नसून रम्भाच आहे हे तुझ्याही लक्षात आलं असणार. तुझ्या विरुद्ध इन्द्राला भडकवणं ती थांबवेल असं वाटत नाही. आपण दोघांनी अधिक काळजी घेतली पाहिजे.''

''काळजी? कशासाठी? मी तर तिचे आभार मानेन. इथून पुढे कुणापासून काही लपवण्याची गरज आपल्याला उरली नाही,'' त्याच्या कमरेला विळखा घालत मेनका म्हणाली.

आपल्या शब्दांनी त्याची काळजी कमी झाली नाही, हे तिच्या लक्षात आलं. सहसा वसू विचलित होत नसे. आज मात्र तो चिंतित दिसत होता. त्याचे घट्ट मिटलेले ओठ आणि आवळलेल्या मुठींवरून तिच्या ते लक्षात आलं.

"अगदी साधी गोष्ट आहे. तिच्याऐवजी तू माझ्यासारख्या सामान्य अप्सरेची निवड केल्यामुळे तिचा अहंकार दुखावला आहे. अरे, ती अप्सरांची राणी आहे. तुझ्याऐवजी तिला नलकुबेर आणि तुम्बरू ह्यांच्यावर समाधान मानावं लागतं आहे. त्या दोघांची ती विशेष लाडकी आहे."

मेनकेच्या शब्दांनी वसूचं समाधान झालं नाही. "सर्वोत्तम गंधर्व तिच्या दिमतीला आहेत." बोलता बोलता त्याने मेनकेचा हात धरला. त्याच्या रुंद छातीवरून फिरणाऱ्या तिच्या कुशल बोटांमुळे त्याचं लक्ष विचलित होत होतं. "तुम्बरूसारखं सुरेल गायन करणारं स्वर्गात दुसरं कोणी नाही. प्रत्यक्ष नारदालादेखील त्याच्या गोड आवाजाचा हेवा वाटतो. नलकुबेर तर कुबेरपुत्रच आहे."

"परंतु तिला तू मिळत नाहीस ना," मेनका म्हणाली. "की, मिळाला होतास? आणि आता तुला सोडावं लागल्यामुळे ती दुखावली गेली आहे?"

कितीतरी वेळाने वसूच्या चेहऱ्यावर हसू उमटलं. तिच्या ओठांवर बोट टेकवत तो म्हणाला, "श्श! भूतकाळातल्या आठवणी आत्ता कशाला?"

"म्हणजे? माझ्या आधी तू तिचा होतास तर!" क्षणार्धात असुयेने मेनकेचा ताबा घेतला.

"मेनका, तुला माहिती आहे ना की, गंधर्व आणि अप्सरा ह्यांच्या निष्ठेच्या कल्पना कशा आहेत? आपण सहज सहचर बदलू शकतो," तिची हनुवटी उंचावत तो म्हणाला. "फार क्वचित एखादं युगुल प्रेमात पडतं, खऱ्या अर्थाने सखा-सोबती म्हणून वावरतं," तिच्या रसरशीत ओठांवरून अंगठा फिरवत तो बोलू लागला. "जसं तू आणि मी."

"म्हणजे आत्तापुरतं ना?" त्याच्या अंगठ्याचा हलकासा चावा घेत तिने त्याला डिवचलं.

त्या क्षणी तिला आपल्या बोलण्यातलं तथ्य जाणवलं. त्यांचं नातं किती क्षणभंगुर ठरू शकतं हे तिच्या लक्षात आलं. त्यांचं वास्तव्य स्वर्गात होतं, जिथे ना कशावर कोणी अधिकार सांगू शकत होतं ना कुठलं नातं कायमस्वरूपी होतं. सत्ता, प्रेम, लालसा... काहीच चिरकाल टिकणारं नव्हतं.

मेनकेच्या स्वरातील असूया वसूच्या लक्षात आल्यावाचून राहिली नाही. "आणि तुझं काय? तुझ्या प्रशंसकांमध्ये जी चढाओढ चालते त्याचं काय? मी काही एकट्या इन्द्राबद्दल बोलत नाही," तिच्या कानाचा हलकासा चावा घेत तो कुजबुजला.

तो नेमक्या कोणत्या प्रशंसकाबद्दल बोलतो आहे हे लक्षात यायला मेनकेला काही क्षण लागले. ''असं! तू उरण्यूबद्दल बोलतो आहेस,'' मेनका झटक्यात म्हणाली. ''कोणे एकेकाळी आम्ही एकत्र होतो हे मी कधीच अमान्य केलेलं नाही; पण त्यानंतर आम्ही आजवर एकत्र आलो नाही,'' खांदे उडवत ती म्हणाली.

''तो आजही मनाने तुझ्याजवळ आहे. दुखावलेली त्याची नजर सतत तुझा मागोवा घेत असते, त्यामुळे माझ्या मनात अपराधीपणाची भावना दाटते.''

''मी तुला निवडलं आहे,'' मोकळ्या केसांचा अंबाडा घालत ती हसून म्हणाली. अंबाडा घालताना होणारी तिच्या खांद्यांची मोहक हालचाल, निमुळती मान आणि उघडी मान... त्याला नेहमीच मोहात पाडत असे. ''कधीतरी तू माझ्याऐवजी रम्भेची निवड केली होतीस. उशिरा का होईना; पण हे माझ्या लक्षात आलेलं आहे. प्रत्येकाला निवडीचा अधिकार असतो. ती निवड आपण कशी करतो ह्यावरून आपलं व्यक्तित्व घडतं.''

''किंवा बिघडतं,'' तिच्या मानेवर ओठ टेकवत वसू म्हणाला. त्याची अधीर बोटं आता तिच्या भारदार स्तनांवर विसावली होती.

पुढे होत त्याने तिला मिठीत घेतलं. त्याची अस्वस्थता अजूनही कमी झालेली नव्हती. आपल्या पत्नीबद्दल इतर गंधर्वांच्या मनात असलेल्या वासनेमुळे तो चिंतित नव्हता; परंतु रम्भेची गोष्ट वेगळी होती. मेनकेकडे बघताना तिच्या नजरेत उमटलेला विखार तो विसरू शकत नव्हता.

''मेनका, आपण काळजी घ्यायला हवी. रम्भा आणि मी, एवढ्यापुरती ही स्पर्धा मर्यादित नाही,'' मान हलवत त्याने तिला सावध केलं. त्याच्या भव्य कपाळावर आठ्या उमटल्या होत्या. ''तिचा अहंकार आणि असुया. आणि ह्या दोन्हीला कारण तू आहेस. तुझं सौंदर्य, तुझी किमया, तुझ्यापायी साऱ्यांचं वेडावणं, इन्द्राशी असलेली तुझी जवळीक – ह्यामुळे ती तुझा तिरस्कार करते. अप्सरांची राणी असूनही तुझ्यावर तिला अंकुश ठेवता येत नाही. कारण, तुझ्यापायी वेडावलेल्या इन्द्राच्या हातात तो आहे. तू त्याची किती लाडकी आहेस हे सर्वश्रुत आहे. त्यानेही कधी ते लपवून ठेवलेलं नाही. मेनका, तुझ्या मोहात तो आंधळा झाला आहे. तुझ्या हातातलं खेळणं झाला आहे. मी स्वतः आज ते पाहिलं आहे,'' तिच्या निमुळत्या मानेवर ओठ टेकवत तो म्हणाला. ''एक क्षणभरदेखील तो तुला नजरेसमोरून दूर

होऊ देऊ शकत नाही आणि म्हणूनच तू काहीही केलंस तरी तो तुला दंड करणार नाही. तू हे जाणून आहेस, नाही का?'' तिच्या नितळ मांड्यांवरून बोट फिरवत तो उघडपणे म्हणाला. ''तू कुठेही गेलीस तरी तुला बघता यावं म्हणून त्याने सहस्त्र अक्ष धारण केले आहेत, असं सगळे म्हणतात ते काही खोटं नाही.''

गवतावर लोळण घेत, त्याच्यापासून दूर होत, उठून बसत तिने सभोवार नजर टाकली. ''आत्ताही पाहतोय का तो मला?'' विवस्त्र मेनकेचं पाठमोरं शरीर वसूला आव्हान देत होतं. तिच्या स्वरातला आत्मविश्वास जाणवून त्याला हसू आलं.

''तशी शक्यता नाकारता येत नाही किंवा त्याचे हस्तक असू शकतात आजूबाजूला,'' तिचं आरसपानी सौंदर्य टिपत तो म्हणाला. त्याची नजर गंभीर झाली होती. ''तुझा त्याच्यावर प्रभाव आहे म्हणूनच तू त्याच्यावर सत्ता गाजवू शकतेस,'' पुन्हा एकदा त्याने तिला आठवण करून दिली. ''हे बघ मेनके, तू केवळ सर्वांगसुंदर अप्सरा नाहीस तर तू सर्वांत प्रभावशाली आहेस, त्यामुळेच रम्भा तुला घाबरते हे तुझ्या लक्षात येतं आहे का?''

हे ऐकून ती पुढे झाली. त्याच्यावर आरूढ होत तिने उत्तर दिलं, ''सत्तेचं सामर्थ्य लक्षात यायला आधी तिचा वापर करावा लागतो.'' त्याच्या स्पर्शामुळे तिच्या चित्तवृत्ती पुन्हा उफाळून आल्या. ''आणि हे सामर्थ्य कुणावरही किंवा कुठेही गाजवण्यात मला स्वारस्य नाही.''

''काय सांगतेस! थोड्या वेळापूर्वी तू ते इन्द्रावर गाजवलंस आणि आत्ता... माझ्यावर गाजवते आहेस.'' तिला मिठीत घेत तो पुढे म्हणाला, ''तू इन्द्राला कधीही नमवू शकतेस हे तुला चांगलंच ठाऊक आहे.''

उत्तरादाखल ती म्हणाली, ''अत्यंत अहंकारी आहे तो. कुठल्याही नीतिमूल्यांची चाड त्याला नाही. त्याला नमवण्याचा हा एकच मार्ग मला ठाऊक आहे.'' तिच्या नजरेत आता काळजी उमटली होती. ''त्याच्या अहंकाराला सतत खतपाणी घालावं लागतं.'' अचानक वसूच्या चेहऱ्यावरचं हसू लोपलं. ''दुर्दैवाने तुझी किमया त्याच्यावर चालेनाशी झाली तर? तो दिवस तुझा - आपल्या दोघांचा स्वर्गातला शेवटचा दिवस असेल.'' बोलता बोलता त्याने मान मागे केली. त्याच्या दाट केसांच्या बटांनी त्याच्या रुंद कपाळावरच्या आठ्या झाकल्या गेल्या. आत्ताही तो विलक्षण देखणा दिसत होता. त्याची चिंता कशी दूर करावी असा विचार तिच्या मनात आला.

त्याच्या गालावर गाल टेकवत ती म्हणाली, ''इन्द्र मला कधीही दूर करणार नाही. त्याला माझी गरज आहे; पण ते जाऊ दे. इन्द्र किंवा रम्भा ह्यांचा विचार करण्यात आपण आपला वेळ का वाया घालवत आहोत? उघड्या आकाशाखाली समागम करण्याइतकं सौख्य कशातच नाही.'' त्याच्या ओठांवर ओठ टेकवत ती म्हणाली, ''लाडक्या, उगाच काळजी करू नकोस. मी तुला शब्द देते की, तो दिवस कधीही येणार नाही.''

तिच्या शब्दांवर विश्वास ठेवावा, असं वसूला कितीही वाटलं तरी मनाच्या कोपऱ्यात असलेल्या भीतीला तो घालवू शकला नाही.

❦

अतिशय समाधानाने कौशिकाने निःश्वास टाकला. सारं काही त्याच्या इच्छेप्रमाणे घडत होतं. कान्यकुब्ज ह्या त्याच्या राज्याचा विस्तार होत होता. शत्रू राष्ट्रांना त्याने जिंकून घेतलं होतं. आजवर कुठल्याही युद्धात त्याची हार झालेली नव्हती. त्याची प्रजा अत्यंत सुखात होती. ऐश्वर्यसंपन्न अशा त्याच्या राज्यात कशाचीही ददात नव्हती. परपितामह कुश आणि पितामह कुशनभ यांच्या पावलांवर पाऊल टाकत त्याने देदीप्यमान प्रगती केली होती. राजघराण्याची कीर्ती सर्वत्र दुमदुमत होती. लाभलेला वारसा अधिक उत्कृष्टतेने पुढे नेण्यासाठी त्याने आपल्या उमेदीची कित्येक वर्षं खर्ची पाडली होती. कौशिक अत्यंत महत्त्वाकांक्षी होता. त्याचे पिता राजा गधी न्यायी आणि सदाचारी म्हणून सर्वदूर परिचित होते. त्यांचा उत्तराधिकारी म्हणून सिंहासनावर बसलेल्या कौशिकाला स्वतःला सिद्ध करण्यासाठी कष्ट घेणं गरजेचं होतं.

अस्वस्थपणे त्याने कूस बदलली.

''काय झालं?'' राणी हेमवतीने सौम्य स्वरात आपल्या पतीला विचारलं. कौशिकाच्या क्षणोक्षणी बदलणाऱ्या मानसिकतेची सवय तिला होती. त्याची टोकाची अस्वस्थता किंवा जीवघेणी शांतता तिला परिचित होती. तिने त्याच्याकडे कटाक्ष टाकला. तो आपल्याच विचारात हरवला होता. त्याच्या चेहऱ्यावरचा तिरसटपणा लपत नव्हता. सकाळपासून त्याच्या चेहऱ्यावर दिसणाऱ्या आनंदाचा मागमूसही आता कुठे नव्हता, पुन्हा एकवार तिने त्याच्याकडे रोखून पाहिलं. विलक्षण देखणा नसला तरी तो राजबिंडा होता. देवांसारखी नितळ, मुलायम त्वचा नसली तरी त्याच्या राकटपणात

सौंदर्य होतं. किंबहुना, त्यामुळेच त्याचं आकर्षण वाटत असे. तो उंचापुरा होता. दाट भुवयांखाली असलेल्या त्याच्या लहानशा डोळ्यातलं तेज लक्षात येण्यासारखं होतं. त्याची नजर सदैव दक्ष असे. त्याचं धरधरीत नाक टोकाला किंचित खाली वळलं होतं, त्यामुळे त्याच्या व्यक्तिमत्त्वाला क्रौर्याची छटा लाभली होती. हनुवटीला असलेला खळगा त्याचा ठामपणा दर्शवत होता. ह्या क्षणी जरी त्याने ओठ आवळून धरले असले तरी हसताना त्याच्या दोन्ही गालांवर खळ्या पडत होत्या. त्या जोडीला त्याचा धीरगंभीर स्वर सर्वांना आकर्षित करत असे. त्याच्या राण्या आणि प्रजा त्याला अपवाद नव्हती. हेमवती कौतुकाने त्याला न्याहाळू लागली. त्याच्या एका हसण्यासरशी समोरची व्यक्ती आपला सगळा राग किंवा विरोध विसरून त्याच्याशी जोडली जात असे. त्याचा उद्धटपणा आणि संताप त्याच्या हसण्याखाली झाकले जात असत. मात्र, त्याच्या चेह‍र्‍यावरचं हसू लोप पावल्यावर त्याच्यातला कठोरपणा आणि हेकटपणा सहजच लक्षात येई. अशा वेळेस तो दुर्मुखलेलादेखील वाटे. आताही तो तसाच दिसत होता. घट्ट मिटलेले ओठ, स्थिर पिंगट नजर, ताठ मान आणि एकूणच आवळून धरलेलं शरीर... कशाचा पश्चात्ताप होत होता का त्याला?

''काय झालं आहे?'' राणीने पुन्हा एकवार प्रश्न केला. ''नुकतेच तुम्ही युद्ध जिंकून आला आहात, तरीही इतकं चिंतित होण्याचं काय कारण?''

कित्येक क्षणांनी कौशिक म्हणाला, 'पुन्हा युद्ध करण्याची वेळ आली आहे.' आपल्या बेताचा सुगावा राणीला इतक्या लवकर लागू द्यावा की नाही, ह्या संभ्रमातून तो अजून बाहेर आला नव्हता. युद्धाची वार्ता ऐकताच ती चिंतेत पडेल हे त्याला ठाऊक होतं. तो त्याचा नेहमीचा अनुभव होता. त्याला ते मुळीच आवडत नसे. तिने एका राजाशी विवाह केला होता. राजाधिराज कौशिक. महाराज. तो किंचित हसला.

राणीच्या चेह‍र्‍यावरचं हसू लोपलं. आपण काय बोलत आहोत हे लक्षात येण्याआधीच तिच्या तोंडून उद्गार बाहेर पडले, ''पुन्हा! नको.'' आपल्या ह्या प्रतिक्रियेचा आपल्या पतीला राग येईल हे लक्षात येऊन ती बावरली. रेणू आणि शीला या सवतींसारखं धोरणीपणे वागायला आपल्याला कसं काय जमत नाही? एकतर त्या अधिक चतुर असाव्यात किंवा स्वामित्वाची भावना आपल्याला अधिक तीव्रपणे जाणवत असावी.

स्वतःच्या भावनांवर नियंत्रण ठेवण्याची आवश्यकता तिला पुन्हा एकवार जाणवली.

''पिताश्रींनी माझ्यावर ह्या राज्याची जबाबदारी सोपवली होती. मला त्याच्या पलीकडे जायचं आहे. त्यांनी माझ्या हाती सुपुर्द केलेल्या ह्या राज्याला बलाढ्य करत मला त्याचा विस्तार करायचा आहे,'' कौशिकने उत्तर दिलं.

मान हलवत हेमवती म्हणाली, ''तुम्ही राजे आहातच; परंतु आता तुम्हाला सर्वांवर अधिकार गाजवायचा आहे. ह्याला काही अंत आहे का?'' आपला मुद्दा पुढे रेटत ती म्हणाली, ''आणि हे कशासाठी? कोणासाठी? आपल्या पुत्रासाठी की तुमच्या महत्त्वाकांक्षेसाठी?'' तिच्या स्वरातला संताप आणि नैराश्य लपत नव्हतं.

''आपल्या पतीचा गौरव 'सर्वश्रेष्ठ वीर' असा होऊ नये, असं वाटतं तुला? अशी कशी राणी तू?'' कौशिकच्या चेहरा त्रासिक झाला.

''असमाधानी राणी!'' तिने झटक्यात उत्तर दिलं. ''महान राज्यकर्त्याच्या अनेक राण्यांपैकी एक म्हणून मिरवण्यापेक्षा नम्र राजाची एकुलती एक राणी म्हणवून घ्यायला मला जास्त आवडेल.''

तिच्या ह्या फणकाऱ्यामुळे कौशिक अवाक झाला. ''नेमकी कशाबद्दल तक्रार आहे तुझी? इतर राण्या असल्यामुळे मी तुझ्यावर प्रेम करत नाही ह्याची? प्रिय हेमा, एव्हाना तुला समजायला हवं होतं की, राज्यकर्त्यांचे विवाह निव्वळ प्रेमासाठी होत नसतात. राजकीय खेळीचा तो एक भाग असतो. शिवाय...''

''...शिवाय तुम्हाला त्यांना मिरवण्यात भूषण वाटतं म्हणून तुम्ही त्यांच्याशी विवाह केले आहेत; परंतु त्यामुळे तुमची पत्नी असण्याचा माझा हक्क डावलला जातो. मला त्यांच्या बरोबर तुमची वाटणी करावी लागते.''

''हे बघ, मी कशाचाही सामना करू शकतो; परंतु असूया वाटणाऱ्या पत्नीचा सामना...'' कौशिक त्राग्याने म्हणाला. ''मी इथे पुढच्या युद्धाची व्यूहरचना करण्यात व्यस्त आहे आणि प्रिये, तू मात्र आपल्या सवतींची तक्रार करते आहेस! तू माझी पट्टराणी आहेस. अजून काय हवं आहे तुला?''

चिरडीला येत ती म्हणाली, ''तुम्ही! ज्या युद्धांपायी तुम्ही सारं विसरता त्यात तुमचे प्राण जाऊ शकतात. माझे हे अश्रू माझ्यासाठी नाहीत,'' भावनाविवश झाल्याने तिला शब्द सुचेना. कसंबसं ती म्हणाली, ''माझा

हा वाद आपल्या दोघांसाठी आहे. तुमच्यासाठी. माझ्यासाठी. आपल्या मुलांसाठी. आपल्या कुटुंबासाठी. तुमचा थोडासा तरी वेळ आमच्या वाट्याला यावा एवढंच माझं म्हणणं आहे. तुम्हाला गमवण्याची माझी इच्छा नाही,'' आता ती काकुळतीला आली होती.

तिच्या बोलण्याचा रोख बदललेला आहे हे कौशिकला जाणवल्याशिवाय राहिलं नाही. आज पुन्हा एकवार त्याने तिला दुखवलं होतं. ती दुःखी झाली की, तो नेहमीच अस्वस्थ होत असे; पण त्यात अपराधीपणाची भावना नसे. स्वतःला किंवा तिला तो बदलू शकत नव्हता. त्याने आपल्या राणीकडे पाहिलं. गव्हाळ रंगाची, उंचीपुरी राणी स्वरूपसंपन्न होती. काळेभोर डोळे आणि लांबलचक रेशमी केस, जे ती कधीही मोकळे सोडत नसे. कदाचित, केस मोकळे सोडल्यावर तिच्या सौंदर्याला थोडासा कोमलपणा येईल, त्याच्या मनात आलं. तिचा मोकळा स्वभाव – खरंतर स्पष्टवक्तेपणा, स्वच्छ दृष्टिकोन, वागण्याबोलण्यातला डौल ह्या साऱ्यामुळे त्याला ती अतिशय प्रिय होती. त्याहीपेक्षा महत्त्वाचं म्हणजे त्याला ह्या आपल्या पट्टराणीबद्दल आत्यंतिक आदर होता म्हणूनच त्याचं तिच्यावर प्रेम नाही अशी तक्रार ती करत असे. कौशिकची अस्वस्थता वाढली. प्रेम करण्याची तरलता त्याच्यात नव्हती आणि त्यासाठी त्याच्याकडे वेळही नव्हता. वासनेमुळे भावनेचा कस लागत नाही; पण प्रेमापोटी तो लागतो असं त्याला पुन्हा एकदा वाटलं. युद्ध आणि स्त्रिया. तो मनाशी हसला. हेच तर त्याला हवं होतं.

''संपत्ती, सत्ता, प्रसिद्धी, वलय आणि ह्याहीपेक्षा महत्त्वाचं म्हणजे आपल्या प्रजाजनांचं प्रेम आणि आदर... सारं काही आहे आपल्याकडे,'' आपल्या भावनांवर नियंत्रण ठेवत हेमवती शांत स्वरात म्हणाली. ''अजून काय मिळवायचं बाकी आहे आता? कुणाशी स्पर्धा करत आहात तुम्ही? स्वतःशीच? आपण सर्वोत्तम आहोत ह्याची जाणीव आहे तुम्हाला. शौर्याच्या बाबतीत आपल्या पूर्वजांना तुम्ही केव्हाच मागे टाकलं आहेत.'' त्याची महत्त्वाकांक्षा ती जाणून होती. सौम्य स्वरात ती पुढे म्हणाली, ''तुम्ही न्यायी आणि दयाळू आहात, प्रजाहितदक्ष आहात. सर्वश्रेष्ठ योद्धा म्हणून तुम्ही स्वतःला सिद्ध केलं आहे. शत्रू असो की मृत्यू, तुमच्या व्यूहरचना भेदणं कोणालाही शक्य नाही. तुम्ही कशालाही भीत नाही. तुम्ही अजेय आहात. असं सर्व असताना इतर राजांना आव्हान देऊन युद्ध सुरू करून तुम्ही

काय प्राप्त करता, महाराज? प्रत्येक यशानंतर अधिकाधिक वरची पायरी
गाठण्याची ही तीव्र आस का?''

शयनकक्षाच्या गवाक्षातून बाहेरच्या दृश्याकडे पाहणाऱ्या राजा
कौशिकची नजर कठोर झाली. तिच्या बोलण्यात तथ्य होतं; पण त्याला ते
आवडलं नव्हतं म्हणूनच त्याने ओठ घट्ट आवळून धरले. त्याच्या राज्याच्या
कक्षा कित्येक योजन रुंदावल्या होत्या. शिवाय, सर्वार्थाने तो प्रजाहितदक्ष
होता. त्याच्या राज्यात कुणीही दुःखी नव्हतं. अलकापुरीप्रमाणेच त्याच्याही
राज्यात समृद्धी आणि ऐश्वर्याला ददात नव्हती, तरीही आपल्या प्रजेला
अजून काहीतरी द्यावं ही इच्छा त्याच्या मनात सातत्याने घर करून होती.
शिवाय, निव्वळ काहीतरी मिळवण्याचा मुद्दा नव्हता हा. सत्ता प्राप्त करण्यात
जे समाधान त्याला जाणवत होतं, त्याहून कित्येक पटीने जास्त समाधान
त्याला देण्यातून मिळत होतं. 'जिंकलेल्या प्रदेशांचा राजा' असं बिरुद
मिरवण्यापेक्षा 'प्रजेचा लाडका राजा' हे बिरुद मिरवण्यात त्याला अधिक
आनंद होता. देण्याघेण्यातला हा फरक हेमवतीच्या लक्षातही येणार नाही,
त्याच्या मनात आलं.

युद्धाच्या विचाराने त्याला नेहमीप्रमाणे स्फुरण चढलं. मनातील
व्यूहरचना प्रत्यक्षात उतरवायला हवी हे त्याच्या लक्षात आलं. अर्ध्या
घटकेनंतर सेनापतीला बोलावून सैनिकांना तयार राहण्याचा आदेश देण्याचं
त्याने मनात निश्चित केलं.

त्याच्या मनातले विचार हेमवतीने अचूक वाचले. त्याचा निर्णय झाला
होता, तो पुन्हा युद्धासाठी प्रस्थान करणार होता हे तिच्या लक्षात आलं.
युद्धभूमीवरून तो सुखरूप परत येईल का? हा प्रश्न तिला भेडसावू लागला.

''सत्ता!'' ती सौम्य स्वरात ठासून म्हणाली. ''सत्तेची इतकी हाव
का? अजून काय जिंकायचं राहिलं आहे?''

''मी राजा म्हणून जन्माला आलो आहे,'' त्याने शांतपणे उत्तर दिलं.
''विश्वविजेता म्हणून ह्या विश्वावर राज्य करण्याची माझी इच्छा आहे,
लवकरच ती मी पूर्ण करेन, विश्वविजेता होईन.''

# नंदनवनात उपद्रव

असीम आनंद! शाश्वत नगरी! सौख्य, समृद्धी आणि संपदा! अमरत्व! कशाचीच ददात नाही! अमरावती नगरी! तशीच मेनका. सौंदर्य, तारुण्य, अमरत्व, प्रेम आणि पुरुषांवर असलेला तिचा अंकुश. सारं काही स्वर्गाप्रमाणेच संपन्न. इतकं सारं असूनही तिला कशाची तरी रिक्तता जाणवत होती किंवा मग अतिरेकापायी ती त्रासली होती का? तिचं तिलाच उमजेना. तिच्या मनाची अस्वस्थता तिच्या पदन्यासात परावर्तित झाली.

नृत्याचा नवीन आविष्कार समजावून सांगणाऱ्या कामदेवाच्या नजरेतून ते सुटलं नाही. "तुझं लक्ष नाही!" तिखट स्वरात तो म्हणाला. "आजकाल तुझं लक्ष विचलित झालेलं असतं.''

त्याच्या ह्या उघड टीकेमुळे मेनकेने खालचा ओठ दाबला.

सहसा न चिडणाऱ्या कामदेवाचा चेहरा त्रासला होता. मेनका उत्तम शिष्या होती. कोणताही नवीन पाठ ती सहज आत्मसात करत असे. आजवर तिच्याकडून कुठलीही चूक झाली नव्हती. "प्रणय म्हणजे केवळ सम्भोग अथवा वासनेचं प्रकट रूप नाही," तिच्या अस्वस्थतेकडे दुर्लक्ष करत तो म्हणाला, "प्रणय म्हणजे सर्जन, निर्मिती आणि अभिव्यक्ती. प्रणय ही कला आणि कौशल्य आहे. सराव आणि संयमामुळे त्यात सहजता येते.'' मेनकेकडे सामर्थ्य आणि विलक्षण कौशल्य होतं.

"नृत्य करताना आपल्या मूळ व्यक्तित्वाला बाजूला सारता आलं पाहिजे, तरच आपल्या सहवासातील पुरुषाला अंतिम टप्प्याकडे नेण्याची तयारी होते. त्याकरता प्रत्येक हालचालीतून प्रणय भावना उत्कटतेकडे नेता आली पाहिजे.

लक्षात घे, अजूनही तू त्याला स्पर्श केलेला नाहीस. तुझं दिसणं, तुझी देहबोली, तुझी नृत्यभाषा हे सारं एकवटू लागेल,'' कामदेव आता एकचित्ताने सांगत होता. ''कामगुरू हो, कामोन्नती गाठ! शब्दांची आवश्यकताच नाही. केवळ शरीरावर अवलंबून असलेला हा खेळ; लवचीकता, मादकता, कामुकता आणि... निलाजरेपणा ह्यांची सांगड घाल.''

हे ऐकताच मेनकेने सुस्कारा सोडला. तिला अचानक थकवा जाणवला. कामदेव, गंधर्व तुम्बरू आणि भरत मुनी हे तिघं मिळून स्वर्गीय नर्तिकांना प्रणयाच्या पासष्ट प्रकारांमध्ये पारंगत करत होते.

''तुझं नृत्य सर्वोत्कृष्ट झालं पाहिजे!'' तुम्बरू अधीरपणे बोलू लागला. ''इन्द्राच्या दरबारात नृत्य सादर करण्यासाठी मी आणि कामदेवांनी निवडलेल्या सव्वीस नर्तकींपैकी तू एक आहेस. तुम्ही प्रत्येक जण एका कलेचं प्रतिनिधित्व करणार आहात. लक्षात घे की, नृत्य म्हणजे लवचीकता आणि कामुकता ह्यांचा सुरेख संगम. देह प्रदर्शन तर कोणीही करू शकतं. तू कलावती आहेस. वारांगना नसून 'कावेर' आहेस. विशिष्ट, सामर्थ्यशाली व्यक्तींना दुर्बल करण्याच्या दृष्टीने तुझं प्रशिक्षण झालेलं आहे. ह्या व्यक्ती मर्त्य मानव, दानव किंवा ऋषी असू शकतात,'' तुम्बरू उत्तेजित होऊन बोलत होता. हातवारे करत तो पुढे म्हणाला, ''स्त्रीच्या सौंदर्यापुढे पुरुष नेहमीच मवाळ होत आला आहे. आपली ही दुर्बलता लपवण्यासाठी काही जण अधिक आक्रमक होतात. प्रणयाच्या प्रांतात स्त्री देहाचं सामर्थ्य वरचढ ठरतं. पुरुषांना स्त्री देहाची भीती वाटते तरीही स्त्रियांबद्दलचं सुप्त आकर्षणही वाढतं. प्रणयाच्या मार्गावर आपल्या ठायी असलेलं न्यून झाकण्यासाठी असे पुरुष मग स्त्रीला अवमानित करण्याचा प्रयत्न करतात. हे अप्सरांनो लक्षात ठेवा, त्यांच्या लेखी तुम्ही मोहक आणि सामर्थ्यशाली आहात. त्याच बरोबर त्यांच्या मते प्रणय प्रांतात तुम्ही दुर्बल आहात. आपल्या प्रणय भावनेची योग्य जोपासना करत कुठलीही जबरदस्ती न करता तुम्हाला प्रणय भावना फुलवत न्यायची आहे. अर्थात, त्या ज्वाळेचा दाह सोसावा लागू नये हे पाहणं तुमचं काम आहे. त्यासाठी...''

तुम्बरूचं बोलणं मेनकेच्या कानात शिरत नव्हतं. तिला आतून अस्वस्थता जाणवत होती. अमर्त्यांच्या ह्या भूमीत बरं न वाटण्याचा हा अनुभव विचित्रच म्हणायचा. मृत्यू अथवा आजार ह्यांना स्वर्गात थारा नसताना तिला का बरं अशी विचित्र भावना जाणवावी? तिच्या पायात गोळे

आले होते. कंबरेत वेदना जाणवत होत्या आणि उरोज ताठरले होते. हा सर्व वसू बरोबरच्या प्रणयाचा परिपाक नक्कीच नव्हता. वसूच्या आठवणीने सकाळचा प्रणयप्रसंग तिच्या नजरेसमोर तरळला. एकरूप झालेले त्यांचे देह आणि एकवटलेल्या त्यांच्या भावना. तृप्ती आणि अतृप्तीचा अनोखा प्रवास. तिचे डोळे जड झाले. तिला किंचित गरगरू लागलं. नृत्यातील गिरक्यांचाहा परिणाम नाही हे तिच्या लक्षात आलं. तिचा तोल जात आहे हे दिसताच पटकन पुढे होत कामदेवाने तिला सावरलं. बाजूच्या आसनावर तिला बसवत तो म्हणाला, ''काहीतरी बिनसलं आहे तुझं.'' तिचा चेहरा घामाने डवरून आला होता.

''तिला श्वास तर घेऊ दे,'' कामदेव पत्नी रती पुढे होत म्हणाली. ''सर्व गवाक्षं उघड म्हणजे जरा मोकळी हवा आत येईल. मी बसते तिच्या जवळ. वाटेल तिला बरं. तू तुझी साधना सुरू ठेव.'' तिच्या आश्वस्त स्वरामुळे कामदेवाला थोडा धीर आला.

काही क्षण मेनकेने दीर्घश्वसन केलं, त्यामुळे तिची अस्वस्थता थोडी कमी झाली. तिने कृतज्ञनेते रतीकडे पाहिलं.

''काय हा माझा मूढपणा! तुझ्या मदतीबद्दल मी मनापासून आभारी आहे; पण मला आता नृत्याच्या सरावासाठी उठलं पाहिजे,'' असं म्हणत ती झटक्यात उठली. पुढच्या क्षणी पुन्हा एकदा चक्कर आल्यामुळे ती खाली बसली. अचानक तिच्या घशामध्ये पित्त दाटून आलं. वमनाची भावना उफाळली.

मंचकाकडे निर्देश करत रती ठामपणे म्हणाली, ''मुकाट्याने पडून राहा तिथे. अजिबात हालचाल करायची नाही. तुला विश्रांतीची गरज आहे.''

तिचं ऐकण्यावाचून मेनकेसमोर दुसरा पर्याय नव्हता. मंचकावर आडवं होतं ती कसंबसं म्हणाली, ''काय झालं आहे मला?'' तेवढ्या हालचालीनेदेखील तिच्या घशात पुन्हा पित्त गोळा झालं.

रतीने तिच्याकडे रोखून पाहिलं. रती तिची गुरू होती. प्रेम, प्रणय, सम्भोगाच्या नवनवीन क्लृप्त्या तिनेच मेनकेला शिकवल्या होत्या. शृंगाराच्या अचंबित करणाऱ्या पद्धतींची ओळख करून दिली होती. त्याला बुद्धिचातुर्याची जोड देत मेनकेने कामशास्त्राचे पाठ अधिक विकसित केले होते म्हणूनच तर समस्त देवांना तिचं सर्वाधिक आकर्षण होतं; तिच्या नृत्यकलेपेक्षाही अधिक. ह्याबाबत वसू नक्कीच अचूकपणे सांगू शकेल.

मेनकेच्या फिकुटलेल्या चेहऱ्याकडे पाहताच तिला काय झालं आहे हे रतीला उमगलं होतं. इन्द्राच्या ह्या अमरावतीत कुणी कधीच आजारी पडत नसताना गेला पंधरवडा मेनकेला शारीरिक अस्वास्थ्य जाणवत होतं. नेमकं काय झालं आहे हे तिला सांगावं की नाही ह्याबद्दल रतीची द्विधावस्था होती, तरीही धन्वंतरीकडून कळण्यापेक्षा आपल्याकडून कळलेलं अधिक बरं असंही तिला वाटलं. धन्वंतरीला समजताच तो ताबडतोब इन्द्राच्या कानावर ती वार्ता घालेल. त्यानंतर स्वर्गात गदारोळ माजेल ह्याची जाणीव रतीला होती. कुणा तिसऱ्याकडून इन्द्राला ही वार्ता कळण्याऐवजी मेनकेकडून समजली तर ते अधिक श्रेयस्कर होतं. तुर्तास मेनकेला ते सांगणं गरजेचं होतं.

तितक्यात मेनकेला कोरडा ढेकर आला. रती पुढे झाली. मेनकेच्या कपाळावर हात ठेवत ती हळुवार स्वरात म्हणाली, ''मला वाटतं की, तुला दिवस गेले आहेत.''

त्यानंतर कितीतरी वेळ मेनका काहीही बोलली नाही. आपलं बोलणं तिला ऐकू गेलं नसावं किंवा थकव्याने तिला ग्लानी आली असावी, असा विचार रतीच्या मनात आला; पण मेनका तिच्याकडे एकटक पाहत होती. तिने बोलायचा प्रयत्न केला. त्या बरोबर पुन्हा एकदा तिच्या घशात पित्त दाटून आलं. त्याच्या कडवटपणापेक्षा सत्याचा कडवटपणा जास्त आहे हे तिला जाणवलं.

''दिवस गेले?'' कसेबसे तिच्या तोंडातून शब्द बाहेर पडले. मोठ्या निग्रहाने ती पुढे म्हणाली, ''पण अप्सरांना तर गर्भारपण येत नाही.''

''येतं, आलेलं आहे,'' रतीने म्हटलं. ''विबंधक ऋषींपासून उर्वशीला ऋष्यऋंग आणि राजा पुरूरवापासून नऊ पुत्र प्राप्त झालेले आहेत. अप्सरा घृताचीला कुशनभ राजापासून कन्या आणि...''

मेनका ताडकन म्हणाली, ''परंतु त्यांना मोहात पाडण्यासाठी ते होतं ना!'' आपली अवघड परिस्थिती लक्षात आल्यामुळे ती दिङ्मूढ झाली होती.

''नाही, केवळ वासनेमुळे अप्सरांना गर्भधारणा होत नाही. त्यासाठी प्रेमात पडण्याची आवश्यकता आहे, जशी तू पडली आहेस,'' रती समजावू लागली. ''वासना आणि उत्कटता ह्यांचं प्रतीक म्हणजे अप्सरा. प्रेमावाचून त्यांना गर्भधारणा होत नाही; पण प्रेम म्हणजे काय हेदेखील त्यांना माहीत नसतं, त्यामुळे त्या प्रेमात पडणं अपेक्षित नसतं. मेनका, तरीही तू प्रेमात पडलीस,'' रतीने सौम्य शब्दांत जाणीव करून दिली.

ते ऐकताच नकळत मेनकेने मान डोलावली. तिच्या चेहऱ्यावर हसू उमटलं.

''ह्यालाच मी प्रेमाची मोहिनी म्हणते,'' आश्वस्तपणे रती म्हणाली. ''ही वासना नव्हे. वासना क्षणैक असते. प्रेम मात्र दीर्घकाळ टिकतं.''

रतीचे बोल अनुभवाचे होते. मेनकेची अनेक रूपं तिने आजवर पाहिली होती. प्रणयातील तिचा आवेश, आवेग, नियंत्रण, पकड आणि जोडीदाराला हुरहुर लावण्याचं तिचं कसब रती जाणून होती. मेनका तिची पट्टशिष्या होती. मात्र जिथे प्रेमाचा संबंध आला होता तिथे मेनकेने बुद्धीकडे दुर्लक्ष करून मनाचा कौल घेतला होता. अप्सरांकडून अशी वागणूक अपेक्षितच नव्हती. मुळात अप्सरांना निष्ठुर मानलं जात होतं. त्यांची निर्मिती निव्वळ सौख्यासाठी होती. वासना, सत्ता आणि संपत्ती ह्यांच्याप्रमाणे त्यांच्या सहवासाने क्षणैक आनंदाची अनुभूती येत होती; पण त्यांना जखडून ठेवणं शक्य नव्हतं. त्या निष्ठावंत नव्हत्या, किंबहुना असं म्हणता येईल की, त्यांची निष्ठा निव्वळ स्वतःशी आणि स्वतःच्या परिपूर्णतेवर होती. स्वतःच्या प्रेमात त्या इतक्या आकंठ बुडालेल्या होत्या की, इतरांवर प्रेम करता येतं हेदेखील त्यांना माहीत नव्हतं. त्यांच्या लेखी महत्त्वाची होती ती उत्कट इच्छा. तिथे ना बुद्धीचं काम होतं ना हृदयाचं. स्वार्थ आणि निर्दयता ह्यांची शिकवण मिळालेल्या अप्सरा केवळ स्वतःपुरतं जगत होत्या. मेनका मात्र ह्याला अपवाद ठरली. हृदयाची हाक ऐकून प्रेमात पडण्याचं आणि ते निभावण्याचं धाडस तिने केलं. आजवर तिला जिंकण्याची खात्री होती; पण इथून पुढे काय?

सगळा धीर एकवटत मेनकेने विचारलं, ''माझ्या ह्या अपराधाची शिक्षा होईल का मला?''

''प्रेम हीच शिक्षा आहे,'' निःश्वास सोडत रती म्हणाली.

'...आणि मला शिक्षा होणारच,' मेनकेच्या मनात आलं. मनात उमटलेल्या भावनांच्या कल्लोळाला पेलण्याचा तिचा प्रयत्न फोल ठरला. ही वार्ता आता वसूला सांगावी लागणार होती; पण त्याहून महत्त्वाचं म्हणजे इन्द्राच्या कानावर ती घालावी लागणार होती. इन्द्राचा विचार मनात येताच क्षणी ती आतून शहारली. तिला जाणवलं की, सर्व हिशोब चुकते करण्याची वेळ येऊन ठेपली आहे.

↓

त्या डोंगराळ प्रदेशात पसरलेल्या आपल्या सैन्याकडे कौशिक पाहत होता. त्याच्या सैन्याने युद्ध जिंकलं होतं. स्वाभाविकतः, सर्वत्र उत्साह आणि आनंदाला उधाण आलं होतं; पण कौशिकचा चेहरा गंभीर होता. जवळचा अन्नसाठा संपत आला होता. भुकेल्या सैन्याला घेऊन तो माघारी कसा जाणार होता? कौशिक अंतर्बाह्य थरारला. अनावश्यक हिंसा आणि लूट त्याला अमान्य होती. आसपासचा परिसर न्याहाळताना त्याच्या तीक्ष्ण नजरेने नदीकाठी दूर दिसणारा आश्रम टिपला. त्याबरोबर त्याने सुटकेचा श्वास सोडला. आश्रमात जाऊन सैनिकांसाठी अन्न-पाण्याची सोय होऊ शकली असती. धुळीने माखलेल्या, थकल्याभागल्या आपल्या सैनिकांकडे त्याने एक नजर टाकली. आपणच आश्रमात जावं हा विचार त्याने पक्का केला.

दुतर्फा असलेल्या हिरव्यागार शेतातून दौडत तो आश्रमात पोहोचला. तिथली प्रसन्न शांतता त्याला जाणवल्याशिवाय राहिली नाही. जवळ येताच आश्रमाचं नीटनेटकं रूप त्याच्या नजरेत भरलं. बरेच शिष्यगण तिथे दिसत होते.

''कुणाचा आश्रम आहे हा?'' एका तरुण शिष्याला त्याने प्रश्न केला.

तो प्रश्न ऐकून शिष्य अवाक झाला. ''वसिष्ठ ऋषींचा. अनोळखी आहात का तुम्ही ह्या भागात?''

''हो. वंदनीय ऋषींना प्रणाम करायला आवडेल मला,'' ठेवणीतलं हसू चेहऱ्यावर आणत अतिशय मार्दवाने कौशिकने उत्तर दिलं. त्या सरशी शिष्याच्या चेहऱ्यावरचा त्रागा ओसरला.

''महाराज, या माझ्या मागे,'' आपल्याशी बोलणारी व्यक्ती राजन आहे हे एव्हाना त्या तरुणाने ताडलं होतं. ''ह्यावेळेस गुरूजी कदाचित प्रार्थनेत मग्न असतील. तरीही ते तुम्हाला नक्कीच भेटतील. आमच्या गुरूंची महानता काय वर्णावी! तरीही त्यांचा स्वभाव अतिशय ऋजू आहे.''

वसिष्ठ ऋषी. त्यांना कोण ओळखत नव्हतं? सप्तर्षींपैकी एक होते ते. वेद आणि उपनिषदांचे निर्माते. ब्रह्मदेवाचे मानस पुत्र. अगाध ज्ञानाचे भांडार. निरपेक्ष तपश्चर्या करणारे महान साधक म्हणूनच ब्रह्मर्षी अशी त्यांची ओळख होती.

कौशिक स्वतः महान राजा होता, तरीही वसिष्ठांना भेटायच्या कल्पनेने त्याचा आत्मविश्वास डळमळीत झाला. त्याच्या राजदरबारात अनेक

ऋषी वर्णी लावत, त्याच्या शब्दापुढे मान तुकवत, त्याचा सन्मान करत; परंतु आज स्वतः कौशिक ह्या आश्रमात येऊन उभा होता. सैन्याची भूक भागवण्याचा प्रश्न होता. मोठी विचित्र परिस्थिती आली होती त्याच्या समोर. ब्रह्मर्षींकडून मदत मागण्याच्या विचाराने त्याच्या जीवाची घालमेल झाली. तो आल्याची वार्ता समजताच वसिष्ठ त्वरेने कुटी बाहेर आले. उंच आणि सडसडीत बांध्याचे ऋषी वयाने वाकले नव्हते. त्यांची कणखर चण आणि चालण्यातील दृढता सहज लक्षात येत होती. ते जवळ येताच त्यांच्या चेहऱ्यावरच्या सुरकुत्या कौशिकच्या नजरेस पडल्या. असं असूनही त्यांच्या कांतीची पारदर्शक नितळता आणि आभा सहज जाणवत होती. त्यांच्या राखाडी नजरेतील चमक लपत नव्हती. मस्तकावरील रूपेरी केस आणि त्याला शोभेल अशी पांढरीशुभ्र दाढी त्यांच्या विद्वतेत भर टाकत होती. त्यांना पाहताच मायेची आणि वात्सल्याची जाणीव होत होती. दोन्ही हात जोडून ते कौशिकला सामोरे गेले.

''महाराज कौशिक! मी अभिवादन करतो! माझ्या ह्या छोट्याशा आश्रमात तुमचं स्वागत आहे,'' हसतमुखाने ते म्हणाले. ''हे राजन, इथून जात असताना विश्रांती घेण्याचा मानस होता का तुमचा? की माझे आशीर्वाद घेण्यासाठी थांबला आहात?'' त्यांच्या नजरेत आता मिस्कील भाव होते.

पाहता क्षणी कौशिकाला वसिष्ठ ऋषी आवडले. मघाशी शिष्याने अगदी योग्य वर्णन केलं होतं. महामुनी वसिष्ठ अत्यंत नम्र होते. शिवाय, त्यांना विनोदाचं अंगदेखील होतं. कौशिकच्या चेहऱ्यावर हसू उमटलं.

दोन्ही हात जोडत गुरूंसमोर नतमस्तक होत कौशिक म्हणाला, ''मुनीवर, दोन्हीची अपेक्षा आहे. आपले आशीर्वाद आणि थोडी विश्रांती.'' अचानक कौशिकचा स्वर साशंक झाला. ''पण मी एकटा नाही...'' आपल्या सैन्याची अवस्था वसिष्ठांसमोर कशी मांडावी, असा संभ्रम निर्माण होऊन कौशिक गप्प बसला.

वसिष्ठांनी मायेने म्हटलं, ''राजन, मला शक्य असेल ती मदत करेन मी तुला.''

परिस्थितीचं गांभीर्य लक्षात घेता आपला अहंकार बाजूला ठेवणं अत्यावश्यक आहे हे कौशिक जाणून होता. कुठलेही आढेवेढे न घेता तो म्हणाला, ''मला अन्न हवं आहे. मी एकटा भुकेला नाही. माझ्याबरोबर माझं अफाट सैन्य आहे, तेही उपाशी. आपण कृपावंत होऊन थोडं

धान्य किंवा इतर काही मदत देऊ शकलात, तर सर्वांच्या पोटात दोन घास पडतील.'' एका श्वासात कौशिकने आपलं मागणं मांडलं. आज पहिल्यांदाच त्याच्या स्वरात आर्जव होतं. त्याला जाणवलं की, असं मागणं फारसं काही कठीण नव्हतं.

त्याच्या बोलण्याने वसिष्ठांना क्षणभर आश्चर्य वाटलं; परंतु पुढच्या क्षणी त्यांना कौशिकाचं कौतुक वाटलं. ''राजन, तू निव्वळ तुझ्यासाठी मदत मागितली असतीस तर तू स्वार्थी ठरला असतास; पण मला दिसतं आहे की, स्वतःपेक्षा तुला अधिक काळजी आहे ती तुझ्या माणसांची, तुझ्या सैन्याची. मदतीसाठी इतर कोणालाही न पाठवता तू इथे आला ह्यावरून तुझा मोठेपणा माझ्या लक्षात आला आहे. स्वार्थाहून अधिक महत्त्व तू प्रजाहिताला देतोस हेच ह्यावरून स्पष्ट होतं. ही सारी उत्तम राज्यकर्त्याची लक्षणं आहेत.''

मस्तक झुकवून कौशिक म्हणाला, ''प्रजेकडे लक्ष देणं हे माझं आद्यकर्तव्य आहे. त्यात मी काही वेगळं केलेलं नाही आणि तसंही तुमच्या समोर आला आहे तो एक राजा नसून त्रस्त माणूस आहे.''

''राजन, आता चिंता करू नकोस. तुझ्या सर्व सैन्याला इथे बोलाव. सगळ्यांचं पोट भरेल,'' हसतमुखाने वृद्ध ऋषीने आश्वासन दिलं.

आता आश्चर्यचकित होण्याची कौशिकची वेळ होती. ''संपूर्ण सैन्याचं पोट भरणार तुम्ही? मी तर धान्याच्या काही गोणी मागायला आलो होतो. जेणेकरून त्यांचे एखाद दोन दिवस निघतील पण...''

''चिंता नको राजन. तुझ्या सैन्याला हवे तितके दिवस इथे विश्रांती घेऊ देत. त्यांच्या उदरभरणाची जबाबदारी माझ्यावर सोपव. इथे कोणीही उपाशी राहणार नाही. कृपा करून त्यांना बोलावून घे. माझा आश्रम समर्थपणे यजमानपद निभावेल,'' वसिष्ठांनी विश्वास दिला.

वसिष्ठांच्या बोलण्यातील यथार्थता कौशिकाला अर्ध्या एक घटकेत जाणवली. शब्द दिल्याप्रमाणे त्याचं हजारोंचं सैन्य सुग्रास भोजनाने तृप्त झालं. वसिष्ठ पत्नी अरुंधतीने जातीने प्रत्येक सैनिकाची विचारपूस केली. कौशिक गोंधळात पडला होता. इतकी अशक्यप्राय बाब ब्रह्मर्षींनी कशी काय साध्य केली हे त्याला कळेना. त्याने आश्रमाची कसून पाहणी केली. तिथली पाकशाळा फारशी काही मोठी नव्हती, तरीदेखील वृद्ध मुनींनी चुटकीसरशी साग्रसंगीत भोजन व्यवस्था केली होती; एकट्या दुकट्यासाठी नाहीतर

उपाशी पोटी असलेल्या सैन्यासाठी. स्वतः वसिष्ठांनी मात्र घासभरदेखील अन्न सेवन केलं नव्हतं.

विचारात पडलेल्या कौशिकासमोर उभं राहत वसिष्ठांनी वात्सल्याने विचारलं, ''तू का बरं जेवत नाहीस?''

नम्रतेने कौशिक म्हणाला, ''मुनीवर, मी आपल्याबरोबर भोजन करेन.''

त्यावर मान हलवत वसिष्ठ म्हणाले, ''माझा आज उपास आहे. तू मात्र जेव. अर्थात, राजप्रासादात रांधल्या जाणाऱ्या अन्नाइतकं हे भोजन सुग्रास नाही ह्याची मला जाणीव आहे. तरीही उपाशी माणसाची भूक त्याने नक्कीच भागेल.''

''माणसांची!'' कौशिकने हसून सुधारणा केली. ''इतक्या अल्पावधीत तुम्ही माझ्या सैन्यासाठी भोजन व्यवस्था करू शकलात हे पाहून मी चकित झालो आहे. माता अरुंधती म्हणजे अन्नपूर्णेचं रूपच म्हणावं लागेल. कोणत्या शब्दांत तिचे आभार मानू हे कळत नाही मला. शिवाय, अचानक येऊन तुम्हाला अडचणीत टाकलं ह्याकरता मला क्षमा असावी.''

त्यावर मोठ्याने हसून वसिष्ठ म्हणाले, ''नाही पुत्रा. आभारही मानू नकोस आणि क्षमाही मागू नकोस. हे मात्र खरं आहे की, पत्नी अरुंधतीच्या समर्थ सोबतीवाचून मी इथवर पोहोचलो नसतो, तरीही आजच्या भोजन व्यवस्थेचं श्रेय तिला देता येणार नाही. कारण, त्याची निर्माती आहे नन्दिनी.'' गालातल्या गालात हसत ते पुढे म्हणाले, ''आम्ही तिला प्रेमाने सबला म्हणतो. इन्द्राच्या कामधेनूची कालवड आहे ती. इन्द्राने स्वतः मला ती भेट दिली आहे. कामधेनूप्रमाणेच नन्दिनीदेखील इच्छापूर्ती करणारी गाय आहे. ती मला सारं काही पुरवते.''

बोलता बोलता वसिष्ठ कौशिकाला नन्दिनीच्या गोठ्याजवळ घेऊन गेले. पहिल्या नजरेत तरी त्याला ती वेगळी वाटली नाही; परंतु नीट निरखून पाहिल्यावर तिची चकाकणारी त्वचा, लकाकणारी नजर आणि तिच्या सभोवतालची आभा कौशिकला जाणवली. तिच्या सान्निध्यात पावित्र्याची जाणीव होत होती.

''सारं काही देऊ शकते ती?'' कौशिकच्या स्वरातील आश्चर्य लपत नव्हतं.

''हो! अगदी सारं काही. अन्यथा, माझ्यासारखा निष्कांचन ऋषी तुला सुवर्णपात्रात भोजन कसं काय देऊ शकला असता?'' वसिष्ठ हसत म्हणाले. ''अजून काही हवं आहे का तुला? खुशाल माग तिला – क्षणार्धात ती समोर आणून ठेवेल तुझ्या – अगदी इन्द्राच्या अमरावतीतूनदेखील आणून देईल!'' वसिष्ठांच्या नजरेत पुन्हा एकदा मिस्कील भाव उमटले.

आता कौशिकलाही हसू आवरलं नाही. त्याच्याही नकळत तो बोलून गेला, ''अगदी मेनकासुद्धा?'' त्याच्या नजरेत खट्याळ भाव होते. त्याचा प्रश्न संपताक्षणी ती स्वर्गीय अप्सरा त्याच्या समोर उभी राहिली. तिला पाहताच त्याचं हसू मावळलं. मेनका! अमर्त्य देवांनासुद्धा जिची आस लागून राहिली आहे ती मेनका.

कौशिकचा घसा कोरडा पडला. नेमका कशाने ते त्याला कळेना. मेनकेच्या स्वरूपातील मोहिनी की नन्दिनीच्या स्वरूपातील नवल? आपण स्वप्नात तर नाही ना ह्या विचाराने त्याने डोळे मिटून घेतले. पुन्हा डोळे उघडले तरी मेनका समोरच होती. तिच्या नजरेत खोडकरपणा, ओठांवर हसू आणि चेहऱ्यावर निरागस भाव होते. आपल्या कोरड्या पडलेल्या ओठांवरून जीभ फिरवत कौशिकने मान फिरवली. अतिशय चकित होऊन त्याने म्हटलं, ''माझा तर डोळ्यांवर विश्वास बसत नाही!'' त्याच्या नजरेत आश्चर्य, त्रेधा आणि लालसा ह्यांचं मिश्रण दिसून येत होतं. तो अतिशय उत्तेजित झाला होता. काय हा वेडेपणा!

मेनका मिस्कीलपणे हसली; पण तिचं ते हसू कौशिकला वेड लावून गेलं.

''मला काहीही नको आहे. मी फक्त पडताळून पाहात होतो,'' भानावर येत कौशिक म्हणाला खरा पण त्याच्या स्वरात नेहमीचा ठामपणा नव्हता. समोर उभ्या ठाकलेल्या मेनकेला त्याने अभिवादन केलं. त्यावर पुन्हा एकदा ती मादकपणे हसली आणि क्षणार्धात अदृश्य झाली. जितक्या अचानक ती आली होती तितक्याच अचानक ती तिथून निघूनही गेली. तिच्या जाण्याने कौशिकला एक विचित्र रितेपण जाणवलं.

वृद्ध ऋषींकडे वळून कौशिक म्हणाला, ''मुनीवर, आम्ही भुकेले होतो. तुम्ही आम्हाला पोटभर जेवू घातलंत. त्यासाठी मी आपला सदैव ऋणी राहिन. ह्याहून मला अधिक काहीही नको.'' त्याचा स्वर आता

अविचल होता; पण मनातून तो संभ्रमित झाला होता. शक्य तितक्या लवकर आश्रमातून बाहेर पडण्याची घाई त्याला झाली होती.

''ज्याला अधिकाची इच्छा नाही तो राजा शहाणाच म्हणायला पाहिजे,'' वसिष्ठ मुनी सौम्यपणे म्हणाले.

मनातल्या विचारांनी त्रस्त होतं मेनकेने ओठ चावला. आपल्या उदरात वाढणाऱ्या लहानशा जीवाची जाणीव होऊन तिने हळुवारपणे ओटीपोटावर हात ठेवला. अजून तिने वसूला ह्याबाबत काहीच सांगितलं नव्हतं.

वसूला कळल्यावर त्याला खूप आनंद झाला. त्याची नजर चमकू लागली. त्याला मनापासून हसू आलं. त्याची प्रतिक्रिया इतकी सौख्याची असेल, असं मेनकेला वाटलं नव्हतं.

''मेनका, जरा विचार कर! हे आपलं मूल असेल... आपल्या दोघांचं!'' अतिशय उत्तेजित स्वरात वसू तिला म्हणाला. ''आपल्या प्रेमाची रसरशीत खुण.'' तिच्या चेहऱ्याकडे लक्ष जाताच तो बोलता-बोलता थांबला. ''पण तू इतकी अस्वस्थ का?''

दोन्ही दातांमध्ये आवळून धरलेले ओठ सोडत ती कसंबसं म्हणाली, ''मला फार भीती वाटते आहे रे!'' तिला कशाची भीती वाटते आहे हे वसूला अचूक उमगलं.

''इन्द्राची प्रतिक्रिया काय होईल हीच काळजी आहे ना तुला?''

''तशी ती तुलाही वाटायला हवी,'' दबलेल्या स्वरात तिने उत्तर दिलं.

आत्मविश्वासाने तिच्याकडे पाहत वसू म्हणाला, ''नेहमीप्रमाणे ह्याही वेळेस तू इन्द्राला भुलवशील. तुलाही माहीत आहे की, तो तुला कधीच नकार देऊ शकत नाही.''

''वसू, तुझ्या लक्षात येत नाही. कदाचित, तो मला हे मूल जन्माला घालू देईलही; परंतु तो निश्चितच आपल्याला ते वाढवू देणार नाही. तसंही ह्या इन्द्रलोकात मुलाबाळांना आणि प्रणयाच्या फळांना कुठे स्थान आहे? निदान तुला तरी हे चांगलंच ठाऊक असायला हवं. पितृत्वाचा हा तुझा काही पहिला प्रसंग नाही.''

त्या उल्लेखाबरोबर वसू संकोचला, तरीही नेटाने तो पुढे म्हणाला, ''माझ्याबरोबर नसलं तरी माझं मूल त्याच्या मातेबरोबर आहे.''

''कारण, त्याची माता अप्सरा नव्हती. अप्सरा आपलं मूल जवळ ठेवू शकत नाहीत. ह्या नियमातून इन्द्र मलाही सूट देणार नाही. उलटपक्षी, 'मला' मूल होतं आहे, ह्याचा त्याला अधिक संताप येईल.''

''छे! तो असं काहीही करणार नाही,'' तिच्या नजरेत रोखून बघत तो म्हणाला. ''तो इन्द्र आहे आणि तू मेनका. तुझ्याशी आणि विशेषकरून निरागस बाळाशी तो क्रूरपणे वागणार नाही.''

त्याला उत्तर देत मेनका आवेगाने म्हणाली, ''वसू, अरे इन्द्र फार क्रूर आहे. आजवरच्या त्याच्या वागण्यावरून तुझ्या नाही का लक्षात येत हे सगळं? अन्यथा, देवराज म्हणून त्याचं स्थान इतकं अढळ राहिलं नसतं. त्याची अनैतिकता ही त्याची सर्वांत जमेची बाजू. त्यापोटी त्याला वाटणारी असुरक्षितता तितकीच महत्त्वाची.''

''अगं पण बाळाच्या जन्मात कसलं आलंय राजकारण?'' उत्तेजित स्वरात वसू म्हणाला.

''तुझ्या लक्षात येत नाही का? ह्या बाळाचं संगोपन करायला मला अनुमती देण्याने त्याच्या दृष्टीने अनिष्ट पायंडा पडेल. त्यानंतर नवरा-बायकोचं नातं, मुलं-बाळं, कुटुंब असं वातावरण तयार होईल. तेच नको आहे त्याला. अप्सरांची आणि गंधर्वांची त्याला गरज आहे ती नाच, गाणी आणि प्रणय परिपूर्ण होण्यासाठी. कौटुंबिक नात्यामुळे ह्या सर्वांवर पाणी सोडावं लागेल त्याला,'' अत्यंत कडवट स्वरात तिने स्पष्टीकरण दिलं.

हळुवारपणे तिचा हात हातात घेत तो म्हणाला, ''मग आता काय करायचं आपण?'' तिच्या घट्ट मिटलेल्या मुठीवरून तिला आलेल्या ताणाची कल्पना त्याला अचूक आली.

असाहाय्य स्वरात ती म्हणाली, ''आपण काहीही करू शकत नाही हे जीवघेणं सत्य आहे. निर्णय केवळ त्याच्या हातात आहे.''

''कदाचित, तो आपल्याला वाळीत टाकेल किंवा मग आपल्याला अमरावती सोडून जावं...''

वसूचं बोलणं मध्येच तोडत मेनका त्वेषाने म्हणाली, ''बाळाबरोबर सुखाने कालक्रमण करण्यासाठी? आणि कुठे? पृथ्वीवर? आपला तिथे निभाव लागू शकणार नाही. अगदी स्वप्नातसुद्धा मी अशी आशा करू शकत नाही. हा पर्यायच नाही आपल्यासाठी आणि तुला काय वाटतं,

इन्द्र आपल्याला सुखासुखी जाऊ देणार आहे? तो कधीच स्वातंत्र्य देणार नाही... तुला काय किंवा मला काय!''

तिचे खांदे गदागदा हलवत वसूने अगतिकतेने विचारलं, ''मग काय करायचं आपण? बाळाला जाऊ द्यायचं? असा कसा पिता आहे मी! जन्माला येणाऱ्या त्या जीवाचं साधं रक्षणदेखील करू शकत नाही मी!''

संथपणे मान हलवत मेनका म्हणाली, ''कारण, मुळात तुझ्यासाठी पितृत्व आणि माझ्यासाठी मातृत्व नाहीच. भलेही आपल्या एकत्र येण्यातून बीजधारणा होऊ शकते; परंतु बालसंगोपनाचा अधिकार आपल्याला नाही. वसू, तुला तर हे चांगलंच ठाऊक असायला हवं. तुझ्यापासून झालेल्या एका तरी अपत्याचं संगोपन तू आजवर करू शकला आहेस का, नाही ना? ती बाळं ऋषींच्या किंवा अपत्यहीन राजांच्या देखरेखीखाली वाढली. अप्सरा आणि गंधर्वांची निर्मिती सर्वांना सुख देण्यासाठी आहे. मात्र स्वतःला सुख देण्यापासून ते वंचित आहेत आणि ह्याला आपण स्वर्ग म्हणायचं!''

''तुला नरक म्हणायचं आहे ना,'' जळजळीत स्वरात वसू म्हणाला. ''आणि अजून आपण इन्द्राला सांगितलंच नाही आहे,'' वास्तवाची जाणीव होऊन वसूचा आविर्भाव गळून पडला.

आपल्याला वाटतं तितका इन्द्र निष्ठुरपणे वागणार नाही, अशी वसूला अंधुक आशा होती; परंतु मेनका मात्र कुठल्याही भ्रमात नव्हती. हा स्वर्ग होता. इथे दुःखाला स्थान नव्हतं, तरीही आज तिच्या आणि वसूच्या मनात दुःखाची भावना जोम धरू लागली होती. तिच्या स्वर्गाचं रूपांतर आता नरकात होणार होतं का?

# युद्ध आणि पराजय

भरभराटीला आलेल्या आपल्या महोदय नगरीकडे परतताना कौशिकाच्या मनातून नन्दिनीचा विचार जात नव्हता. त्याचबरोबर दुसरी एक आठवण त्याला सतावत होती – मेनका. त्या दोघींची प्राप्ती असंभव होती; परंतु त्याला मात्र त्या दोघीही हव्या होत्या.

नुकतीच त्याच्या मंत्रीगणाने उत्तर प्रांतातील परिस्थिती त्याच्या कानावर घातली होती. गेल्या कित्येक काळात तिथे पाऊस पडला नव्हता. ह्याची परिणती तीव्र कोरड्या दुष्काळात होणार ह्या जाणिवेने कौशिकचा संताप झाला. नद्या आटल्या होत्या. पिकं करपून गेली होती. प्रजा उपाशी होती. कौशिकने जरी त्या प्रदेशाकडे धान्य रवाना केलं होतं तरी हा उपाय तत्कालीन आहे हे तो जाणून होता. ह्या पार्श्वभूमीवर त्याला वसिष्ठमुनींच्या आश्रमातील सुग्रास भोजनाची आणि अमर्याद स्वरूपात ते पुरवणाऱ्या नन्दिनीची तीव्रपणे आठवण येत होती, त्यामुळेच त्याच्या मनात विचार आला उपाशीपोटी मरणाऱ्या माझ्या प्रजेला मी पोटभर जेवू घालू शकतो.

त्याचा निर्णय झाला. पुन्हा एकदा वसिष्ठांच्या आश्रमात जाऊन तो साहाय्याची याचना करणार होता. त्याला नन्दिनीची आवश्यकता होती. निर्णय होताच त्याला शांत वाटलं. नेहमीचं अंगरक्षकांचं दल घेऊन तो आश्रमाकडे निघाला.

धर्मपत्नी अरुंधतीसह वसिष्ठमुनी यज्ञाला बसले होते. सोबत त्यांचे काही शिष्यगणही होते. अवचित आलेल्या कौशिकला पाहून त्यांना नवल वाटलं. ''राजन, तुझं येणं अनपेक्षित आहे; पण तुझं मी स्वागत करतो.

तुझ्यासारख्या व्यग्र राजाने माझ्या ह्या लहानशा आश्रमाला पुन्हा भेट देण्यामागे काय बरं प्रयोजन असावं?'' सौम्य स्वरात वसिष्ठांनी विचारलं.

ते ऐकताच कौशिकाच्या चेहऱ्यावर संकोच दाटला, तरीदेखील आपला प्रामाणिक हेतू उघड करण्याचं धाष्ट्र्य त्याने दाखवलं. ''कुठलीही पूर्वकल्पना न देता येण्याबद्दल मी क्षमा मागतो; परंतु परिस्थितीच तशी आहे. पुन्हा एकदा मागणं घेऊन आलो आहे मी,'' दृढपणे कौशिक म्हणाला.

त्याने स्पष्टीकरण द्यावं म्हणून वसिष्ठांनी त्याला खुण केली. मात्र, कौशिकाने बोलायला सुरुवात केल्यावर त्याचा हेतू त्यांच्या लक्षात आला. मागच्या वेळेस त्यांच्यासमोर याचना करणारा कौशिक आपल्या भुकेल्या सैन्याच्या चिंतेने त्रस्त झाला होता. आत्ता समोर उभा असलेला कौशिक कोणी वेगळा होता. त्याच्या देहबोलीतून हाव स्पष्ट होत होती.

किंचित कठोर स्वरात कौशिक म्हणाला, ''माझ्या राज्याच्या उत्तरेकडच्या प्रांतात अजिबात पाऊस न झाल्यामुळे प्रचंड दुष्काळ पडला आहे. माणसं आणि गुरं-ढोरं अन्नान्न दशा होऊन मृत्युपंथाला लागली आहेत.''

त्यावर मान डोलवत वसिष्ठ म्हणाले, ''गेल्या तीन वर्षांत त्या भागात अजिबात पाऊस न पडल्याचं माझ्याही कानावर आलं आहे; पण त्या संदर्भात मी काय करू शकणार आहे? तुझ्या येण्याचं नेमकं प्रयोजन काय? इन्द्राला प्रसन्न करून पर्जन्यवृष्टी होण्यासाठी मी एखादा यज्ञ करावा, अशी इच्छा आहे का तुझी?''

''नाही, आम्ही तसा प्रयत्न केला आहे ह्या अगोदर. शिवाय, आता त्या गोष्टीला फार उशीर झाला आहे,'' कौशिकने म्हटलं. आता थेट मुद्द्याला यावं हा विचार करून तो पुढे म्हणाला, ''तुमची नन्दिनी काही काळ मला द्यावीत अशी मनापासून इच्छा आहे माझी. ती मिळाली तर तिला घेऊन उत्तरेकडे जाईन मी. उपाशीपोटी मरणाऱ्या माझ्या प्रजेला निदान पोटभर अन्न तरी मिळेल. ती त्यांची अन्नदाता आणि प्राणदाता ठरेल,'' कळवळून कौशिकाने म्हटलं.

त्याच्या ह्या स्पष्टोक्तीमुळे वसिष्ठ अवाक झाले. ''आजवर तिने ह्या आश्रमाच्या बाहेर पाऊलदेखील ठेवलेलं नाही. अरुंधती किंवा माझ्याशिवाय ती राहू शकत नाही.''

आपण गप्प बसलेलं बरं ह्या विचाराने अरुंधतीने मान डोलावली. हावरेपणाने नन्दिनीला न्याहाळणारा राजा काहीच लक्षात घ्यायला तयार नव्हता. तो अधीरतेने म्हणाला, ''तर मग तुम्हीदेखील चला तिच्याबरोबर. लोकांना मदतीची अत्यंत आवश्यकता आहे.'' सुरुवातीच्या याचनेऐवजी आता त्याच्या बोलण्यात उन्मत्तपणा जाणवत होता.

''हे राजन, मी वयोवृद्ध असल्यामुळे प्रवास करू शकत नाही. नन्दिनी ही मला मिळालेली भेटवस्तू असल्यामुळे मी ती तुला देऊ शकत नाही. असं असल्यामुळे ती देणाऱ्या मूळ दात्याचा आणि नन्दिनीचा अनादर केला जाईल. हे शिष्टसंमत नाही,'' जराही विचलित न होता वसिष्ठ म्हणाले. ''परंतु मला तुझ्या हेतूबद्दल शंका येते आहे. तुला स्वतःसाठी ती हवी आहे, असा माझा अंदाज आहे, हो ना?''

वयोवृद्ध ऋषीच्या निरीक्षण चातुर्यामुळे कौशिक संकोचला, तरीदेखील त्यावरून धडा न घेता त्याने आपलं म्हणणं पुढे दामटलं. ''अन्नपाण्याच्या अभावी हजारो लोक गतप्राण होत आहेत. परिस्थितीचं गांभीर्य लक्षात घेऊन तुम्ही मला मदत करू शकत नाही का? नन्दिनी मला द्यायला काय हरकत आहे?''

''उधार घेणं आणि हिरावून घेणं ह्यात फरक आहे राजन,'' वसिष्ठ म्हणाले.

हे ऐकताच कौशिकच्या रापलेल्या चेहऱ्यावर स्पष्टपणे संताप दिसू लागला. तो त्वेषाने म्हणाला, ''हे पाहा, मी काही कोणी चोर नाही. तिचं योग्य मूल्य चुकवेन मी. सांगा, किती मूल्य हवं आहे तुम्हाला?''

आता पहिल्यांदाच वसिष्ठांच्या स्वरात तिरस्कार डोकावला. ''म्हणजेच इथे येण्यामागे तुझा उद्देश प्रामाणिक नव्हताच तर. नन्दिनी माझ्या कुटुंबाची सदस्या आहे. मी तिला विकू शकत नाही आणि विकणारही नाही. ती तुला भेट देणं तर दूरच.''

ते आपल्याला ठामपणे नकार देत आहेत हे कौशिकाच्या लक्षात आलं. काहीतरी वेगळा मार्ग अवलंबायला हवा आहे हे लक्षात घेऊन तो म्हणाला, ''महामुनी, मी ह्या प्रदेशाचा राजा आहे, त्यामुळे तुमच्याजवळ असलेली प्रत्येक गोष्ट सरतेशेवटी माझ्या मालकीची आहे. त्यातच नन्दिनीसुद्धा आली.'' आता त्याचा स्वर अत्यंत मधाळ झाला होता; परंतु त्यामागचा गर्भित आशय वसिष्ठांनी अचूक टिपला.

अत्यंत कठोर स्वरात ते म्हणाले, ''तुझ्या ह्या राज्याचा नागरिक म्हणून माझे काय हक्क आहेत ते मी जाणतो. तुझी अवज्ञा केल्यास मला हा प्रदेश सोडून जावं लागेल हे माहीत आहे मला; परंतु तू बारकाईने पाहिलंस तर तुझ्या लक्षात येईल की, नन्दिनी तुझ्या ह्या भूभागावर चालत नाही. तिची पावलं जमिनीपासून बोटभर वर असतात.''

हे ऐकताच कौशिक अविश्वासाने नन्दिनीच्या दिशेने वळला. अत्यंत शांतपणे ती त्याच्याकडे पाहत होती. वसिष्ठांचं म्हणण योग्य आहे हे दर्शवण्यासाठी तिने गुडघा किंचित वाकवला. खरोखरंच ती खालच्या गवताळ कुरणाच्या बोटभर वर होती.

आता कौशिकाचा संताप अनावर झाला. तो तुसडेपणाने म्हणाला, ''तुमच्या ह्या विद्वत्तापूर्ण शब्दांसाठी माझ्याकडे वेळ नाही. मी तुमचा राजा आहे. त्याचबरोबर मी तुमचा सन्माननीय अतिथीदेखील आहे. त्या अधिकाराने मी तुम्हाला नम्र विनंती करतो की, नन्दिनी माझ्या ताब्यात द्या.''

''महाराज कौशिक तुम्ही मला पेचप्रसंगात टाकलं आहे. अत्यंत निंदनीय कृत्य करण्यास तुम्ही मला भाग पाडत आहात. तुम्ही माझे अधिपती आणि रक्षक असल्यामुळे मी तुम्हाला नकार देऊ शकत नाही,'' उपहासाने वसिष्ठ म्हणाले. ''शिवाय, तुम्ही माझे अतिथीदेखील आहात. तुम्हाला नकार कसा देणार मी? तेव्हा नन्दिनीची इच्छा असेल तर तिला नेण्याची अनुमती देतो मी तुम्हाला.''

कौशिकचा आनंद गगनात मावेना. त्याला नन्दिनी प्राप्त झाली होती. त्याने आपल्या अंगरक्षकांना आज्ञा दिली, ''घेऊन या रे तिला.''

त्याबरोबर पुढे होत अंगरक्षक नन्दिनीला कौशिकजवळ घेऊन आले. तिने आपल्या टपोऱ्या तपकिरी नजरेने त्याच्याकडे पाहिलं. काय सुंदर आहे ही! कौशिकाच्या चेहऱ्यावर विजयाचं हसू उमटलं.

''राजन, कशाचं हसू येतं आहे तुला?'' हळुवार स्वरात वसिष्ठांनी विचारलं. ''नन्दिनी आपल्याला काय काय देईल, ह्याची मनोमन कल्पना करतो आहेस का तू? अमर्याद धनसंपत्ती, रत्नभांडार, भूमी हे सारं मिळेल असं वाटतं आहे का तुला? तू म्हणाला होतास की, तुझ्याकडे सारं काही आहे तरीही हा हव्यास का? त्यासाठी तिचा हा ध्यास का? अजून काय प्राप्त करायचं आहे तुला? स्वर्ग? इन्द्राचं सिंहासन? अमरत्व? स्वर्गसुख? मेनका?'' वसिष्ठांनी उपहासाने पुढे विचारलं.

कौशिक चमकला. त्या क्षणी वसिष्ठांना समजलं की, त्याच्या मनात काय आहे. ते पुढे म्हणाले, ''तुझी मनोकामना ठाऊक आहे मला. लक्षात घे, नन्दिनीला तुझ्यासमवेत येण्याची इच्छा आहे का हे तिला आधी विचारायला हवंस तू. ती स्वतः जर संतुष्ट नसेल, तर तुझी इच्छापूर्ती ती करणार नाही.''

हे ऐकताच जोरजोरात मान हलवत नन्दिनी ऋषींच्या जवळ जाऊन उभी राहिली.

आता वसिष्ठांच्या चेहऱ्यावर हसू उमटलं. ''बघ, मिळालं तुला तुझं उत्तर? तुझ्याबरोबर येण्याची तिची इच्छा नाही. मी तिच्यावर बळजबरी करू शकत नाही.''

कुठल्याही प्रकारे वाद घातला तरी आता आपली सरशी होणार नाही हे कौशिकच्या लक्षात आलं. त्या ज्ञानी ऋषीने केवळ शब्दांनी त्याला पराभूत केलं होतं; परंतु कौशिकची मनोकामना इतकी तीव्र झाली होती की, आपण काय करतो आहोत ह्याचं त्याला भान उरलं नाही. तो तुटकपणे म्हणाला, ''हरकत नाही. तिला नाहीना यायचं माझ्याबरोबर? मग मी तिला उचलून घेऊन जातो.'' एका झटक्यात पुढे होत त्याने नन्दिनीच्या गळ्याला बांधलेली दोरी घट्ट धरून ओढायला सुरुवात केली. टाचा रोवून ती प्रतिकार करू लागली.

कौशिकचं हे वेडं धाडस बघून वसिष्ठ अवाक झाले. पुढच्या क्षणी ते कडाडले, ''महाराज, हा अत्यंत मूढपणा आहे! तुम्ही तिच्यावर निष्कारण बलाचा वापर करत आहात. तुमच्याबरोबर येण्याची तिची इच्छा नाही.''

त्या क्षणी कौशिकला अहंकाराने इतकं झपाटलं होतं की, त्याने वसिष्ठांच्या बोलण्याकडे दुर्लक्ष केलं. नन्दिनीच्या गळ्यातलं दावं त्याने अधिक त्वेषाने खेचलं. वेदनेने नन्दिनी कण्हली. केविलवाण्या नजरेने तिने आळीपाळीने वसिष्ठ आणि कौशिकाकडे पाहिलं.

अरुंधती पाऊलभर पुढे येत म्हणाली, ''महाराज, तिच्या इच्छेविरुद्ध तिला ओढू नका. हा तिचा अवमान आहे, बलात्कार आहे.''

तिच्या बोलण्याने कौशिक क्षणार्धात भानावर आला. नतमस्तक होत तो म्हणाला, ''हे माते, मला तिची निरतिशय आवश्यकता आहे. तीच माझ्या राज्याचं रक्षण करू शकते.'' पुन्हा एकदा त्याने नन्दिनीचं दावं ओढायला सुरुवात केली. नन्दिनी विव्हळली.

आता मात्र ऋषी संतापले. ''बंद कर हा वेडेपणा. माझ्या घरात बळजबरीने घुसून तिला असं हिसकावून नेणं हे अत्यंत निंद्य कृत्य आहे. आपलं राज्य आणि प्रजा ह्यांच्याप्रती कळवळला असणारा तरुण, शहाणा राजा वाटला होतास मला.''

''म्हणूनच तर हे मी कृत्य करतो आहे ना!'' कौशिक ठासून म्हणाला. ''उपासमारीने मरणाऱ्या माझ्या प्रजेच्या जीवाची काळजी आहे मला.''

''खरंच जर तसं असतं तर मी आनंदाने तुला नन्दिनी देऊ केली असती. मात्र, आता मी तुला चांगलच ओळखलं आहे. नन्दिनीला इथून नेल्यावर तिला परत आणण्याचा तुझा कोणताही मानस नाही. तसा तो आधीही नव्हता. तुझा अहंकार कुरवाळण्यासाठी आणि तुझी हाव तोषवण्यासाठी तुला ती स्वतःच्या ताब्यात हवी आहे.''

''सगळंच तर आहे माझ्याकडे. आता आणखीन मला काय हवं असणार?'' तिरसटपणे कौशिकने प्रतिप्रश्न केला.

''परिपूर्णतेची हाव. कामधेनूची इच्छा. तिचा हक्क आपल्याकडे आहे ही भावना तुझ्या अधिकाराला सुखावते. एकदा ती तुझ्या हातात आली की, तुझ्या अधिकाराच्या इतर वस्तूंप्रमाणे तू तिलाही मिरवशील. शिवाय, तुझ्या मनातील प्रत्येक लालसा ती सत्यात उतरवेल म्हणून तुला तिची हाव आहे.'' मुद्दाम काही क्षण थांबून मुनीवर म्हणाले, ''राजन, लक्षात आहे ना की, प्रत्येक कृत्य हे नन्दिनीसाठी ऐच्छिक हवं? तुझ्या विनंतीला मान देईल का ती?''

मुनींच्या म्हणण्याला जणू अनुमोदन देण्यासाठी नन्दिनीने कौशिकाच्या हाताला हिसडा देत स्वतःला सोडवून घेतलं आणि जवळच्या गोठ्याकडे ती धावली.

''पकडा तिला पटकन!'' कौशिकने आज्ञा देताच त्याचे रक्षक तिच्या दिशेने धावले; पण ती कोणाच्याही हातात सापडली नाही. आता उरलेले रक्षक पुढे झाले; पण त्यांनाही हात चोळत बसावं लागलं.

''अरे वा! काय देखणं दृश्य आहे हे. एक शूर राजा एका असाहाय्य वासराच्या मागे लागला आहे,'' अत्यंत उपहासाने ऋषी उद्गारले. ''अरे मूढा, ही पारध नाही. एक राजा म्हणून तुला मिळालेल्या हक्काचा गैरवापर करत आहेस तू.''

‘‘हे जराजर्जर वृद्धा, तुझ्या मार्गदर्शनाची आवश्यकता नाही मला. मी पाहतो तिला इथून कसं न्यायचं ते.’’ संतप्त स्वरात कौशिकने उलट उत्तर दिलं.

त्यावर संयम दाखवत वसिष्ठ पाऊलभर मागे सरकले. नन्दिनीला पकडण्याचा प्रयत्न करणारे रक्षक एव्हाना धापा टाकायला लागले होते. फार गमतीदार दृश्य होतं ते. पुढे धावणारं चपळ वासरू आणि तिच्यामागे वेडेवाकडे पळणारे शेकडो रक्षक. अचानक नन्दिनी थबकली. त्याबरोबर रक्षकांनी निःश्वास टाकला. नक्कीच दमली असणार. जाईल कुठे आता ती! कौशिकच्या चेहऱ्यावर समाधान दिसू लागलं; पण ते क्षणभरदेखील टिकलं नाही. कारण, अनपेक्षितपणे नन्दिनीकडून त्या रक्षकांवर बाणांचा वर्षाव झाला. नेमकं काय होतं आहे हे जाणून म्यानातल्या तलवारी उपसण्याआधीच त्या बाणांनी रक्षकांच्या हृदयाचा अचूक वेध घेतला होता. क्षणार्धापूर्वी तिथे उभे असलेले शंभर रक्षक गतप्राण होऊन खाली कोसळले होते.

हे दृश्य पाहताच कौशिक चपापला. अत्यंत अविश्वासाने त्याने त्या निरागस कालवडीकडे पाहिलं. हिने माझे शंभर रक्षक वधले? कसे? संतापलेला कौशिक तलवारीला हात घालत झपाट्याने नन्दिनीच्या दिशेने पुढे झाला; परंतु म्यानातून तलवार बाहेर काढून तिला वधण्यात काही अर्थ नव्हता हे त्याला जाणवलं. मेल्यावरती इच्छापूर्ती कशी काय करू शकली असती? त्या पाठोपाठ त्याच्या मनात दुसरा विचार आला तलवार उपसून आपण तिच्यावर चाल करून गेलो तर ती घाबरेल असं वाटून त्याने तलवार बाहेर काढली.

परंतु झालं भलतंच! नन्दिनीच्या दिशेने आलेल्या अगणित बाणांनी कौशिकाच्या हातातील उघडी तलवार कुठल्या कुठे भिरकावली गेली. समरांगणात घनघोर युद्ध करण्याची सवय कौशिकला होती. जराही विचलित न होता त्याने तिच्या दिशेने पेटते गोळे फेकले. कुठलाही प्राणी आगीला भीतो, हाच विचार त्याच्या मनात होता.

त्याला पुन्हा एकवार धक्का बसला. त्याच्या हातातून सुटलेल्या गोळ्यांची पुढच्या क्षणी राख झाली. हा परिणाम वृद्ध ऋषींच्या नजरेचा होता हे त्याच्या लक्षात आलं.

स्वतःच्या रागावर नियंत्रण ठेवण्याचा अटोकाट प्रयत्न करत वसिष्ठ म्हणाले, ‘‘आता पुरे! तिला स्पर्श करण्याचा विचारही करू नकोस. ती माझ्या

आश्रयाला आलेली आहे. अर्थात, तिला माझ्या रक्षणाची आवश्यकता नाही. तुझ्या रक्षकांना तिने किती चुटकीसरशी निःशस्त्र केलं हे तू स्वतः पाहिलं आहेस. विनम्रता, सौम्यपणा आणि सहनशीलता ह्याची सांगड तू जर दुर्बलतेशी घालत असशील तर ती तुझी चूक आहे. तू लक्षात घे की, तू करत असलेल्या पिळवणुकी समोर ती ठामपणे उभी राहिली. मनात आणलं असतं तर तिने तुलाही यमसदनास धाडलं असतं. केवळ तू भूमीपाल आहेस म्हणून तुला इथून निघून जाण्याची अनुमती आम्ही देत आहोत,'' नेहमीच्या विनयशीलतेने ऋषींनी बोलणं संपवलं.

कौशिकला ही आपली मानखंडना वाटली. दात-ओठ खात तो त्वेषाने म्हणाला, ''तिने माझ्या रक्षकांना ठार केलं आहे. ते माझी आज्ञापालन करत होते. तिने माझ्याविरुद्ध उभं ठाकायला हवं होतं. अरे वृद्धा मूढा, तुला पश्चात्ताप झाल्याशिवाय राहाणार नाही!''

राजाचं हे अपमानस्पद बोलणं ऐकूनही वसिष्ठांचा संयम ढळला नाही. ते शांतपणाने म्हणाले, ''राजन, एक ना एक दिवस आपल्या कृतीचा पश्चात्ताप तुला होईल, ह्या विचाराने मी तुला सोडून दिलं होतं. ताबडतोब ह्या आश्रमातून चालता हो नाहीतर पुढच्या क्षणी राख होईल कौशिक राजाची. जा! नन्दिनीशिवाय निघ इथून!'' राजाच्या वर्मावर बोट ठेवत मुनी म्हणाले.

त्यांच्या ठामपणाने कौशिकचा संताप शिगेला पोहोचला. आगीच्या लोळाने जणू त्याला कवेत घेतलं होतं. पुढच्या क्षणी मात्र त्याला थिजल्याची भावना जाणवली. हे काय होतं? शाप? अवमान? दारुण दुःख? की ह्या साऱ्याचा एकत्रित परिणाम? तो सुन्न झाला. आजवर कधीही त्याला इतकी आणि अशी अगतिकता जाणवली नव्हती. त्याचा सन्मान, बल, गौरव आणि प्रतिष्ठा कुठल्या कुठे भिरकावली गेली होती. ''मी पुन्हा येईन. त्या दिवशी मी तुझ्या तोडीस तोड असेन. त्यासाठी वाट्टेल ते कष्ट घेईन मी. सर्वस्व पणाला लावेन,'' कौशिकाने वसिष्ठ आणि अरुंधतीकडे पाहत प्रतिज्ञा केली.

अरुंधती चिंताक्रांत नजरेने वसिष्ठांकडे पाहत होती. ते मात्र निर्विकारपणे उभे होते.

प्रतिशोध घेण्यासाठी एक ना एक दिवस परत येण्याचं वचन स्वतःला देत कौशिक परत जाण्यासाठी वळला.

✤

समोर उभ्या असलेल्या मेनका आणि विश्ववसूने सांगितलेल्या वार्तेमुळे इन्द्राच्या अंगाची लाहिलाही होत होती. स्वर्गामध्ये असताना बीजधारणेचं धाडस करण्याचा अपराध त्यांनी केला होता. त्यांच्या ह्या मूढपणाहून अधिक त्यांनी केलेली वंचना इन्द्राला असह्य झाली होती. हे सगळं घडलं त्याला खरंतर आपलं दुर्लक्ष कारणीभूत होतं, असं त्याला वाटलं.

आपली जळजळीत नजर मेनकेवर स्थिरावत त्याने विचारलं, ''ह्यावर मी काय करावं अशी तुझी अपेक्षा आहे?''

विचलित न होता मेनका धीटाईने म्हणाली, ''हे मूल तू आम्हाला वाढवू द्यावंस.'' तिचा स्वर जरी सौजन्यशील असला तरी तिच्या विनंतीत असलेला ठामपणा इन्द्राच्या कानांनी अचूक टिपला.

''मेनका, तू ह्यावेळेस फार पुढे गेली आहेस. तुलाही ठाऊक आहे ते.'' त्याच्या स्वरात गर्भित धमकी होती.

आपल्या टपोऱ्या डोळ्यांनी त्याच्याकडे पाहत ती प्रामाणिकपणाने म्हणाली, ''मला बीजधारणा होईल असं कधीही वाटलं नव्हतं. अगदी खरंच सांगते. तुझ्याशी कधी खोटं बोलले आहे का मी? अप्सरांना मुलं होतात का, तूच सांग? असं असताना माझ्या मनात तरी कसं येणार?''

कसाबसा संताप गिळत इन्द्र म्हणाला, ''उगाच मला प्रश्न विचारू नकोस.'' पुढच्या क्षणी त्याचा स्वर टिपेला पोहोचला, ''मला तुझ्याकडून उत्तरं हवी आहेत.''

नम्रपणे हात जोडत ती म्हणाली, ''माझ्याकडे उत्तरं नाहीत. कुठून असणार?''

''पुरे झाला देखावा. जे करायचं होतं ते तर करून मोकळी झाली आहेस. आजवर सातत्याने तू इथले नियम मोडत आली आहेस. अधिकाराला भिरकावत राहिली आहेस.'' वसू मधे काहीतरी बोलू पाहत आहे हे लक्षात घेऊन त्याला थांबण्यासाठी इन्द्र पुढे म्हणाला, ''नाही वसू, मधे पडू नकोस. तिला पाठीशी घालू नकोस. मला बोलायचं आहे तिच्याशी.'' निरुपायाने वसू जरी गप्प बसला तरी त्याच्या डोळ्यांतील क्रोध इन्द्राने नेमका टिपला.

''मेनका, तुझी निर्मिती झाली आहे तीच मुळी इतरांना तोषवण्यासाठी. तुला वैयक्तिक जीवन असू शकत नाही. तुझ्यावर हक्क आहे तो आमचा. तुलाही हे चांगलंच ठाऊक आहे, तरीसुद्धा प्रेमात पडण्याचा अविचार

तू केलास आणि तेही कोणाच्या तर माझ्या परममित्राच्या, देवगंधर्व विश्ववसूच्या. त्यालाही तुझ्या प्रेमात पाडण्याची यशस्वी खेळी तू खेळलीस. पुरुषांना आपल्या प्रेमात पाडणं तुला चुटकीसरशी जमतं, नाही का?'' इन्द्राचा चेहरा आता संतापाने फुलून आला होता. ही धोक्याची खूण होती.

आता गप्प राहाणं वसूला शक्य नव्हतं. आवाजावर नियंत्रण ठेवत तो म्हणाला, ''आमचं एकमेकांवर प्रेम आहे. कुणी कोणावर बळजबरी करण्याचा प्रश्नच येत नाही तिथे.'' आपल्याला संयम राखणं भाग आहे हे तो जाणून असला तरी ईर्ष्येपोटी इन्द्राकडून मेनकेचा वाट्टेल तसा अपमान तो कदापि सहन करू शकत नव्हता.

''आहा! प्रियकर धावला वाटतं सहाय्यासाठी! आणि काय रे, गंधर्व आणि अप्सरा ह्यांच्या दरम्यान कुठलं आलं आहे प्रेम? ती निव्वळ वासना असते. हवं तर स्वर्गीय वासना म्हणू आपण तिला,'' उपहासाने हसत इन्द्र म्हणाला. ''तुमच्या दोघांतील वासनायुक्त शृंगाराला मी अनुमती दिली कारण त्यात वासनेशिवाय दुसरं काहीही नव्हतं. आपण विवाहित आहोत ह्या कल्पनेत रमणं तुम्हाला कितीही आवडत असलं तरी ती निव्वळ कल्पनाच आहे हे लक्षात घ्या. तुमच्यातील नातं म्हणजे सोयीसाठी मानलेला तात्पुरता नातेसंबंध आहे. तुमची निर्मिती भोगानंदासाठी आहे. मुलाबाळांना जन्म देण्यासाठी नाही आणि प्रिय मित्रा, तू कशाला मेनकेचा पाठीराखा होतोस? तिला येते स्वतःची काळजी घेता,'' कमरेवर हात ठेवत इन्द्राचे वाग्बाण सुटले. तो पुढे म्हणाला, ''तुम्हाला असं नाही वाटत का की तुम्ही दोघांनी सोयिस्कररीत्या सारं काही गृहीत धरलं आहे? तुम्ही एकमेकांचे प्रेमिक होऊन वावरू लागल्यामुळे इतर गंधर्व आणि अप्सरा ह्यांच्यातील सहजता दुभंगली आहे. वसू, तू तर गंधर्वांचा राजा आहेस. एवढंही समजू नये तुला?'' इन्द्राचा प्रश्न वसूच्या जिव्हारी झोंबला. त्याला उत्तरेचा अवधी न देता मेनकेकडे वळत इन्द्र कडाडला, ''तुझी निर्मिती वैयक्तिक संबंध जोडण्यासाठी नाही. सर्वांशी काम हेच तुझं काम. कल्पतरूच्या साक्षीने तू भलेही वसूशी गांधर्वविवाह केला असशील, तुझ्या ह्या लुटूपुटीच्या विवाहाला मी मान्यता दिली त्याला कारण तुझ्यापायी मला येणारी हतबलता आहे. तुला चांगलंच ठाऊक आहे की, केवळ त्या एका कारणापायी तू नेहमी मला भुलवतेस. खरंतर तुला कधीचच इन्द्रनगरीतून घालवून द्यायला हवं होतं; पण...' तो थांबला. खोल श्वास घेत स्वतःला सावरत तो पुढे म्हणाला, ''मी नाही केलं तसं. मेनका,

मेनका माझ्या ह्या कमकुवतपणाचा लाभ उठवलास तू. आता तर वसूचं बीजधारण करण्याचं धाडस करते आहेस तू. लहरी राजे आणि महत्त्वाकांक्षी ऋषी ह्यासारख्या मर्त्याधिष्ठांना मोहात पाडणं हे तुझं कर्तव्य असताना तू माझ्याच नगरजनांना मोहात पाडते आहेस! केवढा हा घोर अपराध! तो मी घडू दिला ही माझीच चूक आहे; पण प्रिये, इथून पुढे हे चालणार नाही,'' त्याची नजर आता कठोर झाली होती.

''मग मी ही अमरावती सोडून निघून जाईन,'' त्याच्या नजरेत पाहत शांत चित्ताने मेनका म्हणाली. त्याक्षणी इन्द्राला कळून चुकलं की, तो तिच्याशिवाय क्षणभरदेखील राहू शकत नव्हता. तिने केलेला अपराध घोर होता तरीही तिने त्याचा विश्वासघात केला होता तरीही! ती इथे स्वर्गात नाही ही कल्पनादेखील तो करू शकत नव्हता.

तो पटकन म्हणाला, ''नाही, तू कुठेही जाणार नाहीस.'' त्याचा स्वर संतप्त असला तरी त्याचं आर्जव लपत नव्हतं. ''तू कधीही अमरावती सोडून जाऊ शकत नाहीस...''

''वसूसुद्धा नाही,'' मेनका म्हणाली. ''तो राजा आहे गंधर्वांचा. तू त्याला कसं काय हद्दपार करू शकतोस.''

तिने आपल्याला कात्रीत पकडलं आहे हे इन्द्राच्या लक्षात आलं. ह्या साऱ्याचं मूळ असलेल्या वसूला स्वर्गातून बाहेर काढायला फार आवडलं असतं त्यांना; परंतु वसूच्या संरक्षणासाठी मेनका ज्या ठामपणाने उभी होती ते पाहता ते शक्य नाही हे इन्द्र जाणून होता. वसूचं काय करायचं ते नंतर पाहता आलं असतं. ह्या क्षणी मेनकेला स्वर्गात थोपवणं आणि बाळापासून दूर करणं ह्या अधिक निकडीच्या बाबी होत्या.

''मी चूक केली आहे, त्यामुळे मीच शिक्षा भोगणं योग्य ठरेल. बाळाला घेऊन मी अमरावतीतून निघून जाणं हा सर्वोत्तम उपाय आहे,'' इतकं बोलून इन्द्राकडे न पाहता मेनका तिथून निघून जाण्यासाठी वळली. पुढचं पाऊल टाकण्याआधीच इन्द्र आपल्याला अडवेल, अशी जाणीव तिला होती.

''मेनका, पुन्हा एकदा मला आव्हान द्यायचा उद्दामपणा तू दाखवला आहेस. अमरावती सोडून तू कुठेही जाणार नाहीस,'' उच्च स्वरात इन्द्र म्हणाला.

"आणि मी माझ्या बाळालाही सोडणार नाही," मेनकेच्या स्वरात वात्सल्याची झाक होती.

"तू लक्षात का घेत नाहीस? सगळं कसं होईल तुझ्या मनासारखं? तुझं प्रेम आणि पती तुला मिळेल; पण स्वर्गामध्ये बाळांना ठेवण्याची अनुमती नाही..."

"स्वर्गामध्ये देवांना विवाहाची आणि मूल होऊ देण्याची अनुमती आहे. माझं मूल त्यांच्या मुलांपेक्षा काय वेगळं असणार?" मेनकेने आपला धोशा सोडला नाही.

"कारण, तू अमर्त्य अप्सरा असलीस तरी देवी नाहीस!" इन्द्राने प्रत्युत्तर केलं.

ते ऐकताच मेनकेचा चेहरा पांढरा पडला. तिच्या सहनशीलतेचा अंत झाला. "थोडक्यात काय अप्सरा म्हणजे स्वर्गीय वारांगनाच, नाही का? ती ना पत्नी होऊ शकते ना माता." एवढं बोलून तिने ओठ आवळले.

त्यावर इन्द्र गुरकावला, "स्वर्गात वारांगना नसतात. तू अप्सरा आहेस. वेश्या नाहीस!"

"शब्दांची पुटं चढवली म्हणजे तू म्हणशील ते मी मान्य करेन असं वाटतं का तुला?" तिचाही आवाज आता टिपेला पोहोचला होता.

"हरकत काय आहे त्याला?" मान वर करत तिच्याकडे रोखून पाहत त्याने विचारलं. "वेश्या अथवा वारांगना हा पृथ्वीलोकात वापरला जाणारा अत्यंत हीन शब्द आहे. तुझा किंवा कुठल्याही अप्सरेचा तसा उल्लेख करण्याचं धैर्य इथे स्वर्गात कोणीही करणार नाही. अप्सरा असण्यात कुठलाही कमीपणा नाही. मोह ही मी स्वतः अनुमती दिलेली आत्यंतिक सुंदर बाब आहे. मर्त्य जगातील घाणेरड्या शब्दांनी तिला काळवंडू नकोस."

निश्चयाने किंचित पुढे झुकत मेनका म्हणाली, "हे प्रभू, मग करा मान्य की, मी म्हणजे निव्वळ मोही आहे – माझ्या मनाविरुद्ध इतरांना मोहजालात भुलवणारी. माझी निर्मिती वासना भागवण्यासाठी आहे... त्याही केवळ इतरांच्या, माझ्या नव्हे. मी म्हणजे वासनामयी. मी जीव जडवू शकत नाही, विवाह करू शकत नाही. बीजधारणा करू शकत नाही. अपरंपार समृद्धी असलेल्या ह्या तुमच्या नगरीत समानतेला स्थान आहे कुठे?"

इन्द्राच्या रागाला पारावार राहिला नाही. ‘‘ह्या अलौकिक नगरीमध्ये प्रत्येकाला विशिष्ट भूमिका मिळालेली आहे. त्या अनुशंगाने प्रत्येकाची काही कर्तव्यं आहेत. इतरांचं मनोरंजन हे तुझं क...’’

त्याला पुढे न बोलू देता मेनका म्हणाली, ‘‘इतरांना नादी लावायचं, प्रेमकुजन करायचं, मोहात पाडायचं, अनैतिक समागमाला प्रवृत्त करायचं! पुरुषांचं लैंगिक शोषण करायचं. माझ्या रूपाने तू अत्यंत सुंदर स्त्री निर्माण केलीस; पण तिला वासनाबंधापुरतं मर्यादित ठेवलंस. चिरतारुण्य दिलंस; पण स्वर्गात बंदिस्त ठेवलंस. प्रेम, प्रणय आणि प्रेरणा दिलीस; पण त्या जोडीने निवडीच सामर्थ्य आणि निर्णयक्षमतादेखील दिलीस, का दिलंस हे सगळं? मी स्त्री आहे आणि केवळ स्त्री म्हणूनच जगू शकते. पत्नी अथवा माता कधीच होऊ शकत नाही मी. मी केवळ कामांगिनी आहे. एक वारांगना,’’ शेवटच्या शब्दावर अधिक जोर देत ती म्हणाली.

इन्द्राचा संताप आता त्याच्या नजरेत मावेनासा झाला होता. झालं! आता सगळ संपलं. वसूच्या मनात आलं. तितक्यात इन्द्र म्हणाला, ‘‘जगाला वाचवण्यासाठी धोकादायक पुरुषांना मोहात पाडणं हे वेश्याकृत्य नाही ती तर मुक्ती आहे.’’

‘‘मुक्ती? धोकादायक पुरुष? कोणासाठी धोकादायक? तुझ्यासाठी?’’ मेनका तुच्छपणे म्हणाली. ‘‘अरे, प्रणय आणि विषयवासना ह्यात फरक आहे. माझ्या माध्यमातून ‘तू’ इतर पुरुषांचं विकृत शोषण करतो आहेस. ही विकृती म्हणजे एक प्रकारचं वेश्यागमन आहे जे ‘तू’ मला करायला लावतोस. वैयक्तिक लाभासाठी ‘तू’ मला तडजोड करायला लावतोस. पुरुषांबरोबर मला प्रणयक्रीडा करायला लावून ‘तू’ त्यांना आपल्या ध्येयापासून विचलित करतोस. ह्याहून अधिक भ्रष्ट कृत्य कुठलं असणार? माझ्यासमोर पर्याय तरी कुठे आहे? हे ‘तू’ सारं स्वार्थापोटी माझ्यावर लादतो आहेस आणि तरीही प्रेम, बीजधारणा आणि बालसंगोपनापासून मला वंचित करतो आहेस. एक स्त्री म्हणून माझी निर्मिती केलीस, मग माता होण्याचा हक्क का देत नाहीस?’’

अविश्वासाने तिच्याकडे पाहत इन्द्राने फटकारलं, ‘‘हक्क? कुठले हक्क? मेनका, आपल्या ह्या विश्वाला मानवतेचे रंग देऊ नकोस. प्रेम, विरह, दुःख ह्या असल्या भावनांना तुझ्या आयुष्यात थारा नाही. भावना कुठल्या, निव्वळ शब्द आहेत ते. मनाची विकलता स्पष्ट होते त्यातून. तू

अशा विकलतेच्या पल्याड आहेस, तरीही त्यांना कवटाळून दुःख ओढवून घेण्याचा तुझा हा अट्टहास का? उगाच दयेची किंवा मुलाची भीक मागू नकोस. तुझी भूमिका केवळ मोहवण्याची आहे हे तुला जतवलेलं असताना तू मार्गभ्रष्ट का होते आहेस? नर्तिकांना मूल होऊ देता येत नाही!'' बोलता-बोलता इन्द्राने आपली पातळ जिवणी क्षणभर मिटून घेतली. ''तू तुझं मूल इथेच जन्माला घालशील; पण इथे ते वाढवता येणार नाही. अप्सरांची बाळं पृथ्वीवरील ऋषींना किंवा राजांना संगोपनासाठी सोपवता येतात. हीच परंपरा आत्ताही पाळण्यात येईल.''

त्याला प्रत्युत्तर देत मेनका म्हणाली, ''आम्ही त्यागलेली बाळं!''

पटकन पुढे येत वसू म्हणाला, ''होणाऱ्या बाळाचा मी पिता आहे. बाळाच्या संगोपनासाठी अमरावती सोडून जाण्याची माझी तयारी आहे.''

''पुरे. निष्फळ चर्चा नको. तुम्ही दोघंही अमरावती सोडू शकणार नाही. बाळ मात्र इथे राहणार नाही.''

''नाहीतर...?'' मेनकेने त्याला आव्हान दिलं. मनाजोगा तोडगा निघेल, असं तिला अजूनही वाटत होतं.

''मेनका, उगाच माझी परीक्षा पाहू नकोस, तर मी त्या बाळाला इथून जायला भाग पाडेन,'' अतिशय मुलायम स्वरात इन्द्राने उत्तर दिलं.

त्याच्या नजरेत अहंकार होता. तिच्यावर असलेली त्याची सत्ता त्यातून प्रतित होत होती. अविचलपणे ती त्याच्यासमोर उभी होती. तिच्या नजरेत अंगार फुलले होते. इन्द्राच्या मनात कुठेतरी शंकेची पाल चुकचुकली. आज तो तिला कायमचं गमावून बसला होता का? भावनांवर नियंत्रण ठेवण्याच्या आटोकाट प्रत्येकाच्या प्रयत्नांमुळे तिथे एक प्रकारचा ताण जाणवत होता.

तिच्या ठामपणाला तडा गेला. ती कळवळून म्हणाली, ''कृपा कर!'' त्या एवढ्याशा शब्दात तिची याचना एकटवली होती. गुडघ्यांवर कोसळत, मान खाली घालत, दोन्ही हात जोडून पुन्हा एकदा ती विवश होत म्हणाली, ''कृपा कर!''

वसू अवाक झाला. काय बोलावं ते इन्द्राला सुचेना. मेनका आणि चक्क त्याच्या पायाशी? आजवरचा तिचा ताठा गेला कुठे? सौंदर्याची आणि स्वाभिमानाची ती मूर्ती त्याच्या पायाशी भग्न होऊन पडली होती. तिच्या प्रतिष्ठेच्या जोडीने तिचा आत्मादेखील विकल झाला होता. आपल्या ह्या विजयाचा इन्द्राला फार संतोष वाटला. आज त्याने तिला भंग केलं होतं.

''तुझ्याबद्दल किती काय वाटतं काय सांगू?'' संधीचा अचूक फायदा करून घेत तो बोलू लागला. ''तुझं सौंदर्य, तुझी आत्मियता, तुझं प्रेम. वसूसाठी असलेलं प्रेम.'' कितीही मवाळ स्वर वापरला तरी त्याच्या बोलण्याला असलेली निर्दयतेची झाक लपली नाही. ''तुझी तळमळ, तुझी निराशा... सारं समजतं आहे मला आणि म्हणूनच मी तुझ्यासमोर पर्याय ठेवतो आहे.'' इतकं बोलून तो मुद्दामच थांबला. मेनकेने आशेने त्याच्याकडे पाहिलं. ते जाणवून तो म्हणाला, ''एकतर तू मुलाचा त्याग कर नाहीतर...' मुद्दामच नाटकीपणा करत तो थबकला. आपलं बोलणं ऐकण्यासाठी त्या दोघांनी जीवाचे कान केले आहेत हे लक्षात येताच तो विकृत आनंदाने म्हणाला, ''...नाहीतर ज्या स्वर्गाचा एवढा तिरस्कार करतेस, तो स्वर्ग आणि वसू ह्या दोघांना सोडून जा.'' मग मुद्दामच मधाळ स्वरात त्याने तिला विचारलं, ''काय सोडायला आवडेल तुला?''

त्याच्या ह्या प्रश्नावर तिथे नीरव शांतता पसरली. जणू काळाची गती थांबली होती. मेनका श्वास घ्यायला विसरली. मोकाट धावणाऱ्या तिच्या विचारांमधून क्षण सैरावैरा इतस्ततः विखुरल्याची जाणीव तिला झाली. भानावर येत मुठी घट्ट आवळून घेत तिने खोल श्वास घेतला. तिचा चेहरा आता निर्विकार झाला होता. डोळ्यांत मात्र आग पेटली होती. इन्द्राने मुद्दामच तिला पेचात पकडलं होतं. कुठलाही पर्याय निवडला तरी तिच्या वाटेला पराभव येणार होता. त्याचा ढोंगीपणा ती ओळखून होती, तरीही तिला नकार देण्याचा अधिकार होता. आपलं नशीब आकाराला येतं ते केवळ आपल्या निवडीमुळे हे तिला त्या क्षणी उमगलं. मात्र इथे प्रश्न फक्त तिच्या नशिबाचा नव्हता. तिच्याबरोबरीने तिच्या होणाऱ्या बाळाचा आणि तिच्या प्रियकराचा प्रश्न होता तो.

आवंढा गिळत ती अस्फुट स्वरात म्हणाली, ''स्वामी, तुम्ही म्हणता तसंच होईल. बाळ जन्माला येताच मी त्याचा त्याग करेन.'' तिने इन्द्राकडे विचित्र नजरेने रोखून पाहिलं. ती नेमकी कोणती भावना होती हे तो समजू शकला नाही.

तिच्या दृष्टीने सारं काही संपलं होतं. इतकं सगळं होऊनदेखील अतिशय डौलात ती तिथून निघून गेली. असा डौल इतर कुणीच दाखवू शकलं नसतं. तिला नमवूनही इन्द्र मनातून अस्वस्थ झाला. त्याला लक्षात आलं होतं की, ती त्याला कधीच क्षमा करणार नव्हती. त्याने स्वतःलाच प्रश्न विचारला, 'मी तरी तिला कधी क्षमा करू शकणार आहे का?'

नीरसपणे तो वसूला म्हणाला, ''बाळ जन्माला आल्यावर तिच्या नजरेस पडणार नाही ह्याची काळजी घे. तिने जर बाळाला पाहिलं किंवा उचलून घेतलं तर मात्र ती कधीही बाळाला सोडू शकणार नाही. तिला निदान त्या वेदनेतून तरी वाचव.''

''तिच्या वेदनेची एवढी काळजी आहे तर तू का नाही वाचवलंस तिला?'' वसूने वर्मावर बोट ठेवलं.

खेदाने मान हालवत इन्द्र म्हणाला, ''हे बघ वसू, उगाच तिच्या आडून माझ्यावर बाण सोडू नकोस. ह्या क्षणी मी तुला स्वर्गातून घालवून देऊ शकतो. माझ्या संयमाची परीक्षा घेऊ नकोस. इथून पुढे आपल्यातली मैत्री संपुष्टात आलेली आहे हे तुझ्या लक्षात आलंच असेल. तुम्ही केलेल्या कृत्याचे परिणाम एक ना एक दिवस तुम्हाला भोगावे...''

त्याच्याकडे स्थिर नजरेने पाहत वसू म्हणाला, ''ते तर आम्ही तसेही भोगत आहोत.''

# सूड

परत आलेला कौशिक अंतर्बाह्य बदलेला होता हे हेमवतीच्या लक्षात आल्यावाचून राहिलं नाही. त्याची नेहमीची शांतता, समाधान, इतरांना जिंकून घेणारं आणि कुठल्याही वादात सरशी करून देणारं ते हसू अचानक कुठेतरी हरवलं होतं.

त्याच्या अस्वस्थतेमागे काय कारण असावं हे लक्षात यायला तिला वेळ लागला नाही. पराभवाचं शल्य! तो लवकरच ह्यातून बाहेर पडेल अशी तिला आशा होती. क्षणोक्षणी बदलणाऱ्या त्याच्या वृत्तीशी ती सुपरिचित होती. ह्या क्षणाला आनंदात असणारा कौशिक पुढच्या क्षणी संतापलेला आणि त्यानंतर क्षणार्धात शांत झालेला पाहायची सवय तिला होती. तरीदेखील आत्ताची त्याची ही शांतता तिला खदखदणाऱ्या ज्वालामुखीची आठवण करून देत होती; पण वरवर मात्र त्याने जाड पापुद्रा ओढून घेतला होता. त्यातून बाहेर यायची चिन्हं दिसत नव्हती.

''त्याचा तुम्ही जितका जास्त विचार कराल तितका तुम्हाला त्रास होईल,'' त्याचा हेकट स्वभाव माहिती असूनही तिने त्याला समजावण्याचा प्रयत्न केला.

अत्यंत निर्विकार स्वरात त्याने तिला प्रश्न केला, ''तुझ्या वाट्याला कधी अपमान आला आहे?''

'हो, तुम्ही तुमच्या इतर राण्यांबरोबर असता त्या प्रत्येक वेळेस अपमानाचं दारुण दुःख मला होतं...' तिच्या मनात आलं.

वरवर मात्र ती म्हणाली, ''अगदी असाहाय्य वाटत असेल अशा वेळेस. कदाचित, ती घटना इतकी महत्त्वाची नसेलही; परंतु तुम्ही तिला जे अवाजवी महत्त्व देत आहात त्यापायी तुम्ही स्वतःचा छळवाद करून घेत आहात. जे झालं ते विसरण्याची तुमची तयारी नाही.''

आपले रुंद खांदे उडवत कौशिक म्हणाला, ''माझा पराभव असा सहजासहजी विसरणार नाही मी. त्या म्हाताऱ्याने जे केलं त्याचे परिणाम तर त्याला भोगावे लागतीलच.''

आपल्या पतीच्या ह्या बोलण्यावर हेमवती अवाक झाली. तिने किंचित त्वेषाने विचारलं, ''त्यात त्यांचं काय चुकलं? खरं म्हणजे तुमचं चुकलं होतं. विनाकारण अधिकाराचा गैरवापर करून तुम्ही त्यांची कालवड हिसकावून घेऊ पाहत होतात. त्यांनी केवळ तिचं संरक्षण केलं. स्वतःच्या अहंकारापायी आपली निर्णयक्षमता गमावून बसू नका,'' आपण हे काय भलतंच बोलून बसलो हे लक्षात येताच ती एकदम गप्प बसली; पण आता काय उपयोग? तिचे शब्द ऐकताच कौशिकचा चेहरा संतापाने फुलून आला.

पटकन सावरून घेत ती म्हणाली, ''तुम्ही अत्यंत न्यायप्रिय आहात हे माझ्या इतकं कोण जाणतं? पण तुम्ही एक लक्षात घेतलं पाहिजेत की, तुम्ही महाराज आहात. जे तुमचं नाहीच ते मिळवण्याची चूक तुम्ही केलीत. आता घडलेल्या प्रमादाला निष्कारण अनिष्ट वळण देऊ नका.''

''मी? मी अनिष्ट वळण देतो आहे? माझा अहंकार?'' अत्यंत थंड स्वरात कौशिकने प्रश्न केला. ''राजा म्हणून असलेल्या अधिकाराचा गैरवापर करतो आहे मी? नाही प्रिये! मी हे जाणून चुकलो आहे की, राजाच्या अधिकारालादेखील मर्यादा असतात. मी राजा असलो तरी त्या वृद्ध ऋषीवर मी विजय प्राप्त करू शकलो नाही. उलटपक्षी माझी हार झाली. मला दुर्बल करणाऱ्या ह्या अधिकाराचाच त्याग करणार आहे मी...'' प्रत्येक शब्द ठामपणे उच्चारत कौशिकने आपला मनोदय व्यक्त केला.

आणि ह्या वाक्यासरशी त्याची अवघी देहबोली बदलली. खांदे मागे गेले. पाठ सरळ झाली. मस्तक उंचावलं. चेहऱ्यावर दृढनिश्चय झळकू लागला. आपल्या तोंडून बाहेर पडलेल्या शब्दांचा सखोल अर्थ लक्षात येताच तो अधिक खंबीर झाला.

हेमवतीच्या पोटात भीतीने खड्डा पडला. त्याच्या बोलण्याचा अर्थ लक्षात येऊनही तिने विचारलं, ''म्हणजे? अर्थ काय तुमच्या म्हणण्याचा? सिंहासनावरचा आपला अधिकार सोडणार तुम्ही?''

शांतपणे मान डोलावत कौशिकने तिच्या म्हणण्याला दुजोरा दिला. त्याची नजर आता निश्चल झाली होती. ''अधिकारपदाचा गैरवापर करण्याचा मोह मला पुन्हा होऊ नये म्हणूनच मी माझं सिंहासन, हे राजेपण आणि हे राज्य ह्या साऱ्यांचा त्याग करण्याचा संकल्प केला आहे.''

हे काय भलतंच ऐकते आहे मी! भीतीने तिचं हृदय आता धडधडू लागलं होतं. कौशिक कुठल्यातरी निर्णयाप्रत येऊन पोहोचला होता, त्यामुळे त्यांच्या सर्वांच्या आयुष्याला कलाटणी मिळणार होती हे तिला जाणवल्यावाचून राहिलं नाही.

घाईने पुढे होत ती म्हणाली, ''थांबा! कुठलाही अविचार करू नका. हे एखादं युद्ध नाही. एखाद्या ऋषीच्या आकसापायी तुम्ही राजेपण सोडून देऊ शकत नाही. ह्या राज्याप्रती तुमची जबाबदारी आहे. मी म्हणते, का सोडायचं हे राजेपण? तुम्हाला त्या ऋषींबद्दल आकस वाटतो आहे म्हणून? ह्या क्षणी तुम्हाला आवश्यकता आहे ती नम्रता धारण करण्याची. अपमानाच्या आठवणींना उजाळा देण्याची नाही. प्रतिशोधाच्या ह्या अविचारापायी तुमचं अधःपतन होईल. झाला गेला प्रसंग विसरत का नाही तुम्ही?'' तिचा स्वर व्याकूळ झाला होता. डबडबलेल्या नजरेने ती पुढे म्हणाली, ''वसिष्ठ ऋषी कुठल्याही राज्यात दीर्घकाळ वास्तव्य करत नाहीत. एव्हाना आपलं राज्य सोडून ते दुसरीकडे गेले असतील. मला खात्री आहे की, झालेला प्रसंग त्यांनी मनातून काढून टाकला असेल. तसाच तो तुम्हीही काढून टाकावात हे योग्य ठरेल. आपलं कुटुंब, राजेपण रयत आणि राज्य हे सारं पणाला लावून सूड घेण्याची ही काय भलतीच भावना?'' आपल्या राज्यावर आणि प्रजेवर त्याचा किती जीव आहे हे माहीत असल्यामुळे ती मुद्दाम पुढे म्हणाली, ''कान्यकुब्जनगरी आणि तिच्या रयतेला तुमची अतिशय गरज आहे.''

त्यावर कसंनुसं हसत कौशिक म्हणाला, ''मी कुठला राजा? ह्या राज्याचा की साम्राज्याचा? पूर्वापार चालत आलेल्या अल्पशा भूभागाचं स्वामित्व मिरवण्याच्या वल्गनेत मी आत्तापर्यंत गर्क होतो. समृद्ध भूमी आणि पराक्रमाचा वारसा घेऊन मी आजवर राज्य केलं. सत्ता, संपत्ती, प्रेम, आदर सारं माझ्याकडे असूनदेखील मी रिक्त आहे...'' बोलता-बोलता

त्याची नजर जणू भविष्याचा वेध घेऊ लागली. ''इतकं सगळं असूनही एका ऋषीला आणि त्याच्या वासराला अंकित करण्याचं सामर्थ्य माझ्या ठायी नाही हेच खरं. राजा म्हणून मला प्राप्त असलेल्या अधिकारांहून वरचढ अशी स्वर्गीय शक्ती प्राप्त केल्याच्या वल्गना करतात ते; पण मी दाखवून देईन त्यांना. मीसुद्धा तशीच शक्ती प्राप्त करेन...'' दीर्घ श्वास घेत कौशिक अत्यंत शांत स्वरात म्हणाला, ''मीसुद्धा तशीच शक्ती प्राप्त करेन. त्यासाठी घोर तपसाधना करेन. वसिष्ठ, त्यांची ती कालवड आणि त्यांचे शिष्यगण ह्या साऱ्यांचा नाश करणारं अस्त्र मी मिळवेन.'' त्याच्या स्वरात आता निश्चलता आली होती. ''राजेपणाच्या मर्यादेची जाणीव ह्या पराभवामुळे मला झाली आहे. मला आवश्यकता आहे ती तपोबलाची, सिद्धीची. मी योजलेलं साध्य प्राप्त करेपर्यंत माझं समाधान होणार नाही. त्यासाठी मी तपश्चर्या करेन,'' त्याचा आवाज आता किंचित चढला होता. जणू तो स्वतःला वचन देत होता. ''अमर्याद स्वर्गीय सामर्थ्य आणि अस्त्र प्राप्तीसाठी मी प्रत्यक्ष शिवशंकराला प्रसन्न करेन.''

त्याचा हात घट्ट धरत ती काकुळतीला येऊन म्हणाली, ''नाही नाथ, नाही! तुम्ही असं करू शकत नाही. तपसामर्थ्याने ईश्वराला प्रसन्न करायचं ते शुभ कार्यासाठी, अन्यथा वाट्याला शापच येतो. तुम्ही क्षत्रिय आहात. तुमच्या अविचाराचे दुष्परिणाम तुमच्या लक्षात येत नाहीत का? शत्रुत्व निभावण्याच्या तुमच्या अट्टहासापायी आपल्या साऱ्यांचा विनाश ओढवेल. अशक्यप्राय बाबींच्या मागे लागत आहात तुम्ही. वेळीच सावरा. एक राजा, पती आणि पिता म्हणून असलेली आपली कर्तव्यं तुम्ही विसरत आहात,'' विरहाच्या केवळ कल्पनेने तिचा ठाव सुटला, ''तुम्ही आमचा त्याग करू शकत नाही. तुमच्या माघारी आमच्याकडे कोण लक्ष देणार? कान्यकुब्जचं रक्षण कसं होणार?''

''आपले राजपुत्र करतील,'' शांत स्वरात कौशिकने उत्तर दिलं. ''युवराज अंधर्क राज्यकारभार पाहण्याइतका सक्षम झाला आहे. तो प्रजेच्या हिताकडे लक्ष पुरवेल. राजपुत्र मधुचंद त्याला साहाय्य करेल. तुझा आपल्या पुत्रावर विश्वास नाही का?''

''विश्वास आहे. तो सद्गुणी आहे. तो उत्तम राजा होईल; पण त्याला अजून वेळ आहे. आत्ता ह्या नगरीला गरज आहे ती तुमची. मला तुमची गरज आहे. माझं खूप प्रेम आहे तुमच्यावर. तुमच्याशिवाय मी... मी जगू

शकत नाही. तुम्ही इतके निष्ठुर कसे होऊ शकता?'' आता तिला हुंदके अनावर झाले. वेदनेने तिचा चेहरा पिळवटला. तिला असं रडताना पाहून कौशिकने डोळे मिटून घेतले. त्याच्या प्रत्येक शब्दासरशी तिचं छोटंसं जग उद्ध्वस्त होत होतं. अनिश्चततेच्या काळोख्या गर्तेत ती खोलवर गाडली जात होती; पण नुसतं पाहण्याशिवाय कौशिक काहीही करू शकत नव्हता. त्याचं स्वप्न तिच्यासाठी दुःस्वप्न ठरत होतं.

''नका जाऊ! कृपा करा! माझा त्याग करू नका,'' हात जोडून ती त्याला विनवू लागली. कुठल्याही क्षणी ती त्याच्या पायावर कोसळली असती. ''महाराज, आपल्या महत्त्वाकांक्षेपायी माझ्या सौख्याचा असा बळी देऊ नका. मी तुमची अर्धांगिनी आहे. मी तुमच्याशिवाय जगू शकणार नाही. का असा आमच्या जीवाशी खेळ करता? निदान क्षणभर तरी माझा, आपल्या मुलाबाळांचा विचार करा!'' हतबल होऊन ती रडू लागली.

तिच्या आर्जवांचा कौशिकवर कुठलाही परिणाम झाला नाही. चेहऱ्याप्रमाणेच त्याचा स्वरही निर्विकार झाला होता, ''अपयशी पती आणि अपयशी पिता हा कलंक स्वीकारायला मी तयार आहे. अवमानित राजा म्हणून ओळखलं जाण्यापेक्षा निष्ठुर पती किंवा पिता म्हणवून घेण्याची माझी तयारी आहे.'' हाताच्या मुठी घट्ट आवळून घेत तो म्हणाला, ''इथून पुढे तेच माझं ध्येय आहे.''

त्याच्या ह्या स्पष्टोक्तीमुळे हेमवती हादरली. ''आणि आमचं काय? स्वतःच्या स्वार्थापायी आमचा त्याग करण्याचा निष्ठुरपणा तुम्ही करत आहात.'' सरळसरळ त्याच्यावर आरोप करत ती निश्चयाने बोलू लागली, ''अतिशय भित्रे आहात तुम्ही. अहंकाराला साधी ठेच बसलेली सहन होत नाही तुम्हाला. पराभव स्वीकारण्याचा मोठेपणा नाही तुमच्यात.'' मोठ्या कष्टाने अश्रू आवरून धरत ती पुढे म्हणाली, ''स्वतःच्या अहंकाराला फुंकर घालण्यापायी तुम्ही तुमच्यावर प्रेम करणाऱ्या सर्वांना तोडून टाकत आहात. ज्ञान आणि प्रज्ञा प्राप्त करण्याच्या मोठ्या गोष्टी करत आहात; पण मी तर म्हणेन की, तुमच्या इतकी दोषास्पद व्यक्ती माझ्या तरी पाहण्यात नाही. निव्वळ कीर्ती मिळवण्याच्या हव्यासापायी आपल्या कुटुंबाला वाऱ्यावर सोडून देणारा दुसरा कोणी मला माहीत नाही!''

कौशिकाने हेमवतीला जितक्या वेदना दिल्या होत्या, तितक्या ती त्याला देऊ पाहत होती. तसंही शब्दातून संताप व्यक्त करण्याव्यतिरिक्त

तिच्याकडे दुसरं काय होतं? किती पाषाणहृदयी होता तो! आणि अशा ह्या माणसावर ती किती भाबडेपणाने प्रेम करत राहिली. तिला स्वतःचाच संताप आला. एकदा तो इथून गेला की, पुन्हा परतणार नाही हे ती जाणून होती. त्याला कायमचं गमावण्याची कल्पना तिच्या संतापात भर घालत होती.

दुःखाचा आवेग तिला सोसवेना. अचानक तिची स्मृती चाळवली. नववधूच्या रूपात तिने राजप्रासादात प्रवेश केल्यावर वयाने ज्येष्ठ असलेल्या तिच्या नणंदेने तिला बजावलं होतं, ''तुझ्यापुढे एक विचित्र भविष्य उभं आहे. राजपुत्र म्हणून जन्माला आलेल्या कौशिकचं संगोपन जरी राजा म्हणून झालेलं असलं तरी एक दिवस असा येईल की, तू त्याला गमावशील. युद्धात नाही... ऋषिपद प्राप्त करण्यासाठी कौशिक साऱ्याचा त्याग करेल.''

सत्यवतीचं सांगणं म्हणजे निव्वळ कल्पनेच्या भराऱ्या आहेत, असं वाटून हेमवती त्या वेळेस निरागसपणे हसली होती. एखादा राजा ऋषी कसा काय होईल? एखादा योद्धा ज्ञानप्राप्तीपायी आपली शस्त्रास्त्रं आणि युद्ध कौशल्य सोडून देईल हे तिच्यासाठी त्या दिवशी अनाकलनीय होतं. आज मात्र तिच्यासमोर उभ्या असलेल्या कौशिककडे पाहताच तिला सत्यवतीच्या बोलण्यातलं तथ्य जाणवलं. सूर्याच्या मावळत्या प्रकाशात ती समजून चुकली की, काही वर्षांपूर्वीचं भविष्य आज वर्तमानाच्या स्वरूपात तिच्यासमोर उभं ठाकलं होतं.

तिच्या डोळ्यांतून झरझर अश्रू वाहू लागले. ती विशिष्ट घटिका येऊन ठेपली होती.

❦

मेनका अतिशय क्लांत झाली होती, तरीही बाळाला पाहायची उत्सुकता तिच्या मनात दाटली होती. बाळाचा पहिला 'ट्यॅह्यॅ-ट्यॅह्यॅ' तिच्या कानावर पडला होता; पण अजून बाळाचा पहिला स्पर्श तिला झाला नव्हता. आपल्याला पुत्र झाला आहे की कन्या हेही तिला माहीत नव्हतं. तिच्या मनात कन्येची आस इतकी तीव्र होती की, आपल्याला कन्याच झाली असणार ह्याची तिला खात्री वाटत होती. कशी असेल ती? सुंदरच असणार, माझी लेक आहे ती, मेनकेच्या मनात आलं; पण त्या वाटण्यात कुठेही आढ्यता नव्हती. लेकीचं नाव काय ठेवायचं ह्याबद्दल तिची आणि वसूची चर्चा झाली होती. प्रमद्वरा - सावधानता बाळगणारी, काळजी घेणारी.

आपल्या मातेसारखी ती नक्कीच नसणार, निव्वळ विचारानेही मेनकेच्या मनात कडवटपणा दाटला. बाळाच्या नावामुळे आपल्याला सतत आपल्या निष्काळजीपणाची आणि निष्ठुरपणाची आठवण येत राहील. इथून पुढे 'पाषाणहृदयी माता' असा ठपका मेनकेवर कायमचा लागणार होता. एक वेळ इतर सर्वांना तोंड देणं जमेल; पण स्वतःला मेनका कशी सामोरी जाणार होती? वियोगाची कल्पना असह्य होऊन तिने मुठी आवळून घेतल्या. तिच्या मुलायम तळहातात तिचीच नखं रुतली. अजूनही तिच्या नजरेस न पडलेल्या बाळावर तिला पाणी सोडायला लागणार होतं.

''कुठे आहे माझं बाळ?'' सगळं बळ एकवटून तिने तिलोत्तमेला विचारलं. सर्व अप्सरांमध्ये तिलोत्तमा तिची प्राणप्रिय सखी होती. चेहऱ्यावर आश्वासक हसू खेळवत तिलोत्तमा म्हणाली, ''पटकन वसूला बोलावते हं.'

उडवाउडवीची उत्तर देणं हा तिलोत्तमेचा स्वभाव नाही हे मेनका जाणून होती. तिच्या मनात शंकेनं घर केलं. तितक्यात वसू दालनात आला. अधीर स्वरात तिने विचारलं, ''कुठे आहे ती? मला पाहू का नाही देत तिला?''

भकास नजरेने वसूने उत्तर दिलं, ''मेनका, आता तू तिला कधीही बघू शकणार नाहीस. त्याने कोणाचंही भलं होणार नाही.''

घायकुतीला येत तिने आर्त स्वरात विचारलं, ''म्हणजे? मी बघू शकणार नाही? का?''

मोठ्या कष्टाने धीर एकवटत वसू म्हणाला, ''तिला आता दुसऱ्याच्या हाती सोपवण्यात आलं आहे.''

म्हणजे कन्या होती तर! त्या उद्वेगातही मेनकेला समाधान वाटलं; पण उपयोग काय? डोळेभरून पाहतासुद्धा आलं नव्हतं, जवळ घेणं दूरच. आता कधीच दिसणार नाही ती माझ्या नजरेला! निव्वळ विचाराने मेनकेला पान्हा अनावर झाला.

''का?'' तिने अगतिकपणे प्रश्न केला. ''नाहीतरी तिला माझ्यापासून दूर करणारच होतात तुम्ही सगळे. मग थोडा वेळ माझ्याबरोबर राहू का दिलं नाहीत?'' हृदय छिन्नविच्छिन्न झाल्याची भावना तिला जाणवली. असाहाय्यपणे ती पुढे म्हणाली, ''मातृत्वाचा अनुभव माझ्यापासून असा का हिरावून घेतलात? तिच्याबरोबरचा माझा तो एकमेव क्षण होता!'' आपल्या वेदना जाणवते आहे की संताप येतो आहे हे तिचं तिलाच आता कळत नव्हतं.

निरुपायाने वसू म्हणाला, ''ती आपली कुठे होती? म्हणूनच शक्य तितक्या लवकर तिला योग्य जागी पोहोचवलं. फार सुंदर होती गं ती...'' त्याचा कंठ दाटून आला. ''तू बघितलं असतं ना तिला तर कधीही तिचा त्याग करू शकली नसतीस. आजवर इतकं सोसलं आहेस तू, तुम्हा दोघींच्या ताटातुटीचं दुःख मला सोसवलं नसतं,'' गदगदलेल्या स्वरात वसू म्हणाला. ''शिवाय, तो क्षण पेलणं तुला अशक्य झालं असतं.''

त्याच्याकडे रोखून पाहत ती म्हणाली, ''तुला भीती होती की तिला पाहताच मी तुला सोडून, ही अमरावतीनगरी सोडून तिच्यासह इथून निघून जाईन म्हणूनच माझ्या नजरेस तिला न पडू देता तू तिची इथून रवानगी केलीस.'' त्याच्या मनातले विचार तिने अचूक ओळखले होते.

त्याचा चेहरा पांढरा पडला. ''मेनका, अगं जन्मदाता आहे मी तिचा. तुला वाटतो तसा निष्ठुर नाही मी,'' तो पुटपुटला. ''ह्या अमरावती नगरीत आपण तिला ठेवून घेऊ शकलो नसतो. मला सांग तिच्यासाठी आपण अमरावतीचा त्याग करणार होतो का? मला वाटतं ह्या प्रश्नाचं उत्तर देण्याचं धैर्य तुझ्यात असेल तर तुला तुझं उत्तर मिळेल.''

त्याचं बोलणं ऐकताना मेनकेने खालचा ओठ दाबून धरला होता. मनातील दुःख आणि आवेग आवरत तिने विचारलं, ''आता कुठे आहे ती?''

''ऋषी स्थुलकेशींच्या आश्रमात.''

''तू बोललास का त्यांच्याशी? ती आपली लेक आहे हे सांगितलंस ना त्यांना?''

''हो; पण मेनका इथून पुढे आपण तिचे पालक नाही,'' मन घट्ट करत तो म्हणाला. ''आपल्या पोटचं पोर परक्याला सोपवणं फार कठीण असतं गं, मन विदीर्ण होतं. अपराधीपणाची भावना दाटून येते. अशी वेळ कोणावरच येऊ नये. तुझ्या वाट्याला हे सारं येऊ नये म्हणून मी ते केलं. तुझ्या दुःखात अजून भर पडावी अशी माझी इच्छा नव्हती.''

''वसू, माझे निर्णय तू घेऊ नकोस. आता मला तिला कधीही पाहता येणार नाही, जाणून घेता येणार नाही. तिची आठवण मी मनात जतन करून ठेवली असती,'' मेनकेचा स्वर चिरका झाला. ''वसू, अरे हे मी काय करून बसले! पोटच्या लेकीचा त्याग केला रे मी!'' हुंदके देत ती पुढे म्हणाली, ''माझ्यासमोर पर्याय होता की...''

अस्वस्थ होत वसू म्हणाला, ''तुझ्या लक्षात का येत नाही? अतिशय धूर्त खेळी होती ती. तू आणि ती... कसा काय निभाव लागला असता तुमचा?''

''जसा तिचा एकटीचा निभाव लागणार आहे तसाच...'' मेनकेला रडू अनावर झालं. काही एक न बोलता वसूने तिला अलगद मिठीत घेतलं. त्याच्या छातीवर डोकं ठेवून तिने अश्रूंना वाट मोकळी केली. पुढचे काही क्षण तिच्या हुंदक्यांचाच काय तो आवाज येत होता. अचानक ती रडायची थांबली. तो काहीच का बोलत नव्हता? ती चमकली.

''तू इन्द्राच्या आज्ञेचं पालन करत होतास,'' तिचा तर्क अचूक होता. ती कडवटपणे पुढे म्हणाली, ''...नेहमीप्रमाणेच.''

वसूच्या चेहऱ्यावरचा रंग उडाला. ''ह्या क्षणाला तू त्रस्त...''

''तरीही माझा कयास खरा आहे. इन्द्राच्या सूचनेमुळे तू मला प्रमद्वराचा चेहरादेखील पाहू दिला नाहीस,'' सात्त्विक संतापाने तिच्या अंगाची लाहीलाही झाली. लेकीचं नाव घेतल्याने मातृत्वाचा हक्क जतावण्याची भावना तिच्या मनात उद्भवली; पण ते किती क्षणैक आहे हे तिलाही माहीत होतं. ''म्हणूनच तू इन्द्राचं म्हणणं ऐकून हे कृष्णकृत्य केलंस,'' ती आवेगाने म्हणाली.

''तुझ्या वेदना कमी करण्याचा प्रयत्न करत होतो मी,'' तिचे थरथरणारे हात हळुवारपणे कुरवाळत तो आपली बाजू मांडू लागला; पण त्यामुळे तिचा संताप आणखीनच वाढला.

''आणि त्याने मला दुखावण्यासाठी हे सगळं केलं!'' ती तिरस्काराने ओरडली. ''ते तू अमलात आणलंस. वसू, पुन्हा एकदा त्याने तुझा वापर केला आहे – तोही माझ्या विरुद्ध. एक दिवस तो आपल्या दोघांची ताटातूट करेल. आपल्याला एकत्र पाहून त्याच्या नजरेत उमटलेले भाव मी विसरू शकत नाही. आपला निर्णय स्वीकारला आहे असं तो जरी वरकरणी दाखवत असला तरी तो असा गप्प बसणार नाही. आपले एकमेकांबरोबरचे क्षण सौख्याचे होऊ नयेत, ह्यासाठी तो वाट्टेल त्या थराला जाईल.''

मान डोलावत वसू म्हणाला, ''आपण त्याला तसं करू दिलं तरच!'' तो त्वेषाने पुढे म्हणाला ''तू नेमकं तेच करते आहेस. आजवर अनेकदा चर्चा करून आपण दोघांनी हा निर्णय घेतला होता. अटळ होता तो. आज मात्र तू टोकाची प्रतिक्रिया देते आहेस. हो, पर्याय होता आपल्या

समोर. आपल्या लेकीला, प्रमद्वरेला आपण जवळ ठेवू शकणार नाही हा आपल्या दोघांचा निर्णय होता.'' दालनात शिरल्यापासून त्याने आपल्या लेकीचं पहिल्यांदाच नाव घेतलं. प्रत्येक शब्दावर जोर देत तो किंचित कठोरपणे म्हणाला, ''मेनका जे घडलं आहे त्याचा स्वीकार कर. इन्द्राच्या मनात आपलं भलं असेल असा विचारही करू नकोस. इथून पुढे आपण त्याचे लाडके नाही हे लक्षात घे. एक ना एक दिवस तो आपल्याला विद्ध करणार हे नक्की. असं असूनही तू निष्कारण मला दूषणं देते आहेस. तुझ्या अशा वागण्याने आपल्यामध्ये दरी पडेल.''

आत्ता कुठे त्याची वेदना मेनकेच्या लक्षात आली.

''खरं आहे तुझं. मी तुला दोष देता कामा नये,'' अस्फुट स्वरात असं म्हणत तिने निश्चयाने डोळे पुसले. तिचा चेहरा हलकेच तळव्यात धरत वसू मायेने म्हणाला, ''कृपा करून त्याला आपल्यामध्ये येऊ देऊ नकोस. त्याचा हेतू सफल होऊ देऊ नकोस. मी आता शेवटचं सांगतो तुला. मी जे केलं ते तुझ्या यातना कमी करण्यासाठी केलं. तुला दुखावण्याचा माझा कधीही हेतू नव्हता. तू म्हणतेस त्याप्रमाणे मी त्याच्या आज्ञेचं पालन केलं; पण ते निव्वळ तुझ्या भल्यासाठी. तुझ्या वेदनेची जाणीव मला होती म्हणूनच मी त्याचं म्हणणं ऐकलं...''

''पण वसू आजवर हेच करत आला आहे ना. इन्द्राचं आज्ञापालन?'' अचानक कडवट स्वर उमटला. तो होता उर्वशीचा! मेनकेने तिचा स्वर अचूक ओळखला.

ते ऐकताच वसू ताठरला. मेनकेभोवतीची मिठी सैल करत तो जायला वळला. त्याची अगतिकता पाहून मेनकेच्या मनात अपराधीपणाची भावना दाटून आली. त्यालाही असह्य वेदना होत असतील; पण स्वतःच्या दुःखापुढे मी ते लक्षातही घेतलं नाही. उलट त्याच्यावरच दोषारोप करत राहिले. खालचा ओठ दाबून धरत तिने त्याचा हात घट्ट धरला. आपला हात हळुवारपणे सोडवत तो म्हणाला, ''मी गेलेलं बरं.'' जाण्याआधी त्याने तिच्या ओठांवर हळुवार ओठ टेकवले. तिने आवेगाने त्याला प्रतिसाद दिला. तो इथून जाऊ नये असं तिला कितीही वाटत असलं तरी त्याने जाण्यात त्याचं भलं होतं. अन्यथा, त्याला उर्वशीचे वाग्बाण झेलावे लागले असते. त्याच्या हातून घडलेल्या कृत्यानंतर तो सरळ मानेने उर्वशीसमोर उभं राहू शकत नव्हता. भलेही ते कृत्य करायला इन्द्राने त्याला भाग पाडलं असलं तरी.

त्याच्या ओठांच्या आश्वस्त स्पर्शाने मेनका सावरली. डोळे पुसत साशंकतेने तिने उर्वशीकडे पाहिलं. उर्वशीच्या चेहऱ्यावर उत्साहाचं नाव नव्हतं तरीही तिची डौलदार देहबोली खचितच आकर्षित करत होती. उर्वशी सर्वांत सुंदर अप्सरा होती आणि म्हणूनच इतर अनेक अप्सरा तिला पाण्यात पाहत.

उर्वशी – स्वतःच्या मनावर नियंत्रण असलेली; पण गंमत म्हणजे हेच नियंत्रण ती हरवून बसली होती – तेही मर्त्यधर्मी पुरूरवापायी. प्रतिष्ठान नरेश पुरूरवा तिच्या सौंदर्याने इतका घायाळ झाला होता की, तिच्यासाठी पत्नी, राज्य इतकंच नाही, तर पृथ्वीचा त्याग करायलादेखील तो तयार होता; परंतु स्वर्गामध्ये मानवांना कायम वास्तव्याची अनुमती नसल्यामुळे त्याचा निरुपाय झाला. त्याच्या शौर्यापेक्षा उर्वशी त्याच्या शब्दांवर मुग्ध झाली होती. त्याच्या प्रेमात आकंठ बुडालेली उर्वशी स्वर्ग सोडून पृथ्वीवर वास्तव्याला तयार झाली होती. मात्र त्या आधी तिने दोन अटी त्याच्या समोर ठेवल्या. एकतर त्याने तिच्या कोकराचा सांभाळ केला पाहिजे आणि दुसरं म्हणजे तिच्या व्यतिरिक्त इतर कुणीही त्याला विवस्त्रावस्थेत पाहता कामा नये. त्याने पुन्हा आपल्या पत्नीकडे जाऊ नये हा स्वार्थी विचार त्या अटीमागे होता. त्यायोगे तो उर्वशीशी निष्ठावंत राहील, ह्याची तिला खात्री होती. प्रेमापायी सारासार विचार घालवून बसलेल्या पुरूरवाने तिच्या दोन्ही अटी क्षणार्धात मान्य केल्या. त्यानंतर कितीतरी काळ त्या दोघांनी पृथ्वीवरती आनंदाने कालक्रमण केलं. उलटणाऱ्या वर्षांचं भान त्यांना नव्हतं. जेव्हा इन्द्राला तिची उणीव भासू लागली, तेव्हा तिला स्वर्गात परत आणण्यासाठी त्याने तिच्याच अटींचा खुबीने वापर केला. वसूच्या मदतीने त्याने गुप्त कट रचला. एका मध्यरात्री दोन गंधर्वांच्या सोबतीने वसूने तिचं कोकरू पळवून नेलं. कोकराचं केकाटणं ऐकून उर्वशीने धास्तावून पुरूरवाला जागं केलं. कोकराचा आवाज कोणत्या दिशेने येत आहे हे चतुर पुरूरवाला अचूक उमगलं. चपळाईने तो त्या दिशेने धावला. नेमक्या त्याच क्षणी इन्द्राच्या योजनेनुसार आकाशात विजा चमकल्या. त्या उजेडात विवस्त्र पुरूरवा इतरांच्या नजरेस पडला. उर्वशीने वसूला ओळखलं; परंतु अटीभंग झाल्यामुळे तिला निरुपायाने स्वर्गात परत यावं लागलं. ह्या कटामध्ये वसूने इन्द्राला साथ दिल्यामुळे तिच्या मनात वसूबद्दल तिडीक बसली ती कायमची. त्या गोष्टीला कितीतरी काळ लोटला होता; परंतु ती वसूला क्षमा

करायला आजही तयार नव्हती. कधी कधी तिचा संताप उफाळून येत असे, जसा तो आज आला होता.

तिला पाहताच वसूने काढता पाय घेतला; पण तिच्या स्वरातला कडवटपणा तो चुकवू शकला नाही. ''विरहाचं जे दुःख तू मला भोगायला लावलंस तेच तुझ्याही वाट्याला यावं अशी आशा करते मी.''

तिच्या ह्या बोलण्यासरशी मेनका चमकली. ''वसूसाठी तू ज्या भविष्याची आशा करते आहेस, त्याची धग मलाही लागणार, हे लक्षात येतं आहे ना तुझ्या,'' तिने व्याकूळपणे विचारलं.

''नाही, तसं काही होणार नाही आणि त्याने केलेल्या पापापासून तू त्याला कशी वाचवू शकशील? तुझं त्याच्यावर कितीही का प्रेम असेना, त्याने मला ज्या यातना सहन करायला लावल्या त्या त्यालाही सोसाव्या लागल्याच पाहिजेत... कावेबाज, दुबळा!''

''हे वर्णन तर इन्द्राला लागू होतं,'' मेनका उसन्या अवसानाने म्हणाली. ''तू हे विसरते आहेस की, वसू फक्त आज्ञापालन करत होता. तू परत यावीस ही इन्द्राची उत्कट इच्छा होती. त्यासाठी त्याने वसूला कृष्णकृत्य करायला भाग पाडलं.''

''छे! मला नाही वाटत तसं. वसू इन्द्राचा सखा आहे. त्या दोघांनी मिळून हा कट रचला होता. शिवाय चित्रसेन आणि तुम्बरू ह्यांच्याप्रमाणे वसूच्या शब्दालादेखील मान आहे.''

''तो तर प्रत्यक्ष गंधर्वराज आहे. उत्तम तत्त्वज्ञ आणि स्वर्गीय आवाज लाभलेला परिपूर्ण गायक आहे तो. अग्नी आणि चंद्राच्या खालोखाल त्याला पूजेचा मान दिला जातो. तो अर्धदेव आहे. स्वर्गामध्ये तो एकमेव अमर्त्य गंधर्व आहे. वसू म्हणजेच प्रेम म्हणूनच पृथ्वीवरच्या स्त्रियांदेखील त्याची पूजा करतात,'' बोलता बोलता मेनकेने सुटलेल्या केसांचा सैलसर आंबाडा गुंफला. ''वसू तुला कधीही दुखवणार नाही. निर्णय घेणं त्याच्या हाती नव्हतं. तूही जाणतेस की, तो अत्यंत मायाळू आहे. उर्वशी, इन्द्राने त्याला ते कृत्य करायला भाग पाडलं. खरा दोष इन्द्राचा आहे. राग काढायचा तर त्याच्यावर काढ.''

''तू म्हणतेस ते खरं असेलही; पण माझ्या मते इन्द्राचं मन वळवण्याचं सामर्थ्य वसूमध्ये होतं,'' उर्वशी त्राग्याने बोलू लागली. ''आज जेव्हा सोसण्याची वेळ वसूवर येऊन ठेपली आहे, तेव्हा त्याला इन्द्राचा खरा

रंग दिसतो आहे का? मी तर म्हणेन की, एक प्रकारे हा माझा विजय आहे. पुरूरवाला सोडून मला स्वर्गात परत यायला भाग पाडलं ह्या सर्वांनी. वियोगाचं तेच दारुण दुःख आज वसूला विकल करतं आहे.''

''ह्या सर्व कारस्थानामागे असलेला इन्द्र तर आजही मोकळा फिरतो आहे, त्याचं काय? त्याला कोण खडसावणार?'' मेनकेने नेमकं वर्मावर बोट ठेवलं. ती ठामपणे पुढे म्हणाली, ''वियोगाचं दुःख तुला झालं; पण त्याला वसू जबाबदार नसून इन्द्र आहे. तू स्वर्गात परत यायला हवी होतीस ती त्याला म्हणूनच त्याने हे कारस्थान रचलं. ज्या उघडपणे तू वसूच्या तोंडावर आरोप करते आहेस, ती धिटाई इन्द्रासमोर दाखवशील का? उर्वशी, मित्र आणि वरुण ह्या दोन जुळ्या देवांपासून पुत्रप्राप्ती करून घेण्याचं सामर्थ्य तुझ्यात आहे. तुझी शक्ती उल्लेखनीय आहे. असं असताना थेट इन्द्राला प्रश्न का विचारत नाहीस?''

काय उत्तर द्यावं हे उर्वशीला सुचेना. तिने ओठ घट्ट आवळून घेतले. तिने वसूशी इतक्या निष्ठुरपणे वागू नये एवढाच मेनकेचा प्रयत्न होता. किंचित मवाळपणे ती पुढे म्हणाली, ''उर्वशी, तुझ्यामुळेच सागरराज मित्र आणि सरिताराज वरुण ह्यांना अगस्ती आणि वसिष्ठासारखे अयोनी पुत्र प्राप्त झाले. तुझ्या निव्वळ अस्तित्वाने देवांचं जे वीर्यस्खलन झालं ते एका मृतिका पात्रात साठवलेलं होतं. वरुण आणि मित्राच्या निर्लेप प्रेमाने भारावून जात तू त्या दोघांच्या अपत्यांची अयोनी माता होण्याचं मान्य केलंस. तुझी ती कणव आमच्या दोघांच्या वाट्याला नाही का येऊ शकत?''

कठोर चेहऱ्याने उर्वशी म्हणाली, ''कशी काय येईल? वसूच्या कृत्याला मी कधीच क्षमा करू शकत नाही; पण आता मात्र मला वाटतं आहे की, त्याच्याविषयी मला वाटणाऱ्या दुर्भावनेला थोडी मुरड घालावी. कारण, ते काम त्याचा सखा इन्द्र करतो आहे. वसूवर प्रेम करण्याचं आणि त्याच्याशी विवाहबद्ध होण्याचं जे असीम धाडस तू दाखवलंस ते इन्द्राला कदापि मान्य होणार नाही. राग, त्वेष आणि ईर्षा ह्यापायी तो काय बोलतो आहे हे त्याचं त्यालाच कळत नाही. तुम्हा दोघांची कन्या विवाहबंधनाशिवाय जन्माला आल्याच्या अफवा तो पसरवतो आहे. विवाहबंधन! अप्सरा कधीपासून विवाहबंधन स्वीकारू लागल्या?'' उसनं हसू आणत ती पुढे म्हणाली, ''तो तुझा सातत्याने छळवाद मांडत राहील. तुझा सूड उगवण्याच्या नादात त्याने तुला आपल्या लेकीला साधं पाहूदेखील

दिलं नाही, भेटीचा विचार सोड. तू आणि वसू किती काळ सहन करू शकाल हे सगळं? नुकत्याच जन्मलेल्या तुझ्या बाळाला दूर केलं त्याने; पण तू काही करू शकलीस? करू शकशील?''

अतिशय खेदाने मेनकेने आपली हार मान्य केली, ''नाही गं. तू तरी गेल्या कित्येक वर्षांत त्याच्याविरुद्ध कुठे जाऊ शकलीस? म्हणूनच स्वतःची असाहाय्यता तू आज अविचाराने वसूवर काढली आहेस. तू दे त्याला हवा तेवढा दोष. मी मात्र इन्द्राला विसरणार नाही. इन्द्र आणि त्याची पापकृत्यं. मी ती त्यालाही विसरू देणार नाही.'' खोल श्वास घेत मेनकेने स्वतःच्या दुःखावर नियंत्रण ठेवण्याचा प्रयत्न केला. ''पण कसं साध्य करणार आहे मी हे सगळं? काही खरं नाही बघ. स्वर्गात असल्याच्या वल्गना करतो आपण. स्वर्ग! काय आहे आपल्याकडे? तारुण्य, सौंदर्य आणि अमर्त्यत्व! मनातील असुरक्षितता आणि भीती ह्यांच्या सोबतीने वर्षानुवर्षं जीवन कंठतो आहोत आपण. काय मिळणार आहे आपल्याला ह्यातून? आणि कोणासाठी? इन्द्राच्या लेखी आपण केवळ शोभिवंत वस्तू आहोत. इन्द्र महाराजांच्या सेवेत रुजू असणाऱ्या सौंदर्यसेविका! आपल्याला ना निवडीचा अधिकार आहे, ना स्वतःचं मत मांडण्याचा आपण इन्द्रावर फक्त स्तुतिसुमनं उधळायची.''

पुढे होत उर्वशीने मेनकेचा हात घट्ट धरला. आंतरिक संतापाने मेनका थरथरत होती. तिचा हात थंडगार पडला होता. ''तर मग आनंदाने उधळूयात. आपली निर्मिती त्यासाठीच तर आहे. आनंदाने राहायचं. आनंद पसरवायचा. नुकत्याच जन्मलेल्या बाळाचा त्याग करावा लागल्यामुळे तू इतकी अस्वस्थ आहेस; पण मला सांग, मातृत्वाचं ओझं वाहायची हौस का वाटते आहे तुला? तो आपला प्रांत नव्हे. आपण संगोपनासाठी नाही. सम्भोगसुख हे आपलं एकमेव कार्य आहे. अपत्यप्राप्ती आणि वात्सल्य ह्यांना इथे थारा नाही. आजवर मला थोडे का पुत्र प्राप्त झाले? पुरूरवा व्यतिरिक्त इतरांपासून प्राप्त झालेले पुत्र हे केवळ इन्द्राच्या आज्ञेचा परिपाक होते. त्या पुत्रांना मातेचं प्रेम जरी मिळालेलं नसलं तरी आपल्या पित्यासमवेत अथवा पालकांसमवेत ते आनंदात कालक्रमण करत आहेत.''

तिच्या समजावण्याचा मेनकेवर फारसा काही परिणाम झाला नाही. विरह वेदनेने तिचा चेहरा पिळवटला होता. तिला समजावण्याचा प्रयत्न करत उर्वशी पुढे म्हणाली, ''आपण अप्सरा आहोत. मुक्त आहोत. शरीरसुखाची

देवाणघेवाण एवढाच मर्यादित अर्थ आपल्या अस्तित्वाला आहे. मेनका, हे लक्षात घेतलंस तर तुझं दुःख कमी व्हायला मदत होईल. अन्यथा, तुझी व्याकूळता वाढेल. देव, ऋषी, गंधर्व आणि मर्त्य मानव ही सगळी पुरुषाची रूपं आहेत. मी धिक्कारते त्या साऱ्यांना. शरीरसुखाच्या नादाने आपल्या अधीन होतात ते; पण म्हणून आपण त्यांच्यापायी वाहवत जायचं नसतं. त्यांच्या निमित्ताने प्राप्त झालेल्या अपत्यांमध्ये गुरफटायचं नसतं. घटका दोन घटका मौज करायची आणि सारं विसरायचं. अपराधी भावना, दोष, ठपका हे सारे मानवी गुण आहेत. कुटुंब, विवाह अशी बंधनं आपल्याला हवीतच कशाला? पती, पुत्र, कन्या, नातीगोती ह्यांच्याशी आपला दुरन्वयेही संबंध नाही. आपण अप्सरा आहोत. कुठलंही बंधन आपल्याला बांधू शकत नाही. खऱ्या अर्थाने आपण मुक्त आहोत.''

त्यावर मेनका आवेगाने म्हणाली, ''उर्वशी, माझा आणि वसूचा अंश होती ती. आमची लेक होती ती.''

''वसूला ह्याआधीदेखील अपत्यप्राप्ती झालेली आहे. त्यांचाही त्याग त्याने केलेला आहे. ते दुःख काय असतं हे आम्ही दोघेही जाणून आहोत,'' उर्वशी आता शांत स्वरात बोलू लागली. ''तुझ्यासाठी मात्र हा अनुभव नवीन आहे म्हणून तू एवढी भांबावली आहेस. जरा भानावर ये. ते बाळ ठेवून काय साधणार होतीस तू? तिच्या वाटेला कसल्या प्रकारचं भविष्य देणार होतीस? आपल्यासारखंच? नृत्य, गायन, इतरांचं मनोरंजन आणि गरजेनुसार...''

''थांब! नको उच्चारूस ते शब्द,'' मेनका आवेगाने म्हणाली.

''...की अप्सरा?'' अनाठायी आनंद दाखवत उर्वशीने वाक्य पूर्ण केलं. ''आपल्यापोटी जन्मलेली अपत्यं आपल्याऐवजी कुणा ऋषिमुनींच्या किंवा अपत्यहीन राजाच्या देखरेखीखाली अधिक चांगली वाढतात. प्रज्ञा आणि समृद्धीचा वारसा त्यांना मिळतो. आपण त्यांना जन्माव्यतिरिक्त काहीच देऊ शकत नाही. आपण केवळ निमित्तमात्र.'' ओठांना मुरड घालत ती त्राग्याने म्हणाली, ''स्वर्ग ही अपत्य संगोपनाची जागा नव्हे. वासना आणि त्यागाच्या ह्या स्वर्गात केवळ अप्सरांची निर्मिती होते.''

त्यावर हसून मेनका म्हणाली, ''आणि सूड उगवण्याच्या भावनेची!''

# आव्हान

भगवान शंकराने दिलेल्या दैवी अस्त्राकडे कौशिक कितीतरी वेळ पाहत राहिला. गेल्या कित्येक वर्षांच्या त्याच्या तपसाधनेला यश आलं होतं. स्वर्गीय अस्त्रांच्या वरदानासमवेत शिवशंकराने कौशिकला 'राजर्षी' ही उपाधीदेखील बहाल केली होती.

'हे राजर्षी कौशिक, तुला माझा आशीर्वाद प्राप्त झाला आहे. आता तप थांबव. तुला पुरेसं ज्ञान प्राप्त झालेलं आहे. शिवाय, तुझ्या उग्र तपसामर्थ्याने माझ्या शरीराचा दाह होतो आहे,'' किंचित हसून शिवशंकर त्याला म्हणाले होते.

वसिष्ठांच्या आश्रमाबाहेर उभ्या असलेल्या कौशिकला प्रत्येक शब्द आठवला. नुकतंच कुठे पूर्वेला तांबडं फुटू लागलं होतं. आश्रमवासियांची आन्हिकं उरकण्याची गडबड इतक्या दुरूनही दिसून येत होती. आज वसिष्ठांचा पराभव करायचाच ह्या ठाम विचाराने कौशिक आला होता. देवांनी दिलेल्या विविध शस्त्रास्त्रांनी तो सज्ज होता. आपण तिथे येऊन पोहोचल्याची सूचना देण्यासाठी त्याने पाशुपतास्त्र सोडलं. शुष्क गवताच्या एका कुटीने ताबडतोब पेट घेतला. पाहता-पाहता आजूबाजूच्या कुटी भस्मसात होऊ लागल्या. काय उत्पात होतो आहे हे पाहायला वृद्ध मुनी धावत बाहेर येतील हा कौशिकचा तर्क पूर्णपणे चुकला. बाहेर आले ते वसिष्ठांचे शिष्यगण. काही शिष्य वसिष्ठांच्या कुटीकडे धावले.

त्या वेळेस वसिष्ठ सर्वांगाला तेलमर्दन करत होते. अचानक तेल उष्ण झाल्याचं त्यांना जाणवलं. बाहेर ज्वाळा पसरल्या आहेत हे त्यांना नजरेच्या

कोपऱ्यातून आणि कुटीच्या गवाक्षातून दिसून आलं. धुराच्या पलीकडे उभी असलेली अस्पष्ट मानवी आकृती त्यांच्या नजरेने अचूक टिपली. कौशिक! काय घडलं असेल ह्याचा वसिष्ठांना अंदाज आला. तितक्यात एक शिष्य धापा टाकत त्यांच्या कुटीत आला. ''गुरूवर्य, पटकन इथून बाहेर पडा! आश्रमाला चहुबाजूंनी अग्नीने वेढलं आहे! आपल्याला साहाय्याची आवश्यकता आहे. सारं काही अग्नीच्या भक्ष्यस्थानी पडण्याची वेळ आली आहे. आता आपल्याला कोण आणि कसं वाचवणार?'' अति उत्तेजित झाल्यामुळे त्या शिष्याला धड बोलणंसुद्धा सुचत नव्हतं.

''पुत्रा, आधी शांत हो पाहू,'' अत्यंत शांत स्वरात वसिष्ठ म्हणाले. त्यांच्या नजरेतील आश्वासकता पाहून शिष्य थोडासा शांत झाला. ''हे बघ, कोणालाही दुखापत होणार नाही. गोंधळ करू नका. आश्रमातील प्राणी घाबरले असतील. त्यांना धीर द्या.''

सुटकेचा श्वास टाकत शिष्याने जोरजोरात मान डोलावली. गुरूंच्या सूचनांचं पालन करण्यासाठी तो कुटीबाहेर धावला. मान उंचावून वसिष्ठांनी पसरलेल्या ज्वाळांचा अंदाज घेतला. संपूर्ण आश्रम पेटला होता. आग विझवणं महत्त्वाचं होतं. सर्वांगाला तेल माखलेल्या आणि अंगावर केवळ लंगोटी असलेल्या अवस्थेत तिथून बाहेर पडणं वसिष्ठांना योग्य वाटलं नाही. त्यांनी सभोवार नजर फिरवली. सात गाठींचा बांबूचा दंड त्यांच्या नजरेस पडला. किंचित पुढे होत तो हातात घेऊन बसल्या जागेवरून त्यांनी तो बाहेर फेकला.

''चांगला धडा मिळेल त्याला,'' असं म्हणत पुन्हा एकवार त्यांनी खसाखसा अंगमर्दनाला सुरुवात केली.

आता कौशिकाने आग्नेयास्त्र सोडलं. आजूबाजूंच्या झाडांवर ठिणग्या पडून त्यांनी पेट घेतला. तितक्यात वसिष्ठांच्या कुटीतून वेगाने बाहेर आलेला दंड त्याच्या नजरेस पडला. निरुपद्रवी भासणाऱ्या त्या दंडाने क्षणार्धात अग्नीचा महाकाय लोळ गिळंकृत केला. ते पाहून कौशिक दिङ्मूढ झाला. त्याला वाटलं होतं त्याप्रमाणे तो एखादा सामान्य दंड नव्हता. तो ब्रह्मदंड होता हे कौशिकला लक्षात आलं.

तो दूर उडवून लावण्यासाठी कौशिकने वायू अस्त्राचा प्रयोग केला; परंतु एव्हाना भूमीत रोवल्या गेलेल्या त्या दंडाने वायूचे झोतदेखील गिळंकृत करायला सुरुवात केली. भरीस भर म्हणून कौशिकच्या संतप्त चेहऱ्याच्या

दिशेने तो दंड शीतल हळुवार फुंकर घालत होता. आता कौशिकने संतपनास्त्र सोडलं, तेही दंडाने ओढून घेतलं. एक एक करत कौशिकाने देवांकडून प्राप्त झालेल्या सर्व अलौकिक शस्त्रास्त्रांचा मारा दंडावर केला; परंतु अविचलपणे दंडाने प्रत्येक अस्त्र आपल्यात सामावून घेतलं.

आता कौशिककडे फक्त ब्रह्मास्त्र उरलं होतं. त्याची तीव्र विनाशकता कौशिक जाणून होतं. त्याने ब्रह्मास्त्राला हात घालताच पुढे होणाऱ्या भीषण परिणामांच्या निव्वळ विचाराने त्रिभुवन थरारलं.

अमरावती नगरीत मेनकेचं नृत्य पाहण्यात दंग असलेल्या इन्द्राने अचानकपणे उच्च स्वरात प्रश्न केला, ''काय घडतं आहे?'' त्यासरशी नृत्य तिथल्या-तिथे थांबलं. इन्द्र अतिशय भयभीत झाला होता.

त्रस्त चेहऱ्याने अग्निदेवाने उत्तर दिलं, ''मर्त्यधर्मी राजा कौशिकाला शिवशंकराने ब्रह्मास्त्र प्रदान केलं आहे. ते सोडण्याचा विचार तो करतो आहे.''

''ब्रह्मास्त्र? तेही मर्त्य मानवाला? माझ्यापर्यंत हे कसं आलं नाही?'' इन्द्र संतप्त झाला होता.

'कारण, तू तेव्हा माझ्या आणि वसूच्या मागे हात धुवून लागण्यात गर्क होतास,' मनातल्या मनात मेनका उपहासाने म्हणाली. कोण असेल हा कौशिक? तिने आठवण्याचा प्रयत्न करताच तिच्या नजरेसमोर पटकन एक चेहरा झळकला. वसिष्ठ ऋषींसमवेत उभा असलेला उंच राजा; त्याच्याबद्दल तिला जाणवलेली अनामिक ओढ. गालावरची खळी, सोनेरी नजरेतील मिस्कील झाक, कौतुकाने तिला न्याहाळणारी नजर. तिला त्याच्या आविर्भावाची मजा वाटली होती, हेही तिला आठवलं. इथून पुढे ते नाव आणि तो माणूस लक्षात ठेवायला हवा. इन्द्रही ज्याला घाबरतो असा कोणी एक मर्त्यधर्मी, त्रैलोकाला हादरवणारा मानव.

''आणि त्याला थांबवणारं कुणीही नसेल आता!'' इन्द्राचा संताप विकोपाला गेला होता.

साशंकतेने अग्नीने उत्तर दिलं, ''ज्या वसिष्ठांना संपवण्याचा 'पण' त्याने केला आहे तेच कदाचित त्याला थांबवतील.'' अतिशय चिंतेने अग्नीने पृथ्वीकडे नजर टाकली. सूडभावनेने पेटलेल्या कौशिकच्या तडाख्यातून हे त्रिभुवन कसं वाचणार हा प्रश्न त्यालाही भेडसावत होता.

इकडे पृथ्वीवर कौशिकची सर्व शस्त्रास्त्र निष्प्रभ ठरल्यानंतर त्याचा निश्चय अधिक ठाम झाला होता. 'ब्रह्मास्त्र सोडलं तर मी वाचेन का त्यातून?' ह्या प्रश्नाचं उत्तर शोधण्याचा अवधी मिळण्याआधीच कौशिकच्या हातून ब्रह्मास्त्र सुटलं. आता क्षणार्धात केवळ विध्वंस होणार होता.

ब्रह्मदंडाला ब्रह्मास्त्राचा स्पर्श होताच ते अस्त्र जागच्या जागी थिजलं. पुढच्या क्षणी त्याचे शतशः तुकडे झाले. बघता-बघता ब्रह्मदंडाच्या तळाशी भूमीवर ओंजळभर थंडगार पाणी जमा झालं. ब्रह्मदंड मात्र घट्ट रोवलेला होता. त्रैलोक्याचा नाश करण्याची शक्ती असलेलं सर्वाधिक संहारक अस्त्र संपवून तिन्ही लोकांचं संरक्षण ब्रह्मदंडाने केलं होतं. कौशिकाच्या सर्व शस्त्रांचा सामना केल्यानंतर ब्रह्मदंड निश्चयाने ताठ झालेला कौशिकला भासला. आता केवळ कौशिकचं पारिपत्य!

एका साध्या बांबूच्या छडीचे वार आपल्यावर होणार ह्या कल्पनेने कौशिक भांबावला. पुन्हा एकवार माझा पराभव होतो आहे! सुडाची भावना जाऊन त्याची जागा आता अपमानाच्या भावनेने घेतली. ना शस्त्र ना अस्त्र; वसिष्ठांनी तर साधा बाणसुद्धा वापरला नव्हता, तरीदेखील आपल्या प्रचंड बळाचा वापर करून एखाद्या साध्या बांबूचं रूपांतर त्यांनी लीलया ब्रह्मदंडात केलं होतं; तेही बसल्या जागी. कौशिकने दीर्घकाळ केलेल्या तपश्चर्येचं सारं फळ त्या दंडाने हिरावून घेतलं होतं. आपल्या गुरूप्रमाणे तो दंडदेखील अजिंक्य ठरला.

आपल्या कुटीच्या दारात उभं राहून अत्यंत शांतपणे वसिष्ठ कौशिककडे पाहत होते. त्यांच्या नजरेत राग, संताप किंवा द्वेष नव्हता, तरीही त्या नजरेची धग कौशिकला जाणवली. वसिष्ठांच्या ठायी असलेली अलौकिक शक्ती हे त्यांच्या योगिक तपश्चर्येचं बळ होतं, त्यांचं मनोबल-ब्रह्मबळ. त्यांची असीम सात्त्विकता, निस्सीम निष्ठा आणि अविचल ऋजुता. कुठल्याही अमोघ अस्त्रापेक्षा त्यांच्या ठायी असलेले हे गुण वरचढ ठरले होते. शिवशंकराने 'राजर्षी' म्हणून गौरवलं होतं तरीही कौशिकामध्ये कशाची तरी कमतरता होती. राजघराणं, परंपरा, राजेपणाची शक्ती, अधिकार गाजवण्याची वृत्ती आणि विजय प्राप्त करण्याची उत्कटता ह्या साऱ्यांचं स्थान वरचढ ठरलं होतं. त्याला आवश्यकता होती ती मनोबल वाढवण्याची. वसिष्ठांप्रमाणे तपोबल प्राप्त करण्याची, त्यांच्याप्रमाणे ब्रह्मर्षिपद मिळवण्याची.

कुटीच्या उंबरठ्यात उभ्या असलेल्या वसिष्ठांकडे कौशिकने पुन्हा एकवार निरखून पाहिलं; परंतु ते पाऊलभरदेखील पुढे आले नाहीत. त्यांची नजर मात्र कौशिकवर खिळलेली होती. ती जाणवताच कौशिकच्या मनात पुन्हा एकदा सुडाची सुपरिचित भावना पेटली. हाच तो आहे ज्याने दोनदा मला पराभूत केलं आहे. ह्याचा मी पराभव करेन हे नक्की. ह्याच्या इतकंच बळ मी प्राप्त करेन. मीसुद्धा ब्रह्मर्षिपद प्राप्त करेन, कौशिकने मनोमन दृढनिश्चय केला.

वसूच्या रुंद खांद्याला रेलून बसत मेनका म्हणाली, "तुमच्या दोघांदरम्यान सारं काही सुरळीत झालं आहे का?" तिच्या मनात विचारांची वादळं थैमान घालत असणार म्हणूनच ती नेहमीपेक्षा जास्त वेळा ओठ चावत होती. वसूच्या छातीवर नकळत अलगद बोटं फिरवत असतानादेखील तिच्या मनातील काहूर काही कमी होत नव्हतं.

वसूने काहीच उत्तर दिलं नाही. तोही विचारात गढला होता. खरं काय ते सांगून मेनकेची चिंता उगीच कशाला वाढवा असा काहीसा विचार त्याच्या मनात होता. अस्वस्थ करणारी जाणीव त्याचं मन पोखरत होती. विचित्र भीती त्याच्या मनात दाटली होती.

मेनकेलाही ते जाणवलं. इन्द्र आणि वसू - एकेकाळचे जिवलग. आज मात्र त्यांच्यातील तेढ कमी होण्याऐवजी वाढत चालला होता. देवराज असल्यामुळे इन्द्र उघडपणे वसू आणि मेनकेशी विखाराने वागत होता. तिच्यावरून वसू आणि इन्द्रात जणू स्पर्धा होती. अर्थात, त्यांच्या ह्या स्पर्धेला मेनका हे एकमेव कारण नव्हतं, हेही ती जाणून होती. विश्वासघातामुळे आलेला कडवटपणा तितकाच जबाबदार होता.

स्वस्थानाविषयी इन्द्र अतिशय जागरूक होता. कुठलीही स्पर्धा असो विजय फक्त आपलाच व्हावा असं त्याचं मत होतं; पण मेनकेला जिंकलं ते वसूने, त्यामुळे इन्द्राची असुरक्षितता प्रचंड वाढली होती. आपण इतरांहून श्रेष्ठ आहोत ह्या त्याच्या अहंकाराला धक्का पोहोचला होता. शिवाय, वसूबद्दल इतरांना अधिक प्रमाणात जाणवणारा आत्मभाव पाहून इन्द्राच्या मनात आकस आणि द्वेषबुद्धी वाढीला लागली होती. असंच सुरू राहिलं तर वसू इन्द्राला वरचढ ठरण्याची शक्यता नाकारता आली नसती. इन्द्राच्या दृष्टीने हे एक दुश्चिन्ह होतं.

''मी त्याच्याकडे दुर्लक्ष करण्याचं ठरवलं आहे,'' तिच्या केसातून अलगद बोटं फिरवत सुस्कारा सोडत वसूने शेवटी उत्तर दिलं.

''तो रोज तुझा उपमर्द करतो तरीही?''

'हो. कारण, ते तो द्वेषापोटी करत आहे. माझ्यावर त्याचा कोणताही परिणाम होत नाही. शिवाय, आपण काय करू शकणार आहोत?'' खांदे उडवत तिच्याभोवतीची मिठी घट्ट करत त्याने अगतिकपणे विचारलं. आपल्याला गमवावं लागेल अशी भीती त्याला वाटते आहे हे त्याच्या स्पर्शातून तिला कळून आलं.

''तो माझा तिरस्कार करतो. आता त्याची आपल्यावर पूर्वीसारखी मर्जी नाही. सहन करण्याव्यतिरिक्त आपण काहीही करू शकत नाही. आणि मेनका,'' कसंबसं हसत तो म्हणाला, ''तुझ्या लाघवीपणाचा आता त्याच्यावर परिणाम होत नाही, तेव्हा तसा प्रयत्नसुद्धा करू नकोस. उलट त्यामुळे तो अधिक संतप्त होण्याची शक्यता आहे.''

''तो फुरंगुटला आहे. मला वाटलं होतं की, माझ्याप्रमाणे तोदेखील ह्या रुसव्याफुगव्यातून बाहेर येईल,'' मेनका म्हणाली. अचानक तिला तिच्या बाळाची तीव्रतेने आठवण झाली. कधीही न बघितलेल्या आपल्या बाळाला ती कुठे विसरली होती? ''आता करायचं तरी काय आपण?''

''काहीच नाही. मी म्हटल्याप्रमाणे आपल्या हातात काही नाही. दुसऱ्याला घायाळ करण्यात त्याला आनंद मिळतो. एक प्रकारची विकृती आहे ही. घेऊ दे त्याला आनंद!''

मेनका आशंकेने म्हणाली, ''इन्द्र असा का आहे? अमर्याद सत्ता असणाऱ्यांना असुरक्षितता अशी का भेडसावत असेल? सारं काही असलं त्यांच्याकडे तरीही मानसिक भीती काही संपत नाही त्यांची.''

''परिपक्वता आणि आत्मविश्वास ह्या दोन्हींची कमतरता असते त्यांच्यात,'' वसू हलकेच म्हणाला, ''त्यांना सातत्याने खात्री करून घ्यावीशी वाटते. त्यासाठी खोटा अहंकार कुरवाळत राहणं किंवा स्तुतिपाठकांच्या आहारी जाणं हे त्यांना आवश्यक वाटतं. त्यांच्या सभोवताली अशांची उणीव नसते.''

''हे स्तुतिपाठकही दांभिक असतात. मूढपणा आणि अहंकार ह्यांची त्यांच्यात वानवा नसते. इन्द्राला जे स्थान मिळालं आहे, त्यामुळे तो भ्रष्ट

झालेला आहे. हे सोडण्याची वेळ त्याच्यावर येऊन ठेपली की, कळेल त्याला...''

''काढणार कोण त्याला इथून?'' अत्यंत कडवट स्वरात वसूने म्हटलं. ''राजेपद मिरवणारी व्यक्ती, बुद्धिवंत आणि चतुर हवी. अशा नेत्याच्या हाताखाली काम करणं हे स्वप्न आहे माझं. भीती किंवा साशंकता ह्यांच्यापासून दूर असलेला सहज स्वभावाचा उमदा नेता जो अनुयायांच्या ठायी असलेल्या सर्वोत्तम बाबींना उजेडात आणेल. उत्कृष्ट प्रगती साधेल. कोणे एकेकाळी इन्द्र तसाच होता. आज त्याच्यामध्ये हा जो हिंस्रपणा आला आहे, त्याला एक प्रकारे मी जबाबदार आहे. मला पश्चात्ताप होतो आहे त्याचा.''

''तुम्ही मित्र होतात एकमेकांचे,'' त्याला सावरून घेत मेनका पटकन म्हणाली. ''आणि म्हणूनच त्याचा खुनशीपणा वाढला आहे. आपल्या दोघांना एकत्र बघणं ही त्याच्यासाठी शिक्षा आहे.'' बोलता-बोलता मेनका विचारात पडली. ''त्याला वाटलं होतं की, आपणही इतरांसारखे काही काळ प्रणयाराधन करू आणि नंतर वेगवेगळ्या वाटांनी जाऊ. उलट आपण प्रेमात पडलो, प्रेम निभावलं, विवाहबद्ध झालो, इतकंच नाहीतर आपल्याला दोघांना मूलदेखील झालं. आज रम्भा तुम्बरू किंवा नलकुबेराबरोबर जरी असली तरी तिने स्वतःला मूल होऊ दिलं नाही. आपण मात्र तो विचार केला नाही. त्याच्या दृष्टीने हा त्याचा सर्वांत मोठा विश्वासघात आहे, त्यामुळे इन्द्राने आपला मित्रही गमवला आणि अप्सराही,'' मेनकेच्या स्वरात विशाद दाटून आला होता.

''कुणी अशी तशी अप्सरा नाही. त्याची सर्वांत लाडकी अप्सरा. तुला गमावल्याची जाणीव त्यालाही आहे. पुरूरवाकडून त्याने उर्वशी जरी परत मिळवली तरी तुला मात्र तो पुन्हा मिळवू शकला नाही,'' वसूने सहमती दर्शवली.

''तशीही मी त्याला आवडण्याजोगी नाही,'' निर्विकारपणे हसत मेनका म्हणाली. ''तो माझ्यावर अधिकार गाजवू शकत नाही. त्यालाही हे माहीत आहे. शिवाय, मी तुझी आहे हेही त्याला कळून चुकलं.''

तिच्या बोलण्यातील निरागस आणि निखळ प्रामाणिकता वसूला स्पर्शून गेली. तो हेलावला. हळुवार हाताने त्याने तिच्या गालाला स्पर्श केला, तेव्हा ती थरथरत असल्याचं त्याला जाणवलं.

‘‘तो तुझ्यावरही सत्ता गाजवू शकत नाही. तू इतर गंधर्वांसारखा मर्त्य नाहीस. इन्द्रादी देवांसारखा तूही अमर आहेस. मला सांग, तो तुला काही दुखापत तर करणार नाही ना,’’ अस्वस्थपणे तिने विचारलं.

‘‘तो मला वधू शकत नाही हे नक्की; पण इन्द्रलोकातून तो मला कायमचं हद्दपार करू शकतो...’’ त्याच्या स्वरातील अनिश्चितता उघड होती. त्याच्या देखण्या चेहऱ्यावरची काळजी लपत नव्हती.

अवाक होऊन मेनका म्हणाली, ‘‘माझा नाही विश्वास बसत. तू सामर्थ्यवान आहेस. सर्वांना प्रिय आहेस, गंधर्वांचा राजा आहे. तुझा पितादेखील गंधर्वराज होता. तू म्हणजे इन्द्राच्या दरबारातील झगमगतं रत्न. चंद्राकडून चाक्षुषी शिकून तू त्यात प्रावीण्य मिळवलंस. त्याचा उपयोग करून तू इन्द्राला वास्तवाचं भान नाही का देऊ शकत?’’

कसंबसं हसत वसू म्हणाला, ‘‘तसं होतं तर किती बरं झालं असतं! आता निघायला हवं मला,’’ असं म्हणून वसू मंचकावरून उतरला. त्याच्या विवस्त्र देहाकडे मेनका हावरेपणाने पाहू लागली.

तिच्या मनातील विचार अचूक ओळखून तो हसून म्हणाला, ‘‘मला आत्ता त्याला राजसभेत भेटायला जायचं आहे. ठरल्याप्रमाणे तू नृत्यशाळेत जा. तुझ्या पाठोपाठ मी सरावासाठी येऊन पोहोचतो. आपला एकत्रित आविष्कार नेत्रदीपक असतो. तसाच तो आत्ताही असेल.’’ तिने दाताखाली धरलेला ओठ हलकेच सोडवत तो पुढे म्हणाला, ‘‘इतका चावू नकोस तो. संपेल एखाद्या दिवशी. माझा आहे तो.’’

दोन्ही हातांनी त्याचं डोकं तिने स्वतःकडे ओढून घेतलं. थोड्याशा निरुपायाने त्याने स्वतःला सोडवलं.

‘‘अशी कशी अप्सरा आहे मी? साधं तुला शय्येवर ओढू शकत नाही?’’ तिच्या चेहऱ्यावरचा खट्याळपणा लपत नव्हता. विवस्त्र देहातील तिचं सौंदर्य उन्मादक आणि आमंत्रित करणारं होतं, तरीही संयम राखत वसू वस्त्र परिधान करून तिथून बाहेर पडला. मेनका मात्र कितीतरी वेळ शय्येवर पडून राहिली. त्याच्या देहाची ऊब तिला अजूनही जाणवत होती.

अचानक धास्तावून मेनका जागी झाली. कशाचा तरी हादरा बसला होता. तिच्या मंचकावर तो धक्का तिला जाणवला होता. पुन्हा कौशिक कोणावर एखादं प्रभावी अस्त्र सोडत होता का? तूर्तास त्याच्या रूपात इन्द्रापुढे सर्वांत मोठं संकट उभं होतं. गेली कित्येक दशकं त्याने जे घोर

अनुष्ठान आरंभलं होतं, त्यामुळे सर्व देव चिंतित झाले होते. मागे वसिष्ठांकडून पराभव पत्करल्यानंतर आजवर त्याने विविध सिद्धी प्राप्त केल्या होत्या. सत्यव्रत राजा त्याचा सुहृद होता. मात्र, इन्द्राने राजाला स्वर्गात स्थान देण्यास नकार दिल्याने कौशिक त्याच्यासाठी दुसरा स्वर्ग उभारण्याच्या कार्याला लागला होता.

मत्सरापायी एखादा पुरुष किती टोकाला जाऊ शकतो! पुन्हा एकवार मेनकेच्या मनात इन्द्र आणि वसूबद्दल विचार आला. एकेकाळचे मित्र आता शत्रू झाले होते. ती आणि रम्भा. वसिष्ठ ऋषी आणि कौशिक राजा. ह्या शत्रुत्वापायी इन्द्र अत्यंत हीन पातळीवर पोहोचत होता, तर राजा कौशिक मात्र उच्चपद प्राप्त करू पाहत होता. 'हा मर्त्यमानव काय साध्य करणार?' त्याच्याबाबत साऱ्यांनी असाच विचार केला होता; पण संयमाने आणि कष्टाने प्रतिसृष्टी निर्माण करून कौशिक राजाने प्रत्यक्ष इन्द्रपदाला आव्हान दिलं होतं. आत्ता जो धक्का बसला तो ह्या प्रतिसृष्टीचं स्मरण इन्द्राला करून देण्यासाठी तर नव्हता ना? इन्द्राची अवस्था अगदी बिकट झाली असणार.

पटकन उठून मेनका तयार झाली. केसांचा अंबाडा बांधला असला तरी काही चुकार बटा तिच्या चेहऱ्याचं सौंदर्य खुलवत होत्या. नृत्य सरावाची वेळ झाली होती. वेळ पाळण्याच्या बाबतीत ती अगदी काटेकोर होती. तिला उशीर झाला तर तुम्बरू आणि कामदेव ह्यांना धक्का बसला असता. तिच्या अगदी उलट वसू होता. दिलेली वेळ पाळणं त्याला कधीच जमायचं नाही. अशा लोकांना स्वतःच्या आणि इतरांच्या वेळेची किंमत नसते, असं मेनकेचं म्हणणं होतं. ते असो! तिला उशीर करून चालणार नव्हता. तिचं नृत्य आणि त्याचं गायन. ह्या दोन्हींचा अपूर्व संगम हे अनेकांच्या असूयेचं कारण होतं; विशेषतः रम्भा आणि तुम्बरूच्या.

मेनका कक्षातून बाहेर पडणार तितक्यात तिलोत्तमा धापा टाकत तिथे येऊन पोहोचली. तिची अवस्था पाहून मेनका चक्रावली. अत्यंत सुकुमार आणि सुकोमल अशी तिलोत्तमा मेनकेची प्रिय सखी होती. मात्र, इतरांचा विनाश आणि मृत्यू घडवून आणण्यासाठी तिचा सर्वाधिक वापर केला जात होता. तिची उत्पत्ती स्वतः विश्वकर्माने तिळापासून केली होती. सर्वोत्तम रत्नं आणि त्रैलोक्यातील उत्तम गुणांनी त्याने तिला घडवलं होतं. ती परिपूर्ण आणि वैशिष्ट्यपूर्ण होती. सुंद आणि उपसुंद ह्या दोन राक्षस बंधूंना संपवण्यासाठी प्रत्यक्ष ब्रह्मदेवाने तिची निर्मिती करायला लावली होती. ते

दोन्ही बंधू तिच्या प्रेमात इतके आकंठ बुडाले की, त्यांच्यात वितुष्ट आलं. तिला प्राप्त करण्यासाठी दोघांमध्ये घनघोर संग्राम झाला आणि त्यातच त्यांचा शेवटही झाला. अशा तिलोत्तमेच्या सौंदर्याचं वर्णन काय करावं?

एरवी कधीही तिलोत्तमा मेनकेच्या महालात न सांगता येत नसे. न जाणो, ती वसूबरोबर एकांतात असली तर? तरीही आत्ता तिच्या ह्या अनपेक्षित आगमनाचं मेनकेला फारसं आश्चर्य वाटलं नाही; पण तिची अवस्था पाहून मात्र मेनका संभ्रमात पडली.

''निघालेच होते मी, मला बोलवायला यायची आवश्यकता नव्हती,'' खट्याळपणे बोलायला मेनकेने सुरुवात केली; पण तिलोत्तमेच्या नजरेतले भाव पाहून ती चपापली. ''काय झालं?'' तीव्र स्वरात तिने विचारलं.

''वसू...,'' आवंढा गिळत तिलोत्तमा कसंबसं म्हणाली.

त्यापुढे काही सांगण्याची जणू गरज उरली नाही. भीतीने मेनकेच्या मनात ठाण मांडलं. काय संकट कोसळलं असेल वसूवर?

''वसू आणि इन्द्र!'' तिलोत्तमा घाईने बोलू लागली. ''तो मद्यधुंद असल्याचा आरोप इन्द्राने त्याच्यावर केला. त्यावर त्या दोघांमध्ये वाद झाला. शब्दाने शब्द वाढू लागला. संतापलेल्या वसूने इन्द्राला आव्हान दिलं...''

वसू अमर्त्य आहे. इन्द्र त्याला संपवू शकणार नाही. मनातल्या मनात मेनकेने सुटकेचा निःश्वास सोडला; पण नेमकं आव्हान कशासाठी दिलं?

''तिलोत्तमा, पहिल्यापासून नीट सांग...'' स्वतःवर नियंत्रण ठेवत मेनकेने आग्रह धरला.

''रम्भेपायी झालं सगळं. भर दरबारात तिने तक्रार केली की, संगीताच्या सरावासाठी येताना वसू नेहमी मद्यधुंद अवस्थेत असतो आणि...''

तिला वाक्य पूर्ण करू न देता मेनका अविश्वासाने म्हणाली, ''काय? पुन्हा बोल!''

''हो, मद्यधुंद अवस्थेत असलेल्या वसूने अनेकदा तिचा विनयभंग केल्याचा आरोप तिने त्याच्यावर केला. इतर अनेक अप्सरांनी तिची री ओढली.''

''त्यात उर्वशीसुद्धा होती का?'' खोल स्वरात मेनकेने विचारलं. सूड घेण्याची ही आयतीच संधी उर्वशीसमोर चालून आली होती.

''तसं नाही सांगता येणार. ती तिथे उपस्थित नव्हती.''

मेनकेने ओठ घट्ट आवळले. तिलोत्तमा पुढे सांगू लागली, ''इन्द्राने वसूला फैलावर घेतलं. स्वतःचं निरपराधित्व सिद्ध करण्याचा प्रयत्न वसूने करून पाहिला; पण इन्द्र काहीही ऐकून घेईना, तसा वसू संतापला. मग त्याने निवाड्याची मागणी केली. ते इन्द्राने अमान्य केलं. इन्द्र पाताळयंत्री आहे आणि त्यानेच चिथावणी देऊन रम्भेबरोबर कट रचला आहे, असं वसू ठामपणे म्हणाला. हे ऐकताच इन्द्र संतापला. त्याने वसूवर वज्र सोडलं.''

तोंडावर हात गच्च दाबत मेनकेने किंकाळी जिरवली. वज्र! इन्द्राचं प्रभावशाली अस्त्र. समोरच्याचा जीव घेणारं; पण वसू अमर आहे. मेनकेच्या मनात आशा चमकली. तो कधीच मरू शकणार नाही.

तिच्या मनातले भाव अचूकपणे ओळखत तिलोत्तमा म्हणाली, ''वसू मेला नाही त्यामुळे; पण त्या अस्त्रामुळे वसूचं रूपांतर भयंकर श्वापदामध्ये झालं आहे. त्याचं डोकं आणि पाय त्याच्या शरीरात घुसले आहेत. मानेवर एक मोठा डोळा आणि अक्राळविक्राळ तोंड, विचित्र लांब हात आणि भलं मोठं पोट. भयावह अवस्थेत असलेल्या वसूची रवानगी इन्द्राने पृथ्वीवरच्या अरण्यात केली आहे. वसूने इन्द्राची कितीही विनवणी केली तरी इन्द्राला त्याची जराही दया आली नाही. अशा विचित्र अवस्थेत जगण्यापेक्षा वसूला मृत्यू आला असता तर अधिक बरं झालं असतं. मेनका, वसू गेला!'' असं म्हणून तिलोत्तमेनं टाहो फोडला.

मेनका निःस्तब्ध उभी राहिली. दुःखाने तिचा ठाव घेतला होता. इन्द्र किंवा रम्भा ह्यांच्याबद्दलचा संताप तिला जाणवत नव्हता. जाणवत होती ती सुन्न करणारी बधिरता. वसू निघून गेला होता. तो शेवटपर्यंत लढत राहिला. तिला भीती वाटत होती, त्याप्रमाणे इन्द्राने त्याला घालवून दिलं होतं. आता कशाला घाबरायचं? केवळ आणि केवळ वेदना तिच्या नसानसांत भरून राहिली. ह्यातून ती स्वतःला कशी बाहेर काढणार होती?

मनात उसळणाऱ्या भावनांवर नियंत्रण ठेवत, तिने स्वतःला ठामपणे उभं केलं. मुळूमुळू रडत बसणं तिला मान्य नव्हतं. तिने निश्चय केला. डोळ्यांतील पाणी पुसत ती राजसभेच्या दिशेने निघाली.

'मेनका, थांब. नको जाऊस तिकडे! घडलेल्या घटनेने सगळे अवाक झालेले आहेत. तू सभेत नसशील अशी नेमकी वेळ साधली इन्द्राने.''

अत्यंत कडवट स्वरात मेनका म्हणाली, ''इन्द्राची थोरवी काय सांगावी? माझ्या साक्षीने हे सारं करण्याचं धाडस नाही त्याच्यात.''

"तुझ्या बाबतीत हळवा आहे तो," संयमित स्वरात तिलोत्तमा बोलू लागली. "तो तुला कधीही जाऊ देणार नाही म्हणूनच त्याने वसूला इथून घालवलं. आजवर प्रत्येक अप्सरेला त्याने काही ना काही शाप दिला आहे. किंवा मग स्वर्गातून घालवून दिलं आहे. तुझ्या वाट्याला हे कधीच आलं नाही. का? कधी विचार केलास? तो तुझं समर्थन करतो, रक्षण करतो..."

"...आणि तरीही मला सर्वांत जास्त दुखावलं आहे ते त्यानेच," अत्यंत संतप्त स्वरात मेनका कडाडली. "अधम आहे तो. मला त्याच्यापासून सुटका हवी आहे; पण मला ती मिळू शकत नाही." आवेग असह्य होऊन ती ढसाढसा रडू लागली.

समजुतीच्या स्वरात तिलोत्तमा म्हणाली, "मेनका, तुला मुक्त करण्याचा प्रयत्न वसूने केला. इन्द्राने मात्र स्वार्थापायी वसूलाच इथून घालवलं. इन्द्राच्या दृष्टीने तू सर्वोत्तम आहेस म्हणूनच कुणाही बरोबर तुला वाटून घेण्याची त्याची इच्छा नाही."

मी! सर्वोत्तम! आणि माझ्यापायी त्याने सर्वाधिक घृणास्पद कृत्य केलं! माझ्यापायी त्याने मित्राकडे शत्रू म्हणून पाहायला सुरुवात केली. अवमान, कुरूपतता आणि दुर्दशा ह्यांनी परिपूर्ण आयुष्य जगण्याचा शाप त्याला दिला. इन्द्रापेक्षा तर काळ अधिक दयाळू म्हणावा लागेल. थरथरत्या हातांमध्ये तोंड लपवत तिने आपला दुःखावेग थोपवण्याचा असफल प्रयत्न केला. ह्या क्षणी ती उन्मळून पडली होती.

तिच्या डोळ्यांतून घळाघळा अश्रू वाहू लागले. त्याच बरोबर तिचा निर्धार पक्का झाला. इन्द्र आणि रम्भा! ती सोडणार नव्हती. प्रत्येक जण जिथे राहतो तसाच काहीसा घडतो. तिचं वास्तव्य इन्द्रनगरीत होतं. तीही इथलेच नियम पाळणार होती. इन्द्राचा स्वर्ग त्याच्यासाठी नरकात रूपांतरित करणार होती. त्या दोघांनी केलेल्या कपटाचा हिशोब त्यांना चुकवावा लागणार होता.

# विरोध आणि टक्कर

अनेक सप्ताह लोटले. इन्द्राकडून अनेक निरोप आले. शेवटी त्याला प्रत्यक्ष भेटण्याचा निर्णय घेऊन मेनका राजसभेत पोहोचली. तिला पाहून सगळे कुजबुजत आहेत ह्याचं भान तिला नव्हतं. दुःखमग्न अवस्थेत ती निग्रहाने एक एक पाऊल टाकत होती. कीव करणाऱ्या नजरा, निर्विकार चेहऱ्याचे रक्षक, सुशोभित मार्ग आणि रत्नजडीत वास्तू. इन्द्राची राजसभा!

एरवी राजसभेचा सहज संपणारा मार्ग आज संपता संपत नव्हता. इन्द्र आणि तिच्यातील अंतर प्रचंड वाढलं होतं. ह्याचा मी सूड घेईन. त्यासाठी इतर देवांवर अथवा नशिबावर भिस्त टाकणार नाही. मनोमन निश्चय करत ती सुधर्म कक्षापाशी पोहोचली. शांती प्राप्त करण्याचा तो एकमेव मार्ग होता. दुःखाच्या काळोखात ती खोलवर रुतली होती. वेदनेपायी तिच्या मनाच्या चिंधड्या उडत होत्या. मधूनच एखादी आठवण डोकावत होती, त्यामुळे भूतकाळाची ओढ घट्ट होत होती. वसूचे मुलायम ओठ, तिच्यावर खिळलेली त्याची पिंगट नजर, त्याचा उबदार स्पर्श, कानात कुजबुजणारा त्याचा स्वर; त्या दोघांच्या सहवासातून एवढंच काय ते तिच्या वाट्याला आलं होतं. ते असो! ठामपणे तिने कक्षात पाऊल ठेवलं.

त्या क्षणी तिथे सुन्न करणारी शांतता पसरली. काहींच्या चेहऱ्यावर लज्जित भाव होते, तर काही नुसतेच अवाक होऊन पाहत होते. प्रत्येकाची नजर तिच्यावर खिळलेली होती. तिला मात्र इन्द्राव्यतिरिक्त इतर कोणाच्या उपस्थितीचं भान नव्हतं. इन्द्र आपल्या पत्नीसमवेत-शचीसमवेत-

सिंहासनावर विराजमान झालेला होता. त्याने शचीचा हात घट्ट धरून ठेवलेला आहे हे मेनकेच्या नजरेने टिपलं.

आत्मसंतुष्टपणे तो म्हणाला, ''मेनका! ये! माझ्या ह्या राजसभेत तुझं पुन्हा एकवार स्वागत आहे. गेले कित्येक दिवस तुझ्या सौंदर्याच्या आविष्कारापासून ही सभा वंचित राहिली. तुझ्या पतीच्या गैरवर्तणुकीबद्दल तुझ्या कानावर सारं काही आलंच असेल. त्याच्या ह्या हीन कृत्यापायी तुझी अवस्था किती लाजिरवाणी झाली असेल, ह्या विचाराने माझ्या हृदयाचं पाणी होत आहे. कदाचित म्हणूनच तू गेले कित्येक दिवस सभेत उपस्थित राहू शकली नसावीस.''

''हो आणि तू किती उत्तम प्रकारे निवाडा केलास तेही माझ्या कानावर आलं आहे,'' अत्यंत थंड स्वरात मेनकेने उत्तर दिलं. ''त्याबद्दल देवलोक तुझं फार कौतुक करत असणार.''

तिचा आविर्भाव पाहून आणि तिचे शब्द ऐकून इन्द्राच्या चेहऱ्यावरचं हसू लोपलं, तरीही उसनं अवसान आणत तो म्हणाला, ''मद्यधुंद अवस्थेत इथे उपस्थित राहाण्याची आणि अप्सरा राज्ञी रम्भेचा विनयभंग करण्याची शिक्षा वसूला मिळालेली आहे. त्याचं धाडस तर पाहा!''

''कोणे एकेकाळी विश्ववसू तुझा जिवलग सखा होता. हेच ओळखलंस का तू त्याला? त्याला गंधर्वराजपद देताना त्याचा मद्यपीपणा कधी जाणवला नाही का तुला? की मग मैत्रीपायी आंधळा झाल्यामुळे तू त्याच्या दुर्गुणांकडे दुर्लक्ष करायचं ठरवलं होतंस. हे राजा, उलट तू तुझ्या मित्राला सातत्याने हाताशी धरलंस. तुझ्या प्रत्येक कटात सहभागी करून घेतलंस,'' बोलता-बोलता उर्वशीकडे अर्थपूर्ण कटाक्ष टाकत मेनका मुद्दामच थांबली. तिची नजर कुठे आहे हे पाहण्यासाठी उपस्थितांनी उर्वशीकडे नजरा वळवल्या. उर्वशी काहीच बोलली नाही. गप्पच राहणार ती. आरोप करण्याचा आणि स्वतःवर झालेल्या अन्यायाचं खंडन करण्याचा हा मौनाचा मार्ग तिने स्वीकारला आहे, मेनकेच्या मनात कडवट विचार आला.

मेनका उर्वशीकडे का पाहते आहे हे लक्षात येताच इन्द्राचा चेहरा काळाठिक्कर पडला. शचीने त्याला सावध केलं.

''प्रिय मेनका,'' स्वरात शांतपणा आणण्याचा प्रयत्न करत इन्द्र म्हणाला, ''तू एकटीच अज्ञानी नव्हतीस. तो इतक्या खालच्या पातळीवर उतरेल असं मलाही कधी वाटलं नव्हतं.''

''अरेरे! अज्ञानापोटी आपल्या मित्राला इतकी वर्षं पाठीशी घातलंस. त्याची केवढी मोठी किंमत बिचाऱ्या रम्भेला चुकवावी लागली,'' त्याच्या म्हणण्याला मान्यता देत मेनका उपहासाने म्हणाली. ''तिच्या म्हणण्यानुसार मद्यधुंद अवस्थेत वसूने तिचं शोषण करण्याचा प्रयत्न केला. त्याची कृती आणि तिचे शब्द! विश्वास तरी कोणावर ठेवायचा आपण?''

''अर्थातच अन्यायग्रस्तावर!'' इन्द्र कडाडला. ''आणि रम्भेला दुजोरा देणाऱ्या अनेक जणी आहेत.''

संथपणे मान डोलावत मेनका म्हणाली, ''मद्य प्यायलेल्या अवस्थेत राजसभेत उपस्थित राहणं हा अगदी अक्षम्य गुन्हा आहे. शिवाय स्त्रियांचा विनयभंग... छे छे, नाहीच खपवलं जाणार काही.''

''मेनका, तुझ्या कक्षातून थेट बाहेर पडला होता तो. त्याची अवस्था तुला कळायला हवी होती,'' संतापलेल्या रम्भेने तोंड उघडलं. नेहमीप्रमाणेच तिचं सौंदर्य आत्ताही खुलून दिसत होतं. तिच्या काजळ रेखलेल्या डोळ्यांमध्ये विजयाची छटा उमटली होती. ''तसंही मद्याचा आणि तुझा भपकारा येत असे त्याला!''

''वा! सम्भोग, लैंगिक शोषण, लैंगिक दास्यत्व आणि आता तर लैंगिक अत्याचार; तेही मद्यधुंद अवस्थेत. ह्या अमरावतीत काय काय घडू लागलं आहे! आणि इतकं सगळं असूनही सर्वाधिक स्त्रैण देवाला कसं हाताळायचं ते आपण सर्व जण जाणतो, नाही का?'' जाणीवपूर्वक मेनका म्हणाली.

आता शचीचा चेहरा काळवंडला.

''देवांची विषयवासना नैसर्गिक आहे आणि आपला वापर करण्याचा अधिकार त्यांना आहे, ह्यावर विश्वास ठेवत आपण अप्सरा त्यांच्या अधीन होतो, त्यांच्या म्हणण्यानुसार वागतो. आपली निर्मिती कशासाठी झाली आहे, आठवतं? आनंद देण्यासाठी, मोहवण्यासाठी, अनैतिक समागमासाठी. वारूणी, अप्सरा आणि मद्यधुंद अवस्था हीच इथली संस्कृती आहे आणि तू म्हणतेस की, मद्याचा आणि माझा गंध येत असे वसूला,'' रम्भेकडे रोखून पाहत मेनकेने तिला डिवचण्यासाठी म्हटलं, ''मला सांग, वसू जवळ मी असताना तुझ्याकडे बघण्याची अवदसा त्याला का आठवावी?''

तिने वर्मावर बोट ठेवल्यामुळे रंभेचा चेहरा पडला, तरीही स्वतःला सावरत ती मोठ्या फणकाऱ्याने म्हणाली, ''त्याचा नीचपणा उघड पडला तेव्हा विचारायला हवं होतंस तू त्याला हे!''

"होते का तेव्हा मी इथे?" मेनकेने प्रतिटोला हाणला. "तुझ्या फसव्या शब्दांवर विश्वास ठेवून न्याय देण्याचं महत्कार्य इन्द्राने पार पाडलं तेव्हा मला इथे बोलावलं नव्हतं. मोठी गंमत आहे बघ! माझ्या व्यतिरिक्त झाडून सर्व अप्सरा इथे उपस्थित होत्या. हे कसं काय?"

तिथला वाढता ताण कमी करण्याच्या हेतूने शची पटकन म्हणाली, "कारण, तू एकनिष्ठ पत्नीसारखी त्याची बाजू घेऊन भांडली असतीस. आपल्या पतीचे दोष लक्षात येत नाहीत स्त्रियांच्या."

"अगदी बरोबर बोललीस!" मेनकेच्या दुजोरा देण्याने शची चपापली. मेनकेचा सुंदर चेहरा आता तिरस्काराने भरला होता. "पण मला आता असं सांगा की, वसूवर जो आरोप ठेवला गेला तोच मी तुम्बरूवर ठेवला तर मलाही रम्भेप्रमाणेच न्याय मिळेल ना!"

तिच्या तोंडून हे वाक्य बाहेर पडताच रम्भा चमकली, तुम्बरू हादरला, तिथे उपस्थित प्रत्येक जण अवाक झाला.

"मेनका," भानावर येत इन्द्र संतापाने म्हणाला. "तुम्बरू तुझा गुरू आहे. गुरू-शिष्याच्या नात्याला असा काळिमा फासू नकोस. तो उत्तम संगीतकार आहे. त्रैलोक्यात त्याचा हात धरणारं कोणी नाही. माझ्या सभेचा तो प्रमुख गायक आहे..."

"हेच वसूच्या बाबतीतदेखील लागू होतं. शिवाय, ह्याहून कितीतरी गुण होते त्याच्यात," मधाळ स्वरात मेनका बोलू लागली. "तत्त्वज्ञान, ग्रंथपुराण, अध्यात्म ह्याचं सखोल ज्ञान होतं त्याला. प्रत्यक्ष याज्ञवल्क ऋषींचा शिष्योत्तम होता तो. असं असतानाही त्याच्या हेतूचं भांडवल केलं गेलं. ते तसं करणाऱ्या रम्भेवर तू विश्वास ठेवला. आज तोच आरोप मी जेव्हा दुसऱ्या गंधर्वावर करते आहे, तेव्हा मला न्याय का मिळू नये?"

"तुझ्याकडे पुरावा कुठे आहे?"

"रम्भेचा आरोप हा तुला पुरेसा पुरावा वाटला होता ना की, मग तिच्या त्या धादांत खोट्या विधानाला इतर अप्सरांनी उचलून धरलं म्हणून त्याला बळकटी आली?" मेनकेने टोमणा मारला. "सुदैवाने माझ्याकडे पुरावा आहे. तुम्बरूवर विनयभंगाचा आरोप तिलोत्तमेने केला आहे. तिला नृत्याचे धडे देताना तो अत्यंत मद्यधुंद अवस्थेत येत असे, असं तिचं म्हणणं आहे," तिच्या बोलण्यावर सभेत उमटणाऱ्या प्रतिक्रियांकडे लक्ष न देता तिलोत्तमेला पुढे ओढत ती म्हणाली, "विचारा हिला."

त्यावर मान डोलावत तिलोत्तमा म्हणाली, ''ती म्हणते त्यात एक शब्दही वावगा नाही. तुम्बरूने आजवर अनेकदा माझ्याशी आचरटपणा केला आहे.'' तिच्या स्वरात निश्चय दिसून येत होता. ''वसूविरुद्ध तक्रार करण्याचं धाडस रम्भेने दाखवलं नसतं, तर मीदेखील तक्रार करायला पुढे येऊ शकले नसते. मला नृत्याच्या विविध पायऱ्या समजून सांगण्याच्या निमित्ताने धुंदावलेला तुम्बरू मुद्दाम माझ्या अंगचटीला येत असे...''

''धादांत खोटं आहे हे! मी आजवर कधीही असं काही केलेलं नाही!'' तुम्बरूचा चेहरा सात्त्विक संतापाने पेटला होता. ''हा अत्यंत घृणास्पद आरोप आहे. मी अगदी निरपराध आहे हे सर्व जण जाणतात. आजवर कुठल्याही स्त्रीकडे मी अनादराने पाहिलेलं नाही. आज मात्र ह्या सर्व स्त्रियांविषयी माझ्या मनात फक्त अनादर आहे. ह्यांना माझ्या शिष्या म्हणवून घेण्याची लाज वाटते मला. अत्यंत खोटारड्या आहेत ह्या.''

''आम्ही जर खोटारड्या आहोत तर मग रम्भा आणि इतर अप्सरा तितक्याच खोटारड्या असणार,'' ठामपणे मेनका म्हणाली. वसूच्या आठवणीने तिच्या हृदयात तीव्र कळ उमटली. ह्या सभेत माझ्या वसूने स्वतःचं निरपराधित्व सिद्ध करायचा आटोकाट प्रयत्न केला असणार. न्याय मिळावा म्हणून तो निकराने लढला असणार. आपलं म्हणणं निःपक्षपातीपणे ऐकून घ्यावं म्हणून आटापिटा केला असणार. नुसत्या विचारानेसुद्धा मेनका व्याकूळ झाली.

तिच्या म्हणण्याचा मथितार्थ लक्षात येताच तुम्बरूचा चेहरा उतरला. ते पाहून मेनका म्हणाली, ''कुठल्याही चांगल्या पुरुषाच्या चारित्र्यावर चिखलफेक करणं हे फार मोठं पाप आहे. ते रम्भेने केलं. शरीरसुखासारख्या उत्कट भावनेला हसण्यावारी नेलं. एका पुरुषाचा मान, सन्मान आणि अस्तित्व हिरावून घेण्याचा प्रयत्न केला. वसूवर असा आळ घेण्याचं हे फार मोठं पातक रम्भेने केलं आहे. हाच मुद्दा तुम्हाला पटवून देण्यासाठी मीसुद्धा त्या पापाची कास आज धरली. हो, मी उघडपणे मान्य करते की, रम्भेने वसूवर रचलेलं किटाळ खोटं आहे हे सिद्ध करण्यासाठी मी तिलोत्तमेच्या मदतीने तुम्बरूच्या प्रतिष्ठेवर घाला घातला. त्याची निंदा केली.'' दोन्ही हात जोडत गुरूसमोर नतमस्तक होत ती नम्रपणे म्हणाली, ''तुम्ही माझे गुरू आहात. मला वंदनीय आहात. वसूचा निरागसपणा सिद्ध करण्यासाठी तुमच्यावर खोटा आळ घेण्याचं गलिच्छ कृत्य मी केलं आहे. शक्य असेल

तर मला क्षमा करा.'' ती पुढे म्हणाली. ''आकसापायी अप्सरांनी एका निरपराध्याला घोर शाप भोगायला लावला, त्रैलोक्यात त्याची छी! थू! करवली. ह्यांच्या असत्य आरोपामुळे देवेन्द्राने माझ्या वसूला शिक्षा केली,'' उघडपणे इन्द्राकडे रोख वळवत ती पुढे म्हणाली, ''सांग आता, मला न्याय कसा मिळणार आहे?''

संपूर्ण सभा स्तब्ध झाली होती.

''वसूच्या नावाला लागलेला कलंक कसा धुतला जाईल?'' पुन्हा एकवार मेनकेने प्रश्न केला. ''माझा वसू मला परत मिळणार आहे का? त्याला दिलेला शाप मागे घेऊन तू त्याला स्वर्गात माघारी आणू शकतोस का?''

इन्द्र काही उत्तर देईल म्हणून ती काही क्षण थांबली. तिथे इतकी शांतता पसरली होती की, इन्द्राने आवंढा गिळण्याचा किंचितसा आवाज तिच्या कानांनी टिपला.

''हे देवराज, माझा वसू गुन्हेगार नाही. खरी गुन्हेगार रम्भा आहे आणि दुसरा गुन्हेगार आहे प्रत्यक्ष तू!''

तिच्या तोंडून हे शब्द बाहेर पडताच तिथे अचानक गदारोळ माजला; पण भांबावून न जाता ती निश्चयाने म्हणाली, ''तू जर हद्दपार केलेल्या वसूला आणि मला न्याय देऊ शकत नसलास तर मी ह्या क्षणी सर्वांसमोर सांगते की, वसू परतून येईपर्यंत मी ह्या सभेत नृत्य करणार नाही. मी इथे उपस्थित राहावं हा प्रत्यक्ष देवेन्द्राचा आदेश होता. त्याचा उपमर्द होऊ नये म्हणून केवळ आज मी इथे उपस्थित राहिले. इथून पुढे कुठलीही राजाज्ञा मी पाळणार नाही. स्वर्गीय अप्सरेकडून अपेक्षित कुठलंही कृत्य करणार नाही. इतकंच नाही तर आज नंतर मी ह्या सभेत पाऊलदेखील ठेवणार नाही. तुझ्या राजेपणाचा अधिकार मी अमान्य करते. इथून पुढे तू माझा राजा नाहीस.''

अवाक झालेला इन्द्र तिच्याकडे अविश्वासाने पाहत राहिला. काय बोलावं हे त्याला सुचेना. स्वतःला सावरत शची पुढे आली. तिला क्रोध असह्य झाला होता. अधिकारयुक्त स्वरात ती म्हणाली, ''हा द्रोह आहे. आपल्या राजाला जाब विचारण्याचं धाडस कसं काय करू शकतेस तू? अति झालं! आजवर तू सातत्याने अवज्ञा करत आली आहेस. इथून पुढे हे सहन केलं जाणार नाही. तुझ्या ह्या शिरजोरीची शिक्षा तुला मिळेल. तुला स्वर्गातून बहिष्कृत करण्यात येईल.''

‘‘माझी त्याला तयारी आहे,’’ स्पष्टपणे मेनकेने म्हटलं. ‘‘मी ह्या अमरावती नगरीचा त्याग करायला तयार आहे; परंतु इथून पुढे जोवर वसू परतून येत नाही, तोवर मी ह्या राजसभेत कुणाचंही मनोरंजन करणार नाही.’’

तिचे हे शब्द ऐकताच शची अवाक झाली. मेनकेवर कुठल्याही धमकावण्याचा परिणाम होणार नव्हता. अगदी स्वर्गातून काढून टाकण्याचासुद्धा. आपल्याला स्वर्गातून घालवून दिलं जावं ह्या हेतूने मेनकेने मुद्दाम विषय त्या दिशेने नेला होता का? शचीला संशय आला.

मेनकेने किती चतुरपणे आपल्या अटी समोर मांडल्या हे इन्द्राच्या तत्काळ लक्षात आलं. आता निवड करायची वेळ त्याच्यावर येऊन ठेपली होती. एकतर तिने केलेल्या उपमर्दाची शिक्षा म्हणून तिला स्वर्गाबाहेर करायचं किंवा तिच्या अटींसमोर मान तुकवून तिला स्वर्गात राहू द्यायचं.

त्याची घालमेल लक्षात येऊन मुद्दाम मधाळ स्वरात मेनका म्हणाली, ‘‘स्वामी, निघू का मग मी?’’

इन्द्राचं उत्तर ऐकण्यासाठी उपस्थित उत्सुक होते. त्याची सत्ता आणि अधिकार ह्यांची पायमल्ली झाली होती. त्यावर तो नेमकी कोणती प्रतिक्रिया देणार होता? मेनकेने त्याला शब्दांत पकडलं होतं हे त्याच्या लक्षात आलं. अतिशय क्षुल्लक मुद्द्याचा विपर्यास करून त्याने वसूला स्वर्गातून घालवून दिलं होतं. मुख्य म्हणजे अयोग्य पद्धतीने रम्भेने रचलेल्या कटाला इन्द्राने झुकतं माप दिलं होतं, वसूवर अन्याय केला होता. खरा अपराधी होता तो इन्द्र. बळी गेला होता तो वसू आणि मेनकेचा. रम्भेने केवळ कांगावा केला होता.

इन्द्राने अडखळत बोलायला सुरुवात केली, ‘‘नाही. स्वर्ग ही तुझी कर्मभूमी आहे. तू ती सोडून जाऊ शकत नाहीस. अप्सरा म्हणून तुझी काही कर्तव्यं...’’

‘‘जी मी पार पाडणार नाही. वसू परतून येईपर्यंत मी नृत्य करणार नाही, कोणाचंही मनोरंजन करणार नाही,’’ तिने खणखणीत स्वरात जतवलं.

हे ऐकताच शचीचा तिळपापड झाला. ‘‘काय हा मूढपणा! ताबडतोब तिला स्वर्गातून बाहेर घालवा.’’

‘‘अगदी चालेल! मी तर तशी विनंती करते आहे तुम्हाला. हा स्वर्ग म्हणजे अशी जागा आहे जिथे लाज, पश्चात्ताप, सल ह्या कशाचाही विधिनिषेध नाही. महाराणी, तुम्ही ज्याला मूढपणा म्हणत आहात तो माझा

स्वसन्मानासाठी लढा आहे. मद्यधुंद अवस्थेत विनयभंग केल्याचा अत्यंत घृणास्पद, हीन आणि खोटा आरोप ज्याच्यावर झाला आहे तो माझा पती आणि प्रियकर आहे. आज त्याच्या नावलौकिकाला कायमचा बट्टा लागला आहे. न्याय तर सोडाच त्याचं म्हणणंदेखील ह्या सभेत ऐकून घेतलं नाही. एका निरपराध्याला जन्मभराचा शाप दिला गेला. भयास्पद श्वापदामध्ये त्यांचं रूपांतर केलं गेलं आणि हे केलं कोणी तर तुमच्या पतीराजाने, देवेन्द्राने, देवांच्या राजाने. वसूची पत्नी म्हणून मी फक्त झाल्या गोष्टीचा निषेध करू शकते. ह्याला तुम्ही अवज्ञा कशी म्हणाल? ही तर न्यायासाठी केलेली मागणी आहे.''

देवेन्द्राच्या त्या राजसभेत मेनकेचा सुस्पष्ट आणि खणखणीत स्वर घुमला. ताठ मानेने मेनका उभी होती. तिच्या नजरेत विलक्षण चमक होती. बोलताना तिचा स्वर जराही चढला नव्हता, तरीही तिच्या शब्दांनी उपस्थितांवर प्रभाव पाडला होता.

हे सगळं लक्षात घेऊन इन्द्र स्थिर स्वरात म्हणाला, ''मिळेल तुला न्याय. तू इथेच राहा. तुझ्या अटींवर.''

त्याचा निवाडा ऐकून सर्वांना आश्चर्य आणि समाधान वाटलं.

इन्द्र उसन्या धैर्याने पुढे म्हणाला, ''राजा म्हणून माझ्या हातून फार मोठी चूक झाली आहे. झालेला परिणाम मी नष्ट करू शकत नाही.''

त्याच्या बोलण्याला ती फसणार नव्हती. आपल्या हातून झालेल्या चुकीवर पांघरूण टाकायचा, आपली विश्वासार्हता आणि प्रतिष्ठा जपण्याचा इन्द्राचा प्रयत्न ती यशस्वी होऊ देणार नव्हती.

''म्हणूनच, मेनका तुला तुझ्या अटीवर मी इथे वास्तव्य करू देतो. माझ्या हातून झालेल्या चुकीचं परिमार्जन त्याने होईल असं...''

''आणि वसूचं काय? त्याला तू परत कसं बोलावणार आहेस?''

इन्द्राने आवंढा गिळला. अत्यंत चतुराईने मेनकेने त्याला पुन्हा एकदा अडकवलं होतं. ह्यातून आपली सुटका नाही हे ओळखून तो म्हणाला, ''मी त्याला शाप दिला जो मी परत घेऊ शकत नाही. त्या संदर्भात मी आता ब्रह्मा, विष्णू आणि महेश ह्यांच्याशी बोलून पाहतो. त्यातून काही निष्पन्न...''

मेनकेच्या नजरेतला गर्भित अर्थ लक्षात घेऊन इन्द्राने पटकन सावरून घेत म्हटलं, ''मेनका, तुलाच नाही तर इथे उपस्थित असलेल्या सर्वांना मी

आश्वासन देतो की, पृथ्वीवर लवकरच अवतार घेणाऱ्या भगवान विष्णूंच्या हस्ते कबंधाचा उद्धार होईल. वसू पुन्हा परतून येईल.''

मेनका निश्चयाने म्हणाली, ''परतून आल्यावर गंधर्वराज हे पद त्याला पुन्हा सन्मानाने प्राप्त होईल ना?''

ओठ घट्ट मिटून घेत इन्द्राने मान डोलावली. सभेतील सर्वांनी सुटकेचा निःश्वास सोडला. मेनकेचा ताण निवळला. आता इन्द्र शब्द बदलू शकणार नव्हता. त्याच्या हातून घडलेल्या प्रमादाची शिक्षा त्याला भोगावीच लागेल अशी आशा मेनकेला वाटली. आजवर इन्द्राने कित्येकांना शाप दिला होता; परंतु उःशाप देण्याचं सामर्थ्य त्याच्यात नव्हतं हे ती विसरू शकत नव्हती.

इन्द्र तिच्या दिशेने आला.

अत्यंत तिरकसपणे तो म्हणाला, ''आपला विजय झाला असं वाटतं आहे ना तुला?''

''अरे, सारं गमावलं आहे मी. आता तर माझ्याकडे गमावण्यासारखं काही नाही तर मिळवण्यासारखं काय असणार आहे?'' चेहऱ्यावर खोटं हसू आणत ती म्हणाली, ''तुझं खरं रूप इतरांसमोर उघड केलं म्हणून मी जिंकले असं वाटतं का तुला? तसंही तू केलेल्या कृत्याचं मला आश्चर्य वाटत नाही. तुला नेहमीच वसूची भीती वाटत आली आहे. त्याला इथून घालवण्याची संधी तू शोधत होतास. तशी परिस्थिती तू निर्माण केलीस. त्यासाठी तू रम्भेचा ज्या पद्धतीने वापर केलास ते अत्यंत नीचपणाचं होतं. अजून किती अधःपतन करून घेणार आहेस स्वतःचं?'' तिच्या नजरेत त्याच्याबद्दलचा संताप आणि तिरस्कार दाटला होता. ''शरीरसुख! एखाद्या अस्त्रासारखा वापर करतोस तू ह्या भावनेचा आणि ते अस्त्र असतं आम्हा अप्सरांपैकी कुणी एक. तू त्याला मोह म्हणतोस, भुरळ म्हणतोस किंवा आकर्षण म्हणतोस; पण आमच्या दृष्टीने तो परस्परसंमत प्रणय असतो. आम्ही कोणालाही त्याच्या इच्छेविरुद्ध वागायला भाग पाडत नाही. मात्र, आम्ही मोहात पाडण्याचं कार्य करतो. बळाचा वापर करतोस तो तू. आम्हाला आज्ञा करण्यासाठी. स्वर्गामध्ये आम्हाला नेमून दिलेली कर्तव्यं आम्ही पार पाडावीत म्हणून. आज मात्र तू अगदी कहर केलास. एका व्यक्तीच्या चारित्र्यावर चिखलफेक करण्यासाठी तू आमच्या प्रणयकौशल्याचा विपरीत वापर केलास. खरंतर तू वसूचा विनयभंग केला आहेस. त्याच्या लौकिकाला बट्टा लावला आहेस. तू!''

'मेनका, सदाचाराच्या गप्पा कोणा पुढे मारतेस? शोभत नाहीत तुला त्या. मला मान्य आहे की, मी वसूचा बळी दिला. त्याचा जराही पश्चात्ताप होत नाही मला. मला जे हवं होतं ते मी मिळवलं,'' इन्द्राच्या नजरेत विजयाची झाक आणि चेहऱ्यावर छद्मीपणा दिसत होता. ''पण प्रिये, तू... तुझा कुठल्याही प्रकारे बळी गेलेला नाही. तू अप्सरा आहेस. तुझी निर्मिती सर्वांना सौख्य देण्यासाठी आहे हे सोयिस्कररीत्या विसरून तू केवळ वसूच्या सौख्याचा विचार करतेस आणि म्हणूनच सदसद्विवेक बुद्धी आणि सन्मान ह्यांच्या संदर्भात तुझ्या मनात द्वंद्व सुरू होतं.'' विकटपणे हसत तो म्हणाला, ''इथून पुढे तुला वसू प्राप्त होणार नाही,'' काही तरी विचार करून त्याने पुढे पुस्ती जोडली, ''अजून कित्येक वर्षं.''

अविचल स्वरात ती म्हणाली, ''तो येईल परतून. मी त्याच्यासाठी अनंत काळ थांबेन. इन्द्रा तुझं काय? सतत तुझा नजरेसमोर असेन मी; पण तू मला स्पर्शसुद्धा करू शकणार नाहीस. माझा आवाज कानावर पडेल तुझ्या; पण मी कधीही तुझ्यासाठी गाणार नाही. तू मला भोगू शकणार नाहीस!'' चेहऱ्यावर हसू खेळवत त्याच्या दिशेने झुकत ती फिस्कारली. ''रात्रंदिवस तू माझ्यासाठी झुरशील. राजसभेत सादर होणाऱ्या प्रत्येक नृत्याविष्कारात मला पाहशील; पण मी कुठेच असणार नाही. सतत माझा ध्यास घेशील; पण मी तुला मिळणार नाही. तुझी तडफड, नैराश्य, अस्वस्थता पाहत राहिन मी. हे प्रभू, वसू परतून येईपर्यंत मी तुमच्यासमोर आणि तुमच्यासाठी नृत्य करणार नाही. माझं नृत्य हे आमच्या दोघांच्या प्रेमाचा आविष्कार होता. ते मी तुम्हाला कधी विसरू देणार नाही.'' ओठांवर गोड हसू खेळवत ती अत्यंत निर्दयी स्वरात म्हणाली, ''मी इथे असूनही नसेन. तुला ते सतत जाणवत राहील. वसूची अनुपस्थितीदेखील तुला सतत त्रस्त करेल... इथून पुढे हेच माझं जीवन ध्येय समज.''

संतापाने फुललेला तिचा चेहरा, विखारी नजर, थरथरणारे ओठ, जळजळीत शब्द, आवेगाने वरखाली होणारी छाती... क्रोधायमान अवस्थेत मेनकेचं सौंदर्य अधिक खुललं होतं. इन्द्र कामोत्सुक झाला. त्याला स्वतःची भीती वाटू लागली. ही मेनका त्याच्या विनाशाचं कारण होती. असं असूनही त्याला तिच्याबद्दल विलक्षण आकर्षण होतं.

चिडून तो म्हणाला, ''तू मला शिक्षा देते आहेस का?'' भेसूरपणे हसत तो पुढे म्हणाला, ''विसरू नकोस, मी राजा आहे. ह्याहून अधिक यातना मी तुला देऊ शकतो... आत्तादेखील.''

''ह्याहून अधिक यातना? त्या मी तुला देईन. त्यासाठी कुठला शाप देण्यात मी स्वतःची ऊर्जा नष्ट करणार नाही. तू तर माझ्या द्वेषालासुद्धा पात्र नाहीस. मी तुझा निव्वळ तिरस्कार करते. तुला आपल्या कृत्याची फळं भोगावी लागतील.'' मग खांदे उडवत निर्भयपणे ती पुढे म्हणाली, ''तुमची सत्ता, हे सिंहासन, अमरावती, इन्द्रलोक, अप्सरा आणि गंधर्वांचा तुमचा ताफा आणि तुमची पत्नी ह्या साऱ्यांचा फार अभिमान आहे ना तुम्हाला? त्यापायी तुम्हाला असुरक्षितही वाटतं ना? एक ना एक दिवस हे सगळं गमवावं लागेल तुम्हाला. तोपर्यंत राजेपणाच्या आपल्या ह्या कल्पनांमध्ये खुशाल रमा तुम्ही, प्रभू!'' शेवटच्या शब्दावर जोर देत ती म्हणाली.

इन्द्राचा चेहरा लाल झाला. ''अप्सरेचा शाप देवेन्द्राला काय करू शकणार आहे?'' तिरस्काराने तो म्हणाला.

''असं वाटतं आहे तुला. तिलोत्तमेने राजा सहश्रणीला शाप दिला होता. त्याचे दुष्परिणाम माहिती आहेत ना? त्याला आपल्या प्रेयसीचा विरह सहन करावा लागला. तिलोत्तमेने त्याला क्षमा करेस्तोवर राजाला वियोगाचं दुःख भोगावं लागलं,'' मेनकेने इन्द्राला नेमकी आठवण करून दिली. ''पण मी मात्र तुला शाप देण्यात शक्ती खर्च करणार नाही. तेवढी तुझी पात्रताही नाही. माझे शब्द लक्षात ठेव. माझे तळतळाट तुला भोगावे लागतील. माझ्या पोटची पोर तू हिरावून घेतलीस, माझ्या प्रियकराला माझ्यापासून दूर केलंस,'' बोलता बोलता ती थरथरू लागली. संयमाने स्वतःला सावरत ती पुढे म्हणाली, ''हा शाप नाही. धोक्याची सूचना आहे.''

# स्वर्ग आणि पृथ्वी

**मि**त्राचं ऋण आपण फेडलं आहे – कौशिकच्या मनात आलं. तपश्चर्येच्या ह्या नवीन मार्गावर चालत असताना त्याने आपलं कुटुंब आणि राज्य सत्यव्रत राजाच्या हवाली केलं होतं. हेमवतीने त्याच्या ह्या नवीन मार्गाचा कडवट उल्लेख केला होता – उच्च ध्येय. प्रदीर्घ आणि अतिशय कष्टाचा मार्ग होता तो आणि अजूनही त्याचं ईप्सित साध्य झालं नव्हतं. दरम्यान राजा सत्यव्रत आणि इन्द्राचा हस्तक्षेप ह्यामुळे घडलेल्या घटनेमध्ये कौशिकला विश्वामित्र ही नवीन उपाधी प्राप्त झाली होती. तिन्ही जगांचा मित्र. इन्द्र आणि वसिष्ठ ह्या दोघांना आव्हान देण्याचं बळ त्यामुळे त्याला प्राप्त झालं होतं. त्या दोघांना खोटं ठरवण्यासाठी मी प्रतिसृष्टी निर्माण केली. माझा स्वतःचा स्वर्ग निर्माण केला! कौशिकच्या मनात विचित्र समाधान पसरलं.

सुरुवात अगदी साध्याशा घटनेने झाली होती. कोसला नरेश सत्यव्रत म्हणजे इक्ष्वाकु वंशाचा राजा, कौशिकचा स्नेही. स्वतःच्या सौंदर्याचा सार्थ अभिमान त्याला होता. त्यापायी आपल्याला सदेह स्वर्गप्राप्ती व्हावी हा वेडा हट्ट त्याने मांडला होता. तरुणपणी हा मानवी देह घेऊन स्वर्गसुख उपभोगण्याची तीव्र कामना त्याच्या मनात दाटली होती. राजगुरू वसिष्ठांपुढे त्याने आपली इच्छा उघडपणे व्यक्त केली. सुरुवातीला वसिष्ठांना गंमत वाटली. राजाचा लहरी स्वभाव त्यांना परिचित होता. राजाची इच्छापूर्ती करणं कसं अशक्यप्राय आहे हे त्यांनी राजाला सौम्यपणे सांगितलं. माणसं कितीही देखणी असोत, त्यांना सदेह स्वर्गप्राप्ती शक्य नाही हे पुन्हा पुन्हा पटवून देण्याचा प्रयत्न केला. स्वर्गप्राप्तीसाठी व्यक्ती मृत होण्याव्यतिरिक्त

दुसरा कुठलाही मार्ग नव्हता, हे ऐकताच राजाची विनवणी धमकावणीत बदलली, तरीही वसिष्ठ बधले नाहीत. संतप्त तरुण राजा मदतीसाठी अनेक ठिकाणी गेला, वसिष्ठांच्या पुत्रांकडेदेखील तो गेला; पण प्रत्येकाने आपली असमर्थता व्यक्त केली. हा प्रसंग इथेच थांबला असता; पण तसं व्हायचं नव्हतं. ज्येष्ठ वसिष्ठपुत्र शक्तीला सत्यव्रताच्या उद्दामपणाचा संताप आला. राजाचा लोभ, अहंकार आणि अवज्ञा करण्याचं धाष्टर्य ह्या साऱ्यांमुळे शक्तीने राजाचं रूपांतर त्रिशंकू ह्या चांडाळात केलं. शापित त्रिशंकू लंगडत, पाय ओढत कौशिकाच्या आश्रयाला गेला. त्याने मदतीची याचना केली. त्यामागचं प्रयोजन पटल्यामुळे कौशिकाने साहाय्य करण्याचं आश्वासन दिलं. ह्यामुळे वसिष्ठ ह्या आपल्या जुन्या वैऱ्याला नमवण्याची अजून एक संधी कौशिकला प्राप्त झाली होती. वसिष्ठांना निष्प्रभ करून त्रिशंकूसाठी स्वर्गाचा मार्ग तो मोकळा करणार होता.

सदेह स्वर्गप्राप्ती! आजवर कोणीही हे यश साध्य करू शकलं नव्हतं. कौशिक ते करू शकला तर केवळ वसिष्ठ नाही तर देवांचाही पराभव तो करणार होता. इन्द्राला हे कधीही सहन होणार नाही हे कौशिक जाणून होता. अर्थात, त्यासाठी कौशिकला आजवर अवगत झालेलं ज्ञान आणि शक्ती पणाला लावावी लागणार होती. कौशिकाने यज्ञाची तयारी केली. साहाय्यासाठी त्याने अग्नी आणि वरुण ह्या देवतांना आवाहन केलं. त्याचा भाचा जमदग्नी त्याच्या बरोबरीने यज्ञात आहुती देण्यासाठी बसला. त्रिशंकूला स्वर्गात प्रवेश करता यावा म्हणून अलौकिक अशा मार्गाची निर्मिती करण्यासाठी कौशिक सज्ज झाला.

कौशिकाच्या प्रयत्नांना यश मिळून त्रिशंकूने स्वर्गात प्रवेश केला. त्याचा हा आनंद क्षणभंगुर ठरला. क्रोधिष्ट इन्द्राने त्याला स्वर्गातून घालवून दिलं. पृथ्वीच्या दिशेने घरंगळत येणाऱ्या त्रिशंकूला कौशिकने तपसाधनेने अंतराळात थोपवून धरलं. झालेल्या अपमानाने कौशिक संतापला होता. इन्द्राच्या स्वर्गात त्रिशंकूला प्रवेश मिळत नाही हे पाहून त्याने प्रतिस्वर्ग निर्माण करायचं ठरवलं. आजवर कुणीही असं धाडस दाखवलं नव्हतं. आपण आपल्या मर्यादांचा विचार न करता भलतंच साहस करत आहोत हे कौशिक जाणून होता, तरीही त्याचा निश्चय झाला होता. जमदग्नीला घेऊन त्याने महायज्ञ आरंभला. मंत्रोच्चाराला सुरुवात झाली. यज्ञात विविध समिधा अर्पण होऊ लागल्या.

दिवस लोटले, सप्ताह लोटले तरी कौशिक थांबला नाही. त्याच्या महायज्ञाला यश मिळण्याची चिन्हं दिसू लागली. नवीन तारका, ग्रह, नक्षत्र, सूर्यमाला, आकाशगंगा ह्या साऱ्यांसह नव्याने एक विश्व आकाराला येऊ लागलं. राजर्षी कौशिकाचं हे सामर्थ्य पाहून इन्द्राचा धीर सुटला. ह्या प्रतिसृष्टीत सजीव वावरू लागले. इतकंच नाही तर प्रतिइन्द्राची निर्मितीदेखील कौशिकाने केली.

हे आश्चर्य पाहण्यासाठी प्रत्यक्ष ब्रह्मदेव खाली उतरले. इन्द्राने त्यांच्याकडे धाव घेतली, ''एका वेळेस दोन इन्द्र कसे असू शकतात?'' एका सामान्य मर्त्यधर्मीने नवल घडवून आणलं होतं. प्रत्यक्ष स्वर्गाची निर्मिती केली होती.

विजयी मुद्रेने कौशिकाने इन्द्राला उत्तर दिलं, ''प्रभू, तुम्ही तुमच्या स्वर्गात त्रिशंकूचा प्रवेश नाकारलात म्हणून दुसऱ्या इन्द्राची निर्मिती करावी लागली. जाती, वर्ण आणि प्रदेश ह्यांवर आधारित रचना तुमच्या इन्द्रलोकात आहे. अतिशय पक्षपाती पद्धत आहे ती. माझी प्रतिसृष्टी – हे नवीन विश्व – सर्वसमावेशक असेल. इथे सर्वांना समान न्याय मिळेल. सर्वांचं स्वागत होईल आणि मुक्तीची समान संधी प्रत्येकाला उपलब्ध असेल. इथे मूल्य असेल ते योग्यतेचं, हक्कांचं नाही.''

कौशिकचा ठाम उद्दामपणा आणि बोलण्यातलं तथ्य इन्द्राला सहन झालं नाही; परंतु काही बोलण्याचं धाडस त्याच्यात नव्हतं.

गंभीरपणे कौशिक पुढे म्हणाला, ''अग्नी आणि वायू ह्यांच्या साहाय्याने मी त्रिशंकूला ह्या नवीन विश्वात पोहोचवू शकलो. इन्द्रा, तुझ्या उद्धटपणापायी तू त्याला स्वर्गातून बाहेर काढलं होतंस. तुझ्या दृष्टीने तो गलिच्छ आणि अस्पृश्य होता, नाही का? ऋषींनी झिडकारलेला, वसिष्ठ पुत्राने शाप दिलेला त्रिशंकू तुझ्या स्वर्गाला नको होता. तुमच्या स्वर्गातदेखील काही विशिष्ट राजे आणि ऋषींना तेवढा सन्मान मिळतो.''

''नाही, हे खरं नाही. तो सजीव असल्यामुळे मी त्याला प्रवेश नाकारला,'' इन्द्राने आपला विरोध उच्चस्वरात प्रकट केला. ''अमर्त्यांच्या भूमीत त्याला प्रवेश कसा देणार होतो मी?''

''...म्हणूनच मी दुसरा स्वर्ग निर्माण केला. माझ्यासारख्या मानवांसाठी! तुमच्या स्वर्गाच्या तुलनेत इथले नियम शिथिल आहेत,'' खांदे उडवत कौशिकने स्पष्टीकरण दिलं.

कौशिकच्या बोलण्यातील सत्यता जाणवून ब्रह्म संकोचले. त्याच्या विनवणीला मान देत कौशिकाने आपला महायज्ञ खंडित केला, त्यामुळे त्याच्या प्रतिसृष्टीमध्ये चौथ्या आकाशगंगेची निर्मिती होता होता थांबली. कौशिकाचं सामर्थ्य आणि नियंत्रण पाहून ब्रह्मदेव प्रभावित झाले. कौशिकाचे आभार मानत 'विश्वामित्र' ही पदवी ब्रह्मदेवाने त्याला दिली. विश्वामित्र – विश्वाचा सखा आणि तत्त्वज्ञ.

ह्या कृतीने इन्द्राला जरी आनंद झाला नाही तरी त्याने सुटकेचा निःश्वास मात्र टाकला. नवीन विश्वात दिमाखाने चमकणारे तारे आणि त्रिशंकूदेखील निश्चिंत झाले. स्वर्गस्थ युद्ध टळलं. कठोर निश्चयाची जोड असल्यास मर्त्यधर्मी काय प्राप्त करू शकतात, ह्याची चुणूक ह्या प्रसंगाने दिसली.

आज जग मला विश्वामित्राच्या नावाने ओळखतं आहे, ह्या विचाराने कौशिक प्रसन्न झाला. आपल्या ध्येयाच्या दिशेने तो दोन पावलं पुढे सरकला होता. एक ना एक दिवस वृद्ध वसिष्ठाशी त्याची गाठ पडणार होती. स्वतः ब्रह्मदेवाने कौशिकला 'विश्वामित्र' ही पदवी दिली होती. आता वेळ आली होती ती स्वतः वसिष्ठांनी विश्वामित्रांना ब्रह्मर्षिपद देण्याची.

विश्वामित्राने सभोवार पाहिलं. अम्बरिश राजाने आरंभलेल्या राजसुय यज्ञासाठी त्यांना विशेष आदराने निमंत्रित करण्यात आलं होतं. जमदग्नी, अगस्त्य आणि विंध्य पर्वताच्या दक्षिण प्रांतातील अनेक ऋषिमुनी यज्ञासाठी उपस्थित होते. पवित्र शरयू नदीच्या तीरावर भव्य व्यासपीठाची उभारणी करण्यात आली होती.

विश्वामित्रांचं लक्ष तिकडे गेलं. त्यांच्या नजरेला जे पडलं, त्यावर त्यांचा विश्वास बसेना. तिथे उभारलेल्या वधस्तंभाला जिवंत मुलगा बांधलेला होता.

अत्यंत क्रोधाने विश्वामित्र राजाला म्हणाले, ''मानवी बळी का बरं देत आहात? राजसुय यज्ञाचा अर्थ जाणता ना? सम्राट म्हणून तुमचं वर्चस्व प्रस्थापित करणारा आणि इतरांना ते मान्य करायला लावणारा हा यज्ञ आहे. अशा ठिकाणी मनुष्याचा बळी देण्याचं गर्हणीय कृत्य कशासाठी?''

राजा अम्बरिश भीतभीत पुढे झाला. ''यज्ञात बळी देण्यासाठी आणलेला पशू नाहीसा झाल्यामुळे...'' त्याच्या स्वरात अनिश्चितता होती. ''कित्येक प्रहर शोध घेऊनही तो पशू न सापडल्यामुळे ऐनवेळेस – ह्या

यज्ञाचं अनन्यसाधारण महत्त्व लक्षात घेऊन ब्राह्मणपुत्राला बळी देण्याचा तोडगा सुचवला गेला.''

त्या स्पष्टीकरणाने विश्वामित्रांचं समाधान झालं नाही. ''म्हणून कोणी माणसाचा बळी देईल का? तसंही बळी देण्याची परंपरा केवळ माणसांमध्ये दिसून येते. इतर कुठल्याही सजीवात ती नाही. सर्व सजीवात मानवजात श्रेष्ठ मानली गेली आहे. मानव हा इतर जातींचा रक्षणकर्ता मानला जातो. हे राजन, असं असताना तू आपल्या रक्तपिपासू वृत्तीपायी दुसऱ्या एका माणसाचा बळी द्यायला निघाला आहेस!'' विश्वामित्रांचा संताप विकोपाला गेला होता.

विश्वामित्रांच्या अंतर्दृष्टीला क्षणार्धात ज्ञान झालं. अम्बरिश राजाला यज्ञ साफल्याचं फळ मिळू नये म्हणून स्वतः इन्द्राने बळीसाठी आणलेला पशू नाहीसा केला होता. काय हा भ्याडपणा! यज्ञ सिद्ध झाला तर विश्वामित्रांचं सामर्थ्य वाढेल आणि स्वर्गाला धोका निर्माण होईल, असा विचार इन्द्राने केला होता.

राग कसाबसा आवरत विश्वामित्र खेकसले, ''कोणाचा आहे हा पुत्र?''

''त्याचा पिता अत्यंत दरिद्री ब्राह्मण आहे. थोडं अन्न आणि काही गायींच्या मोबदल्यात त्याने आपल्या पुत्राची विक्री...''

एखादा पिता आपल्या पुत्राची विक्री कशी काय करू शकतो? निव्वळ विचाराने विश्वामित्रांच्या जीवाची घालमेल झाली.

त्वेषाने त्यांनी राजाला प्रश्न केला, ''आणि तू ते मान्य केलंस? अरे, स्वतःचा सन्मान जपण्यासाठी तू दुसऱ्याचा जीव घेणार? तेही आपल्या प्रजेचाच? ही प्रजा आहे म्हणून तू राजा आहेस. तुझं सर्वप्रथम कर्तव्य त्यांच्या प्रति आहे.'' कडवटपणाने विश्वामित्र पुढे म्हणाले, ''एका उत्तम राजाचं कर्तव्य आपल्या प्रजे प्रति असतं.''

त्यानंतर निग्रहाने मान हालवत विश्वामित्र म्हणाले, ''मी कुठलाही बळी देऊ देणार नाही. अत्यंत किळसवाणं कृत्य आहे ते. तू एका सुसंस्कृत नगरीचा राजा आहेस. स्वतःला सम्राट म्हणवतो आहेस, हो ना? इथल्या यज्ञभूमीवर कोणाचंही रक्त सांडणार नाही. निरपराध आणि निरागस प्रजेचं तर मुळीच नाही. हे कुठलं युद्ध नाही.'' त्या बालकाकडे वळून विश्वामित्र कडाडले, ''आत्ताच्या आत्ता त्या बालकाला बंधमुक्त करून ताबडतोब माझ्यासमोर घेऊन या.''

विश्वामित्रांच्या आज्ञेचं सत्वर पालन झालं. भीतीने थरथरणाऱ्या त्या बालकाने विश्वामित्रांच्या दिशेने धाव घेत स्वतःला त्यांच्या पायावर लोटून दिलं.

"तुम्ही माझा जीव वाचवलात," त्या बालकाच्या डोळ्यांतून घळाघळा अश्रू वाहत होते. त्याचा कोवळा चेहरा वेदनेने पिळवटला होता. "तुम्ही माझे तारणहार आहात."

"बाळा, नाव काय तुझं?" विश्वामित्रांनी मायेने विचारलं.

"ऋषी ऋचिक आणि सत्यवती ह्यांचा सर्वांत धाकटा पुत्र शुनःशेप आहे मी. आमच्या राज्यात प्रचंड दुष्काळ पडल्यामुळे खायला अन्नाचा कणदेखील नाही. भुकेने माझं कुटुंब मृत्युपंथाला लागलं आहे. त्यांच्या हालअपेष्टा माझ्याने बघवल्या जाईनात. माझ्या मृत्यूमुळे त्यांच्या पोटात निदान दोन घास जातील, असा विचार करून मी ह्या यज्ञाचा बळी होणं मान्य केलं." हुंदके देत त्याने आपलं म्हणणं मांडलं.

गर्रकन वळून विश्वामित्रांनी अम्बरिश राजाकडे जळजळीत कटाक्ष टाकला. त्याची राख करण्याचं सामर्थ्य त्या नजरेत होतं. ते कडाडले, "असा कसा राजा तू? तुझ्या नगरीत दुष्काळ पडलेला असताना तू राजसुय यज्ञावर वाट्टेल तशी संपत्ती उधळतो आहेस! निव्वळ स्वतःचा अहंकार सुखावण्यासाठी तू हे करतो आहेस. काय अर्थ आहे ह्या सगळ्यात? आपल्या प्रजाजनांकडे लक्ष देणं हे तुझं आद्य कर्तव्य असलं पाहिजे! ही अशी आत्ममग्नता काय कामाची? निष्कांचन अवस्थेतील कुटुंबाला अर्थसाहाय्य करण्याऐवजी तू त्यांच्या असाहाय्यतेचा दुरुपयोग करतो आहेस. खोटी प्रतिष्ठा आणि सन्मानाच्या आहारी गेला आहेस तू. प्रसिद्ध इक्ष्वाकु वंशाचा वारसा मिळालेला असूनही हे राजन, किती दरिद्री ठरला आहेस तू! सम्राटपद तर सोडच, साधा माणूस म्हणवून घेण्याची पात्रता नाही तुझी!"

रडणाऱ्या त्या बालकाकडे एक कटाक्ष टाकून विश्वामित्रांनी अम्बरिश राजाला प्रश्न केला, "हा कोण आहे हे लक्षात आलं आहे का तुझ्या?"

चाचरत राजा अम्बरिशाने उत्तर दिलं, "ऋषी ऋचिकांचा पुत्र."

"...आणि माझा भाचा. माझी भगिनी सत्यवती हिचा पुत्र." ठाम स्वरात विश्वामित्र पुढे म्हणाले, "आणि, तुझ्या यज्ञासाठी उपस्थित असलेल्या जमदग्नी ऋषींचा धाकटा बंधू."

हे ऐकताच अम्बरिश राजाच्या चेहऱ्यावरचा रंग उडाला.

जमदग्नीकडे रोख वळवत विश्वामित्र म्हणाले, ''आपल्या कुटुंबाची इतकी विपन्नावस्था आहे ह्याचं भान कसं नाही तुला?''

बसलेल्या धक्क्यातून जमदग्नी सावरले नव्हते. ते चाचरत म्हणाले, ''आत्मप्रबोधनाचा मार्ग स्वीकारल्यापासून गेल्या कित्येक वर्षांत माझी त्यांची गाठभेट नाही.''

''वा! काय पण आत्मप्रबोधन प्राप्त झालं आहे, नाही का माझ्या प्रिय भाच्यांनो,'' अत्यंत रूक्षपणे विश्वामित्रांनी प्रश्न केला. ''जमदग्नी, चल, यज्ञाला प्रारंभ करू या. नद्या, समुद्र आणि महासागर अशा सर्व जलतत्त्वांना समजावण्याचा प्रयत्न करू या की, यज्ञात बळी देण्याची ही प्रथा अनिष्ट आहे.''

त्यावर गयावया करत राजा अम्बरिश म्हणाला, ''मुनीवर, ह्याचा बळी दिला नाही, तर वरुणदेव कोप पावेल.''

भेदक नजरेने त्याच्याकडे पाहत विश्वामित्र म्हणाले, ''असं का? मग तर आपल्याला ह्या बालकाचं रक्षण करायला हवं. प्रत्यक्ष वरुणदेवांना पृथ्वीवर यायला भाग पाडायला हवं.''

त्यावर राजा काही बोलण्याआधीच विश्वामित्रांनी आपल्या लहानशा भाच्याला जवळ घेत म्हटलं, ''बाळा, मी तुला एक मंत्र सांगतो. तो जाणून घे. समजून-उमजून मोठ्या श्रद्धेने त्याचं सतत पठण कर.'' त्यांच्या धीरगंभीर स्वराने थरथरणाऱ्या त्या बालकाच्या जीवात जीव आला. मान डोलावत मोठ्या श्रद्धेने विश्वामित्रांच्या मागून त्याने मंत्र पठणाला सुरुवात केली. ऋषींच्या समर्थवाणीतून सुस्पष्टपणे बाहेर पडणारा तो मंत्र आणि त्या बालकाचा श्रद्धायुक्त अनुनाद; कित्येक प्रहर हे पठण सुरू राहिलं. सूर्य निष्प्रभ झाला, वारा वाहायचा थांबला, पक्ष्यांचा चिवचिवाट बंद झाला. विश्वामित्र, जमदग्नी आणि अगस्त्य ह्यांच्या उच्चस्वरातील मंत्रोच्चारांच्या साक्षीने पवित्र यज्ञात विविध समिधांची आहुती पडत राहिली.

आणि यज्ञाच्या धगधगत्या ज्वालांमध्ये प्रत्यक्ष वरुण अवतीर्ण झाला. समोर बसलेल्या महान ऋषींकडे पाहत हात जोडून मोठ्या लीनतेने त्याने प्रणाम केला. ते पाहून उपस्थित अवाक झाले.

''विश्वामित्र, त्याग ह्या शब्दाचा खरा अर्थ आज तुझ्यामुळे ह्या राजाला समजला असेल अशी आशा करतो. त्याग म्हणजे काही तरी देण्याची परंपरा

पाळणं नाही. ते निव्वळ अर्पण करणं नसून समर्पण आहे, जाणीवपूर्वक गमावणं आहे.'' वरुण पुढे म्हणाला, ''राजाला आजवर हे समजलं नाही. त्याने पुत्रप्राप्तीची कामना केली. ती पूर्ण झाली. त्यानंतर देवांना प्रसन्न करण्यासाठी त्याने राजसुय यज्ञ आरंभला. तेही दुसऱ्या जीवाचा बळी देऊन. खरंतर त्याने स्वतःच्या सदसद्विवेक बुद्धीची आराधना करायला हवी.'' एवढं बोलून वरुणाने विश्वामित्र आणि शुनःशेप ह्यांना आशीर्वाद दिले.

त्या बालकाच्या खांद्यावर हात टाकत विश्वामित्रांनी खणखणीत स्वरात म्हटलं, ''बाळ शुनःशेप, वरुणाच्या कृपेने मला तुझी प्राप्ती झाली आहे. आजपासून मी तुझा स्वीकार पुत्र म्हणून करतो. इथून पुढे तू देवरथ नावाने ओळखला जाशील.''

गर्भगळीत झालेल्या अम्बरिश राजाने स्वतःला विश्वामित्रांच्या पायावर झोकून देत म्हटलं, ''माझ्याकडून घोर अपराध घडला आहे. निष्पाप जीवापेक्षा मला माझा अहंकार अधिक महत्त्वाचा वाटला. राजा म्हणून मी अयशस्वी ठरलो आहे. माझी प्रजा दुष्काळाने पीडित असताना मी मात्र स्वार्थ गोंजारत बसलो. प्रजेची काळजी घेण्यात मी कमी पडलो. इथून पुढे ही चूक होणार नाही. महामुनी विश्वामित्र, तुम्ही खऱ्या अर्थाने ह्या विश्वाचे मित्र आहात. तुम्ही आज माझे डोळे उघडले आहेत.''

एका लहानशा धरित्रीवासियाने स्वतःचा स्वर्ग निर्माण केला होता, देवांना पृथ्वीवर यायला भाग पाडलं होतं, खऱ्या अर्थाने 'विश्वाचा मित्र' म्हणवून घेण्याची पात्रता प्राप्त केली होती.

❦

दर्भ शय्येवर निश्चेष्ट अवस्थेत पडलेल्या त्या मुलीकडे मेनका निर्विकारपणे पाहत होती. ही मुलगी दुसरी तिसरी कोणी नसून तिच्या पोटची पोर प्रमद्वरा होती. तिचं आयुष्य संपलं होतं. असं कसं असेल? ओठ निळे पडलेली, शुष्क आणि प्राणहीन अशी ही मुलगी तिची कन्या कशी काय असू शकेल? मेनका स्वतःलाच पुन्हा पुन्हा विचारू लागली. त्या क्षणी तिच्यासाठी वेळ आणि भावना जणू थिजल्या होत्या. आपण आपल्या लेकीच्या बाबतीत पूर्णपणे अपयशी ठरल्याची भावना तेवढी तिला भेडसावत होती. हिचा त्याग करून आपण हिचं भलं नेमकं कसं साधलं हे मेनकेच्या आकलनापलीकडे होतं.

मृत्यूने घाला घालूनही तिच्या लेकीचं सौंदर्य कांकणभरही कमी झालेलं नव्हतं. प्रमद्वरा पितृमुखी होती. वसूच्या चेहऱ्याशी तिचं असलेलं साम्य पाहून मेनकेच्या मनात वसूच्या आठवणी तीव्रतेने उफाळून आल्या. पुन्हा एकदा तिचं दुःख ताजं झालं. नितळ सुवर्ण कांती, बदामाकृती चेहरा आणि कोमल वय; अशी कशी काय मरू शकते ती? मृत्यूची ओळख नसलेली मेनका चक्रावली. आपल्या लेकीच्या चेतनाहीन हातांना तिने हळुवार स्पर्श केला. लेकीचं आयुष्य निसटल्याची जाणीव तिला झाली. वसूची साथ नसल्याचं तिचं दुःख जितकं तीव्र होतं, तितकंच दुःख तिच्या मनात लेकीला ह्या अवस्थेत पाहून दाटून आलं; पण मेनका काहीही करू शकत नव्हती. मी आणि वसू अमर्त्य असताना आमच्या लेकीचा - प्रमद्वरेचा मृत्यू कसा होऊ शकतो? तिच्या नकळत ती मोठ्यांदा म्हणाली.

''कारण ती अमर्त्य नाही. तिचं संगोपन आम्ही पृथ्वीवर केलं आहे. तीदेखील आमच्याप्रमाणे मर्त्यधर्मी आहे म्हणूनच विषारी नागाच्या दंशामुळे तिचा मृत्यू ओढवला आहे,'' स्थुलकेश ऋषी म्हणाले. सुरकुतलेल्या त्यांच्या चेहऱ्यावरचं दुःख लपत नव्हतं. ''तेवढ्यासाठीच तुला निरोप दिला मी. निदान तिला शेवटचं पाहता...'' त्यांच्या डोळ्यांतून घळाघळा अश्रू वाहू लागले. कसंबसं ते म्हणाले, ''तिचे अंत्यविधी पार पाडावे लागतील.''

आपल्या मृत लेकीच्या चेहऱ्याकडे पाहताना मेनकेच्या मनात आलं की, ऋषींनी म्हटल्याप्रमाणे ती प्रमद्वरेला शेवटचं पाहत नव्हती. उलट, आज पहिल्यांदाच तिने आपल्या लेकीला पाहिलं होतं, स्पर्श केला होता. मेनकेने तिचा हात घट्ट धरला. त्या थंडगार स्पर्शाने ती चमकली.

''तिची माता जिवंत असताना ती कशी काय मरू शकते?'' अस्फुट स्वरात तिने ऋषींना विचारलं.

''मेनका, मृत्यू अटळ असतो. त्याला कोणीच आव्हान देऊ शकत नाही. बिचाऱ्या रुरूला मी हेच समजावण्याचा प्रयत्न करतो आहे. पुढच्या सप्ताहात त्या दोघांचा विवाह होणार होता. तिचा मृत्यू स्वीकारणं त्याला केवळ अशक्य आहे. दुःखाने भ्रमिष्टावस्था झाली आहे त्याची. प्रमद्वरेला वाचवण्याचे सर्व उपाय आम्ही करून पाहिले; पण नाही आलं यश,'' पुन्हा एकदा ऋषींना गदगदून आलं.

ते ऐकताच मेनकेच्या मनातील अपराधीपणाची जुनी भावना पुन्हा उफाळून आली. तिच्यासमोर असलेल्या ह्या ऋषींच्या दक्ष देखरेखीखाली

तिची लेक लहानाची मोठी झाली होती. किती सुंदर दिसत होती ती! तिच्या संगोपनात मेनकेचा कणभरदेखील सहभाग नव्हता.

स्वतःला सावरत स्थुलकेश ऋषींनी आपले अश्रू पुसले. त्यांच्या बाजूला उभ्या असलेल्या वयोवृद्ध ऋषींकडे वळून ते म्हणाले, ''प्रमती, तुझ्या लेकाची समजूत काढ. यमाला आव्हान दिलं आहे त्याने. प्रमद्वरेच्या जीवनाच्या मोबदल्यात रुरू स्वतःचे प्राण अर्पण करायला तयार आहे. असं होऊ शकत नाही, रुरूला भानावर आणण्याची फार गरज आहे.''

अत्यंत चिंतित स्वरात मेनकेने विचारलं, ''आहे कुठे रुरू?''

तो शोकमग्न तरुण तपस्वी दाट जंगलाकडे निघून गेल्याची माहिती तिला मिळाली. प्रमद्वरेप्रमाणे रुरूदेखील घृताची ह्या अप्सरेच्या पोटी जन्मला आला होता. त्याचा जन्म होताच त्याला त्याच्या पित्याच्या – ऋषी प्रमतीच्या ताब्यात देऊन घृताची निघून गेली होती. स्वार्थ हीच आम्हा अप्सरांची उपजत वृत्ती आहे! मेनकेच्या मनात आलं.

यम रुरूपर्यंत पोहोचण्याआधी आपण रुरूला गाठायला हवं असं मेनकेच्या मनात आलं. रुरूच्या दुःखापायी सर्व देवाधिदेव हेलावले होते. त्या आवेगात कदाचित यमाने रुरूची विचित्र इच्छा मान्य केली असती, असं होता कामा नये!

रुरूच्या शोधार्थ मेनका अरण्यात जाऊन पोहोचली. दुःखाने वेडापिसा झालेला रुरू तिच्या नजरेस पडला. सतत रडून त्याचे डोळे सुजले होते. कशाचं दुःख होतं हे? वेदना? सल? मर्त्य मानव दुःखामुळे इतके व्याकूळ होतात का? आपल्या प्रेमाखातर हा तरुण स्वतःचे प्राण अर्पण करायला तयार होता. मर्त्य मानवांचं प्रेम इतकं सखोल आणि व्यापक असतं का?

'रुरू, तुझं दुःख मी समजू शकतो; पण मी तिला जीवनदान देऊ शकत नाही,'' तिथे येऊन पोहोचलेल्या यमाने म्हटलं.

''मी तिच्याशिवाय जगूच शकत नाही हे का नाही लक्षात येत तुमच्या?'' अत्यंत आवेगाने रुरू म्हणाला. त्याची वेदना जाणवून मेनका हेलावली. वसूला स्वर्गातून हद्दपार केल्या दिवसापासून आजपर्यंत ती जणू थिजलेली होती. त्यानंतरचा संपूर्ण काळ तिचं वर्तन केवळ अप्सरेला शोभेल असं होतं. निष्ठुर, निश्चल, मादक, इतरांना भुलवणारी, कामक्रीडेत निपुण; तरीही अंतर्बाह्य निर्विकार. प्रेम आणि जीवन ह्या दोन्ही क्षेत्रांत सर्व आधार सुटलेली. आज मात्र तिला पाझर फुटला. स्वाभाविकच होतं म्हणा. ह्या

क्षणी ती अप्सरा नव्हती. आपल्या लेकीचे प्राण परत मिळवू पाहणारी एक असाहाय्य माता होती ती!

"रुरू, तू हे लक्षात घे की, प्राणांची अशी देवाणघेवाण होऊ शकत नाही. तिच्यासाठी तुला मरू देता येणार नाही," यम ठामपणे म्हणाला.

"पण मी?" यमाच्या दिशेने येत निश्चलपणे मेनका म्हणाली. "वय आणि काळाचं बंधन नाही मला. मला मृत्यू नाही म्हणूनच माझं काही आयुष्य मी आपल्या लेकीला देऊ शकते; नाही का?"

यम गोंधळला.

"मी अमर्त्य आहे," त्याची गोंधळलेली अवस्था लक्षात घेत तिने आपला मुद्दा रेटला. "वसूपासून मला झालेल्या आमच्या ह्या कन्येसाठी माझ्या अमर्त्य जीवनाचा थोडा अंश मी नक्कीच देऊ शकते."

"खरं आहे तुझं म्हणणं; पण आजवर असं कधीही घडलेलं नाही. कुठल्याही अमर्त्याने आपलं जीवन असं देऊ केलेलं नाही. तुला मिळालेल्या अखंड जीवनाच्या वरदानाचा असा दुरुपयोग तू करू शकत नाहीस," यम तिला समजावू लागला.

"ह्या वरदानाचं काय करायचं हा प्रश्नच आहे माझ्यापुढे. अति आयुष्य लाभलं आहे मला. माझ्या लेकीला मी थोडेफार श्वास दिले तर हरकत काय आहे?" मेनकेने पुन्हा एकवार प्रश्न केला.

यम निरुत्तर झाला. आजवर कुठल्याही अप्सरेशी त्याचा संबंध आला नव्हता. त्यातून आत्ता समोर उभी असलेली मेनका सौंदर्याची खाण होती. तिच्या शब्दांना अर्थ होता. युक्तिवाद तर्कशुद्ध होता.

"यमा, तू रुरूचं आयुष्य घेऊ शकत नाहीस. तो मर्त्य आहे; पण माझ्या जीवनाचा काही भाग नक्कीच घेऊ शकतोस आणि तसं करूनही मला मरण नाही. शिवाय, माझ्या लेकीच्या रूपात माझा श्वास नव्याने सुरू राहील. तिची माता म्हणून निदान हा एवढा तरी अधिकार दे मला," मेनका कळवळून म्हणाली.

यम संभ्रमात पडला. अस्वस्थपणे तो म्हणाला, "पटतं आहे मला तुझं म्हणणं. तुझ्या जागी विश्ववसू असता तर त्यानेदेखील हा प्रस्ताव मांडला असता. गंधर्वराजाचा शब्द मी टाळू शकलो नसतो. तुझाही टाळू शकत नाही. मेनका, तुझी इच्छा पूर्ण होवो."

ह्या विश्वातील न्याय संपला नाही तर! मेनका अत्यानंदित झाली. त्याच क्षणी आश्रमात दर्भ शय्येवर मृतावस्थेत असलेली प्रमद्वरा उठून बसली. मधल्या काळात काय घडलं ह्याची कल्पना तिला कुठून असणार? तिच्या डोळ्यांत स्वप्नं होती ती रुरूशी होऊ घातलेल्या विवाहाची. मेनका आपल्या लेकीजवळ जाऊन पोहोचली. पुढे होत आससून तिने लेकीला कुशीत घेतलं. तिला झालेला तिच्या लेकीचा हा पहिला जिवंत स्पर्श होता. त्या स्पर्शासरशी तिच्या मातृहृदयाला असीम आनंदाची आणि वात्सल्याची जाणीव झाली. आज पहिल्यांदाच मेनकेला जीवनाचं, जगण्याचं आणि मृत्यूचं मूल्य समजलं. जन्मतःच तिच्या लेकीला तिच्यापासून दूर केलं गेलं होतं. त्यानंतर वसूची आणि तिची ताटातूट झाली होती. त्या दोन्ही वेळेस तिला मरणप्राय यातना झाल्या होत्या. मृत्यूचं प्रत्यक्ष दर्शन मात्र तिला आज पहिल्यांदा झालं होतं; तेही तिच्या लेकीच्या संदर्भात. जीवनाचा अभाव, श्वासांचं रितेपण प्राणहीन अवस्था; भौतिक रूपातील मृत्यूच्या दर्शनाने मेनकेच्या भावना खऱ्या अर्थाने जागवल्या होत्या. आपण अमर्त्य असल्याचं मूल्य तिला नेमकं उमगलं होतं म्हणूनच उत्साह आणि आनंदाचा निर्झर तिच्या ठायी ओसंडून वाहू लागला. आपल्याला मरण नाही ह्याचा उत्कट आणि अवीट आनंद तिला जाणवला.

त्यातूनच तिला अनुभवायला मिळाली दुसरी एक भावना, वात्सल्याची, मातृत्वाची. हा छोटाशा अवधी तिच्या लेखी प्रदीर्घ काळ होता. लेकीच्या स्पर्शात तिला स्वर्गसुखाची जाणीव झाली होती.

✤

विश्वामित्र स्वर्गात येऊन पोहोचले. सुधर्म कक्ष न्याहाळत ते शांतपणे उभे होते. हा कक्ष म्हणजे इन्द्र नगरीचा आत्मा, सत्तेचं केंद्र आणि शांतीचं अधिष्ठान होतं. सत्ता! सत्तेचं मूल्य विश्वामित्र पुरेपूर जाणून होते. आपला राजमुकुट आणि त्यासोबत येणारे अधिकार आणि कर्तव्यं त्यांनी समर्थपणे पेलले होते. त्यामानाने 'विश्वामित्र' ह्या पदाचं मोठेपण पेलणं कठीण होतं. का व्हावं असं? ते पद त्यांना वारसा हक्काने मिळालं नव्हतं. त्यासाठी त्यांनी आटोकाट प्रयत्न केले होते. त्यांचं हे मोठेपण कित्येकांना सहन झालं नव्हतं. दृढनिश्चय झाला तर मर्त्यमानव काय प्राप्त करू शकतो, ह्याचं देखणं उदाहरण म्हणजे कौशिक ते विश्वामित्र हा प्रवास. निग्रह आणि परिश्रम

ह्यांची सांगड घालत ते ह्या स्थानावर येऊन पोहोचले होते. त्यांच्याकडे पाहण्याचा सर्वांचा दृष्टिकोन बदलला होता. त्यांच्या सिद्ध सामर्थ्याची चर्चा होऊ लागली होती. आता ते कोणी विवश भूपती अथवा ऋषी नव्हते. ते होते विश्वामित्र.

ते जाणून होते की, त्यांना मिळणारा बहुमान हा आदरापेक्षा धाकापोटी होता. अनेक समकालीन ऋषींचा त्यांना विरोध होता. कित्येकदा यज्ञाला विश्वामित्रांची उपस्थिती असली की, हे ऋषी तिथून निघून जात. ज्या राजसभेत विश्वामित्रांना प्रतिष्ठा मिळेल, त्या राजसभेला पाठ दाखवत. आज मात्र ही परिस्थिती पालटली होती.

इन्द्राच्या सभेत ठामपणे उभ्या असलेल्या विश्वामित्रांनी जमलेल्या समस्त देवगणांकडे एकवार पाहिलं. ते इथे आले होते ते प्रत्यक्ष देवेन्द्राच्या निमंत्रणावरून. हेच ते स्थान जिथे कट रचले जातात, जगाला घडवलं जातं, विनाशाची सूत्रं हलतात. चेहऱ्यावर हसू खेळवत प्रत्यक्ष देवेन्द्र त्यांच्या स्वागताला समोर आला. विश्वामित्र जाणून होते की, देवेन्द्राचं स्मित आणि स्वागत दोन्हीही फसवे आहेत. त्यामागे लपलेला देवेन्द्राचा तिरस्कार त्यांनी अचूक टिपला. त्या दोघांची मागची भेट विश्वामित्रांना आठवली. कौशिकला विश्वामित्र म्हणून मान्यता देणं देवेन्द्राला मान्य करावं लागलं होतं, त्यामुळे त्याच्या अहंकाराला ठेच लागली होती.

"मुनीवर, इन्द्रलोकात तुमचं स्वागत करतो. ही तुमची पहिलीच भेट आहे स्वर्गाला," इन्द्राच्या बोलण्यात तथ्य होतं.

त्याकडे दुर्लक्ष करत विश्वामित्र उत्साहाने म्हणाले, "खरं आहे! पण ही भेट शेवटची नक्कीच नाही. इथून पुढे येत राहिन मी स्वर्गात."

इन्द्राच्या नजरेत कुठलेही भाव उमटले नाहीत. परिस्थिती लक्षात घेऊन वरुणदेव झटक्यात पुढे आला. त्याने विश्वामित्रांचा यथोचित सत्कार केला. त्याच्या सांगण्यावरूनच विश्वामित्रांना निमंत्रण गेलं होतं. अम्बरिश राजाच्या राजसुय यज्ञप्रसंगी सागर देवतेला पृथ्वीवर यायला विश्वामित्रांनी भाग पाडलं होतं. त्यांच्या ह्या तपसामर्थ्याचा आदर म्हणून स्वर्गभेटीचं हे निमंत्रण होतं. ह्याच ऋषींपायी वरुणाच्या सन्मानाला ठेच लागली होती. ह्या क्षणी मात्र तत्परतेने पुढे होत वरुणाने विश्वामित्रांना उच्चासनाच्या दिशेने नेलं. हे उच्चस्थान म्हणजे विश्वामित्रांच्या विजयाचं आणि देवांच्या पराजयाचं द्योतक.

विश्वामित्रांनी पुन्हा एकदा आजूबाजूला पाहिलं. सप्तर्षींची उपस्थिती त्यांना जाणवली. जमदग्नी वगळता इतर ऋषींच्या नजरेत त्यांना साशंकता दिसून आली. सप्तर्षी! सात अलौकिक ब्रह्मर्षी. स्वतः ब्रह्मदेवाने त्यांना ही दीक्षा दिली होती. विश्वामित्र मात्र ध्येयनिश्चिती, अपार कष्ट आणि सातत्य राखत ब्रह्मर्षिपद ओढून आणणार होते. त्यांच्या लेखी हेदेखील एक प्रकारचं युद्ध होतं. युद्ध! मग ते कुठलंही असो. त्यांच्यासारख्या माणसाला युद्ध जिंकण्याकरता देवा-दानवांची गरज नव्हती. स्वबळावर विजय प्राप्त करण्याची धमक त्यांच्यात होती.

भारद्वाज, गौतम, अत्री, काश्यप आणि वसिष्ठ आसनस्थ झाले होते. विश्वामित्र एकटेच मर्त्य मानव होते. देवांचे गुरू ऋषी बृहस्पती साशंक नजरेने विश्वामित्रांकडे पाहू लागले. एका राजर्षीचं देवसभेत काय काम? हा प्रश्न त्यांच्या नजरेत उमटला होता. उपस्थित सर्वांची अस्वस्थता जाणवून विश्वामित्रांना स्वस्थता लाभली. त्यांच्या संमिश्र ईर्षा, मत्सर आणि संतापामुळे विश्वामित्रांचं यश अधिक झळकू लागलं.

इन्द्र, अग्नी, यम, वरुण, चंद्र आणि कुबेर; आठ पैकी सहा दिक्पाल तिथे उपस्थित होते. त्यांची अस्वस्थता लपत नव्हती. विश्वामित्रांची उपस्थिती इतकी त्रासदायक होती का?

आपल्या उपस्थितीमुळे इथल्या संपन्नतेमध्ये भर पडली आहे हे विश्वामित्रांच्या लक्षात आलं. त्यांचं आजवरचं कार्य होतंच तसं घवघवीत. त्यामुळे इच्छा नसूनही त्यांना स्वर्ग प्रवेश देणं ह्या सार्‍यांना भाग पडलं होतं. कोणाचाही वरदहस्त नसताना स्वसामर्थ्यावर विश्वामित्रांनी श्रेष्ठत्व प्राप्त केलं होतं आणि म्हणूनच ह्या घटकेला ते इथे उभे होते.

आपल्याला मिळालेल्या कीर्तीचा विश्वामित्र पुरेपूर उपभोग घेत होते, आणि का नाही घेणार! 'ह्याचसाठी केला होता अट्टहास'. चर्चेला सुरुवात झाली. प्रत्येक जण आपलं म्हणणं मांडू लागला; पण त्यातला पोकळपणा विश्वामित्रांच्या लक्षात आला. त्यांचा जीव तिथे उबगला. सत्याचं पालन करणं किती कठीण आहे, ह्यावर इन्द्र चर्चा करत होता. विश्वामित्र निर्विकार होते.

इन्द्र म्हणाला, ''अत्यंत निष्ठेने सत्याची कास धरणारा कोणीही ह्या जगात नाही.'' बहुतेक सर्वांनी संमतीदर्शक मान डोलावली. वसिष्ठांना मात्र ते मान्य झालं नाही.

वसिष्ठ आपल्या सौम्य स्वरात म्हणाले, ''देवेन्द्र, सरसकट सगळ्यांना एका मापाने तोलू नका. सत्याची कास धरणं कठीण आहे. सत्यव्रती शोधणं कठीण असतं; पण सत्याचं व्रत चालवणं त्याहून कठीण असतं. प्रत्यक्ष देवांनादेखील सत्याची कास धरता येणार नाही.''

कधी नव्हे ते विश्वामित्रांना वसिष्ठांचं म्हणणं पटलं, तरीही त्यांच्या चेहऱ्यावर कुठलेही भाव उमटले नाहीत. वसिष्ठांच्या उघडउघड विरोधाने ते किंचित चकित झाले होते.

''तुमचं विधान मला मान्य नाही आणि मला ते पटतही नाही. नुसताच विरोधासाठी विरोध आहे हा!'' वसिष्ठांच्या स्वरात उपहास भरला होता. ''असुर खोटेपणासाठी प्रसिद्ध आहेत. देव भुलवण्यासाठी प्रसिद्ध आहेत; परंतु मानव मात्र सचोटीसाठी प्रसिद्ध आहे.''

''मानव?'' एक भुवई उंचावत विश्वामित्र म्हणाले. ''प्रत्येक पावलावर खोटं बोलण्याची वेळ त्यांच्यावर येते. त्याला परिस्थिती म्हणा किंवा सोय म्हणा; परंतु सत्यता आणि मानव ही जोडी अविश्वसनीय वाटते.''

''विश्वामित्र, मला हे पटत नाही,'' 'मित्र' ह्या शब्दावर जोर देत वसिष्ठ गरजले. ''दैनंदिन जीवनातदेखील मानव सत्याची कास सोडत नाही.''

''अशा कोणत्या माणसाबद्दल बोलत आहात तुम्ही?'' विश्वामित्राने तुच्छतेने विचारलं. ''आपल्या कुटुंबाचं पोषण कसं करायचं, पुढच्या घासाची सोय कशी करायची ह्याची काळजी लागून राहिलेली असते त्याला. काल्पनिक छळवादापायी तो सत्य बोलण्यासाठी घाबरतो. त्याचं मन दुबळं असतं किंवा मग हावरेपणापायी तो खोटं बोलतो. श्रीमंत आणि सत्ताधीशांबद्दल तर बोलायलाच नको. त्यांच्यासाठी जगणं आणि मरणं ह्या दोन्हींना राजकीय मूल्य असतं. मानवांच्या ह्या जगात सत्य विकावू आहे हे जाणून घ्या. फारच कमी मर्त्यधर्मींना हे ज्ञान असतं आणि मला सांगा की, तुम्ही अशा कोणत्या माणसाबद्दल बोलत आहात?'' जळजळीत स्वरात विश्वामित्रांनी बोलणं पूर्ण केलं.

''राजा हरिश्चन्द्र!'' वसिष्ठांनी उत्तर दिलं. ''सत्यवचनी म्हणून त्याचं नाव त्रिखंडात दुमदुमतं आहे. तो आजवर सत्यापासून कधीही ढळलेला नाही.''

त्रिशंकू पुत्र. विश्वामित्रांना हसू आलं. हा त्यांचा उघड उघड उपमर्द होता. ''पण मुनीवर, तो तुमचा शिष्य आहे. तुम्ही त्याचे राजगुरूदेखील आहात. तुम्ही त्याची बाजू घ्यावीत?''

विश्वामित्रांच्या ह्या उद्गाराने वसिष्ठांना मानसिक क्लेष झाले.

"हो, आहे मी राजा हरिश्चन्द्राचा राजगुरू. स्वर्गामध्ये सदेह प्रवेश करण्याची आचरट कल्पना घेऊन त्याचा पिता त्रिशंकू माझ्याकडे आला होता, तेव्हादेखील मी त्यांचा राजगुरू होतो. मूढासारखी कल्पना होती त्याची. तुम्ही खतपाणी घातलंत त्याला..."

जराही विचलित न होता विश्वामित्र म्हणाले, "पूर्णत्वाला नेली मी त्याची इच्छा."

"एका राजाची ही विपरीत इच्छापूर्ती म्हणजे निसर्गाच्या विरुद्ध जाणं, निर्मितीच्या तत्त्वांना धक्का देणं आहे!" वसिष्ठांनी आपला मुद्दा ठामपणे मांडला.

"कशाबद्दल तक्रार आहे तुमची?" विश्वामित्रांनी आता उघडउघड आव्हान दिलं.

"प्रतिसृष्टीची तुमची निर्मिती अप्रतिमच म्हणायची," जिव्हारी लागेल अशा स्वरात वसिष्ठ बोलू लागले. "परंतु त्या मागचा तुमचा उद्देश हीन होता. त्या राजाचा आणि त्याहून अधिक स्वतःचा अहंकार गोंजारण्यासाठी तुम्ही हे सारं केलंत. हा बालिशपणा आहे. स्वतःला अजून किती मोठं करणार आहात तुम्ही? त्यापायी अवघ्या विश्वाला वेठीला धरण्याची तयारी आहे तुमची."

"प्रतिसृष्टीची निर्मिती मूढपणातून होते असं वाटतं का तुम्हाला? मला तर वाटलं होतं की, ते केवळ प्रज्ञेमुळे शक्य होऊ शकते," विश्वामित्रांचा स्वर धोकादायकरीत्या सौम्य झाला होता. "देवांनी सृष्टीची निर्मिती केली. तशीच मीदेखील केली."

वसिष्ठ तुच्छतेने म्हणाले, "तुम्ही जे काही करता ते अहंकारापोटी करता. केवळ स्वतःचा मोठेपणा सिद्ध करण्यासाठी तुम्ही त्रिशंकूला आणि त्याच्या लहरीला महत्त्व दिलंत. आत्ताही तुम्ही माझ्याशी वाद घालत आहात तो निव्वळ अहंकारापोटी. सत्य आणि प्रामाणिकपणा ह्या दोन्ही बाबतीत हरिश्चन्द्राचा हात धरणारा कोणीही नाही, ह्या माझ्या विधानाला पक्षपातीपणाची जोड देता तुम्ही!"

"पुरावा काय तुमच्या ह्या विधानाला?" विश्वामित्र मागे हटणाऱ्यांपैकी नव्हते.

''तो सत्याचा चालताबोलता आदर्श आहे. तो केवळ राजा नाहीतर निखळ सद्‌वर्तनी आहे. काय वाट्टेल ते झालं तरी तो सत्याची कास सोडणार नाही. ही त्याची प्रतिज्ञा आहे.''

वसिष्ठांचं म्हणणं धुडकावून लावत विश्वामित्र म्हणाले, ''माझा नाही विश्वास ह्यावर. एखादा माणूस कितीही असामान्य असला तरी प्रामाणिकपणाचं ओझं फार काळ नाही वाहू शकणार तो. स्वतःचा जीव वाचवण्याची वेळ आली की, त्याच्याकडून असत्य भाषण अथवा वर्तन होणारंच. आत्म्याच्या शुद्धतेपेक्षा जीव जगवणं अधिक श्रेष्ठ वाटतं माणसाला. ह्या संपूर्ण विश्वात किंवा त्याही पलीकडे असं कुणीही नाही जो आयुष्यभर प्रामाणिक राहील. कधी ना कधी तो खोटं बोलेलंच. सत्याच्या ओझ्यापायी त्याचा पराभव होईल. ह्या ज्या महान राजाचा उल्लेख तुम्ही करत आहात, जो तुमचा शिष्य आहे तोदेखील ह्याला अपवाद नसेल.''

दोन महाऋषींमधील संवादाने आता उग्र रूप धारण केलं. ते पाहून इतर ऋषी आणि देवदेखील धास्तावले. ही निव्वळ चर्चा नव्हती, हा तर उघड उघड विरोध होता; पण मधे बोलण्याची कोणाचीही प्राज्ञा नव्हती. एकटा इन्द्र आनंदला होता. त्या दोघांचा वाद विकोपाला नेण्याची संधी तो शोधत होता, त्यामुळे त्याचं स्वर्गातील स्थान सुरक्षित राहणार होतं. शिवाय, त्या उद्दाम विश्वामित्राला त्याला धडा शिकवता येणार होता. झालेल्या अपमानाचा सूड घेता येणार होता.

अचूक संधी साधत अत्यंत मुलायम स्वरात इन्द्र म्हणाला, ''दोन प्रज्ञावंतांची चर्चा सुरू आहे इथे. कोण चूक आणि कोण बरोबर हे ठरवणं फार कठीण आहे; पण समजा, वसिष्ठांचं म्हणणं क्षणभर खरं मानलं तर ते खोटं ठरवण्याची जबाबदारी विश्वामित्रांची आहे.''

इन्द्राचे शब्द ऐकताच सहसा तोल न ढळणाऱ्या वसिष्ठांचा संताप विकोपाला गेला. ते कडाडले, ''विश्वामित्र, सत्य काय आहे ते जाणून घ्यायचं आहे? उद्धट तरुणा, पुरावे हवे आहेत ना तुला? जा मग स्वतःच आणि घे परीक्षा हरिश्चन्द्राची. इन्द्राच्या ह्या सभेत मी सर्वांसमक्ष घोषित करतो की, तू जर हरिश्चन्द्राबाबतचं माझं विधान खोटं ठरवलंस तर मी तुझ्यासमोर नतमस्तक होईन!''

आजवर विश्वामित्रांनी कुठलंही आव्हान नाकारलं नव्हतं; पण आजची गोष्ट वेगळी होती. वसिष्ठ किंवा विश्वामित्र ह्या दोघांपैकी एकाचाच विजय शक्य होता. आता पाऊल मागे घेता येणार नव्हतं.

शांत आणि गंभीर स्वरात खणखणीतपणे विश्वामित्र म्हणाले, "घेईन मी परीक्षा हरिश्चन्द्राची. सत्य आणि त्यापायी होणाऱ्या विटंबनेपुढे हरिश्चन्द्रदेखील नमतं घेईल. शेवटी तोही एक सामान्य मर्त्य माणूस आहे. तोही खोटं बोलतो हे मी सिद्ध करून दाखवेन."

त्यांनी आव्हान स्वीकारलेलं पाहून सर्व जण अवाक झाले. कोणी काही बोलण्याआधी ताठ मानेने विश्वामित्र इन्द्रसभेतून बाहेर पडले. विजयासाठी गरज होती ती हरिश्चन्द्राच्या एका असत्य भाषणाची.

# योजना आणि प्रस्ताव

मेनकेला बोलवून घ्यावं की स्वतःच तिला भेटायला जावं ह्याबद्दल इन्द्राचा निर्णय होत नव्हता. फार मोठी समस्या उद्भवली होती आणि त्यातून फक्त मेनका मार्ग काढू शकत होती. अगतिकतेच्या ह्या भावनेमुळे इन्द्राला संताप आला होता. तिने त्याची अवहेलना केली होती, त्याला धिक्कारलं होतं, त्याच्या सामर्थ्याला आव्हान दिलं होतं; तेही भर राजसभेत आणि दंड भोगावा लागत होता तो मात्र इन्द्राला. ती दिसली तरी तो तिच्या निकट जाऊ शकत नव्हता. त्याची नजर तिच्याकडे वळताच तिच्या थंडगार निळ्या-जांभळ्या डोळ्युात त्याच्याबद्दलचा तिरस्कार तेवढा दिसून येत होता.

हे सगळं लक्षात घेऊनही आज तिला भेटावं लागणार होतं. परिस्थितीच तशी होती. सचिंत मनाने त्याने आपल्या आगमनाची सूचना तिच्या प्रासादात पाठवली.

नेहमीप्रमाणे आत्ताही मेनकेचं आरसपानी सौंदर्य खुलून दिसत होतं. त्याच्या आगमनाची यत्किंचितही दखल न घेण्याचं धाडस केवळ मेनका दाखवू शकत होती.

''मला वाटतं फारच अडचण आली असणार. अन्यथा, स्वतः देवेन्द्र मला असे भेटायला आले नसते,'' अतिशय कडवटपणे मेनका म्हणाली. ''काय ते चटकन सांगा आणि मोकळं करा मला. आता कोणाला मोहपाशात गुंतवण्याची कामगिरी 'माझ्यावर' सोपवणार आहात तुम्ही? मी कोणाला शृंगाररसात बुडवणं अपेक्षित आहे? खरं सांगायचं तर ह्यापैकी काहीही मान्य नाही मला.''

तिच्या स्वरातला कडवटपणा जाणवून इन्द्र थबकला. स्वर्गातील सर्वांत सुंदर अप्सरा, तिच्या प्रत्येक शब्दातून प्रतिशोधाची भावना उफाळत होती.

आवंढा गिळत तो म्हणाला, ''कौशिक. आजकाल त्याला विश्वामित्र म्हणून ओळखलं जातं,'' निरुपायाने इन्द्राने स्पष्टीकरण दिलं.

निर्विकार चेहऱ्याने मेनका म्हणाली, ''वसिष्ठ ऋषींच्या द्वेषापोटी ज्याने प्रतिसृष्टी निर्माण केली तो विश्वामित्र.''

''नाही, माझ्या द्वेषापोटी केली आहे त्याने ती,'' इन्द्र संतापून म्हणाला.

''माझ्या जे कानावर आलं त्यावरून त्याचा विरोध मुनीवरांना आहे. हे देवेन्द्र, तुझ्याशी त्याला काही देणंघेणं नसावं. दोन ऋषींमधील कलह आहे हा,'' तिने स्पष्ट केलं. हा इन्द्र कोणत्याही कारणाने अस्वस्थ होऊ शकतो! ''स्वर्गावर अधिपत्य गाजवण्याचा विश्वामित्राचा मानस नसावा. वसिष्ठांप्रमाणे त्यालाही ब्रह्मर्षिपद प्राप्त करायचं आहे. त्याची कठोर तपसाधना पाहता तो लवकरच ते साध्य करेल असं मला वाटतं. जो मर्त्यधर्मी प्रतिसृष्टी निर्माण करू शकतो, त्याला ब्रह्मर्षिपद प्राप्त करण्यापासून कोण थांबणार?'

''मी,'' नेहमीप्रमाणे स्वतःला अवाजवी महत्त्व देत इन्द्र म्हणाला, ''ह्या क्षणी मी त्याला थांबवलं नाही, तर माझ्या इन्द्रपदाला धोका आहे. तो साहसी आहे आणि...''

''...हुशारही आहे,'' तिने मार्मिक टिप्पणी केली.

''...आणि म्हणूनच प्रतिस्वर्ग निर्माण करायचं धाडस त्याने केलं. ब्रह्मदेवाने त्याला मान्यता दिली. त्याला दंड करणं तर दूर, ब्रह्मदेवाने त्याला विश्वामित्र ही उपाधीदेखील दिली,'' इन्द्र तणतणला. त्याच्या देखण्या चेहऱ्यावर संताप मावत नव्हता. मेनकेकडे पाहत तो पुढे म्हणाला, ''त्याला थांबवण्यासाठी तू मला मदत केली पाहिजेस.''

''मी?'' मेनकेला आश्चर्य वाटलं. आपल्याला फारसं स्वारस्य नाही असा आविर्भाव आणत तिने आळस दिला; पण मनोमन तिला उत्सुकता वाटली. इन्द्राला तिची गरज होती. ह्या संधीचा लाभ घेणं तिच्या हातात होतं. ''आणि मी मदत का करावी बरं?''

अस्वस्थपणे तिच्याकडे पाहत इन्द्र म्हणाला, ''हो, तूच. त्याला ह्या उग्र तपश्चर्येपासून थांबवण्याचं काम फक्त तू करू शकतेस. गेली कित्येक दशकं कठोर तपसाधना करून त्याने अपार ज्ञानाची प्राप्ती केली आहे,

केवळ देवांना साध्य अशा शक्ती प्राप्त केल्या आहेत. त्याच्या उग्र तपश्चर्येची झळ अमरावतीपर्यंत पोहोचू लागली आहे. ह्या परिस्थितीत तुझं सौंदर्य तेवढं त्याला तपसाधनेतून बाहेर काढू शकतं. त्याचा तपोभंग करून देवांची सुटका करणं आता केवळ तुझ्या हाती आहे.''

त्यावर मान हलवत ती म्हणाली, ''ह्या मानवाने स्वसामर्थ्यावर विविध शक्ती प्राप्त केल्या आहेत. तुम्हा देवांना मात्र त्या आपसूक लाभतात. विश्वामित्राची काळजी तू कशाला करतोस? त्याला तुझा स्वर्गही नको आणि मोक्षही नको. हे दोन्ही तो स्वबळावर प्राप्त करेल. तो कोणी सामान्य मर्त्यधर्मी राहिलेला नाही. देवांहूनही अधिक प्राबल्य त्याने प्राप्त केलं आहे.'' किंचित थांबून मेनकेने पुस्ती जोडली, ''देवेन्द्रा, तुझ्या चिंतेचं हे तर खरं कारण नाही ना?''

त्राग्याने दोन्ही हात उडवत इन्द्र म्हणाला, ''हो! विश्वामित्राच्या ह्या अधिकाच्या हव्यासापायी पृथ्वी आणि स्वर्गामध्ये असमतोल निर्माण...''

त्याचं वाक्य मध्येच तोडत ती म्हणाली, ''मानव आणि देवांमध्ये असमतोल निर्माण होईल असं म्हणायचं आहे ना तुला. इथून पुढे मानवांना देवांची गरज नाही हे त्याने सिद्ध करून दाखवलं आहे.''

''तेच म्हणतो आहे मी! माणसं देव होऊ लागली तर? म्हणूनच त्याला थांबवायला हवं. विश्वामित्राने साध्य केलेल्या सर्व शक्ती त्याच्याकडून काढून घ्यायला हव्यात. त्याचं आध्यात्मिक बल शोषून घ्यायला हवं. हे करण्याचं सामर्थ्य केवळ तुझ्यात आहे.''

इन्द्राचा संताप आणि त्रागा स्वाभाविक होता. वरकरणी मेनका जरी काही बोलली नाही तरी ती मन लावून ऐकू लागली.

''त्याने प्रतिसृष्टी निर्माण केली, तेव्हा मला पृथ्वीवर जाऊन त्याच्यासमोर याचना करावी लागली,'' त्या आठवणीने आत्ताही इन्द्र अस्वस्थ झाला. ''माझं म्हणणं ऐकून घेण्याची त्याची तयारी नव्हती. प्रत्यक्ष ब्रह्मदेव त्याच्यासमोर अवतीर्ण झाले. 'विश्वामित्र' म्हणून त्याचा गौरव केला, त्रैलोक्यात तो श्रेष्ठ, वंदनीय आणि पूजनीय होईल, असं वरदान त्यांनी दिलं तेव्हा कुठे त्याने ब्रह्मदेवांच्या विनंतीला मान दिला. मिळालेल्या अमोघ सिद्धींमुळे विश्वामित्राला अलौकिक तेज प्राप्त झालं आहे. देहत्याग करण्याची वेळ त्याच्यावर येईल तेव्हा स्वर्गात त्याचं स्वागत कसं करायचं आणि नेमक्या कोणत्या स्तरात त्याला सामावून घ्यायचं ह्या चिंतेत मी आणि इतर देवगण आहोत.''

''पण देवेन्द्र, त्याला तुझ्या स्वर्गाची आवश्यकता तरी कुठे आहे?'' तिच्या ह्या मधाळ प्रश्नाने इन्द्राच्या चेहऱ्याचा रंग उडाला.

त्रस्त झालेला इन्द्र तिच्या कक्षात फेऱ्या मारू लागला. त्याच्या संतापाशी ती परिचित होती; पण आज त्याच्या पलीकडे अजून एक भावना तिला जाणवत होती. काळजी! इन्द्र अतिशय चिंतित होता. ह्या क्षणी त्याला विश्वामित्राचं भय वाटत होतं. त्या व्यतिरिक्त दुसरा कुठलाही विचार त्याच्या मनाला शिवत नव्हता.

मुठी आवळत गरर्कन वळून इन्द्र म्हणाला, ''त्याला थांबवणं भाग आहे आणि मेनका, हे काम फक्त तूच करू शकतेस. त्याचं दमन करणं केवळ तुझ्या हातात आहे.'' किंचित संकोचाने त्याने पुढे म्हटलं, ''तुझ्याशिवाय आहे तरी कोण माझ्याकडे?''

संभाषण कोणत्या दिशेने जात आहे, ह्याची कल्पना मेनकेला आली.

''त्याचा तपोभंग करण्याची वेळ आली आहे! मेनका, मला तुझी गरज आहे,'' तिला आव्हान करत तो म्हणाला, ''तू पृथ्वीवर जा, त्याला मोहात पाड, आजवर प्राप्त केलेलं त्याचं तपसामर्थ्य हिरावून घे, ध्यानधारणेतून त्याचं मन उडेल आणि तो कायमस्वरूपी मर्त्य मानवाला अनुसरून गृहस्थाश्रमाचा अवलंब करेल असा तोडगा शोधून काढ.''

इन्द्राच्या बोलण्याचा अर्थ लक्षात येताच मेनका अवाक झाली. ''गृहस्थाश्रम? म्हणजे मुलं-बाळं?'' अचानक तिचा स्वर गोठला. ''जसं मला आधी झालं होतं?''

''नाही, तू आणि... वसूने,'' मोठ्या कष्टाने इन्द्र पुढे म्हणाला, ''तुमच्यासारखं नाही. ऋषी विबंधकाकडून उर्वशीने ज्याप्रमाणे पुत्रप्राप्ती केली तसं. शृंगार तेवढा अपेक्षित आहे. विश्वामित्राकरवी अपत्यप्राप्ती करून घे, त्यानंतर ते मूल त्याच्या गळ्यात अडकवून स्वर्गात निघून ये. तुझ्या ह्या कृतीने सर्व जगाचं रक्षण होईल.''

तिच्या चेहऱ्यावर किंचितसं हसू उमटलं. ती उघडपणे म्हणाली, ''खरं म्हणजे देवेन्द्रा, तुझं रक्षण होईल. किती उद्दात्त हेतू आहे हा! पण मी हे तुझ्यासाठी का करावं?''

तिच्या ह्या खरमरीत प्रश्नाचा त्याला धक्का बसला. त्याच्या नजरेला नजर देत तिने पुढचा प्रश्न केला, ''आणि मीच का? कुठलीही अप्सरा करू

शकते हे काम. विश्वामित्राला संपूर्णपणे मोहजालात गुंतवायचं, त्याच्या तपसामर्थ्याचा नाश करायचा, एवढंच ना; ह्यात नवीन ते काय? मग हे काम करण्याची गळ मला का घालतो आहेस तू? उर्वशीला अनुभव आहे ह्याचा. तेव्हा तिलाच का पाठवत नाहीस?''

''कारण सौंदर्य आणि बुद्धी ह्यांचं जे उन्मादक मिश्रण तुझ्यात आहे ते इतर कोणातही नाही. विश्वामित्र कुणी सामान्य सावज नाही,'' मेनकेला आव्हान देत इन्द्र म्हणाला. त्याच्या आजवरच्या अनुभवाप्रमाणे, आव्हान म्हटलं की, मेनकेला स्फूर्ती येत असे.

तिने त्याचा डाव ओळखला. ''खरं आहे तुझं. तो फार प्रभावशाली आहे; पण मग जाणूनबूजून मला तू धोका का पत्करायला लावतो आहेस? की मुळात तुझी तशीच योजना आहे? वासना आणि सम्भोगाच्या आहारी जायला विश्वामित्र लंपट वाटला का? फार कठीण गोष्ट आहे ती. मला समोर पाहताच माझा उद्देश त्याच्या लक्षात येईल. त्याचा क्रोध जाणते मी. क्षणार्धात शाप देईल तो मला.'' किंचित थांबून ती पुढे म्हणाली, ''हेच तुझ्या मनात आहे का?'' तिचा स्वर अतिशय कोमल झाला होता.

इन्द्र घाईने म्हणाला, ''काहीतरीच काय! तुलाही माहीत आहे की, मी तुला कधी गमवू शकत नाही, अगदी कधीच नाही. माझ्यासाठी तू अमूल्य आहेस. तू नजरेआड झालेलीदेखील मला सहन होत नाही; पण तेवढी जोखीम घेणं मला भाग आहे. मला मनोमन खात्री आहे की, विश्वामित्रासारख्या निश्चयी माणसाला जर कोणी मोहात पाडू शकत असेल तर केवळ तूच.'' कधी नव्हे ते इन्द्राच्या स्वरात प्रामाणिकपणा आणि तिच्याबद्दलचा विश्वास दिसून येत होता.

''पण मी तुला मदत का करायची?'' तिने पुन्हा एकदा विचारलं.

इन्द्र संकोचला. ''मला तुझी गरज आहे,'' त्याच्या अगतिक स्वराने ह्या चार शब्दांना वेगळाच अर्थ प्राप्त झाला.

मेनका उद्वेगाने म्हणाली, ''गरज! तुझा अधमपणा तडीस न्यायला. तू घातलेला गोंधळ निस्तरायला, मोहात पाडायला, भूलवायला, तुझ्या वैऱ्याची शय्या सजवायला... जेणेकरून तुझी जीत होईल, तू अधिक सामर्थ्यशाली होशील! का करावं हे मी सगळं? तुझी सेविका व्हायला, तुझ्या ह्या स्वर्गाची वारांगना व्हायला माझा स्पष्ट नकार आहे,'' अत्यंत रोखठोकपणे तिने बोलणं संपवलं.

'वारांगना!' ह्या शब्दाची इन्द्राला चीड होती. विशेषकरून तिच्या तोंडून हा शब्द आलेला त्याला कदापि सहन होत नसे. 'तू माझी वारांगना नाहीस,' मनातल्या मनात तो ओरडला. तिच्याकडे कुणी साधा कटाक्ष टाकलेला त्याला सहन होत नसे. तिचा आणि वसूचा प्रणयाराधनेचा काळ त्याच्यासाठी सर्वाधिक कष्टदायक होता म्हणूनच येनकेन प्रकारे त्याने वसूला स्वर्गातून बाहेर काढलं होतं; पण त्यामुळे तो मेनकेलाच गमावून बसला होता. आता मी तिला त्या रासवट विश्वामित्राकडे पाठवतो आहे. निव्वळ विचाराने इन्द्राचा संताप वाढला; पण त्याचाही निरुपाय झाला होता. ह्या क्षणी मेनकेने नकार दिला, तर राजा म्हणून असलेल्या आपल्या अधिकाराचा वापर त्याला करावा लागणार होता.

''आजही मी तुझा राजा आहे. मी आज्ञा देतो तुला,'' त्याने ठामपणे म्हटलं.

भुवई उंचावत प्रश्नार्थक नजरेने त्याच्याकडे पाहत मेनकेने त्याला आठवण करून दिली, ''तू मला आज्ञा करू शकत नाहीस, विसरलास वाटतं? तुझं मनोरंजन करणं मी कधीचच थांबवलं आहे. तुझ्या ह्या असल्या गलिच्छ आणि हीन योजनांना मी का मान्यता देऊ?''

''कारण, तू सर्वोत्तम आहेस! आणि मुख्य म्हणजे मला तुझी गरज आहे,'' तो त्वेषाने म्हणाला, ''माझ्यावर सूड उगवण्याचा हा मार्ग आहे का? मला याचना करायला लावायची, तुझ्यापुढे लोटांगण घालायला लावायचं...''

त्याच्या या शब्दांसरशी तिच्या आठवणी जाग्या झाल्या – त्याच्यापुढे लोटांगण घालत तिने बाळ ठेवून घेण्यासाठी विनवणी केली होती, वसूने पुन्हा पुन्हा त्याच्यासमोर दयेची याचना केली होती; पण तिला किंवा वसूला न्याय मिळाला नव्हता. वसू आणि बाळ! ती दोघांनाही गमावून बसली होती. आता दान तिच्या पदरात पडलं होतं; पण तितक्यात तिच्या मनात आलं, इन्द्राला नकार देऊन ती काय साध्य करणार होती.

''तुझा स्पष्ट नकारच असेल तर दुसऱ्या अप्सरेला पाठवणं भाग आहे मला,'' तो खांदे उडवत म्हणाला. ''कदाचित हेमा किंवा तिलोत्तमा, असूर बंधूंचा नाश तिनेच तर केला,'' त्याला किंचित हसू आलं. परत भानावर येत तो म्हणाला, ''नाहीतर मनोरमा किंवा सौदामिनी! तू जाणार नसलीस तर त्या मर्त्यधर्मीचा समाचार घेण्यासाठी कोणाला तरी पाठवावंच लागेल.''

आपल्या बोलण्यात फारसं तथ्य नाही हे इन्द्रही जाणून होता. सौंदर्य आणि बुद्धिचातुर्याचा जो संगम मेनकेत होता तो इतर कोणात नव्हता. कसा असेल? तिची निर्मिती प्रेमातून झाली होती. समुद्र आणि रेती तिच्याठायी एकवटले होते. सर्व सजीवांच्या जीवस्रोतातून ती आकाराला आली होती. वायू आणि पाण्याने तिला परिश्रमपूर्वक घडवलं होतं. 'मेनका! तुला पाहताच पुरुषांची गत काय होते ते पाहिलं आहे मी. काय झालं आहे ते कळण्याआधीच ते उद्ध्वस्त होतात. तुझ्या सौंदर्याने मी स्वतः व्याकूळ झालो आहे. ही तहान कधीही न शमणारी आहे,' इन्द्राने तिच्याकडे निरखून पाहिलं. दुःखात असूनही तिच्या सौंदर्यात कुठेही उणं नव्हतं. त्याच्या वासना चाळवल्या गेल्या. नेहमीप्रमाणे अंबाडा न घातल्यामुळे तिचे दाट, लांब केस लाटांसारखे पसरले होते. तिचे रसरशीत ओठ – ते चावायची तिची जीवघेणी लकब, तिचा मादक स्पर्श, वारूणीशी साधर्म्य सांगणारे निळे-जांभळे डोळे – कोणत्याही पुरुषाला हा मोह टाळता येणं अशक्य आहे. विश्वामित्र काय वेगळा असणार? ह्या विचाराने इन्द्र तुच्छतेने हसला. ही योजना यशस्वी व्हायलाच हवी. केवळ मेनकाच ती योजना पार पाडू शकेल हे इन्द्र जाणून होता. आजवर त्याने तिला कधीही नजरेआड होऊ दिलं नव्हतं. आज मात्र निरुपायाने का होईना; पण तिला जाऊ देणं भाग होतं. विषण्ण मनाने तो तिचं बोलणं ऐकू लागला.

"तुला काय वाटलं, इतर अप्सरांची नावं ऐकताच असुयेपोटी मी तुला होकार देईन?" बोचऱ्या स्वरात ती म्हणाली. इतरांना एकमेकांविरुद्ध चिथवून आपलं काम करून घेण्याची इन्द्राची ही नेहमीची पद्धत मेनकेला अवगत होती.

तिच्या स्वराकडे दुर्लक्ष करत त्याने आपला मुद्दा रेटला, "पण मेनका ह्या कामासाठी फक्त तू आणि तूच जावंस असं मला मनापासून वाटतं आहे. ह्या घटकेला विश्वामित्रासम दुसरा प्रबळ मानव पृथ्वीतलावर नाही. तुझ्या सौंदर्याला विनम्र चातुर्याची आणि किंचित कपटाची जोड देत केवळ तूच त्याला कह्यात आणू शकतेस."

मधाळ हसत ती म्हणाली, "मान्य आहे." पुढे होत ते हसू टिपण्याचा अनावर मोह इन्द्राने कसाबसा टाळला. ते जाणवून ती म्हणाली, "तुझ्या म्हणण्यात तथ्य आहे. माझ्यावर सोपवलेली कामगिरी मी इतरांच्या हातात कशी पडू देईन? करते मी तुझं काम."

तिच्या उत्तरासरशी इन्द्राच्या चेहऱ्यावर आनंद, आश्चर्य आणि सुटकेचा भाव दाटून आला. तो लपवण्याचा प्रयत्न त्याने केला नाही.

आपले नाजूक खांदे उडवत ती म्हणाली, ''तसंही करण्यासारखं काहीच नाही ह्या स्वर्गात. अगदी कंटाळले आहे मी. हे प्रभू, तुमच्या बोलण्यावरून मला जाणवतं आहे की, विश्वामित्र जगावेगळा आहे.''

त्यावर इन्द्र प्रक्षुब्ध होऊन म्हणाला, ''आहेच तसा तो. अत्यंत उद्धट, उन्मत्त, निष्ठुर...''

''इन्द्रा, थांब जरा. अरे, इतके दुर्गुण ऐकल्यावर पुढे जायची इच्छा होणार नाही मला!'' इन्द्र स्वतःचंच वर्णन करतो आहे, मेनकेच्या मनात आलं. गर्विष्ठ माणसांची ही एक खोड असते. त्यांना आत्मस्तुती फार आवडतं. गर्विष्ठपणाचा मूर्तिमंत पुतळा असलेल्या इन्द्राशी तिला काहीही देणंघेणं नव्हतं म्हणूनच ती फक्त हसली.

त्याने स्फुरण चढून इन्द्र म्हणाला, ''नेमक्या ह्याच दुर्गुणांमुळे तो तुझ्याकडे आकर्षित होणार आहे. त्याने आपली श्रेष्ठता सिद्ध केली आहे. त्याबद्दल त्याला गर्व आहे. इथेच खरी मेख आहे. मुळात त्याचा स्वभाव परोपकारी आहे. कोणाचंही दुःख त्याला सहन होत नाही. विरह, वियोग, गमावण्याचं दुःख तो पाहू शकत नाही. त्याच्या ह्या कमकुवतपणाचा फायदा तुला घ्यायचा आहे.''

''अडचणीत सापडलेली सुंदरी?'' तिने ओळखलं. ''पुरुष नेहमीच फसतात. पापण्यांची फडफड, डोळ्यांतून ओघळणारे अश्रू, थोडीशी मुसमुस आणि काही हुंदके. एवढ्या पुंजीवर पुरुषांकडून आम्ही स्त्रिया काय वाट्टेल ते पदरात पाडून घेऊ शकतो. जोडीला छातीमधली घळ किंचितशी उघडी केली की यश निश्चितच समजा,'' ती उपहासाने म्हणाली. ''पण विश्वामित्राच्या बाबतीत हे सगळं कितपत प्रभावी ठरेल ते नाही सांगता येत,'' बोलता बोलता ती विचारात पडली. सवयीने खालचा ओठ चावत ती पुढे म्हणाली, ''जे मनाने कमकुवत असतात त्यांना मोहपाशात बांधणं सोपं असतं. एखाद्या दुःखदायक घटनेला अश्रूंची जोड दिली की, पुरुष पाघळतात. मग ती घटना खोटी का असेना. इथे मात्र तसं चालणार नाही. एका क्षणात माझं खरं स्वरूप त्याला समजेल. त्याच्या योगबळाला कमी लेखण्याचं धाष्टर्य करू नकोस. माझ्याकडे एक नजर टाकताच माझं मूळ स्वरूप त्याला अवगत होईल. तो माझा शेवट असेल हे लक्षात घे.''

तिच्या म्हणण्यात तथ्य होतं हे इन्द्राच्या लक्षात आलं. त्याने आखलेल्या योजनेतील त्रुटींवर तिने नेमकं बोट ठेवलं होतं. ते करत असतांना तिने स्वतःचा सहभाग नकळत मान्य केला होता. मेनका इतर अप्सरांहून अतिशय वेगळी होती. पुरुषांना मोहजालात ओढण्याचं नेहमीचं काम करतानासुद्धा ती कुठलीही उणीव राहू देत नव्हती आणि म्हणूनच राजसभेत तिने इन्द्राला निरुत्तर केलं होतं.

"मेनका म्हणूनच मी त्याच्यासमोर जाणं योग्य राहील,'' तिची योजना आकाराला येऊ लागली. "खोटेपणा, ढोंग, कारस्थानं – ह्यांपैकी काहीही चालणार नाही. कुठलंही असत्य त्याच्यासमोर टिकणार नाही. त्याच्या मनात शंकेची पाल जरी चुकचुकली तरी पुढच्या क्षणी तुझ्या ह्या स्वर्गाच्या उंबरठ्यावर तुझ्या महाबलाढ्य शत्रूला तू आमंत्रित करशील.''

"मग त्याला जिंकण्यासाठी कोणता मार्ग अवलंबणार आहेस?''

इन्द्राच्या ह्या प्रश्नावर मेनका त्रासली. सम्भोगाव्यतिरिक्त शृंगाराच्या ज्या विविध छटा असतात, त्यांचा विसर पडतो का ह्याला कधी कधी, तिच्या मनात आलं. तिने स्पष्टीकरण दिलं, "स्वतःची ओळख 'मेनका' अशीच करून देईन मी. स्वर्गातून बहिष्कृत केलेली अप्सरा! देवगंधर्व विश्ववसूच्या प्रेमात पडून त्याच्यापासून अपत्यप्राप्ती झाल्यामुळे स्वर्गातून बाहेर काढलेली अप्सरा. तू विश्ववसूला दिलेला शाप! सारं सांगेन मी त्याला, जेणेकरून माझ्याप्रति त्याच्या मनात सहानुभूती दाटेल, त्यामुळे असत्य भाषणाचा गंधही माझ्या कहाणीला येणार नाही.'' तिच्या स्वरातला कडवटपणा लपला नाही.

"हे बघ, त्याला सगळं सांगत बसण्याची आवश्यकता नाही,'' संकोचाने इन्द्राचा चेहरा आरक्त झाला.

"पण त्याशिवाय माझ्या कहाणीला वजन कसं येणार? आपल्या योगसामर्थ्याने विश्वामित्र सत्य जाणून घेण्याचा प्रयत्न करेल, तेव्हा कुठलाही विरोधाभास त्याला दिसणार नाही. देवेन्द्रा, लक्षात ठेव, त्याला फसवण्याचा विचारही कधी करू नकोस. ती आपली घोडचूक ठरेल,'' मेनकेने बजावलं.

सर्व बाबींचा विचार करून अत्यंत सावधानतेने मांडलेल्या तिच्या योजनेला इन्द्राला मान्यता द्यावी लागली. तिच्या पुढच्या वाक्याने मात्र तो चमकला.

''कामदेवाला बरोबर घेऊन जाईन म्हणते.''

आश्चर्याने इन्द्राच्या भुवया उंचावल्या. ''प्रत्यक्ष मेनकेने असं म्हणावं? अशी अनिश्चितता का? तुझ्या एका कटाक्षाने कुठलाही मानव घायाळ होऊन तुझ्या दिशेने दौडत येईल.''

''पण 'हा' नाही,'' त्याला खोडून काढत ती खंबीरपणे म्हणाली. ''समोरची स्त्री कितीही सौंदर्यवती असली तरी घायाळ व्हायला तो कुणी सर्वसामान्य पुरुष नाही. तो इंद्रियनिग्रही आहे. तपोभंग होऊ नये म्हणून तो सदैव दक्ष असतो, त्यामुळे आपण सावधगिरी बाळगणं योग्य आहे, म्हणूनच कामदेवाच्या बाणांनी तो विद्ध होणं गरजेचं आहे. मी जर त्याच्या समोर कामोत्तेजक नृत्य केलं तर कदाचित तो मला दग्ध करेल.''

साशंकतेने तिच्याकडे पाहत इन्द्र म्हणाला, ''मेनका, हे काय बोलते आहेस तू? तुझं सौंदर्य, हावभाव, पदन्यास आणि नृत्य ही तुझी अमोघ अस्त्रं आहेत. समोरचा पुरुष कितीही कठोर असला तरी तो तुझ्या प्रभावाखाली येतो. पारध करायला आला असेल तर स्वतः सावज होतो. हे सगळं माहिती आहे तुला. कुठलाही विचार न करता तू ह्या अस्त्रांचा वापर नेहमी करतेस. तुझी काया, पदन्यास, शरीराच्या वक्रता, ह्या सगळ्यांच्या संयोगातून तू पुरुषांना अंकित करून घेतेस. त्यानंतर तुझ्या व्यतिरिक्त दुसरा कोणताही विचार त्यांच्या मनात येऊ शकत नाही. ते ध्यास घेतात तो फक्त मेनकेचा.''

हे सगळं मेनकेला मान्य होतं. कामदेवाने तिला प्रत्येक हावभावात पारंगत केलं होतं. शरीराच्या हालचालींना विशिष्ट भावनांची जोड, त्याच्या अनुषंगाने स्वरातील चढ-उतार, कधी घोगरा स्वर, कधी असाहाय्यता, कधी दुःख, कधी नुसताच उसासा, एखादा हलका स्पर्श, खांद्यावर अलगद टाकलेला हात... थेट आव्हान न देता फुलवलेली चित्तवृत्ती. 'हा मला आवडला आहे' असं तुला वाटतं आहे हे समोरच्या पुरुषाला जाणवू दे. तू खूप खास आहेस, केवळ त्याच्यासाठी घडली आहेस असं त्याला वाटू दे! पुरुषांना मूढ बनवणं फार कठीण नसतं तिच्या मनात आलं.

''ह्या साऱ्याचा त्याच्यावर परिणाम होणार नाही हे तुझ्या कसं लक्षात येत नाही?'' मान हलवत तिने आपला विरोध प्रकट केला. ''अशा प्रकारे त्याची तपस्या भंग करण्याचा प्रयत्न मी केला, तर माझा खरा चेहरा त्याला लगेच दिसेल. आपला मूळ हेतू उघड होईल. तुमच्यातील वैराची जाणीव त्याला होईल. मग जर त्याने डोळे उघडले तर तो मला शाप देईल किंवा

माझी राख करेल. अशी लबाडी करता येणार नाही,'' गालांना खळ्या पाडत ती किंचित लाडिकपणाने म्हणाली, ''कामदेव बरोबर असला तर त्याचे बाण वर्मी लागतील आणि कार्यसिद्धी होईल.''

'म्हणजे, तुझ्या ह्या दोन अटी आहेत तर! तू नृत्य करणार नाहीस आणि कामदेव तुला बरोबर हवा आहे,'' त्यावर तिने मान डोलावलेली पाहून इन्द्र पुढे म्हणाला, ''जशी तुझी इच्छा. मला अजूनही असं वाटतं की, तुला इतर कोणाची मदत घ्यायची आवश्यकता नाही. कामबाणांपेक्षा तुझ्या मोहबाणांवर माझा अधिक विश्वास आहे. नेमकं काय करणार आहात तुम्ही दोघं?''

''तसं ठरलं की कळवू आम्ही तुला,'' त्याचं वाक्य तोडत ती निग्रहाने म्हणाली.

तिचं त्रोटक उत्तर ऐकून इन्द्राच्या लक्षात आलं की, पुढे काही विचारण्यात अर्थ नाही. चर्चेला लागलेलं हे वळण त्याला आवडलं नसलं तरी त्याच्याकडे दुसरा पर्याय नव्हता. अधिक ताणून चालणार नव्हतं. मेनका तिच्या निष्ठुरपणाबद्दल आधीपासून प्रसिद्ध होती. वसूची स्वर्गातून उचलबांगडी झाल्यानंतर तिच्या स्वभावाला लहरीपणाची जोड मिळाली होती. काय करावं ह्या वसूचं? आजही तिच्या मनावर त्याचं अधिराज्य आहे! इन्द्राने मेनकेकडे रोखून पाहिलं. नैराश्य, उद्वेग, शोक, विरोध अनेक मार्गांनी तिने त्याच्यावर मात केली होती. सूड उगवला होता; पण तिचा तो सूड पूर्ण झाला होता का? इन्द्र साशंक झाला. तिच्या मनात त्याच्या विरुद्ध एखादी योजना आकाराला येत होती का? सुरुवातीला तिने त्याच्या म्हणण्याला जरी मान्यता दर्शवली होती, तरी नंतर संभाषणाची सूत्रं तिने स्वतःला हवी तशी गुंफली होती. इन्द्राने वसूला स्वर्गाबाहेर घालवल्यापासून तिने इन्द्राविरुद्ध कट्टर वैरभाव जोपासला होता, त्यामुळेच आपल्या योजनेला ती सहजासहजी मान्यता देणार नाही, असा इन्द्राचा कयास होता म्हणूनच ह्या कामात ती दाखवत असलेली उत्सुकता बघून इन्द्राच्या मनात शंका आली. नेमकं काय? ती सूड उगवते आहे की तिचा काही डाव आहे? तिने इतक्या पटकन हो कसं म्हटलं?

# पारध आणि सावज

इन्द्राच्या कटाला तिने संमती का दिली होती? ह्याचं उत्तर मेनका जाणून होती. तिला ना कुठला सूड उगवायचा होता ना कुठली क्लृप्ती आचरणात आणायची होती. ह्या स्वर्गातून बाहेर पडण्याचा हा एकमेव मार्ग तिच्यापुढे होता, तो अवलंबण्यासाठी ती आतूर झाली होती. इथून बाहेर पडून ती कुठे लपणार होती? पृथ्वीवरची हिरवळ, तिथलं हवामान तिने पाहिलं होतं. पृथ्वीच्या आठवणीसरशी तिला मृतावस्थेतील प्रमद्वरेची आठवण आली. तिची लेक आता रुरू ऋषींबरोबर सुखाने संसार करत होती. त्या दोन प्रेमी जीवांचं मिलन मेनकेने पाहिलं होतं, त्यामुळे तिला जीवन आणि जगण्याचा अर्थ नव्याने उमगला होता. ह्या सुंदर इन्द्रनगरीत हा अनुभव तिला आजवर आला नव्हता. पृथ्वीवर प्रेमाच्या जोडीने वेदना, कुरूपता, अशाही भावना होत्या. हे सगळं माहीत असूनही दुःख आणि आनंदाच्या त्या संमिश्र मर्त्यलोकात जाऊन राहण्याची मेनकेची तयारी होती. अंतहीन अशा ह्या रमणीय स्वर्गात वसू वाचून जगण्याऐवजी तिला भूतलावरचं वास्तव्य मान्य होतं.

स्वर्गात राहणं तिला असह्य झालं होतं आणि इन्द्र तिला जाऊ देत नव्हता. भर सभेत त्याचा उपमर्द केल्यावर संतापून तो आपल्याला स्वर्गातून बहिष्कृत करेल अशी आशा तिला होती; पण तसं काहीही घडलं नव्हतं. तिने त्याच्यावर सूड उगवला, सर्वांचा आदर प्राप्त केला; पण स्वर्गातून बाहेर पडण्याचा मार्ग तिला मिळाला नव्हता. विश्वामित्राला भूलवण्याच्या रूपाने आज अनायासे तशी संधी प्राप्त झाली होती. तिच्या मनात माजलेल्या खळबळीचा गंधही इन्द्राला नव्हता.

समोर उभ्या असलेल्या कामदेवाकडे तिने कटाक्ष टाकला. कामदेव! पुरुषी सौंदर्याचा सर्वोच्च आविष्कार. देखण्या चेहऱ्यावरचं हसू. पाचूसारख्या हिरव्यागार डोळ्यांमधली मिस्कील छटा. सोपवलेल्या कामगिरीला अनुसरून त्याने इक्षूदंडाचं धनुष्य खांद्यावर टाकलं होतं. त्याची प्रत्यंचा भ्रमरांनी गुंफलेली होती. कामदेवाच्या भात्यामध्ये विविध फुलांनी सजवलेले केवळ पाच शर होते. मोगरा, श्वेतकमळ, नीलकमळ, आंब्याचा मोहोर आणि कामदेवाची लाडकी अशोकाची फुलं. संमिश्र गंधामुळे वातावरण धुंद झालं होतं. प्रेम आणि कामभावना मनात दाटत होती.

''एव्हढे बाण पुरेसे आहेत?'' मेनकेने आश्चर्याने विचारलं.

''तुला समोर पाहताच विश्वामित्र बेभान होईल. खरं तर एकाही बाणाची आवश्यकता नाही,'' कामदेवाचा कौतुकमिश्रित स्वर उमटला. ''फार विचारपूर्वक आणि चांगली योजना आखली आहेस तू. काही गोष्टी वगळता तू त्याला सत्य कहाणी ऐकवणार आहेस हे अगदी पटतंय मला. उगाचच खोटं कशाला बोलायचं? तू जितकं खरं बोलशील तितकं तुझ्या पथ्यावर पडेल आणि त्याला तुझ्याबद्दल सहानुभूती वाटण्याची शक्यता वाढेल.''

बोलता बोलता ते माही नदीच्या तीरावर आले. इथेच विश्वामित्रांचा आश्रम होता.

''पण आज रती बरोबर कशी काय नाही?'' कुणालाही प्रेमविद्ध करायचं असेल, तर मदनाची रती हवीच बरोबर. ती आज नाही हे पाहून मेनकेला आश्चर्य वाटलं.

कामदेव म्हणजेच मदन, त्याची आणि रतीची गोष्ट काही वेगळीच होती. प्रत्यक्ष ब्रह्मदेवाने मदनाची निर्मिती केली आणि प्रेमाचा प्रसार करण्याची आज्ञा त्याला दिली. आपल्या बाणांची शक्ती आजमावण्यासाठी तरुण मदनाने पोरकट उत्सुकतेपोटी प्रत्यक्ष ब्रह्मदेवांवर आणि त्यांच्या पुत्रांवर बाण सोडला. त्यायोगे संध्या ह्या सुस्वरूप तरुणीबद्दल त्या सर्वांच्या मनात कामभावना दाटली. संध्या ही प्रत्यक्ष ब्रह्मदेवांची कन्या आहे हे मदनाला ठाऊक नव्हतं. आपला पिता आणि बंधू ह्यांच्या मनात आपल्याबद्दल कामभावना दाटलेल्या पाहून संध्येने देहत्याग केला. अविचारापायी आपल्या हातून झालेल्या कृतीचे हे भीषण परिणाम पाहून मदन व्यथित झाला. तो विष्णू भगवानांना शरण गेला. त्यानंतर विष्णूने संध्येला रती रूपात

प्रजापती दक्षाच्या पोटी जन्माला आणलं. जो मदन तिच्या मृत्यूला एका प्रकारे कारणीभूत ठरला होता, त्याच्याशी तिने विवाह केला आणि नवीन आयुष्याला सुरुवात केली. रती म्हणजे मदनाचं खरं प्रेम, मेनकेच्या मनात आलं. जीवन, प्रेम, कर्म ह्या सगळ्यांची किती विचित्र सांगड असते! पण मग अप्सरा आणि देव ह्यांनासुद्धा कर्मांना सामोरं जावं लागतं का? ह्या विचारासरशी मेनेकेने सवयीने खालचा ओठ चावला. जीवन आणि मृत्यू ह्या चक्रामध्ये ते अडकत नसले तरी आपल्या कृतींमुळे निर्माण होणाऱ्या कर्मांची जबाबदारी त्यांचीच! घडलेले प्रमाद, झालेला पश्चात्ताप किंवा भोगलेल्या शिक्षा ह्यातून कोणाचीच सुटका नाही. वसूचीही... त्याच्या आठवणीने मेनका भानावर आली.

संध्येच्या बाबत मदनाच्या हातून अनवधानाने घडलेल्या चुकीनंतर तो कामबाण सोडताना दक्ष राहू लागला होता म्हणूनच कदाचित आता त्याच्या भात्यात नेमके बाण होते.

तो हसून म्हणाला, ''रतीचं म्हणणं आहे की, प्रत्यक्ष मेनका बरोबर असताना एकट्या बिचाऱ्या विश्वामित्राला भुलवण्यासाठी तिघांची काय गरज? आणि हे बघ, माझी तर खात्री आहे की, विश्वामित्राला मोहजाळात बांधण्याच्या दृष्टीने तू पुरेशी आहेस.''

पुन्हा एकदा ओठ चावत मेनकेने नकळत मान डोलावली. ''अनवधानानेदेखील चूक होता कामा नये, गाठ माझ्या जीवाशी आहे.''

''म्हणजे आपल्या जीवाशी! क्षणार्धात आपल्या दोघांची राख करेल तो. नाहीतर एखादा भयानक शाप देऊन श्वापदात रूपांतर करेल तो आपलं,'' डोळा मारत कामदेव म्हणाला. 'श्वापद' हा शब्द कानावर पडताच मेनकेचा चेहरा खर्रकन उतरला. ते पाहून आपण काय भलतंच बोलून बसलो, ह्याची जाणीव त्याला झाली. तिचं वसूवरचं प्रेम यत्किंचितही कमी झालं नव्हतं. वसूचा वियोग आजही तिला विद्ध करत होता.

कामदेव नव्याने चिंतित झाला. विश्वामित्राला भूलवण्याचं कार्य अल्पकालीन नव्हतं. त्यासाठी दीर्घकाळ द्यावा लागणार होता. मुख्य म्हणजे विश्वामित्राने मेनकेच्या प्रेमात पडण्याची आवश्यकता होती. तिच्या प्रेमात अनावर झाल्याशिवाय तो आपल्या तपश्चर्येतून पूर्णतया बाहेर येणार नव्हता. इथून पुढे 'विश्वामित्राच्या हातून घडलेली सुंदर चूक' ही भूमिका तिला निभावायची होती. ह्यापायी मेनकेला गमवावं लागलं तर! ह्या विचाराने

कामदेव त्रस्त झाला. ती त्याची सर्वांत लाडकी शिष्या होती. वसूच्या बाबतीत इन्द्र ज्या क्रौर्याने वागला ते कामदेवाला मुळीच आवडलं नव्हतं. इन्द्राची कृती अक्षम्य होती.

''विश्वामित्राच्या प्रेमात पडल्याचं नाटक तुला वठवता येणार आहे का?'' कामदेवाने मेनकेला हळुवारपणे विचारलं. ''प्रेमात पडणं आणि प्रेमात पडल्याचं दाखवणं ह्या भिन्न बाबी आहेत. वासना क्षणैक असते. प्रेम चिरकालीन असतं म्हणूनच प्रेमामध्ये क्षणोक्षणी परीक्षा असते.''

स्वतःला सावरत मेनकेने खांदे सरळ केले. आव्हान स्वीकारायला ती आता सिद्ध होती. ती आत्मविश्वासाने म्हणाली, ''हो, मी प्रेमाचं नाटक वठवू शकते. काम आणि प्रेम ह्यातला फरक समजतो मला.'' किंचित हसून ती बोलू लागली, ''कामदेव, प्रेमाचे विविध स्तर तूच नाही का शिकवलेस आम्हाला? पहिला कटाक्ष पडताच प्रेम निर्माण होतं. नजरानजरी नंतर वासना निर्माण होते. मन आणि बुद्धी एकत्रितरीत्या स्रवू लागतात. आकांक्षा आणि कामना जाग्या होतात. प्रियकराला प्राप्त करण्याचा दृढनिश्चय होतो. ह्यातूनच प्रेमाला प्रतिसाद मिळतो. तहान, भूक, निद्रा हरवते. प्रेमापुढे जगाचा विसर पडतो. ही खरी आनंदाची अनुभूती. त्यानंतर प्रेमाचा शेवट निश्चित आहे. वियोग, फसवणूक किंवा प्रियकराचा मृत्यू... जाणते मी हे सारं!'' आपल्या तळहातांकडे रोखून पाहत ती म्हणाली, ''वियोगाऐवजी प्रेमाचं नाटक करणं मला मान्य आहे. कामदेवा, खऱ्या प्रेमाचं दुःख फार विदारक आहे रे! त्यापायी मी जगणं विसरले आहे. जाणूनबुजून पुन्हा एकवार त्याचा अंगीकार करणं हे माझ्यासाठी स्वहत्या करण्यासारखं आहे.'' तिच्या चेहऱ्यावर विचित्र भावना दाटून आली. ''चल पटकन, विश्वामित्र पुन्हा दीर्घ तपाला आरंभ करण्याआधी त्याच्यावर कामबाण चालवायला हवा.''

☙

विश्वामित्रांना स्वतःचाच संताप येत होता. आकाशस्थ तारकांवर त्यांना नियंत्रण ठेवता येत होतं. मात्र स्वतःच्या वृत्तींवर नियंत्रण ठेवणं त्यांना शक्य होत नव्हतं. मनात एक पुसट आठवण उमटली. ब्रह्मदेवांचे शब्द त्यांच्या कानात गुंजले, ''विश्वामित्रा, ज्या दिवशी तुझा संताप आणि उद्धटपणा ह्यांच्यावर तू नियंत्रण मिळवशील, त्या दिवशी तुला हवा असलेला मार्ग सापडेल. त्या दिवशी तू ब्रह्मर्षी होशील.''

संताप! इतकं का कठीण होतं संतापावर नियंत्रण मिळवणं? त्या मागचं कारण शोधून ते थांबवणं? एवढी साधी गोष्ट का जमू नये? प्रतिसृष्टीचा निर्माता, देवांना पृथ्वीतलावर यायला भाग पाडणारा मानव, प्रत्यक्ष स्वर्गाचं निमंत्रण मिळालेला पाहुणा. स्वप्नपूर्तीच्या निकट येऊन पोहोचले होते ते.

त्यांचा विचारप्रवाह खंडित झाला. राजा हरिश्चन्द्राबाबत वसिष्ठांनी काढलेले उद्गार खोटे आहेत हे त्यांनी अजूनही सिद्ध केलं नव्हतं. पुन्हा एकदा वसिष्ठ त्यांचा पराभव करतील का?

अचानक त्यांचे डोळे उघडले. एक विचित्र आदिम भावना त्यांना जाणवली. कुठल्याही विचारांवर चित्त एकवटणं त्यांना शक्य होईना. त्रासून ते उभे राहिले. सूर्य पार क्षितिजाला टेकला होता. आकाशात लाल-केशरी छटांची उधळण झाली होती. स्नान केल्याने आपल्याला बरं वाटेल ह्या विचाराने ते माही नदीच्या दिशेने निघाले. तिच्या शांत शीतल पात्रात पाऊल टेकवताच त्यांच्या मनातील त्रस्त विचार विरू लागले. गंगेच्या तुलनेत माहीचा खळखळाट थोडा अधिक होता; पण सरस्वतीच्या तुलनेत ती शांत भासत होती. खरंतर दोघींचा उगम एकाच स्रोतातून झाला होता. नद्या आणि मानव; किती साधर्म्य असावं दोन्हीत! उगमस्थान एक असलं तरी विशिष्ट दिशेने प्रत्येकाचा प्रवास होतो. वेगवेगळ्या भूभागांना स्पर्शून शेवट मात्र समान असतो. लांबी, रुंदी, घनता, स्रोत कितीही असो सर्वस्व सागरामध्ये समर्पित होतं. नद्यांकडून शिकण्यासारखं खूप आहे, विश्वामित्रांना हसू आलं. खोल श्वास घेत त्यांनी पाण्याखालून पोहायला सुरुवात केली. तेवढ्याने त्यांना तरतरी वाटू लागली.

सपसप हात मारत ते पुन्हा काठाकडे निघाले. अचानक वातावरणातील बदल जाणवून ते मध्येच थांबले. त्यांनी भोवताल न्याहाळला. विविध रंगांच्या फुलांनी आसमंत खुलला होता. वसंत! इतक्यात वसंत कसा आला? विश्वामित्रांना काही समजेना. काल रात्रीपर्यंत वसंताची चाहूलही नव्हती. एका रात्रीत ऋतुबदल कसा काय झाला? कदाचित, विचारांच्या नादात त्यांना कळलं नसावं. त्यांनी खांदे उडवले. हा नदीकाठ किती सुंदर आहे हे आज पहिल्यांदाच त्यांच्या लक्षात आलं. निसर्गाशी नातं जोडायला हवं. दाट जंगल, मोठ्या वृक्षांना बिलगलेल्या वेली, फळभारामुळे ओथंबलेल्या फांद्या, सुगंधित फुलांमधील मकरंद पिण्यास आतूर झालेले भ्रमर, स्वच्छ

नितळ नदी आणि लगतचा प्रपात... त्यांच्या नजरेने प्रपाताच्या दिशेने झालेली हालचाल टिपली. नकळत ते त्या दिशेने पुढे झाले.

ती नजरेस पडण्याआधी तिची गुणगुण त्यांच्या कानावर पडली. अत्यंत मधुर स्वर होता तो. त्यांच्या चित्तवृत्ती बहरल्या. हा आवाज असाच कानावर पडत राहावा, अशी कामना त्यांच्या मनात दाटली. इतक्या सुंदर आवाजामागचा चेहरा पाहण्याची उत्सुकता त्यांना जाणवू लागली.

सौंदर्याचा मूर्तिमंत नमुना त्यांच्यासमोर उभा होता. ते अवाक झाले. अचानक त्यांच्या कंठाला शोष पडला. समोर दिसणाऱ्या स्त्रीवर त्यांची नजर खिळून राहिली. 'मेनका,' त्यांच्या मनात अलगद नाव उमटलं. ती इथे काय करते आहे? प्रपाताच्या धारा झेलत ती पाण्यात उभी होती. ओली वस्त्रं घट्ट बिलगल्यामुळे तिच्या देहाची कमनीयता उठून दिसत होती. लज्जारक्षण करण्याऐवजी तिचं स्वर्गीय सौंदर्य खुलवण्याचं काम ती वस्त्रं करत होती. त्यातून उघडे पडलेले तिचे रेखीव पाय... विश्वामित्रांची नजर तिच्या सर्वांगावरून फिरली. कमरेखाली वस्त्राला पडलेल्या चुण्या, देखणं नाभीस्थान, सिंहकटी, भरगच्च वक्षस्थळं, ओल्या कंचुकीतून डोकावणारी गडद स्तनाग्रं...

कसाबसा आवंढा गिळत त्यांनी नजर तिच्या चेहऱ्याकडे वळवली. तिच्या गोऱ्यापान उघड्या खांद्यावरून दाट काळ्या केसांच्या लडी उतरल्या होत्या. पाण्याची लडिवाळ धार तिच्या स्तनांच्या घळीत अदृश्य होत होती. मेनका! निखळ दृष्टिसौंदर्य, खरं वाटू नये असं स्वर्गीय रूप! त्या सौंदर्यापायी आपण एका खोल गर्तेत ओढले जात आहोत, असं त्यांना वाटलं. नदीपात्रातून पुढे आलेल्या विश्वामित्रांना पाहून ती दचकली. दाट पापण्यांचे तिचे डोळे विस्फारले. त्या नजरेकडे ते आकृष्ट झाले. पुन्हा एकवार त्यांच्या मनात अनोखी भावना दाटली.

''मेनका?'' अस्फुट स्वरात ते उद्गारले. हिला कधी बरं शेवटचं पाहिलं होतं आपण? बरोबर! वसिष्ठांनी आव्हान दिल्यानंतर आपण संतापून स्वर्गातून बाहेर पडलो होतो. त्या वेळेस मेनका तिच्या प्रासादातील सज्जात शून्यात नजर लावून एकटीच उभी होती. तिचं कुठेही लक्ष नव्हतं. त्यांचा आपल्या डोळ्यांवर विश्वास बसला नव्हता; तेव्हाही आणि आताही.

किंचित मान झुकवत ती प्रपाताखालून बाहेर आली. त्यांनी तिला ओळखल्यामुळे ती चक्रावली होती. तिच्या चेहऱ्यावरचं अस्फुट हसू आणि

नजरेतील बावरलेले भाव... तिच्या सौंदर्याने त्यांच्यावर अचूक परिणाम साधला होता. इथून पुढे सावध पावलं टाकायला हवीत हे तिला जाणवलं. आपण काय करणार आहोत ह्याची जाणीव होऊन तिला क्षणभर स्वतःची लाज वाटली. डोळे मिटून घेत तिने मनोमन प्रार्थना केली. हा तिचा अक्षम्य अपराध ठरणार होता.

"क्षमा करा ऋषीवर, माझ्या कृत्यासाठी मला क्षमा करा," डोळे मिटून घेत ती म्हणाली, "माझी निर्मितीच विनाशासाठी झाली आहे."

उत्तरादाखल विश्वामित्रांचा धीरगंभीर स्वर उमटला.

"अप्सरा!" नकळत विश्वामित्रांच्या चेहऱ्यावर हसू उमटलं.

थरथरणाऱ्या मेनकेने मान डोलावली. हा थंडीचा परिणाम नव्हता, त्यांच्या खोल खर्जातील स्वराची किमया होती. त्या हलक्याशा स्मितामुळे त्यांचा चेहरा किती देखणा दिसतो आहे हे तिच्या लक्षात आलं. एखाद्या मुलासारखा होता तो चेहरा. इतक्या वर्षांच्या उग्र तपश्चर्येमुळे आलेली कठोरता त्या एका हसूसरशी विरघळली. नजरेमध्ये भावना दाटल्या. सातत्याने देखण्या देवांच्या सहवासात वावरणाऱ्या मेनकेला त्यांच्या चेहऱ्यावरची न दिसणारी सौंदर्यस्थळं जाणवली. कमावलेला तरीही सडसडीत आणि उंच बांधा. छातीकडून कमरेकडे असलेला शरीराचा प्रमाणबद्ध त्रिकोण. अरुंद कमरेला बांधलेली लंगोटी, त्यातून जाणवणारं त्यांचं पौरुषत्व. तिने पटकन नजर त्यांच्या चेहऱ्याकडे वळवली. भरघोस मिशा आणि वाढलेल्या दाढीमुळे त्यांचा चेहरा बराचसा झाकला गेला होता, तरीही बाकदार नाक आणि गंभीर डोळे त्यांच्या सौंदर्याची जाणीव करून देत होते. त्यांच्या चेहऱ्यावरचं हसू आणि आवाजाचा धीरगंभीर पोत ह्यामुळे तिच्या मनाने त्यांच्याकडे ओढ घेतली होती. तिच्या नजरेला ते देखणे भासले होते.

ती स्वतः उंच होती तरी त्यांच्यासमोर तिला आपल्या खुजेपणाची जाणीव झाली. त्यांच्या नजरेत नजर मिळवण्यासाठी तिला मान वर करून पाहावं लागलं. दुरून पाहिल्यावर ते जितके तरुण वाटले होते तितके ते जवळून वाटत नव्हते. आजवर केलेल्या तपसामर्थ्याचं बळ त्यांच्या नजरेत डोकावत होतं. शाश्वताच्या प्रवासाची जाणीव त्यातून होत होती. मोठ्या निग्रहाने त्यांनी स्वतःला आवरलं होतं. त्यांच्या गालावरचा स्नायू किंचित वरखाली होत होता. तेवढीच काय ती त्यांच्या अस्वस्थतेची खूण होती. कदाचित, बोलताना त्यांना खळी पडत असावी; पण दाढी खाली ती लपली

असावी. तिने त्यांच्या दिशेने पाऊल टाकलं त्याबरोबर त्यांनी ओठ घट्ट आवळले.

तिला ताण आला. ती अडखळत म्हणाली, ''मी बहुतेक वाट चुकले आहे. खूप तहान लागली म्हणून मी पाण्याशी आले खरी पण हा प्रपात पाहताच मला राहावलं नाही.'' अतिशय संकोचून ती पुढे म्हणाली, ''मला क्षमा करा. तुमच्या आश्रमाच्या सीमेत मी आगंतुकासारखा प्रवेश केला आहे हे माझ्या लक्षात आलं नाही.''

''पण मुळात तू इथे कशी?'' तिच्या चेहऱ्यावरची नजर क्षणभरही बाजूला न घेता विश्वामित्रांनी प्रश्न केला.

मेनकेने अस्वस्थपणे ओठांवरून जीभ फिरवली. विश्वामित्रांनी पुन्हा एकवार ओठ आवळले. माझी किमया ओसरते आहे का? हे माझी उलटतपासणी का करत आहेत? कामदेवाला शरांचा वापर करावा लागणार आहे का?

''इन्द्राने मला स्वर्गातून बहिष्कृत केलं आहे,'' गदगदलेल्या स्वरात तिने बोलायला सुरुवात केली. ''कित्येक काळापासून मी अशी भटकते आहे. तुमच्या आश्रमाच्या परिसरात पाऊल ठेवल्याबद्दल मी पुन्हा एकवार तुमची क्षमा मागते. जाते मी,'' असं म्हणून ती पटकन वळली. तिच्या ओलेत्या, उघड्या, सुडौल पाठमोऱ्या देहाने त्यांना चेतवलं.

''थांब, जाऊ नकोस अशी,'' विश्वामित्र घाईने म्हणाले. ''मला तुला दुखवायचं नव्हतं; पण स्वर्गातील अप्सरा भूतलावर...''

''...भूतलावर येते ती केवळ ऋषिमुनींना मोहवण्यासाठी,'' तिने पटकन त्यांचं वाक्य पूर्ण केलं. आपल्यासमोर उभा असलेला हा मानव आपल्या सौंदर्याने जरी आकर्षित झाला असला तरी त्याच्या मनात शंका आली आहे हे जाणवून तिने सवयीप्रमाणे ओठ चावला. तिची ही छोटीशी कृती विश्वामित्रांच्या नजरेतून सुटली नाही. त्यांची नजर आता तिच्या ओठांवर खिळली होती. ते लक्षात येताच ती बोलू लागली.

''मुनीवर, माझ्यात अशी कोणतीही शक्ती नाही. मी बहिष्कृत अप्सरा आहे. देवगंधर्वावर प्रेम करण्याचा मूढपणा माझ्याकडून झाल्यामुळे माझ्यावर ही वेळ आली आहे.'' मुद्दामच क्षणभर थांबत ती पुढे म्हणाली, ''आमच्या ह्या धाडसापायी माझ्या पतीला – वसूला शाप मिळाला. तो श्वापद होऊन

पृथ्वीतलावर भटकतो आहे. मलादेखील इन्द्रलोकातून बहिष्कृत करण्यात आलं आहे.''

हे बोलत असताना मेनकेने चेहरा जरी प्रयत्नपूर्वक निर्विकार ठेवला होता, तरी तिच्या बोटांची होणारी अस्वस्थ उघडझाप विश्वामित्रांनी पाहिली. ते विचारात पडले. स्वतःला सावरत मेनका तशीच त्यांच्यासमोर उभी राहिली. आपल्या चेहऱ्यावरचे आर्त भाव पाहून त्यांना पाझर फुटेल अशी आशा करणं तेवढं तिच्या हातात होतं.

''कबंधाच्या रूपातील विश्ववसूची दंडकारण्यात विलक्षण दहशत पसरली आहे,'' विश्वामित्रांच्या तोंडून आलेलं हे वाक्य ऐकताच मेनका आश्चर्यचकित झाली. तिचा अंदाज खरा ठरला होता. विश्वामित्रांना सारं काही अवगत असणार ह्याची कल्पना तिने इन्द्राला दिली होती. तिच्या बोलण्यातील सत्यासत्यता जाणून घेण्यासाठी विश्वामित्र योगसामर्थ्य वापरत होते. कुठलीही असत्य कथा त्यांच्यासमोर टिकली नसती. इन्द्राच्या योजनेनुसार नृत्याच्या पदन्यासाने त्यांना भुलवता आलं नसतं.

''हो, हीच शिक्षा आहे आम्हा दोघांना,'' सुस्कारा टाकत ती म्हणाली. तिचे ओठ थरथरत होते. तिने मुठी घट्ट बंद करून घेतल्या होत्या.

तिच्या थरथरणाऱ्या ओठांवरून नजर काढणं विश्वामित्रांना अशक्य झालं होतं. आटोकाट प्रयत्न करून त्यांनी स्वतःला स्थिर ठेवलं. तिला अचानक इथे पाहून त्यांना आश्चर्याचा धक्का बसला होता. ती ज्या सहजतेने त्यांच्याशी बोलत होती, त्याचंही त्यांना नवल वाटत होतं. जणू ती त्यांना खूप काळापासून ओळखत असावी. कोणत्याही क्षणी ती इथून जाऊ शकते ह्या विचाराने ते पुन्हा अस्वस्थ झाले. तिला थांबवणं कसं शक्य होतं? तिचं सौंदर्य उत्तेजित करणारं होतं. ती नखशिखांत सुंदर होती. आजवर तीन राण्यांव्यतिरिक्त इतर अनेक स्त्रिया त्यांनी भोगल्या होत्या; परंतु मेनकेच्या निव्वळ दर्शनाने त्यांच्या अंतःकरणात आज पहिल्यांदाच एक अनोखी जाणीव उद्दीपित झाली होती. अंतरंगात काहूर माजलं होतं. आस आणि कामनेच्या ज्वाळांनी त्यांच्या हृदयाची गती शीघ्र केली होती. मावळतीच्या त्या निळ्या-जांभळ्या प्रकाशात काही क्षण ते तसेच तिच्याकडे पाहत उभे राहिले. आजवर कुठल्याही स्त्रीबद्दल त्यांना इतकी तीव्र ओढ जाणवली नव्हती, हे त्यांच्या लक्षात आलं.

आपले शब्द आणि हेतू ह्यावर त्यांचा विश्वास राहिला नव्हता, तरीही एक पाऊल पुढे होत ते म्हणाले, ''तुला हवं असेल तर तू राहू शकतेस इथे काही दिवस.'' तिला स्पर्श करण्याची अनिवार ओढ त्यांच्यात उभारली. तिच्या मंद शरीरगंधाने ते धुंदावले. तिला मिठीत घेऊन कुस्करून टाकण्याची तीव्र इच्छा त्यांच्या मनात दाटली. प्रत्येक श्वासासरशी खालीवर होणाऱ्या तिच्या उरोजांचा उभार त्यांना खुणावू लागला. निमिषभरासाठी का होईना; पण त्यांच्या सभोवतालचा परिसर जणू थांबला होता.

अचानक आभाळ काळवंडलं. कुठूनसा वाऱ्याचा झोत आला. ते अस्थिर झाले. त्या झोताने मेनकेचं अंगवस्त्र उडवून लावलं. आता त्यांच्यासमोर निखळ, आरसपानी सौंदर्य अर्धवस्त्रावस्थेत उभं होतं. ते श्वास घ्यायला विसरले. वाऱ्याने उडवलेलं तिचं अंगवस्त्र आपण आणून द्यायला हवं हे कळत असूनही ते तसेच तिच्याकडे पाहत उभे राहिले. तिच्या टपोऱ्या नजरेत असाहाय्यता दिसून येत होती. दोन्ही हात छातीवर ठेवून लज्जारक्षणाचा असफल प्रयत्न करत ती पाऊलभर मागे झाली. तिच्या तेवढ्याशा हालचालीने सावध होत विश्वामित्र झटक्यात पुढे झाले. तिच्या नाजूक कमरेभोवती एका हाताने विळखा घालत दुसऱ्या हाताने तिचं मनगट धरत त्यांनी तिला स्वतःकडे ओढून घेतलं. तिच्या विवस्त्र देहाचा स्पर्श होताच त्यांचा संयम सुटला. त्यांच्या धमन्यांतून वेगाने रक्तप्रवाह दौडू लागला. आत्यंतिक आवेगाने त्यांनी तिच्या रसरशीत ओठांवर ओठ टेकवले. शब्दांत जे उतरवता येणार नाही ते सारं त्या स्पर्शातून मेनकेपर्यंत पोहोचलं.

हे चुंबन तिला अनपेक्षित नव्हतं. अनपेक्षित होता तो तिचा प्रतिसाद. तिच्या उघड्या शरीराला विश्वामित्रांच्या बोटांचा स्पर्श होताच तिच्या शरीराचा विलक्षण दाह झाला. अंतरंगात आग पेटली. तिच्या मुखात लसलसणाऱ्या त्यांच्या जिभेमुळे तीव्र कामभावना जागृत झाली. अत्यानंदाच्या लहरी तिच्या शरीरभर दौडू लागल्या. स्वतःच्या देहाच्या ह्या प्रतिक्रियेचं तिला विलक्षण नवल वाटलं. आवेगाने त्यांना मिठी घालत त्यांच्या रुंद पाठीवर तिची बोटं विसावली. एका हाताने तिचे लुसलुशीत स्तन कुस्करत दुसऱ्या हाताने त्यांनी तिला आवेगाने अंगावर ओढून घेतलं. नदीकाठच्या त्या मऊशार रेतीमध्ये आडवं पडत ते तिला करकचून भिडले. नदीच्या शांत लाटा त्या दोघांच्या आजूबाजूला पसरत त्यांना चेतवू लागल्या. त्यांचे ओठ, खांदे, छाती, पोट, मांड्या आणि पाय एकमेकांभोवती आणि एकमेकांत

गुंतले होते. नक्की कुणी कोणाला मोहपाशात अडकवलं होतं... तिने त्यांना की त्यांनी तिला? असिम अद्वैताची अनुभूती घेण्याआधी हा एवढाच प्रश्न तिच्या मनात रेंगाळला.

✤

लपलेले तिघे जण दुरून विश्वामित्र आणि मेनकेची ही एकरूपता पाहत होते.

''वा! काय अप्रतिम काम साधलं आहे!'' कामदेव आनंदाने म्हणाला. ''मी तर एकही शर चालवला नाही विश्वामित्रांवर, फक्त वातावरण तेवढं धुंद केलं. मेनकेच्या सौंदर्यात इतकी मादकता आहे की, तिच्यासमोर भूतलावरचा कुणीही ऋषी टिकू शकत नाही आणि मोक्याच्या क्षणी वायूने तिचं अंगवस्त्र उडवल्यामुळे विश्वामित्र स्वतःवर ताबा ठेवू शकले नाहीत.''

''ही करणीदेखील मेनकेची,'' डोळे बारीक करत हसत वायू म्हणाला. ''कुठलाही साधू असो अथवा संत, स्त्रीदेहामुळे तो विचलित झाल्याशिवाय राहणार नाही.''

''अप्सरा आणि त्यांचं सौंदर्य!'' सुस्कारा सोडत कामदेव म्हणाला. ''घृताचीबाबत हेच घडलं, आधी ऋषी भारद्वाज मग प्रमती. रुरू हा तिला प्रमतीपासून झालेला पुत्र.''

''घृताची आणि विश्वामित्र ह्यांचं नातं आहे,'' वायूने तत्परतेने माहिती पुरवली. ''विश्वामित्राचे पितामह म्हणजे राजर्षी कुशनाभ. घृताचीने त्यांच्याशी विवाह केला. काय म्हणावं ह्या ऋषिमुनींना? आत्मज्ञान प्राप्त होऊनदेखील अप्सरा समोर येताच ते सारं काही विसरतात. हे कसलं ब्रह्मचर्य?''

''त्यांचं चित्त विचलित करण्यासाठीच तर अप्सरांची निर्मिती झाली आहे,'' कामदेव म्हणाला. ''मैथुन भावना ही मानवाची आदिम भूक आहे.''

त्यावर वायू उपहासाने म्हणाला, ''कामदेवा, तू आणि अप्सरा; ह्या आदिम भावनेचे तुम्ही प्रतीक आहात. वासनेच्या अनेक रूपांना मानव लीलया बळी पडतो. सम्भोग, अधिकार, भूमी, ज्ञान... प्रत्येक गोष्ट प्राप्त करण्याची वासना. ह्या वासनेपायी कौशिक स्वतःला विश्वामित्र म्हणवून घेतो; पण उपयोग काय? एक स्त्री समोर दिसताच त्याचा सारा संयम संपावा ना. ह्याला अधःपतन नाही तर काय म्हणायचं... स्वर्गसुख?'' स्वतःच्या

ह्या पाचकळ विनोदावर हसत वायू पुढे म्हणाला, ''त्रिशंकूला स्वर्गापर्यंत वाहून नेण्याची आज्ञा ह्यानेच मला केली होती,'' त्या आठवणीने आत्ताही वायूचा संताप झाला. आपले पातळ ओठ आवळून तो म्हणाला, ''आता मेनका नाचवेल त्याला आपल्या इशाऱ्यावर. चाकर करेल स्वतःचा. त्यातून मोकळं होणं त्याला कधीही शक्य होणार नाही. आपण सगळेच त्याच्या जाचातून सुटलो आहोत.''

कामदेवाने वायूकडे रोखून पाहत म्हटलं, ''विश्वामित्राचा इतका तिरस्कार वाटण्यामागे नक्कीच अजून काहीतरी कारण आहे, हो ना? त्याचे पूर्वज म्हणजे राजा कुशनाभ आणि राणी घृताची; त्यांच्या कन्यांना भूलविण्याचा तुझा प्रयत्न असफल झाला होता. त्यांनी झिडकारल्यामुळे तू संतापून त्यांच्या शरीरात प्रवेश करून त्यांची शरीरं वेडीवाकडी केली होती, त्यांना कुरूप केलं होतंस. ऋषी ब्रह्मदत्ताच्या स्पर्शामुळे त्यांना त्यांचं गतसौंदर्य प्राप्त झालं. पुढे त्या ऋषीने त्या राजकन्यांशी विवाह केला. आपला विवाह त्यांच्याशी होऊ शकला नाही हा डूख तू मनात बाळगून आहे. मला तर शंका आहे की, त्यांच्याशी तू वाईट पद्धतीने वागल्यामुळे विश्वामित्राने तुला काहीतरी धडा शिकविला असणार. वायू, तुझ्या आणि विश्वामित्राच्या वैराची पाळंमुळं बरीच खोलवर गेलेली दिसतात.'' कामदेवाचा स्वर मिस्कील होता. ''म्हणूनच तू मेनकेला मदत करायला एका पायावर तयार झाला असणार, तरीही तू म्हणतोस ते खरं आहे. मेनका नाचवेल विश्वामित्राला आपल्या तालावर. स्वतःला सोडवणं विश्वामित्राला अशक्य आहे आता.''

त्यांच्या बोलण्याकडे इन्द्राचं अजिबात लक्ष नव्हतं. तो त्रासून म्हणाला, ''कामदेव, तू तुझ्या शरांचा वापर का केला नाहीस?''

गोंधळलेल्या कामदेवाने म्हटलं, ''त्याची काही गरजच नव्हती! एका कटाक्षासरशी मेनकेने त्याला भूलवलं आहे.''

त्यावर कठोरपणे इन्द्र म्हणाला, ''हे बघ, ताबडतोब मेनकेवर तुझा मदनबाण चालव.''

हे ऐकताच वायू आणि कामदेव थक्क झाले. ''का पण? मेनका म्हणजे मूर्तिमंत प्रेम आणि वासना, मेनका म्हणजे हुरहूर; तिला शराची गरज काय?'' कारण जाणून घेणं कामदेवासाठी महत्त्वाचं होतं.

"तिने विश्वामित्राच्या प्रेमात पडायला हवं."

"काहीतरीच काय! आपल्या मूळ योजनेला धक्का बसेल त्याच्यामुळे!" कामदेवाने आपला मुद्दा मांडला. "हे बघ इन्द्रा, प्रेमात पडायचं आहे ते विश्वामित्राने, तिने नाही. त्याला आपल्या मनाजोगं नाचविण्यासाठी तिच्या हातात नियंत्रण हवं. तीच जर प्रेमात पडली तर आपला कार्यभाग कसा साध्य होईल?"

"तिने वसूला विसरावं अशी माझी इच्छा आहे म्हणूनच तिला विश्वामित्राच्या प्रेमात पाड असं सांगतो आहे मी तुला!" इन्द्राची अधिकारवाणी उमटली.

ते ऐकून कामदेवाला धक्का बसला. इन्द्राच्या मनात इतका विखार! अशक्य!

स्वतःला सावरत तो इन्द्राला म्हणाला, "प्रभू, असं नाही चालणार. आपली योजना अभेद्य आहे आणि त्याचा पुरावा तुमच्या समोरच आहे. वयात येणाऱ्या मुलासारखा विश्वामित्र कसा मेनकेच्या सौंदर्याने घायाळ झाला हे पाहत आहात ना तुम्ही?"

माझी अवस्था काही वेगळी नाही, निव्वळ विचाराने इन्द्राची चिडचिड झाली. तो खेकसला, "सांगितलं आहे तेवढंच कर. मी काय करतो आहे ते कळतंय मला!"

कामदेव आपला हेका सोडायला तयार नाही हे लक्षात घेऊन वायू पटकन पुढे आला. तो म्हणाला, "महाराज, आपण अचूक योजना आखली आहे. आता जर आपण मेनकेला प्रेमात पडायला लावलं तर ह्या योजनेला विचित्र वळण लागेल. उर्वशी आणि पुरूरवा ह्यांच्या बाबतीत काय झालं हे आठवतंय ना? मी तर म्हणेन की, तसंही तुम्ही वसूला तिच्या आयुष्यातून दूर केलं आहे. आता तिला थोडा वेळ द्या. विसरेल ती त्याला. त्यातून समोर विश्वामित्र आहे. तो कसा वागेल ह्याची आपल्याला कल्पनाही येऊ शकत नाही."

वायूच्या म्हणण्यात तथ्य होतं हे इन्द्राच्या लक्षात आलं. वाऱ्याची झुळूक फिरवायची की वावटळ आणायची ह्याचाही वायू बारकाईने विचार करत असे; पण विश्वामित्र सर्वांना पुरून उरणार होता. ह्या आधी इन्द्र त्याच्याशी शत्रुत्व घेऊन चुकला होता. काय करावं? इन्द्राला प्रश्न पडला.

वसू परतून येऊ शकत होता. अशा परिस्थितीत मेनकेने वसूला विसरणं इन्द्राच्या पथ्यावर पडणार होतं. आपला हेतू साध्य करण्याची ही एकमेव संधी त्याच्यासमोर होती.

अधिकारयुक्त स्वरात तो कडाडला, ''कामदेव, ताबडतोब मेनकेवर मदनबाण सोड. आत्ताच्या आता!''

इन्द्राच्या चेहऱ्यावर विकृत हास्य पसरलं.

कामदेवाने निरुपायाने आपल्या भात्यातील शर धनुष्यावर चढवला. डोळे मिटून त्याने मनोमन सर्व मंगलतेची प्रार्थना केली आणि शृंगारमग्न त्या जोडप्यावर शरसंधान केल. नेमकं कोण विद्ध झालं हे मात्र त्याला कळू शकलं नाही.

# प्रेम आणि वासना

विश्वामित्र! प्रियकर! आता तो कोणी परका मानव नव्हता. बाजूला पहुडलेल्या विश्वामित्रांच्या विवस्त्र देहाकडे मेनकेने नजर टाकली. त्यांच्या लांबलचक पायांनी तिच्याभोवती वेढा घातला होता; पण त्यांना कुठे ठाऊक होतं की खरं तर ते तिच्या विळख्यात अडकले आहेत. ती मेनका होती. ती ज्या कोणा मानवाशी शृंगार करेल, त्याला कामभावनेने अनावर करण्याचं सामर्थ्य तिच्यात होतं. अत्युच्च स्वर्गीय सुखाची अनुभूती देऊन ते पुन्हा पुन्हा मिळविण्यासाठी अशा मानवाला याचक करण्याचं सामर्थ्य. विश्वामित्र त्याला अपवाद कसे असणार? त्यांच्या मनावर अधिराज्य गाजवून त्यांना अंकित करायचं. केवळ मनच नाहीतर बुद्धीवर नियंत्रण मिळवून त्यांची सारासार विवेकबुद्धी नष्ट करायची. त्यात काय अवघड असणार! निव्वळ विचाराने मेनकेला हसू आलं. आताही त्यांचा हात तिच्याभोवती स्वामित्वाच्या भावनेने लपेटलेला होता. ती त्यांच्या स्वाधीन होती; पण किती वेळ...? तिची इच्छा असेल तोवरच. तेदेखील स्वर्गीय कावेर म्हणून. प्रत्येक उत्कट प्रणयानंतर ती कणाकणाने त्यांचा शक्तिपात करणार होती, घोर तपश्चर्या करून आजवर प्राप्त केलेलं संचित त्यांच्याही नकळत हिरावून घेणार होती.

पण हा मानव वेगळा होता. हा वसूसारखा नव्हता, तिच्या मनात आलं. ह्याच्या प्रणयात विलक्षण आवेग होता. जणू एखादा प्रपात. मग तिच्या अंगावरची वस्त्रं दूर करणं असो की तिला बिलगणं असो. आजवर कोणीही असं तिच्या केसात हात घालून खसकन तिला जवळ ओढून करकचून तिचं चुंबन घेतलं नव्हतं. ह्या मानवाच्या अशा रासवटपणामुळे

तिच्या चित्तवृत्ती उफाळून येत होत्या. नकळत ती विश्वामित्रांच्या समरसून केलेल्या शृंगाराची तुलना वसूच्या अलवार प्रणयाशी करू लागली.

हळुवार प्रणय कसा करायचा हे तिनेच विश्वामित्रांना दाखवलं होतं. ''देहावरची वसनं एक एक करत उतरवण्यात कला आहे. त्यातून शृंगाराची प्रत्येक पायरी अनुभवता येते,'' असं हसून म्हणत तिने अलगद त्यांचं नेसूचं अपुरं वस्त्र सोडवलं होतं. कणाकणाने फुलवण्याचं कौशल्य त्यांना शिकवलं होतं. ''ही अशी वस्त्रं उतरवणं म्हणजे आपणहून स्वतःची सर्व हत्यारं टाकून देणं असतं. सहजगत्या शरणागती पत्करत जोडीदाराकडून होणारं प्रेममय आक्रमण स्वीकारण्याची ती तयारी असते. हे ऋषिपुत्रा, हे युद्ध नाही! मी तुझी प्रेयसी आहे, वैरी नाही. मला हरवून तू विजयी होऊ शकत नाहीस. उलट, बरोबरीने सम्भोगानंद जाणवून घेत आपण हा अद्वैताचा प्रवास करायचा आहे.'' तिच्या अशा ह्या कुजबुजण्याने विश्वामित्र अधिक कामप्रेरित झाले होते. त्या नंतरची प्रणयक्रीडा त्यांच्यासाठी नवा अनुभव होती.

''मला मोकळं होऊ दे,'' प्रणयावेग असह्य होऊन विलक्षण आनंदाने विश्वामित्र चीत्कारले. त्यांच्या नजरेत आर्जव आणि चेहऱ्यावर विलक्षण प्रसन्नता होती. तिच्या चेहऱ्यावर जिंकल्याची भावना होती. शृंगारक्रीडेत मेनकेचा हात धरणारं कोण असणार होतं!

परंतु मेनकेचा विजय निर्विवाद नव्हता. विश्वामित्रांबरोबर प्रणय करताना जिंकूनही हरण्याची भावना तिला अधिकाधिक पेटवत होती. हे असं का होतं ह्याचा उलगडा तिला होत नव्हता. विश्वामित्र तिच्यामध्ये रिते होत असताना अनोख्या ऊर्जेने तिला भरून आणि भारून टाकत होते. त्या ओघामुळे ती प्रत्येक वेळेस अंतर्बाह्य झळाळत होती. हा सारा विश्वामित्रांच्या तेजाचा परिणाम होता हे लक्षात येऊन तिला त्यांच्याप्रती नितांत आदर वाटू लागला होता. ते दोघंही तुल्यबळ होते. जोडीदाराला सुखावत स्वतःदेखील आनंद आणि तृप्ततेच्या हिंदोळ्यावर झुलत होते.

ह्या क्षणी विश्वामित्र तिच्याशी विलक्षण एकरूप झाले होते. मात्र तिच्या मनात उमटणाऱ्या विचारतरंगांची कल्पना त्यांना नव्हती. ती त्यांना मोहवण्यासाठी आली होती. तिची मादकता हेच तिचं अस्त्र आहे हे त्यांच्या स्मरणातून गेलं होतं. त्यांच्या लेखी ती आता स्वर्गीय अप्सरा मेनका नसून, त्यांची प्रियतमा, प्रेयसी आणि सहचर होती. त्यांच्या पोटाची आणि देहाची भूक शमवणारी प्रिया होती. गेला एक मास ते दोघं एकत्र होते. तिला

एव्हाना लक्षात आलं होतं की, आयुष्यात पहिल्यांदाच विश्वामित्र खरोखर एका स्त्रीच्या, तिच्या प्रेमात पडले आहेत. त्यांच्या केवळ रात्रीच रंगत होत्या असं नाही. दिवसाच्या विविध प्रहरी विश्वामित्रांच्या कामभावना प्रखर झाल्यामुळे त्यांनी भरभरून कामसुखाचा अनुभव घेतला होता. ते तिच्या प्रेमात पडले होते. तिच्यावाचून एक क्षणदेखील काढणं त्यांना अशक्य होतं. तिच्या प्रति स्वतःच्या ह्या तरल भावना उघड होऊ नयेत म्हणून त्यांनी कितीही प्रयत्न केला तरी तो असफल होत होता.

विश्वामित्र अतिशय जागरूक होते. ती पहिल्यांदा समोर आल्यानंतर त्यांनी तिला विचारलेले प्रश्न तिला आताही आठवत होते. त्यांना तिची कीव येण्यासाठी तिला आपली अभिनयकला पणाला लावावी लागली होती. तिची करुण गाथा ऐकून विश्वामित्र संतापून म्हणाले होते, "इन्द्राचं वर्तन पशूपेक्षा हीन आहे. तो गर्विष्ठ आणि मूढ आहे हे मी जाणून होतो; परंतु तुझ्या बाबतीत त्याने क्रूरकर्म्याला लाजवणारं वर्तन केलं आहे. त्याने तुला स्वर्गातून बाहेर काढण्याची वाट का पाहत बसलीस? आधीच तिथून बाहेर का पडली नाहीस?"

त्यावर सुस्कारा सोडत ती म्हणाली होती, "...तर इन्द्राने मला सप्तपाताळातून हुडकून काढलं असतं. एक रम्भा सोडली तर कुणाही अप्सरेला स्वर्गाबाहेर पाऊल टाकण्याची अनुमती नाही. उर्वशी तेवढी लपूनछपून बाहेर पडत असे. अशीच एकदा ती बाहेर पडलेली असताना असुरांनी तिच्यावर आक्रमण केलं होतं. त्यानंतर तीही बाहेर पडेनाशी झाली." विश्वामित्रांच्या खांद्यावर डोकं टेकवत ती पुढे म्हणाली होती, "राजा पुरूरवा ऐनवेळेस तिथे पोहोचला म्हणून बरं. नाहीतर तिची काही खैर नव्हती. त्या दोघांची ती पहिली भेट."

तिच्या मानेवरून अलगद बोट फिरवत विश्वामित्र म्हणाले होते, "अडचणीत सापडलेल्या रमणीला कोण नकार देईल? मला सांग, तू अडचणीत असताना मी तुझी मदत केली की ह्या निष्फळ आयुष्यातून तू मला सोडवलंस?"

त्यांच्या ओठावर ओठ टेकवताना तिच्या मनात विचार आल्यावाचून राहिला नव्हता की, तिने त्यांना स्वतःच्या बाबतीत कथन केलेलं वृत्त बहुतांशी सत्य असल्यामुळे त्यांनी तिच्यावर विश्वास ठेवला होता. अन्यथा, तिचं असत्य त्यांच्या प्रगाढ बुद्धीसमोर उघडं पडलं असतं. सत्य

बोलताना काय वगळायचं ह्याचं तारतम्य बाळगायला हवं असं कामदेव सांगतो. 'असत्य एक कला आहे' असं तो उगाच म्हणत नाही. इन्द्राच्या हातातील असाहाय्य बाहुली असण्याचं नाटक तिने उत्तम प्रकारे वठवलं होतं म्हणूनच सरतेशेवटी तिची कीव येऊन तिच्या रक्षणाची जबाबदारी स्वीकारून विश्वामित्रांनी तिला आपल्या कुटीत प्रवेश दिला होता.

आठवणीत ती अशी रमलेली असताना अचानक विश्वामित्रांची सावली तिच्यावर पडली. ती दचकली. तिला चिडवत ते म्हणाले, ''घाबरवलं का मी तुला? एखाद्या पारव्यासारखं घाबरण्याची ही तुझी सवय गमतीशीर आहे.'' तिच्या काळवंडलेल्या चेहऱ्याकडे लक्ष जाताच विश्वामित्रांचं हसू मावळलं. हळुवारपणे तिला मिठीत घेत ते मायेने म्हणाले, ''मेनका, कशाची भीती वाटते तुला?'' त्यांचा स्पर्श, कृती आणि शब्द... ती विलक्षण सुखावली. ''इन्द्राची?''

हे ऐकताच ती ताठरली.

''त्याने मला स्वर्गाबाहेर घालवलेलं असलं तरी मी सतत एका तणावाखाली जगत असते. कोणत्याही क्षणी तो मला स्वर्गात परतायला भाग पाडेल,'' वळून त्यांच्या मिठीत शिरत ती आसुसून म्हणाली. तिच्या नजरेत भीती दाटली होती.

त्यावर कठोर स्वरात विश्वामित्रांनी उत्तर दिलं, ''ते तर तो करेलच. अप्सरांवर आपलं स्वामित्व आहे, असा त्याचा गैरसमज आहे म्हणूनच तो तुला कायमचं जाऊ देणार नाही. तुला धडा शिकविण्यासाठी त्याने तुला हा दंड केला आहे. एक ना एक दिवस तो तुला परत बोलावून घेईन.''

हे ऐकताच मेनकेचा जीव कासावीस झाला. ''नाही! मला कधीही त्या नरकात परतायचं नाही. अगदी त्रिवार नाही!'' बोलता बोलता तिला रडू फुटलं. तिचं सर्वांग गदगदू लागलं. नाट्यशास्त्रविशारद भरतमुनींनी तिला ह्या अवस्थेत पाहिलं असतं तर उत्तम अभिनयाबद्दल त्यांनी आपल्या शिष्येची पाठ थोपटली असती. तिच्या थरथरणाऱ्या खांद्यावर हात ठेवत विश्वामित्र म्हणाले, ''इथून कुठेही जायची गरज नाही. तू अगदी सुरक्षित आहेस इथे. तू इथे कायमची राहू शकतेस...'' तिला पुन्हा एकदा मिठीत घेत त्यांनी पुढे म्हटलं, ''...माझी पत्नी म्हणून. मेनका, माझ्याशी विवाह करशील का?''

अवाक होऊन ती दोन पावलं मागे सरकली. तिच्या चेहऱ्यावरचा रंग उडाला होता. ''नाही! तुम्ही माझ्यासाठी आजवर जे काही केलं

आहे त्यापायी मी दबून गेले आहे. कसं फेडणार मी तुमचं ऋण? मी इथे राहीन ती तुमची प्रिया, सखी आणि सचिव म्हणून. तुमची आणि ह्या घराची काळजी घ्यायला आवडेल मला; परंतु पत्नी म्हणून नाही. तुमच्या अर्धांगिनीचा उच्च दर्जा स्वीकारायला मी पात्र नाही. मला लाजवू नका. मी निव्वळ देवांगना आहे आणि तुम्ही... तपसामर्थ्याने विश्वामित्र ह्या पदाला पोहोचला आहात. माझ्यासारख्या हीन स्त्रीशी विवाहबद्ध होऊन स्वतःची गुणवत्ता कमी करू नका.''

अर्थात, हाही तिच्या अभिनयाचा भाग होता. मुख्य म्हणजे पत्नीचे पद स्वीकारल्यानंतर त्यांच्या जीवनात गृहस्थाश्रमाचा तोचतोपणा आला असता. त्यानंतर त्यांना कामप्रेरित करण्याची तिची शक्ती कदाचित कमी पडली असती किंवा मग विवाहबंधनामुळे त्यांच्यामधील नातं दृढ झालं असतं. तेही तिला नको होतं. तिच्या लेखी प्रणय हे विश्वामित्रांना निष्प्रभ करण्याचं अस्त्र होतं. तिच्या प्रेमपाशात बद्ध झाल्यामुळे ते आपल्या तपश्चर्येच्या मार्गापासून विचलित होणार होते.

''मेनका, माझं प्रेम आहे तुझ्यावर. माझी अर्धांगिनी होणं स्वीकार कर,'' ते आर्जवाने म्हणाले.

स्वर्गरूपी तुरुंगातून मुक्त होण्यासाठी तिने अतिशय अक्कलहुशारीने डाव रचला होता. तिथून सुटून पुन्हा कुठल्या बंधनात अडकण्याची तिची तयारी नव्हती. अशा प्रकारची सुरक्षितता तिला नको होती. कुठल्याही पुरुषाच्या प्रेमाची शिकार होणं तिला आता मान्य नव्हतं. इथून पुढे सावजाची भूमिका निभावण्याऐवजी ती स्वतःच शिकारी होणार होती. प्रेम, विवाह, नाती-गोती, सुरक्षितता हे काहीही तिला नको होतं. नाहीतर स्वर्गातील आयुष्यात आणि इथल्या जीवनात फरक तो काय उरला असता?

त्यांच्या नजरेत डोकावून पाहत तिने उत्तर दिलं, ''मी सदैव तुमची राहीन; परंतु मला विवाहाची गळ घालू नका. आपल्यातील नात्यात त्यामुळे गुंतागुंत निर्माण होईल.''

तिचं म्हणणं त्यांनी निमूटपणे मान्य केलं. ती त्यांची होती आणि नव्हतीदेखील म्हणूनच तिच्याविषयी वाढणारी ओढ कधीही कमी होणार नव्हती. तिला गमवावं लागू नये म्हणून प्रत्यक्ष इन्द्राशी त्यांनी दोन हात केले असते हे मेनका जाणून होती. विश्वामित्र हे मेनकेचं अस्त्र होतं आणि ढालदेखील होती. त्यांच्या स्वभावातील माणुसकीचा योग्य वापर तिने करून

घेतला होता. उद्धट, महत्त्वाकांक्षी, कोपिष्ट अशा विश्वामित्रांमध्ये सहृदयता मोठ्या प्रमाणात होती. कुणाचंही दुःख ते बघू शकत नव्हते. मर्त्यधर्मी विश्वामित्रांना इतरांबद्दल वाटणारा हा कळवळाच त्यांचा कमकुवतपणा होता, जो तिच्या पथ्यावर पडला होता.

तिला कामदेवाचे शब्द आठवले, 'हे बघ मेनका, कुठलीही संशयास्पद कृती करू नकोस. तू पारधी आणि विश्वामित्र सावज असले तरी ते पारधी असल्याचा आभास तुला निर्माण करायचा आहे. ते तुझे रक्षक, प्रियकर, इतकंच नाहीतर आत्मसखा आहेत हा विश्वास तू त्यांना द्यायचा आहे. त्यांची कमकुवत स्थळं शोधून काढून तुझे प्रेमव्यूह तुला रचायचे आहेत. हे सारं करत असताना केवळ देहभुकेचा विचार करू नकोस. मन, बुद्धी, अहंकार, अशा विविध मार्गांनी त्यांच्यावर विजय मिळव. केवळ तुझ्या सौंदर्यावर निर्भर राहू नकोस. मात्र हे करत असताना स्वतःच्या मनावर नियंत्रण ठेव. प्रसंगी निष्ठुर हो. तुला विश्वामित्रांचा नाश करायचा आहे, तेव्हा मनाने त्यांच्यात गुंतू नकोस.'

ह्या देखण्या माणसाचा नाश करायचा? गाढ झोपलेल्या विश्वामित्रांकडे तिने निरखून पाहिलं. जागेपणी साशंकता दर्शवणाऱ्या त्या चेहऱ्यावर सात्त्विक शांतता दिसत होती, डोळे बंद असल्यामुळे असेल. डोळे! त्रिभुवनाचं तेज जणू त्या नजरेत एकवटलं होतं. त्यांच्या व्यक्तिमत्वाची ओळख त्या नजरेतून होत होती. उन्हातान्हाने रापलेल्या चेहऱ्यावर मिटलेले डोळे शोभून दिसत होते. दाट पापण्यांआड काय सुरू असेल? स्वप्न पाहत असतील का ते? त्यांची आकर्षकता काही वेगळीच होती. अहंकार, संताप. बाकदार नाक. रेखीव जिवणी. बोलताना न कचरणारी जीभ. चुंबनातला आवेग; तिला खुदकन हसू आलं. तिच्या खांद्यावर नुकत्याच उमटलेल्या खुणा साक्षी होत्या त्या आवेगाला. त्यांच्या दाढीआड चेहऱ्याचा चौकोनी आकार दडला होता. हळुवारपणे त्या दाढीला स्पर्श करत तिने मनात विचार केला की, दाढीचं हे जंजाळ काढायला हवं.

त्या स्पर्शाने विश्वामित्र जागे झाले. त्यांचे डोळे खाडकन उघडले. सूर्याच्या किरणांनी त्यांची बुब्बुळं प्रकाशित झाली. तिला समोर पाहताच ते हसले. त्या क्षणी ती विरघळली. हे काय होतं आहे? विरघळायचं तर त्यांनी आहे. तिने निर्विकार राहायचं आहे. ती पटकन त्यांच्याजवळ सरकली. पायांनी त्यांना घट्ट विळखा घालत ती चुंबनाच्या हेतूने पुढे झाली. त्यांनी तिला निराश केलं नाही.

लडिवाळपणे रागवत ती म्हणाली, ''उशीर केलात उठायला. आजही पहाटेची ध्यानधारणा चुकली ना!'' तिने हळूच त्यांना किंचित दूर ढकललं. त्याक्षणी त्यांनी उत्कटपणे तिला जवळ ओढलं. त्यांचे ओठ तिच्या स्तनांना भिडले. ती मनोमन सुखावली. इतकं सुखावणं तिला अपेक्षित नव्हतं. ती गुंतत चालली होती का त्यांच्यात?

''खरं आहे तुझं! तू श्रमवतेस मला. रात्र कधी सरते आणि दिवस कधी उजाडतो हेदेखील मला कळेनासं झालं आहे. चेटुक केलं आहेस माझ्यावर!'' त्यांच्या स्वरातील अभिलाषा लपत नव्हती.

तिला हसू आलं. तिने जाणीवपूर्वक आळस दिला. तिच्या देहाच्या कमनीयतेपुढे त्यांचा सारासार विचार नष्ट व्हावा हा तिचा प्रयत्न होता. तिच्या सौंदर्याने त्यांनी वेडपिसं व्हायला हवं होतं. तिच्या स्पर्शाशिवाय जीवन अपुरं असल्याची भावना त्यांच्या मनात प्रज्वलित व्हायला हवी होती. सम्भोग हा त्यांच्या जीवनाचा अत्यावश्यक भाग व्हायला हवा होता. त्या सवयीचं रूपांतर व्यसनात व्हायला हवं होतं.

ह्याच विचारात ती पुढे होत आवेगाने त्यांच्यावर झेपावली. रतीने दिलेल्या कामशास्त्राच्या धड्यांपैकी नेमका कोणता अवलंबावा ह्या विचारात तिने स्वतःला विश्वामित्रांवर झोकून दिलं.

❦

वाढलेली दाढी काढण्याच्या प्रयत्नात विश्वामित्र होते. ते पाहून मेनका पटकन उठली. त्यांच्या हातातील धारदार वस्तरा घेऊन ती म्हणाली, ''थांबा. मी करते. नाहीतर ह्या देखण्या चेहऱ्यावर अनेक ठिकाणी कापून घ्याल.''

''अजून एखाद्या वाराने काही फरक पडणार नाही. आजवर कित्येक युद्धं लढलो, प्रत्येक युद्धामध्ये वार झेलले आहेत मी. मी राजा होतो हे विसरू देत नाहीत ते वार मला,'' विश्वामित्रांनी प्रतिपादन केलं.

''तेच तर म्हणते आहे मी! गालावरची दाढी म्हणजे युद्धभूमी नाही! आता जरा स्थिर राहा,'' मेनका किंचित अधिकाराने म्हणाली.

त्यानंतरचे काही क्षण अतिशय तन्मयतेने ती काम करत राहिली. दोघंही काही बोलले नाहीत. मग त्यांच्यासमोर छोटंसं दर्पण धरत ती म्हणाली, ''पाहा बरं! किती देखणं रूप आहे हे!''

''हं! इतका काही कुरूप नाही मी!'' विश्वामित्रांचा खट्याळ स्वर उमटला. ''तुझ्या इच्छेसाठी मी हे केलं.''

''तर, तर! उजव्या गालाला खळी पडते आहे तुमच्या! आणि हे काय! हनुवटीचा खड्डा पाहिलात का?'' त्यांना चिडवताना मेनकेच्या नजरेत मिस्कीलपणा होता. ''त्या दाढीआड हे देखणं रूप लपलं होतं,'' विश्वामित्रांच्या हनुवटीच्या खड्ड्यावर बोट टेकवत ती म्हणाली.

त्यांनी पटकन तिचं मनगट पकडलं. त्या बरोबर तिने त्यांच्या हनुवटीवर ओठ टेकवत जिभेने गुदगुली करायला सुरुवात केली. तिच्या त्या स्पर्शाने ते अंतर्बाह्य थरारले. काय विलक्षण मोहिनी होती मेनकेत! तिच्या किंचितशा विभ्रमाने ते चेतवले जात होते.

''हे पाहा, तुम्ही आता वनात जाऊन ध्यानधारणा करा. मला गायनाचा सराव करू द्या,'' हळुवारपणे त्यांना दूर करत मेनकेने सुचवलं. तसं करण्याचा त्यांचा मानस नाही हे लक्षात येऊन ती पटकन उठली. तिची ही लगबग विश्वामित्रांना फार विलोभनीय वाटली.

तिच्या रूपाप्रमाणेच तिचा आवाज स्वर्गीय होता. तिचं गायन ऐकून त्यांची भीती, चिंता, अस्वस्थतता सारं काही दूर होत असे. वसिष्ठांशी बरोबरी करण्याचा विचारही आता त्यांच्या मनात उरला नव्हता. कशाला हवा हा कडवटपणा, ही स्पर्धा? जीवनाचा आनंद नष्ट होतो त्यापायी. उरते केवळ भकास पोकळी. ह्या मेनकेने मला जीवन नव्याने अवगत करून दिलं आहे.

तारुण्यात प्रेमाची जादू विश्वामित्रांवर नियंत्रण ठेवू शकली नसती. आज मात्र प्रेमाचा प्रभाव त्यांच्या विचारांवर, दृष्टिकोनावर आणि दिनचर्येवर पडला होता. आजवर विश्वामित्र शिस्तबद्ध आयुष्य जगले होते. राजा कौशिक म्हणून राज्य करतानादेखील त्यांनी शिस्तीची कास सोडली नव्हती. ह्या मार्गाकडे वळल्यापासून त्यांची दिनचर्या आखीव-रेखीव होती. भल्या पहाटे उठून दिवसभर करायच्या कामाचा आढावा घेणं आणि त्यानुसार संपूर्ण दिवस व्यतीत करणं हा त्यांच्या दिनचर्येचा महत्त्वाचा भाग होता. जे प्रदीर्घ आणि सखोल ज्ञान त्यांनी प्राप्त केलं होतं, त्यामागे तपश्चरणाची बैठक, दृढनिश्चय, कठोर परिश्रम आणि सातत्य होतं. आताशा मात्र प्रेमाच्या भावनेने त्यांच्या जीवनात प्रवेश केला होता. दिवसाचा कोणताही प्रहर असो, त्यांच्या प्रेमातुर मनाला कुठलंही बंधन नव्हतं. शरीरसौख्य हे एकमेव परिमाण त्यांच्यासमोर होतं. आत्मसौख्याची जाणीव त्यांना नव्याने होऊ

लागली होती. त्यापायी शिस्तीचा त्रास होण्याऐवजी ते सहज ध्यानाला बसू शकत होते. आत्ताही ते वनाच्या अंतर्भागात झटक्यात पोहोचले. मेनकेचा गोड स्वर तिथवर झिरपत येत होता. त्यांना अतिशय शांत वाटलं. आता ते एका वेगळ्या विश्वात होते.

वसिष्ठ मुनींनी आपल्या प्रिय पत्नीकडे – अरुंधतीकडे किती स्नेहार्द्र नजरेने पाहिलं होतं ते अचानक त्यांना आठवलं. त्या नजरेत प्रेम आणि कौतुक शिगोशिग भरलं होतं. ती त्यांची अर्धांगिनी होती. त्यांचं ज्ञान आणि प्रेम हे त्यांच्या इतकंच तिचंही संचित होतं. ह्या ज्ञानाच्या बळावर जगतोद्धाराचं कार्य त्यांनी हाती घेतलं होतं. आदर्श जोडपं म्हणून प्रत्यक्ष शिवाने त्यांना गौरवून सप्तर्षींमध्ये समाविष्ट केलं होतं. नव्याने विवाहबद्ध होणाऱ्या प्रत्येक जोडप्याला आपलं पती-पत्नीचं नातं वसिष्ठ आणि अरुंधतीप्रमाणे अजोड करण्याची इच्छा होती.

विश्वामित्रांनी आजवर तीन विवाह केले होते; पण प्रामाणिकपणे सांगायचं तर एकाही राणीवर त्यांचं मनापासून प्रेम नव्हतं. त्यांच्या पुत्रांच्या माता, त्यांच्या ऐश्वर्याच्या स्वामिनी, त्यांच्या राज्याच्या राण्या ह्या व्यतिरिक्त राण्यांची ओळख नव्हती. विश्वामित्रांनी पती म्हणून आपलं कर्तव्य निभावत त्यांच्याकडून संतानप्राप्ती करून घेतली होती. मेनकेवर मात्र त्यांचं मनापासून प्रेम जडलं होतं. ह्याच प्रेमाचा शोध त्यांना होता. तिच्यावर त्यांचा विश्वास होता. ती त्यांचं भविष्य होती. परिपूर्ण तृप्ततेची जाणीव त्यांना तिच्यामुळे झाली होती.

वासनेपोटी जन्म झालेल्या प्रेमातून मैत्रीची भावना फुलल्यामुळे विश्वामित्रांना नवल वाटलं. कदाचित, एकटेपणाच्या सामाईक भावनेतून सहचर्याची भावना जोपासली गेली असावी. त्यांचा एकटेपणा जाणीवपूर्वक स्वीकारलेला होता, तर तिचा एकटेपणा परिस्थितीने लादलेला होता.

'वसू स्वर्गात परतल्यावर मी काय करणार आहे?' विश्वामित्र स्वतःला वारंवार विचारत. उत्तर द्यायची भीती वाटे त्यांना. वसूसाठी ती मला सोडून जाईल का?

"तो स्वर्गात परतेल तेव्हा तू नसशील तिथे."

त्यांच्या प्रश्नावर तिने पटकन उत्तर दिलं, "मला शोधायला तो पृथ्वीवर येऊ शकत नाही. स्वर्गामध्ये कोणतीही बाब – विशेषतः नातेसंबंध कायम नसतात. त्यावर हक्क गाजवता येत नाहीत. नीतिमूल्यांच्या कल्पना

मर्त्यांसाठी आहेत. अमरत्वाचं लेणं लाभलेले आम्ही – आलेला क्षण उपभोगणं तेवढं आम्हाला ठाऊक आहे. वसू आणि माझ्यातलं नातं अनोखं आणि दुर्मीळ होतं. ते तसं असणं अपेक्षित नव्हतं आणि इन्द्राने ते तसं राहू दिलं नाही,'' ती स्पष्टपणे म्हणाली. ''खरं सांगायचं तर वसू कधी परत येईल किंवा त्याचं माझ्यावरचं प्रेम कायम असेल अशी कुठलीच आशा मला उरलेली नाही. कारण, आशा म्हणजे मनाचं सांत्वन करणं आहे. दिसत असलेल्या वास्तवाला नाकारण्याचा मूढपणा आहे. जी परिस्थिती आपण बदलू शकत नाही, तिला अनाठायी धरून ठेवण्यासारखं आहे.''

तिचा दृष्टिकोन अगदी व्यावहारिक होता. मात्र तिच्या बोलण्यात कुठेही कडवटपणा किंवा उपहास नव्हता. उलटपक्षी, वास्तविकतेचा स्वीकार करून तिच्याठायी आत्मिक बळ निर्माण झालं होतं. आपल्या भूतकाळाबद्दल बोलायला तिला फारसं आवडत नाही हे एव्हाना विश्वामित्रांच्या लक्षात आलं होतं.

''तसंही मी फार पुढचा विचार नाही करू शकत. तुम्हाला भविष्य दिसतं ना? काय पाहिलं आहे तुम्ही?''

तिच्या शब्दासरशी त्यांना अनेक कडू-गोड भावना जाणवल्या. ते पटकन म्हणाले, ''छे, भविष्य कुठे आपलं असतं.''

''मला सांगण्याची इच्छा नाही दिसत तुमची,'' तिने जाणून घेण्याचा हट्ट केला नाही.

समजा तिने तो केला असता तर? त्या प्रांतात त्यांची विलक्षण प्रगती झाली होती म्हणूनच काय वाट्टेल ते झालं असतं तरी त्यांनी तिला ते सांगितलं नसतं.

त्यांनी मानेने नकार दिला. समजल्यासारखं दोघंही हसले. पुढचे कित्येक क्षण ते शांत बसून होते. त्यांच्यात मैत्रभाव होता आणि परकेपणा होता. त्यांचा सहप्रवास वेगळ्या वाटेवरून सुरू होता.

त्यांचं मन वाचल्यागत तिने प्रश्न केला, ''आपल्या पत्नी आणि मुलांना सोडून देताना तुम्हाला अपराधीपणाची, त्यांच्यावर अन्याय केल्याची भावना नाही का जाणवली? त्यांच्याकडे परत जायला हवं असं कधी वाटत नाही का?'' आजवरच्या अनुभवावरून तिला माहीत होतं की, पुरुषांना स्वतःबद्दल भरभरून बोलायला आवडतं.

तिच्या बाजूला बसत ते प्रामाणिकपणे म्हणाले, ''तसंही माझं त्यांच्यावर कधी प्रेम नव्हतं म्हणूनच मला त्यांची आठवण येत नाही. मी तसा स्वार्थी माणूस आहे हे मी नाकारणार नाही. तूही काही कमी स्वार्थी नाहीस. आपल्या पोटच्या पोरीचा त्याग केला आहेस तू. ह्याला स्वार्थ नाही तर काय म्हणणार?''

त्यांच्या सडेतोडपणाने ती क्षणभर चमकली. उत्तरादाखल ती काही बोलणार तेवढ्यात तिला हाताने थांबवत विश्वामित्र पुढे म्हणाले, ''खूप काळ लोटला आहे त्याला. आता त्याचा विचार करण्यात अर्थ नाही.''

''चुकीचं परिमार्जन कधीही करता येऊ शकतं,'' तिने सुचवलं.

त्यांनी खांदे उडवले. ती प्राप्त झाल्यापासून त्यांना कोणाशीही देणंघेणं नव्हतं. अनेकदा त्या दोघांचं एकमत होत नसे. असं असूनही आपल्याला मेनका अतिशय प्रिय आहे हे त्यांच्या लक्षात आलं होतं. त्यांच्याबाबतची प्रत्येक गोष्ट तिला ठाऊक होती.

''इन्द्र तुमच्यापायी इतका त्रस्त होता की, तुमच्यावाचून दुसऱ्या कोणाचंही नाव त्याच्या तोंडी येत नसे. तुम्ही त्याचे प्रतिस्पर्धी, शत्रू, वैरी आणि बरंच काही आहात. तुमच्यापासून त्याला सुटका करून घेता येत नाही,'' विश्वामित्रांच्या गालावरून हळुवारपणे बोटं फिरवत मेनका एक दिवस त्यांना म्हणाली.

''माझं धाडस आवडत नाही त्याला. तसाही त्याला धाडसाचा तिटकारा आहे, कारण तो स्वतः मुळीच धाडसी नाही,'' विश्वामित्रांनी उपरोधाने उत्तर दिलं.

विश्वामित्रांचं आजवरचं लिखाण वाचल्याचं मेनकेनं सांगितलं, तेव्हा त्यांना नवल वाटलं. मनातल्या शंकेला डोकं वर न काढू देता त्यांनी विचारलं, ''वेदांबद्दल कसं काय माहिती आहे तुला?''

सवयीप्रमाणे तिने खालचा ओठ चावला. त्या रसरशीत गुलाबी ओठांच्या आत असलेल्या तिच्या शुभ्र दंतपंक्ती उठून दिसल्या. विश्वामित्रांना मोह झाला नसता तर नवल. बोलावं की नाही अशा द्विधावस्थेत ती हळूच म्हणाली, ''वसू!''

''हो, वसू उत्तम तत्त्वज्ञ होता हे ऐकलं आहे मी. शिवाय, मोहजालाचा गुरू होता तो. कठीण असतं ते. त्यासाठी कठोर साधना लागते. देवांचं

हे गुपित आजही मानवाला अतर्क्य वाटतं,'' विश्वामित्रांनी प्रामाणिकपणे मान्य केलं.

''तुम्हाला नाही का ते आत्मसात करावंसं वाटत?''

''कदाचित, पुढे मागे पाहू. तुर्तास मी तुला आत्मसात करतो आहे,'' असं म्हणत विश्वामित्रांनी मेनकेला जवळ ओढून घेतलं. तिच्या सौंदर्याचा त्यांना पुन्हा पुन्हा मोह पडत गेला. तिची नाजूक मान, अर्धोन्मलित डोळे, विलग झालेले ओठ... निरभ्र आकाशाखाली, निव्वळ भूमीवर, चांदण्या रात्री, गर्द वनराईत, प्रत्येक स्थळी त्यांनी तिच्यासह रतिसुखाचा आनंद घेतला. प्रेमाचे ते क्षण नाजूक तरीही धसमुसळे होते. त्यांनी स्वतःला अर्पण केलं की, ती अतिशय आनंदित होत असे. तिच्या सुंदर ओठांवर हात ठेवत ते तिचे शृंगार चीत्कार दाबून टाकायचा प्रयत्न करत; पण तसं न होता तेदेखील कामभावनेच्या परिपूर्ततेमुळे सुखावून चीत्कारत.

आत्ताही तसंच झालं. दोन विवस्त्र देह क्लांत होऊन एकमेकांशेजारी पहुडले होते. पुढच्या क्षणी ती नाहीशी होईल ह्या भीतीने ते तिला एकटक न्याहाळत होते. तिचे विखुरलेले केस, पसरलेलं काजळ, धपापणारी छाती; एकमेकांपासून पूर्णतया भिन्न तरीदेखील एकरूप. त्यांच्यासाठी प्रेम आणि प्रणय ही जणू चढाओढ झाली होती.

त्यांनी आसमंत न्याहाळला. चन्द्राच्या प्रकाशात सारं काही रूपेरी दिसत होतं. सभोवतालचा परिसर उजळला होता. जणू काही त्या भागात त्यांच्या दोघांशिवाय तिसरं कुणीही अस्तित्वात नव्हतं. त्यांनी तिला हळुवार स्पर्श केला.

''मी तुम्हाला कौशिक म्हणून हाक मारू शकते का?''

तिच्या ह्या अचानक प्रश्नाने ते चकित झाले. ह्या नावाने आता विश्वामित्रांना कोणीही हाक मारत नसे. तिच्या तोंडून 'कौशिक' हे नाव ऐकताच त्यांना एका वेगळ्या जवळिकीची जाणीव झाली. थोर ऋषी म्हणून कुठलीही विशेष वागणूक न देता मेनका त्यांच्याशी सरसकटपणे वागते हे त्यांना फार आवडत असे. त्यांना पाहताच लोकांच्या मनात जो आदरभाव निर्माण होत होता त्याचा त्यांना आताशा कंटाळा येऊ लागला होता. आजवर त्यांच्या आयुष्यात आलेल्या स्त्रियांनी त्यांच्याकडून सतत अपेक्षा ठेवल्या होत्या, त्यांच्या कृतींची चिरफाड केली होती. मेनका मात्र बिनदिक्कतपणे त्यांचं मूल्यमापन करत होती.

''मला तुमचा अनादर नाही करायचा,'' ती घाईने म्हणाली. ''मी तुम्हाला विश्वामित्र अशी हाक नाही मारू शकत. तेवढी माझी पात्रता नाही. मला प्रगाढ ज्ञानी ऋषीबरोबर किंवा बलाढ्य राजाबरोबर जीवन जगायचं नाही. मला मानवाबरोबर जगायचं आहे. मी साधी अप्सरा आहे. नृत्य आणि गायन ह्या दोनच गोष्टी येतात मला आणि हो, मोहवण्याची कला येते.''

हे ऐकून विश्वामित्रांनी सुस्कारा सोडला. स्वतःच्या सौंदर्यावर हिचा विश्वास कसा नाही! तिला चिडवत ते म्हणाले, ''ते सगळं फार सुंदर करतेस तू.'' मग तिच्या डोळ्यांत पाहत त्यांनी विचारलं, ''आपल्या नावाचा अर्थ माहिती आहे का तुला?'' आता चकित व्हायची पाळी तिची होती.

''माझ्या नावाचा?''

''मेनका म्हणजे मनापासून जिची निर्मिती झाली आहे ती. समुद्रमंथना दरम्यान तुझी निर्मिती ब्रह्मदेवांच्या मनात झाली. तू कन्या आहेस त्यांची.'' त्यावर काय उत्तर द्यावं हे तिला समजेना. आपल्या नावाचा अर्थ आपल्याला माहीत नव्हता ह्याचा तिला किंचित धक्का बसला असावा. ते पुढे म्हणाले, ''म्हणूनच तुझी बुद्धी तरतरीत आहे, तुझं मन कलाकाराचं आहे. तू स्वतःला नर्तकी किंवा इन्द्राच्या दरबारतील अप्सरा म्हणवतेस. तुझ्या ह्या कला म्हणजे तुझ्या निर्मितीच्या पाऊलखुणा आहेत. अनेक कलाकार तुझ्यापासून स्फूर्ती प्राप्त करतात. विचार आणि भावनांची जोड दिलीस तर तूसुद्धा उत्तम प्रगती साधशील, प्रयत्न तर करून बघ.''

हे ऐकताच मेनकेच्या गालांवर लाली आली. काय सुंदर दिसत होती ती. तिने पटकन खालचा ओठ चावला. किंचित आत्मविश्वासाने ती म्हणाली, ''माझ्या सौंदर्याला आजवर अनेकांनी नावाजलं आहे आणि त्याची मला कल्पनादेखील आहे; परंतु बुद्धी...'' पुन्हा एकवार ओठ चावत ती म्हणाली, ''तुम्ही म्हणता ते मात्र शक्य नाही.''

''असं वाटतं तुला? पण मग विश्ववसूसारखा प्रज्ञावंत देवगंधर्व तुझ्या प्रेमात कसा पडला असता? माझीही गत काही वेगळी नाही. मी केवळ तुझ्या बाह्य सौंदर्याकडे आकर्षित झालेलो नाही. 'मेनका' ह्या नावातून सूचित होणाऱ्या अर्थाकडे मी आकर्षित झालेलो आहे.''

त्यांच्या शब्दांमुळे मेनकेच्या मनात अनोख्या भावना दाटल्या. हे असं होता कामा नये, तिने स्वतःला पुन्हा पुन्हा बजावलं. तिच्यापायी

विश्वामित्राने नादावणं अपेक्षित होतं. त्यांचं भान हरपायला हवं. ते तपश्चर्येच्या मार्गावरून ढळायला हवेत. प्रेमापायी त्यांनी सारं विसरायला हवं; पण इथे तर तीच त्यांच्या प्रेमात पडू लागली होती. तिचा गोंधळ होऊ लागला.

जणू ते लक्षात येऊन विश्वामित्र पुढे म्हणाले, ''आणि हे बघ, तू मला कौशिक म्हणून एकेरी हाक मारू शकतेस. कौशिक, एक मर्त्यमानव, तुझा दास.''

तिच्या प्रेमाने त्यांना बांधलं होतं हे त्यांनी निर्विवादपणे मान्य केलं. ती बरोबर असतानादेखील तिच्याबद्दलची तिची आस कमी होत नव्हती. तिच्याबरोबर प्रणयचेष्टांमध्ये रमताना त्यांना कशाचं भान उरत नव्हतं. अचानक मध्यरात्री जाग आली तरी त्यांच्या मनात केवळ तिचा विचार रुंजी घालत असे. ती मिठीत नसली तर तिची उणीव भासत होती. तिच्या मऊ मखमली स्पर्शापुढे कशाचीही आठवण येत नव्हती. तिची नाना रूपं त्यांच्यासमोर सतत नाचत होती. भोवतालच्या परिसरात तिचं रमणं, पशुपक्ष्यांशी गप्पा मारणं, फुलांमध्ये हरवणं; आनंदाचे तिचे विभ्रम, निसर्गाबद्दल तिला वाटणारं प्रेम... ती अप्सरा असल्यामुळे ती स्पर्श करत असलेली प्रत्येक गोष्ट अधिक मोहक होत होती का? त्यांच्या मनात आलं.

आपण तिच्या प्रेमात पडलो आहोत हे त्यांना कळून चुकलं होतं; परंतु तिचं काय? तिचंही आपल्यावर प्रेम आहे ही शाश्वती त्यांना नव्हती. तिला प्राप्त करण्याचा कितीही प्रयत्न केला तरी ती प्रेमाला प्रतिसाद देईल ह्याची खात्री नव्हती. अरुंधती आणि वसिष्ठांसारखं त्यांचं प्रेम मुरेल आणि टिकेल का हा प्रश्न त्यांच्या पुढे होता. त्यासाठी विश्वामित्रांना विवाहबंधन आवश्यक वाटत होतं.

तिचा प्रामाणिकपणा त्यांना अतिशय आवडला होता. सत्य बोलून ती त्यांना अवाक करत होती; परंतु विवाहाचा विषय निघताच अचानक गप्प होत होती. ह्या विषयावरचं तिचं मौन त्यांना सहन होत नव्हतं. तिचा होकार यावा म्हणून ते आतुरतेने वाट पाहत होते; पण त्यांची इच्छा पूर्ण होत नव्हती. मालकी हक्काची भावना आली की जबाबदारी येते. ही जबाबदारी त्यांना पतीच्या स्वरूपात निभावून न्यायची होती. प्रियकर आणि पती ह्या नात्यात असलेला हा फरक त्यांना नको होता. त्यांना तिच्याबद्दल शंका नव्हती, तरीही त्यांना तिचा होकार हवा होता.

"का बरं? कौशिक, तू माझ्या प्रेमात पडला आहेस असं वाटेल सगळ्यांना," तिने त्यांना चिडवलं.

त्या रात्री त्यांच्या कुशीत असताना ती अचानक उद्‌गारली, "तुझ्यावर मी जितकं प्रेम करते आहे तितकं मी आजवर कुणाही पुरुषावर केलं नाही... आणि करणारही नाही." हे ऐकताच त्यांना अवर्णनीय आनंद झाला.

# प्रेम आणि असत्यता

'तुझ्यावर मी जितकं प्रेम करते आहे तितकं मी आजवर कुणाही पुरुषावर केलं नाही... आणि करणारही नाही,'' हे तिने म्हटलं मात्र त्या क्षणी आपण खऱ्या अर्थाने त्याच्या प्रेमात पडलो आहोत हे तिला जाणवलं. तिच्या त्या एका वाक्याने कौशिकचा चेहरा आमूलाग्र बदलला. त्याच्या गडद नजरेत विलक्षण मार्दव आलं. आनंद ह्यापेक्षा वेगळा काय असणार? तिलादेखील प्रेमाचं भरतं आलं. पुढच्या क्षणी ती अवाक झाली. किती सहजतेने मी ह्याला आनंदी ठेवू शकते! त्याला आयुष्यभर आनंदात ठेवायला आवडेल मला.

आपण त्याच्या प्रेमात पडलो आहोत ह्याची मेनकेला पक्की खात्री पटली. ते वाक्य तिने मनापासून उच्चारलं होतं. एक मुक्त स्त्री, एक स्वतंत्र जीव, खरं बोलण्याचं स्वातंत्र्य, स्वीकार करण्याची मानसिकता... आणि ह्या सर्वांची आयुष्यभर पुरेल अशी गोड शिदोरी. मेनका सुखावली.

तिला जाणवलं की, खूप काळाने ती आज मनापासून हसते आहे. त्या एका हसण्यासरशी कित्येक दिवसांचं साचलेलं मळभ दूर झालं. नव्याने आशा पल्लवित झाल्या. अनोख्या आनंदात निजलेल्या कौशिककडे तिने दृष्टी टाकली. झोपेत तो स्वप्न पाहत असावा आणि स्वप्नातही त्याला निव्वळ आनंदाची अनुभूती येत असावी.

कौशिक झोपून उठला तेव्हाही त्याच्या मनात निजताना ऐकलेले तिचे शब्द रुंजी घालत होते. जाग आल्यावर तिचा आवाज कानावर पडताच त्याच्या उरल्यासुरल्या शंका क्षणार्धात निमल्या. आजवर कुठल्याही स्त्रीच्या

मधाळ स्वराने त्याच्या चित्तवृत्ती बहरू शकल्या नव्हत्या. मेनकेचा स्वर, तिचा स्पर्श आणि आजवरच्या सहवासातून तिने दर्शविलेला विश्वास... ह्या सर्वांमुळे विश्वामित्रांचा स्वतःवरचा विश्वास पुन्हा एकदा परतून आला. त्याचबरोबर विरहाच्या कल्पनेने ते व्याकूळ झाले. तिला हळुवार स्पर्श करत ते तिच्या कानात म्हणाले, ''माझ्याशी विवाह कर.'' ते ऐकताच ती दचकली. आपल्या रात्रीच्या बोलण्याचा असा परिणाम होईल ही तिची अपेक्षा नव्हती. त्यांना वाटलं होतं की, ती त्यांची मागणी स्वीकार करेल. मेनकेला स्वतःचीच लाज वाटली. तिच्या मनात अपराधीपणाची भावना दाटली. ती गोंधळली.

अवाक झालेल्या तिच्या ओठांवर ओठ टेकत विश्वामित्र म्हणाले, ''ही विनंती नाही, आज्ञा आहे.'' एका नव्या जाणिवेने त्यांनी तिला लपेटून टाकलं. त्यांचा आवेग इतका तीव्र होता की, सर्वांगाला होणाऱ्या त्यांच्या स्पर्शाव्यतिरिक्त कशाचंही भान तिला उरलं नाही. पुढच्या क्षणी स्पर्शाचा वेगळेपणा विरला. तिला कणभरही दूर करण्याची त्यांची इच्छा नव्हती. ती त्यांच्या रोमारोमांत भिनली होती.

तिनेही त्यांना समरसून प्रतिसाद दिला. आपण इथे आलो आहोत ते त्यांना भुलवण्यासाठी हे ती कसं विसरणार होती?

त्यांच्या मिठीतून मोकळं होत तिने विचारलं, ''पण तुझा विवाह झाला आहे.''

त्यावर हसून कौशिक म्हणाला, ''एक नाही तीन झाले आहेत. तुझाही झाला आहेच की,'' त्याने आठवण करून दिली.'

ते ऐकताच मेनकेच्या डोळ्यांत वेदना तरळली. आपण वसूला विसरलो आहोत हे तिला लक्षात आलं. तिचा उतरलेला चेहरा पाहून कौशिकला स्वतःचा राग आला.

तिची हनुवटी उचलत तो म्हणाला, ''असं एकटं वाटून घेऊ नकोस. आपल्या दोघांचे भूतकाळ विसरण्यासारखे नाहीत. ते आपण बदलू शकत नाही. तरीही तुला सांगतो की, माझं तुझ्यावर प्रेम आहे. तुला प्राप्त करण्याची माझी उत्कट इच्छा आहे. अशी उत्कटता मला आजवर कोणत्याही बाबतीत जाणवलेली नाही. मला तुझी गरज आहे. माझी पत्नी आणि सांगाती म्हणून मला तू हवी आहेस. प्रेम, मैत्री, सहचर्य हे सारं मी

तुला मागतो आहे. विवाहाची माझी मागणी तुला अतिरेकी वाटते आहे का?'' त्याच्या नजरेतील आशा स्पष्ट होती.

तिला गदगदून आलं. किती निर्व्याज होतं त्याचं प्रेम! आणि अशा प्रेमाशी आपण प्रतारणा करत आहोत. केवळ त्यालाच नाहीतर स्वतःलाही फसवत आहोत. लाजेने तिची मान झुकली.

''हा माझ्या प्रश्नाला नकार आहे की माझ्या विनंतीला?'' त्याने उपरोधाने विचारलं.

ती नकार देईल ह्याची त्याला भीती वाटत होती. आपण तिला एखाद्या दिवशी गमावून बसू ह्याचीही त्याला भीती होती. ती स्वर्गीय अप्सरा होती आणि तो मर्त्यधर्मी. त्याचा मृत्यू निश्चित होता. ती अमरत्वाचं लेणं घेऊन आली होती. उलटणाऱ्या वर्षांगणिक त्याचं तारुण्य ओसरणार होतं, तिचं नाही. तिला इथे येऊन चार वर्षं झाली होती. आजवर एकदाही तिने कशाचीच खंत केली नव्हती. उलट, स्वर्गापेक्षा पृथ्वीवर आपण अधिक आनंदात आहोत, असं ती वारंवार सांगत होती. तिच्या शब्दांवर त्याचा पूर्ण विश्वास होता. तितकाच विश्वास तिच्या स्पर्शात, ती घेत असलेल्या प्रत्येक चुंबनात, तिच्या समपर्णात, गृहकृत्यात त्याला वाटत होता.

आज पुन्हा जुन्या भीतीने डोकं वर काढलं. इन्द्र भानावर आला तर? त्याने तिला परत नेलं तर? तसं झालं तर विश्वामित्र पुन्हा एकदा इन्द्राला आव्हान देणार होता. ह्याही वेळेस तो स्वर्गासाठी युद्ध करणार होता... मेनकेच्या सहवासातील स्वर्ग.

साशंकतेने मेनकेने विचारलं, ''एखादा मर्त्यधर्मी अप्सरेशी विवाह करू शकतो का?'' तिच्या स्वरातील किंचित उपहासदेखील त्याने टिपला.

''माझ्या पितामहांनी घृताची अप्सरेशी विवाह केला होता. त्यानंतर त्यांनी सुखाने कालक्रमण केलं होतं.''

आश्चर्याने मेनका म्हणाली, ''मला वाटलं होतं की, आजवर केवळ पुरूरवा आणि उर्वशी ह्यांचाच विवाह झाला आहे.'

'उर्वशीने विबंधक ऋषींशी विवाह केला होता; पण तो प्रेमापोटी नाही. ती निव्वळ वंचना होती,'' हे बोलताना त्यांच्या चेहऱ्यावर तिरस्कार उमटला. ''त्या बिचाऱ्या ऋषीशी तिने प्रतारणा केली. त्यांच्यापासून

पुत्रप्राप्ती होताच त्या लहानग्या जीवाला त्यांच्याजवळ सोडून ती निघून गेली. आणि हे सगळं का? तर त्यांची कठोर तपश्चर्या भंग करण्यासाठी. तिला हे कळलं नसेल का की तपोबलाच्या बरोबरीने तिने त्यांचा विश्वास आणि प्रेमभंगदेखील केला आहे? खरंच, अप्सरा म्हणायला हवं तिला!'' अतिशय कडवटपणाने विश्वामित्र म्हणाले.

त्यांचे शब्द मेनकेला आसुडाच्या फटकाऱ्याप्रमाणे भासले. 'अप्सरा' ह्या शब्दाचा उच्चार करताना त्यांचा स्वर खूप विखारी झाला होता. तिच्या उतरलेल्या चेहऱ्याकडे लक्ष जाताच त्यांनी सावरून घेत म्हटलं, ''मी उर्वशीबद्दल बोलत होतो. प्रत्येक अप्सरा निष्ठुर नसावी! तुझ्यासारखी तर कुणीच नाही.'' तिचे नाजूक गोरेपान हात हातात घेत ते भावुक स्वरात म्हणाले, ''ह्या हातांनी माझ्यासाठी किती कष्ट घेतले आहेत. पाकसिद्धी, आसमंताची स्वच्छता, इतर कष्टाची कामं... कुठली अप्सरा करेल इतकं सगळं? ह्या कुटीला घरकुलाचा अर्थ प्राप्त झाला आहे तो तुझ्यामुळे. प्रिये, तू निव्वळ अप्सरा नाहीस. ह्या घरकुलाची स्वामिनी आहेस तू, माझी शक्ती आहेस तू. लक्षात घे, ऐश्वर्यसंपन्न राजादेखील राणीवाचून अधुरा असतो. पत्नीवाचून गृह म्हणजे जणू वैराण वाळवंट. मेनका, तू माझी गृहिणी आहेस. तू माझी पत्नी होणं स्वीकार करशील का? मी आज तुला पुन्हा विचारतो आहे. मला नकार देऊ नकोस. तुझ्या प्रत्येक नकारासरशी माझं मन विदीर्ण होत असलं तरी तुझा होकार प्राप्त करण्याचा माझा निश्चय डळमळीत होणार नाही हे लक्षात ठेव.''

विश्वामित्र आपल्या भावनांवर नियंत्रण ठेवण्याचा किती आटोकाट प्रयत्न करत आहेत हे मेनकेच्या लक्षात आलं होतं.

''माझ्या अहंकारापेक्षा तुझ्याबद्दल मला वाटणाऱ्या प्रेमाचं पारडं जड आहे म्हणूनच आज मी तुला पुन्हा एकवार विचारतो, माझ्याशी विवाह करशील का?'' हे विचारताना त्यांच्या चेहऱ्यावर तरुणाला शोभेल असं हसू होतं. ''विवाहाशिवाय फार मोठा काळ आपण एकत्र घालविलेला आहे. माझी तर इच्छा आहे की, ह्या क्षणी समोरच्या नदीत शुचिर्भूत होऊन आजवर झालेल्या प्रमादांचं क्षालन करावं आणि पुढच्या क्षणी तुझ्याशी विवाहबद्ध व्हावं. ह्यावर तुझं काय म्हणणं आहे?'' तिच्या उत्तराच्या अपेक्षेत विश्वामित्र होते.

सवयीने खालचा ओठ चावत ती हसली. त्यासरशी त्यांच्या चेहऱ्यावरची भीती मावळली. ते पाहून तिच्या मनातील उरल्यासुरल्या शंका नष्ट झाल्या आणि ती आवेगाने म्हणाली, ''माझा होकार आहे.''

त्यानंतर सारं काही वेगाने घडत गेलं. त्या दुपारीच कण्व ऋषी तिथे येऊन त्या दोघांना विवाहाच्या पवित्र बंधनात विधीवत अडकवणार होते.

वसूबरोबर तिने गांधर्व विवाह केला होता. कुठे असेल तो आता? कसा असेल? आपल्या पहिल्या विवाहाची आठवण मेनकेला झाली नसती तरच नवल. तिच्या मनात दुःख आणि अपराधीपणाची भावना दाटून आली. कौशिकशी विवाह करण्याचा प्रस्ताव तिने अगदी सहजगत्या स्वीकारला होता. वसूला ती अशी कशी काय विसरली होती? इतक्या सहज शोकातून बाहेर येता येतं? आणि, ह्या शोकाला आपण घट्ट धरून बसतो! कसं शक्य आहे हे सगळं? मग तिच्या लक्षात आलं की, ती वसूला मुळीच विसरली नव्हती. वसू आणि कौशिक ह्यांच्यामध्ये ती सातत्याने तुलना करत असे. त्यांचं दिसणं, प्रेम व्यक्त करण्याची पद्धत, प्रणय खुलवण्याची हातोटी, त्यांचे गुणविशेष... वेडेपणा होता तो! ह्या तुलनेतून तिने सातत्याने वसूची आठवण जागी ठेवली होती. वसूमुळे तिची भूतकाळाशी नाळ घट्ट जुळलेली होती. कौशिक तिचा वर्तमानकाळ होता. भविष्यात त्याची सोबत असणार होती का? वसूला गमावल्यानंतर आजपर्यंत तिला तो प्राप्त होऊ शकला नव्हता. तशीच वेळ आली असती तर वसू आणि कौशिक ह्यातून कोणाला निवडणार होती ती? की दोघांनाही गमावणार होती ती?

ती अस्वस्थ झाली. कौशिकच्या मागणीला होकार देऊन झालेला आनंद अल्पकाळ टिकला होता. तिने नदीपात्राकडे नजर टाकली. कौशिक अजूनही पाण्यात पोहोत होता. निश्चयाने मनातले दुःखी विचार झटकून टाकत ती उठून उभी राहिली. इथून पुढे कौशिकला सर्वोत्तम अनुभव देण्याचं वचन तिने स्वतःला दिलं.

आज पहिल्यांदाच आसुसून शृंगार करावासा वाटला. तिच्या मनाने ग्वाही दिली की, कौशिकला भुलवण्याचा तिचा आज मानस नव्हता. तिला तयार व्हायचं होतं ते स्वतःसाठी. शृंगाराची फारशी साधनं तिला उपलब्ध नव्हती. तिलाही ती नको होती. आश्रमाच्या परिसरात तिने आजवर अनेक फुलझाडं लावली होती. तीच पुरेशी होती. मनाशी गुणगुणत तिने वेगवेगळी

फुलं खुडली. मोगरा तिचा विशेष लाडका होता. त्याची शुभ्रता आणि मंद गंधापुढे इतर गंध सहजच फिके पडत होते.

स्वर्गात असतानादेखील तिला प्रसाधनाला फारसा अवधी लागत नसे. आताही ती चटकन तयार झाली. कौशिकने तिला दिलेल्या लहानशा दर्पणात तिने स्वतःला न्याहाळलं. त्याच्या आश्रमात राहायला सुरुवात केल्यावर ती एकदा ताम्रपात्रात भरलेल्या पाण्यात स्वतःचं प्रतिबिंब न्याहाळत होती. ते पाहून कौशिकने तिच्यासाठी हा दर्पण आणला होता. कदाचित, योगबळाने त्याने तो निर्माण केला असावा. त्याने तिला दिलेली ती पहिली भेटवस्तू. त्याच्या मनाची तरलता त्यातून प्रकट झाली होती. त्या दर्पणात दिसणाऱ्या प्रतिमेकडे पाहण्याऐवजी ती दर्पणाकडे पाहत राहिली. तिच्याचप्रमाणे तो दर्पणदेखील नटवा आणि फसवा होता. नाही, मी फसवत नाही. मी त्याच्यावर मनापासून प्रेम करते. खरंतर पहिल्या दिवसापासून करते; पण दुखावलं जाण्याची भीती तिला वाटत होती. सुरुवातीला त्याच्याकडे पाहण्याचा तिचा दृष्टिकोन वेगळा होता. तिच्यासाठी तो सावज कधीही नव्हता. उलट, सुटकेचा मार्ग होता. तो तिचा त्राता झाला होता म्हणूनच ती स्वतःला स्वतःपासून वाचवू शकली. काल रात्री तिने प्रेमाची वाच्यता केली होती. आज तिच्या मनात साशंकता निर्माण झाली होती. योजनेबरहुकूम मी त्याला मोहात पाडलं आहे का? की मी स्वतःला वाचवण्याच्या प्रयत्नात होते? की मग मलाच तो हवा होता? मला निवडीचा हक्क होता का? की त्याच्याऐवजी मी प्रेमात पडले होते?

दर्पणात पाहणं तिला अशक्य झालं. एक स्त्री म्हणून ती त्याच्याशी चांगलं वागू शकत नव्हती का? तिला स्वतःची लाज वाटली. आज ती त्याच्याशी, त्याच्या प्रेमाशी आणि त्याच्या विश्वासाशी विवाहबद्ध होणार होती. त्याच्याबरोबर राहायला सुरुवात केल्या दिवसापासून तिने त्याचा विश्वासघात केला असला तरीही!

✤

विषण्ण मनाने कामदेव इन्द्राच्या राजसभेकडे निघाला. त्या दिवशी मदनबाणाने मेनकेला विद्ध केलं होतं तर! तिच्या जीवनात आनंद निर्माण झाला आहे हे पाहून एकीकडे तो सुखावला होता; पण तिचं हे सौख्य किती काळ टिकेल ह्याबद्दल तो साशंक होता. इन्द्राचा अडसर होता समोर.

इन्द्रासमोर येताच कामदेव म्हणाला, ''मेनकेने विश्वामित्रांशी विवाह केल्याचं कळलं असेलच तुला!''

त्यावर इन्द्राने उत्तर दिलं नाही. कामदेवाच्या लक्षात आलं की, ही वार्ता ऐकून इन्द्राला मुळीच आनंद झालेला नाही. आटोकाट प्रयत्न करून इन्द्राने आपल्या चेहऱ्यावरचे भाव लपवले होते. कामदेव मात्र आज वेगळ्याच कारणासाठी संतापलेला होता.

काही क्षण शांततेत गेल्यावर इन्द्र म्हणाला, ''माझ्या जखमेवर लवण चोळायला बरं वाटलं असेल तुला!''

तेवढं निमित्त कामदेवाला पुरलं. तो चिडून म्हणाला, ''तू जबाबदार आहेस ह्या सर्वाला. मेनकेला विश्वामित्राच्या प्रेमात पाडण्यामागे तुझा कुटील हेतू होता. तिने वसूला विसरावं ह्यासाठी तुझा हा आटापिटा होता, हे कळत नाही का मला? त्याची परिणती ह्या विवाहात झाली आहे.''

त्याच्या त्या बोलण्याने इन्द्राचा उपमर्द होत होता तरीही इन्द्राने ते चालवून घेतलं. कारण, कामदेव त्याचा जवळचा मित्र होता. असाच पूर्वी वसू त्याचा जवळचा मित्र होता, कामदेवाच्या मनात आलं. इन्द्राच्या स्वभावामुळे त्याला कामदेवाव्यतिरिक्त कुणीही जिवाभावाचा मित्र उरला नव्हता. अर्थात, इन्द्र त्याच्या पाताळयंत्री योजनांची चर्चा कुणाशीच करत नसे.

त्या आवेगात कामदेव पुढे म्हणाला, ''विश्वामित्रांच्या विनाशासाठी मेनका अगदी योग्य होती हे निर्विवाद सत्य आहे. आपण आखलेली योजना राबवण्याच्या दृष्टीने बुद्धिचातुर्य आणि सौंदर्याचा संगम तिच्या ठायी झालेला आहे. त्यानुसार अंमलबजावणी करून तिने शक्य तितक्या लवकर स्वर्गात परतणं अपेक्षित होतं; पण तसं होऊ शकलं नाही. विश्वामित्रांना मोहवताना ती त्यांच्या प्रेमबंधनात गुरफटली. ही सारी तुझी कपटी करणी आहे इन्द्रा!''

''कामदेवा, मदनबाणाचा प्रभाव म्हण की,'' आवाज न चढवता इन्द्र म्हणाला. ''मला मान्य आहे की, माझी योजना फारशी चांगली नव्हती...''

त्याचं वाक्य तोडत कामदेव म्हणाला, ''तुझ्या ह्या विचित्र योजनांपायी तू उर्वशीलादेखील गमावून बसला होतास. ती परत आली म्हणून बरं; पण विश्वामित्रांच्या मिठीतून तू मेनकेला कसं परत आणणार? त्यांनी तुला एकवार पराभूत केलं आहे हे विसरलास वाटतं.''

कामदेवाचं बोलणं इन्द्राला जरी झोंबलं तरी प्रयत्नपूर्वक स्वतःला सावरत तो म्हणाला, ''माझ्या हातून झालेली चूक कशी दुरुस्त करता येईल? काही तरी उपाय सुचला असेलच तुला!''

अवाक होऊन कामदेव म्हणाला, ''कमाल आहे तुझी. आधी पेचप्रसंग निर्माण करायचे आणि ते सोडवायला आम्हाला भाग पाडायचं.''

''बस कर!'' इन्द्र कडाडला, ''मी तुझं मत विचारत नाही. मला फक्त समस्येवर तोडगा हवा आहे.''

हे ऐकताच कामदेव प्रक्षुब्ध झाला. ते पाहून इन्द्राने धोरणीपणा दाखवत म्हटलं, ''आपण मेनकेला परत कसं आणू शकतो? तुला माहिती आहे ना की तिच्याशिवाय जगणं मला किती त्रासदायक होतं आहे.'' सौम्य स्वरात इन्द्र पुढे म्हणाला, ''चार वर्षं होऊन गेली तिला जाऊन. एव्हाना त्याच्यापासून अपत्यप्राप्ती करून ते मूल त्याच्या हातात टाकून तिने निघून येणं अपेक्षित होतं. आत्तापावेतो तिने त्याला पद्धतशीररीत्या बलहीन करायला हवं होतं. तसं झालं असतं तर त्याचं सामर्थ्य नष्ट झालं असतं. त्यानंतर योगबल प्राप्त करणं त्याला शक्य झालं नसतं. आज मेनकेच्या प्रेमापोटी विश्वामित्र नादावला आहे. तिच्यावाचून जगणं त्याला शक्य नाही.''

''आणि तिला त्याच्यावाचून! हीच मुख्य समस्या आहे,'' कामदेवाने देवेन्द्राला आठवण करून दिली.

शांतपणाचा देखावा करत इन्द्र म्हणाला, ''ह्या समस्येवर तोडगा हवा म्हणून तर तुला बोलावलं आहे ना.''

कामदेवाने खिन्नपणे उत्तर दिलं, ''तिला प्रेमातून बाहेर काढ असं म्हणत असशील तर ते शक्य नाही. नाहीतर, वसूच्या विरहात मेनका खंतावत होती तेव्हाच तू मला असा उपाय करायला भाग पाडलं असतंस. इतका प्रदीर्घ काळ ती विश्वामित्रांबरोबर आहे, त्यामुळे खरी समस्या निर्माण झाली आहे. आता भावनांची गुंतवणूक झाली आहे.'' खोल सुस्कारा टाकत तो पुढे म्हणाला, ''मला असं वाटतं आहे की, परतून येण्याची तिची इच्छा नाही. शिवाय, विश्वामित्र तिला येऊ देणार नाहीत. त्यांच्याशी शत्रुत्व घेणं किती धोकादायक आहे, ह्याची जाणीव मी तुला करून दिली होती.''

''आता तसं काही नाही,'' देवेन्द्राचा तिरसट स्वर उमटला. ''तो आपल्या शक्ती गमावून बसला आहे. तिच्यावर सोपवलेल्या कार्याची पूर्ती झाली आहे, त्यामुळे तिने आता माघारी यायला हवं.''

साशंकपणे कामदेवाने विचारलं, ''कसं? ती प्रेमात पडलेली अप्सरा आहे. तिला प्रेमात पाडायला लावलं ते तू. आता ती पूर्णपणे आणि खऱ्या अर्थाने विश्वामित्रांची आहे. उर्वशीचं जसं अपहरण केलंस तसं मेनकेचं करण्याचा विचार करू नकोस. मेनकेच्या रूपात अत्यंत प्रखर शत्रूला आमंत्रण देशील तू. आजवर उर्वशीने तुला क्षमा केलेली नाही. मेनका तेवढ्यावर थांबणार नाही. तू तिच्याशी इतकं वाईट वागू शकत नाही. ह्या आधी तू तिचं हृदय विदीर्ण केलेलं आहेस. पुन्हा तसा वागू नकोस. ती तुझी सर्वाधिक लाडकी अप्सरा आहे. अत्यंत निलाजरेपणाने तू तिचा वापर केला आहेस. इन्द्रा, निदान आता तरी तू तिच्याशी बरा वाग.''

''पुरे झाला तुझा प्रेमळपणा. हे बघ, तिची जागा स्वर्गात आहे,'' इन्द्र अधीरतेने म्हणाला.

''म्हणजे तुझ्या हृदयात!''

''तिची जागा स्वर्गात आहे,'' इन्द्राने पुन्हा एकदा ठासून म्हटलं, ''ती त्याच्याबरोबर कायम राहू शकत नाही.''

''पण तीच तर तिची इच्छा आहे,'' कामदेवाने सूचित केलं, ''ही तुझी करणी आहे इन्द्रा, त्यामुळे तिला आता त्याचा सहवास प्रिय आहे.''

इन्द्राच्या मनात वेगळाच विचार येऊन गेला. सुरुवातीपासून हीच तिची योजना होती का? विश्वामित्राला भुलवण्याच्या निमित्ताने स्वर्गातून निघून जायचं, माझ्यापासून सुटका करून घ्याची, पुन्हा स्वर्गात परतून यायचं नाही. तिची ही हिंमत? इन्द्राचा संताप झाला. सुडाची भावना नव्याने जागी झाली.

साशंक स्वरात त्याने कामदेवाला म्हटलं, ''तुझ्याकडे तोडगा असेल असं वाटलं होतं मला. तिच्यावर असलेल्या विश्वासापोटी मी तिला पुरेसा अवधी दिला होता.''

धोरणीपणा दाखवत कामदेव म्हणाला, 'उर्वशीने पुरूरवा आणि विबंधक ऋषी ह्या दोघांशी विवाह केला. मेनका धोरणी आहे. एखादं काम पूर्णपणे हातावेगळं करण्याची तिची सवय आहे. ते करत असताना कुठल्याही भावना ती आड येऊ देत नाही. निदान, आजवर तरी असंच घडत आलं होतं. तू तिला प्रेमात पाडायला लावलं नसतंस तर...''

हे ऐकताच इन्द्राची अनिश्चितता वाढली. ''कदाचित, हा विवाह म्हणजे तिने योजलेली क्लृप्ती असावी. हे बघ कामदेवा, ताबडतोब तिला भेट. तिने स्वर्गात परतायला हवं हे तिला बजावून सांग.''

मेनका इन्द्राची आज्ञा कितपत मानेल ह्याची कामदेवाला शंका होती. प्रेम! ह्या एका भावनेपायी सर्वाधिक धोरणी स्त्रियादेखील रसातळाला जातात. मेनका जर विश्वामित्रांच्या प्रेमात पडली असेल तर तिला त्यातून बाहेर काढणं प्रत्यक्ष कामदेवालादेखील अशक्य होतं. तिला भेटायची वेळ आली होती. वंचनेतून सर्वांत मोठी युद्ध जिंकली जातात, त्याने मेनकेला दिलेला सल्ला त्याला आज अचानक आठवला.

# पुरुष आणि विवाह

पायाखालच्या मऊशार गवतावर साठलेल्या दवाचा स्पर्श मेनकेच्या पावलांना झाला. तिचा दिवस रोजच ह्या स्पर्शाने सुरू होत होता. मंद वाऱ्याची झुळुक सुखद वाटत होती. आसमंतात रानटी फुलांचा गंध दाटून आला होता. तो तिने भरभरून श्वासात साठवला. हे पृथ्वीचं सौंदर्य! स्वर्ग कितीही सुंदर असला तरी तिथे तिचा श्वास गुदमरत असे. अमर्त्यांच्या त्या स्वर्गात सारं काही भावनाशून्य आणि वांझोटं होतं. तिथले रंग, गंध, फुलं, पानं सारं काही निर्जीव भासत होतं. उर्वशीसारखी एखादीच अप्सरा पृथ्वीतलावर चोरून लपून जाऊ शकत असे. मेनका पहिल्यांदा पृथ्वीवर आली ती मरणासन्न प्रमद्वरेला पाहायला. त्या वेळेस तिला बसलेला धक्का, प्रमद्वरेला जीवदान मिळाल्यामुळे झालेला आनंद, मृत्यूची जाणीव अशा विविध घटनांमुळे मेनकेला पृथ्वीबद्दल कुतूहल वाटू लागलं होतं. पृथ्वी; माया-ममता, दुःख-विरह, प्रेम-हिंसा, सौंदर्यातून उमटणारी कुरूपता, टोकाच्या भूमिका आणि त्यातून खुलणारं जीवन; पृथ्वीच्या नाना रूपांनी तिच्या मनात घर केलं होतं. ह्याच पृथ्वीवर कौशिकच्या जोडीने तिने गृहस्थाश्रम स्वीकारला होता. इथेच तिला खरा स्वर्ग दिसला होता. निव्वळ विचाराने तिच्या चेहऱ्यावर हसू उमटलं.

"खूप आनंदात दिसते आहेस," कुठून आवाज आला हे पाहण्यासाठी ती पटकन वळली. कामदेव! तिने आवाजावरून ओळखलं. तिचा थरकाप उडाला. झाडाच्या गर्द सावलीत कामदेव उभा होता. नक्कीच ह्याला इन्द्राने पाठवलं असणार!

तिच्याकडे पाहत कौतुकाने कामदेव म्हणाला, ''नेहमीसारखीच सुंदर दिसते आहेस.''

मेनका क्षणभर सैलावली. तिच्या चेहऱ्यावर नेहमीचं निखळ हसू उमटलं.

''हे बघ, मी तुझी शिष्या आहे. विसरला नाहीस ना! उगाच स्तुती करू नकोस माझी.'' मग सरळ मुद्द्याला हात घालत ती म्हणाली, ''माझं काय सुरू आहे हे पाहायला येण्यासाठी पुष्कळ काळ लावलास तू.''

ते ऐकताच कामदेवाच्या चेहऱ्यावरचं हसू मावळलं. ''तू परत येशील म्हणून इन्द्र कधीची वाट पाहत होता. त्याला जेव्हा कळलं की, तू विवाहबद्ध झाली आहेस तेव्हा तो संतापला...''

''... आणि त्याने आज्ञा केली की, मी ताबडतोब स्वर्गात परतावं!'' तिने त्याचं वाक्य पूर्ण केलं.

''हो.''

तिने मानेने नकार दिला.

''तू येऊ शकत नाहीस की येणार नाहीस?''

''दोन्ही. पृथ्वी किंवा मर्त्य मानवांचा कंटाळा यायला मी उर्वशी नाही.''

''मेनका, तुला माहिती आहे ना की इन्द्र तुला इथून बळजबरीने नेऊ शकतो?''

''नाही नेणार,'' तिने शांतपणे उत्तर दिलं. ''कारण, त्याला माहिती आहे की त्याची गाठ कौशिकशी... विश्वामित्रांशी आहे,'' चटकन सावरून घेत ती म्हणाली.

''काही अर्थ उरला नाही विश्वामित्रांमध्ये. आपलं सारं बळ गमावून बसले आहेत ते,'' कामदेव सहजतेने म्हणाला, ''इन्द्र चुटकीसरशी त्यांचा पराभव करेल.''

''कामदेव, विश्वामित्रांना असं कमी लेखू नकोस. तुला वाटतं तसे ते शक्तिहीन नाहीत. ह्या क्षणीसुद्धा ते ध्यानाला बसले आहेत,'' तिने सौम्य शब्दांत खडसावलं.

''ही तुझी करणी असणार. तुझं मन तुला खात होतं म्हणून तू त्यांना ध्येयमार्गावरून पूर्णपणे ढळू दिलं नाहीस. ते काहीही असो, त्या दोघांमधील

वैर केवळ तू टाळू शकतेस. तुझ्यावर सोपवलेलं कार्य तू फार उत्तमरीत्या पार पाडलं आहेस. आता कृपा कर आणि काही एक न बोलता स्वर्गात परत ये,'' फार क्वचितच कामदेव कोणाला विनंती करत असे. ''ह्या सगळ्यात तू दुखावली जाशील. मेनका, विश्वामित्र तुझे कधीच नव्हते. त्यांना सोडून देण्यात शहाणपणा आहे. त्यांना उद्ध्वस्त करण्यासाठी तुझी योजना होती.''

तिने आरोप केला, ''तुम्ही मला हे करायला भाग पाडलंत. ह्यात बळी गेला तो विश्वामित्रांचा आणि माझाही.''

''मेनका, मलाही हे करणं भाग पडलं,'' त्याच्या बोलण्यात तथ्य होतं. सत्य लपवणं आता त्याला अशक्य झालं म्हणून तो पुढे म्हणाला, ''तू विश्वामित्रांच्या प्रेमात पडावंस म्हणून इन्द्राने मला तुझ्यावर मदनबाण सोडायला भाग पाडलं.''

हे ऐकून मेनकेला धक्का बसला. तिचे डोळे विस्फारले, ''पण असं तर काही ठरलं नव्हतं.''

''तू वसूला विसरावंस म्हणून इन्द्राने ही योजना आखली.''

मेनका अवाक झाली होती. काही क्षण तिला बोलणं सुचलं नाही. तिच्या कपाळावर आठ्या उमटल्या. ती कसंबसं म्हणाली, ''कामदेव, त्या बाणाने कोण विद्ध झालं, विश्वामित्र की मी? माझी मोहिनी त्यांच्यावर आधीच पडली होती. म्हणजे मग...'' ती साशंकतेने म्हणाली.

कामदेवाच्या चेहऱ्यावरचा रंग उडाला. ''तसं मला नक्की सांगता येणार नाही; परंतु आधी तुलाही पुरेशी खात्री नसावी. तरीसुद्धा...'' तो बुचकळ्यात पडला होता.

मेनका ठामपणे म्हणाली, ''ते काहीही असो, मी तर कौशिकच्या प्रेमात पडले आहे. ह्या सत्याचा मी स्वीकार केला आहे. तू आणि इन्द्र जितक्या लवकर हे सत्य स्वीकाराल तितकं बरं. मी कौशिकला सोडणार नाही. स्वर्गात परतण्याची माझी इच्छा नाही. नाहीच यायचं मला परत.''

नेहमीच्या ठामपणाने तिने हे सांगताच कामदेव गप्प बसला. आता वाद घालण्यात अर्थ नव्हता. त्यांच्या मूळ योजनेची धूळधाण उडाली होती. मेनका विश्वामित्रांच्या प्रेमात पडली होती. त्याचा बाण तिला लागला होता... की नव्हता? तिने विश्वामित्रांच्या प्रेमात पडणं विधिलिखित होतं. का असेल हे असं? विश्वामित्रांचं भविष्य बदलून टाकण्यासाठी मेनकेची

योजना होती. यशोशिखरावरून त्यांना खाली आणून उद्ध्वस्त करण्यासाठी तिला शिकारी बनून पाठवलं होतं; पण त्याऐवजी ती स्वतःच शिकार झाली होती.

"हे बघ मेनका, मी समजू शकतो तुझ्या भावना. त्यांच्यावरच्या आत्यंतिक प्रेमापोटी तू त्यांना सोडू इच्छित नाहीस; पण तुला स्वर्गात परत यावंच लागेल. आज नाही तर उद्या. हे अटळ आहे.''

"नाही,'' तिच्या स्वरातील ठामपणा आसमंतात गुंजला.

"तुझा हेका चालणार नाही हे तुलाही माहीत आहे,'' तिची समजूत काढत शांत स्वरात कामदेव म्हणाला. "इन्द्र तुला जबरदस्तीने घेऊन जाईल.''

ती तिरस्काराने म्हणाली, 'तेवढं धैर्य नाही त्याच्यात. कौशिकपुढे त्याचा निभाव लागणार नाही.''

"मेनका, तू लक्षात का घेत नाहीस की विश्वामित्रांमध्ये पूर्वीप्रमाणे बल राहिलेलं नाही. इन्द्र हे जाणून आहे. तो ह्याचा लाभ घेईल. विश्वामित्रांच्या नकळत तो तुला पळवून आणेल. उर्वशीला त्याने असंच पळवून आणलं होतं. त्या वेळेस तू काय करशील?''

'मी कुठे आहे हे कौशिकला ताबडतोब समजेल. त्यामागे कोणाचा हात आहे, हेसुद्धा त्याला ज्ञात होईल, त्यानंतर युद्ध अटळ आहे. मी तुला पुन्हा बजावते की, कौशिकच्या आध्यात्मिक बलाला उणं लेखू नका. तो ध्येयप्रेरित आहे. अशी माणसं फार धोकादायक असतात.''

त्यावर हसून कामदेव म्हणाला, "ध्येयप्रेरित? मेनका, अजूनही ते ब्रह्मर्षी होण्याची स्वप्नं पाहत आहेत असं वाटतं का तुला? तू म्हणते त्याप्रमाणे ते महान होते; पण आता नाहीत. ही महानता संपवण्याचं काम पार पाडलं आहे ते तू. तेही अतिशय उत्कृष्टपणे.''

त्याच्या ह्या बोलण्यावर मेनका निरुत्तर झाली.

"तू त्यांचं तपोबल नष्ट केलं आहेस. त्यांच्या आत्म्याने प्राप्त केलेलं अलौकिकत्व आणि संभाव्य पावित्र्य तू उधळून टाकलं आहेस. आता ते सामान्य मर्त्य मानव आहेत. तुझ्या प्रेमात त्यांना गुंतवून तू हे साध्य केलंस. त्यांना पराभूत केलंस; पण ते करताना तू स्वतःचं हृदय अर्पण करून बसलीस; ही माझ्या बाणाची कमाल की मर्त्य मानवांची जादू? मी ऐकलं आहे की, प्रणयात मर्त्य मानवांचा हात कोणी धरू शकणार नाही.''

कामदेवाच्या शब्दासरशी मेनकेच्या चेहऱ्यावर लाली उमटली. नजरेत संकोच दाटला. तिच्या दाट पापण्या अलगद खाली वळल्या. नुकत्याच प्रेमात पडलेल्या नवथर तरुणीसारखे वाटणारे तिचे हे विभ्रम... तिच्या सौंदर्याला त्यामुळे वेगळी झळाळी प्राप्त झाली. अलौकिक स्त्रीसौंदर्य ह्याहून वेगळं काय असणार.

तिची थट्टा करण्याचा मोह कामदेवाला आवरला नाही. त्याने खट्याळपणे म्हटलं, "दिवसा किंवा रात्रीच्या कोणत्याही प्रहरी पुरूरवा उत्कट प्रणयक्रीडा करून आपल्याला थकवतो, अशी लाडीक तक्रार उर्वशी करायची. ह्याबाबत तुझा काय अनुभव आहे? विश्वामित्र ह्याही क्षेत्रात पुरूरव्याच्या पुढे आहेत का?"

ह्यावर मेनका काय उत्तर देणार? तिच्या आणि विश्वामित्रांच्या प्रणयाचे अनेक क्षण क्षणार्धात तिच्या डोळ्यांसमोर तरळून गेले. त्यांचा आवेग, धसमुसळेपणा, उधळून देण्याची प्रवृत्ती, समरसता, प्रणयाचे चीत्कार, तृप्तीचा हुंकार, नजरेतील भूक, शरीराची आतुरता, मिलनाची परिपूर्तता आणि ह्या साऱ्यातून पुन्हा पुन्हा साधलं जाणार त्या दोघांचं अद्वैत. निव्वळ त्या आठवणींनी मेनकेने डोळे मिटून घेतले. स्वर्गस्थ देव आणि गंधर्वांहून मर्त्य मानव अतिशय वेगळे आणि म्हणूनच धोकादायक होते. तिला जाणवलेला मुख्य फरक म्हणजे देवांना किंवा गंधर्वांना घाम येत नसे. माणसांना येणाऱ्या घामाचा गंध आणि त्याचं वाटणारं विचित्र आकर्षण! मेनका मनोमन वसूच्या आणि कौशिकच्या प्रणयक्रीडांची तुलना करू लागली आणि तिला जाणवलं की, कौशिकचा प्रणयावेग वेगळा आहे.

"आता पुढे काय विचार आहे? त्यांच्यापासून अपत्यप्राप्ती?" कामदेवाच्या प्रश्नाने ती भानावर आली.

"इन्द्राची तशीच तर इच्छा होती," तिने सडेतोड उत्तर दिलं.

"इन्द्राच्या आज्ञेचं पालन तू किती सोयिस्कररीत्या करतेस ना! तू ते करशील ते इन्द्रासाठी नाही. तुला तुझ्या प्रियकरापासून मूल हवं आहे. बाळ झाल्यावर विश्वामित्रांच्या ताब्यात ते देऊन स्वर्गात परतण्याचा तुझा उद्देश नाही. तुझा अंतःस्थ हेतू वेगळा आहे. 'आदर्श सुखी कुटुंब' हाच मानस आहे ना तुझा?" तिखट स्वरात कामदेव म्हणाला, "मेनका, मी तुला पुन्हा एकदा बजावतो तुझं स्वप्न कधीही सत्यात उतरू शकणार नाही."

"स्वर्गातून सुटायचा तो एकच मार्ग आहे माझ्यापुढे," ती त्वेषाने म्हणाली, "थोडीफार सदसद्‌विवेक बुद्धी टिकवण्याचा तो माझा प्रयत्न आहे. त्यालाच तू सौख्य म्हणत असशील तर 'हो' मला ते हवं आहे."

"आणि तुझं खरं रूप विश्वामित्रांसमोर उघड झाल्यावर? इन्द्राने रचलेल्या डावात तू सहभागी होतीस हे त्यांना समजल्यावर?" कामदेवाचा मुद्दा अचूक होता. "तुझ्यावरच्या विश्वासापोटी ते तुझ्यावर प्रेम करतात. अजूनही त्यांना सत्य माहीत नाही. ज्या क्षणी त्यांना ते समजेल त्या क्षणी ते स्वतः तुला इथून बाहेर काढतील," कामदेवाचा स्वर चढला होता.

आजवर मेनकेच्या मनात ही भीती खोलवर ठाण मांडून बसली होती. कामदेवाच्या शब्दांनी ती भीती प्रखर होण्याचा संभव होता. स्वतःवर नियंत्रण ठेवण्यासाठी मेनकेने मुठी घट्ट आवळल्या. कामदेवाला आव्हान देत ती म्हणाली, "मी प्रतारणा केली आहे हे कौशिकला अद्यापही ठाऊक नाही. आणि त्याला ते सांगणार कोण? तू? की इन्द्र? लक्षात ठेव, तुम्ही दोघांनी काहीही म्हटलं तरी कौशिक तुमच्या शब्दांवर विश्वास ठेवणार नाही."

तिचा आत्मविश्वास पाहून कामदेव अवाक झाला. तो पुढे काही बोलण्याआधी मेनका म्हणाली, "कारण, कौशिकचा माझ्यावर जास्त विश्वास आहे. इन्द्राने मला स्वर्गातून बहिष्कृत केलं हे मी त्याला सांगितलं. त्या सांगण्यात तथ्याचा अंश होता म्हणून कौशिकचा माझ्यावर विश्वास बसला. त्याचं माझ्यावर इतकं प्रेम आहे की, माझं रक्षण करण्यासाठी तो कुणाशीही युद्ध करेल. इन्द्र मला स्वर्गात घेऊन गेला तर मला बळजबरीने नेलं आहे असाच अदमास कौशिक करेल. इन्द्राच्या पटावरची मी सोंगटी आहे हे कौशिक जाणतो म्हणूनच त्याला नव्याने काही सांगण्याची आवश्यकता मला वाटत नाही, तेव्हा लक्षात घे की, माझ्या शब्दापुढे तुमच्या सांगण्याला काहीही अर्थ नाही," परखडपणे मेनकेने परिस्थितीचा आढावा घेतला.

तिच्याकडे कौतुकाने पाहत कामदेव म्हणाला, "हीच तुझी योजना होती ना? तू दोन्ही पुरुषांचा वापर केलास."

त्यावर मेनकेने त्याच्याकडे रोखून पाहिलं.

"म्हणूनच तू इन्द्राची 'मदत' करायला तयार झाली. तू वंचना करते आहेस हेही अहंकारी इन्द्राच्या लक्षात आलं नाही. इन्द्रापासून दूर

जाण्यासाठी तू त्याचाच वापर केलास. त्याची युक्ती त्याच्यावर उलटवलीस. त्याच्या योजनेमध्ये त्याचा बळी केला. तू केवळ विश्वामित्रांना नाहीतर इन्द्रालाही ठकवलंस.''

''स्वतःला वाचवण्यासाठी मला ते करणं भाग होतं.''

''त्याला ते सहन होणार नाही,'' कामदेवाने संभाव्य धोक्याकडे लक्ष वेधलं. ''तो सूड घेईल. तू आणि विश्वामित्र सुखात राहावेत म्हणून मी प्रार्थना करेन. तुम्हा दोघांना माझा आशीर्वाद आहे.'' सुस्कारा सोडत तो पुढे म्हणाला, ''तर मग इन्द्राकडे कोणता निरोप घेऊन जाऊ मी?''

''तूर्तास त्याला सांग की, हा विवाह म्हणजे आपल्या योजनेची पहिली पायरी आहे. मी खात्रीने सांगते की, इन्द्राचा विश्वास बसेल माझ्यावर.''

कामदेवाला हसू आलं, ''किती पाताळयंत्री आहेस तू!''

''मी त्याला चांगलं ओळखून आहे. म्हणूनच सांगते की, हे कारण पटेल त्याला. निदान पुढची काही वर्षं तरी मी कौशिकबरोबर राहू शकते,'' खालचा ओठ चावत ती विचारपूर्वक म्हणाली.

तिच्या त्या आशावादामध्ये धोका होता. थोडी निर्दयतादेखील होती. तिला सावध करण्यासाठी कामदेव म्हणाला, ''तुझ्या हातात आता फारसा वेळ उरलेला नाही.''

मेनका कुठे गेली? कदाचित कामं उरकत असावी. आश्रमाचा विस्तार करायचा विचार विश्वामित्रांनी केला. त्यांनी थोडे अधिक शिष्य स्वीकारले तर ते विद्यादानाला सुरुवात करू शकले असते. मुख्य म्हणजे मेनकेला गृहकृत्यात थोडी मदत मिळू शकली असती; परंतु त्या दोघांच्या नंदनवनात कुणा तिऱ्हाईताने प्रवेश करण्याची कल्पनादेखील त्यांना पटली नाही. किती सुखात होते ते दोघं.

ती कुटीत नव्हती. बहुधा नेहमीसारखी नदीत पोहायला गेली असावी. संध्याकाळचा परिपाठ होता तिचा.

''मे-न-काऽऽ,'' त्यांच्या स्वरात अधीरता होती. गेली की काय निघून? की कोणी घेऊन गेलं तिला? त्यांच्या मनात शंका आली.

नदीपात्रात पोहोणारी मेनका दिसताच विश्वामित्रांच्या मनात आलं, मत्सरासारखा वैरी नाही. त्यांच्या मते खरं प्रेम व्यक्त होतं ते मत्सरातून.

आपल्यामध्ये मत्सर अजिबात नाही असा त्यांचा दावा होता. कदाचित, त्यांना कशाचीही ददात नसल्यामुळे आजवर त्यांना कशाचीही भीती वाटली नाही. उलटपक्षी अनेकांना त्यांचा हेवा वाटत असे. मेनका भेटेपर्यंत त्यांच्या मनात मत्सराने प्रवेशदेखील केला नव्हता. तिच्या मनातील वसूच्या आठवणी किंवा तिच्यावर असलेला इन्द्राचा मालकी हक्क ह्या दोन्हीचा त्यांना त्रास होत होता. मेनकेवर त्यांचा पूर्ण विश्वास असला तरी एक ना एक दिवस वसू किंवा इन्द्रापायी तिला गमवावं लागेल, अशी धास्ती त्यांना होती.

नदीशी येताच ते पटकन पात्रात उतरले. मेनका झपाट्याने पोहत होती. पोहण्यात तिची बरोबरी करणं शक्य नव्हतं हे एव्हाना त्यांना कळून चुकलं होतं. थोड्याच वेळात ती पोहत त्यांच्यापर्यंत पोहोचली. तिचा वेग विलक्षण होता.

त्यांच्याभोवती पोहत तिने त्यांना चिडवलं, ''ही एकच गोष्ट अशी आहे जी मला तुमच्याहून जास्ती चांगली येते.''

ते पाठीवर पडले. पौर्णिमेचा चंद्र आकाशात प्रकाशाची उधळण करत होता. अंगाला होणारा पाण्याचा स्पर्श उबदार होता; पण त्यांचं मन कशातही रमलं नाही. तिने पटकन पोहणं संपवून बाहेर यावं एवढीच तीव्र कामना त्यांना होती. तिथे पाण्यातच तिच्याशी रत व्हायलासुद्धा त्यांना आवडलं असतं. त्यांचा हेतू लक्षात आल्यामुळे ती मुद्दाम त्यांना सतावू लागली. त्यांच्या अंगाला पुसटसा स्पर्श करून पुन्हा सुळकन पाण्याखाली अदृश्य होऊ लागली. मग त्यांच्या जवळ येत तिने त्यांच्या सर्वांगाला स्पर्श करायला सुरुवात केली. तिचे रेशमी केस त्यांना जणू बांधून टाकत होते. अत्यानंदाने आपलं हृदय बंद पडेल की काय असं त्यांना वाटलं. आवेगाने पुढे होत त्यांनी तिची कंबर पकडत स्वतःला तिच्यात खोलवर गाडून घेतलं. अत्यानंदाच्या लहरी त्यांच्या सर्वांगात उसळल्या. नदीच्या सौम्य लाटा त्या दोघांना सुखावत होत्या. एकमेकांमध्ये हरवलेल्या अवस्थेत ते कितीतरी काळ तसेच पडून राहिले. सोबतीला लाटांचा लपलप आवाज, निरभ्र आकाशात दिसणारा चंद्र आणि चांदण्या एवढंच काय ते होतं.

''तुम्हाला ताऱ्यांचं खूप आकर्षण आहे, हो ना?'' ती हळूच म्हणाली. ''हे विश्व, तारकासमूह, खगोलशास्त्र... म्हणूनच तुम्ही आकाशगंगेची निर्मिती करू शकलात.''

किंचित हसत ते म्हणाले, ''निर्मिती नाही गं, मी फक्त शोधून काढली ती. माणसाने निसर्गाचा शोध घेतला पाहिजे म्हणजे मग त्याला ठायीठायी ईश्वर दिसून येतो. माणसाला शोधण्यासारखं खूप काही आहे अजून. हा शोध कधीही थांबणार नाही. ते जाऊ दे, तू काय केलंस आज?'' त्यांनी तिला सहजतेने विचारलं.

''दिवसभर नृत्याचा सराव केला मी. पोहल्यामुळे काय छान वाटतं आहे मला!'' निःश्वास टाकत ती पुढे म्हणाली, ''शहाण्या मुलीप्रमाणे मी फक्त शास्त्रीय नृत्याचा सराव केला. इतरांना भुलवणाऱ्या कामुक नृत्याचा नाही.'' ती खट्याळपणे पुढे म्हणाली, ''गुरूजी, अगदी अल्पावधीत आपल्या संभाषणात फक्त स्वर आणि श्लोक दिसून येतील.''

''कामदेवापेक्षा चांगला गुरू आहे का मी?'' हे विचारताना विश्वामित्रांना हसू आलं.

''माझ्या मते तुम्हाला अचूकतेचा अधिक ध्यास आहे. आज मी अथकपणे हजार गिरक्या घेऊ शकले. बरं झालं की तुम्बरू आणि भरत मुनी ह्यांनी शास्त्रीय नृत्यप्रकारातील भौमितीय सौंदर्य मला उलगडून दाखवलं होतं.'' आपले लांब पाय ताणत तिने पावलांनी पाणी उडवलं. ''त्यांनी शिकवलेले सर्व प्रकारचे 'अडवू' मला बरोबर आठवले. शास्त्रीय नृत्य करताना टप्प्याटप्प्याने उत्कटतेकडे जायचं असतं, त्यासाठी पाया खंबीर हवा, नाहीतर लय हरवायला वेळ लागत नाही. तुम्ही दिलेल्या सूचनांचं तंतोतंत पालन केल्यामुळे मला सहजतेने पुढची पायरी गाठता आली. कामोत्तेजक नृत्यांमध्ये मात्र आम्ही आम्हाला हवे तसे विभ्रम आणि पदन्यास करतो.''

''नृत्यामध्येदेखील आध्यामिकता असते हे तुम्हाला कधी कोणी शिकवलं नाही का?'' विश्वामित्रांची नजर गंभीर झाली होती. ''नृत्य हे एक तत्त्वज्ञान आहे. तू ते जाणून घे. त्यात प्रभुत्व मिळव. विषयलोलुपता आणि अध्यात्म एकत्र गुंफून नृत्य आकाराला येतं. त्यातून अलौकिकत्व दिसलं पाहिजे. आविर्भावातून प्रकटीकरण होण्यासाठी मुळात नर्तकाला आतवर हे सारं जाणवलं पाहिजे. संगीत किंवा नृत्य म्हणजे निव्वळ करमणूक नाही. हाडाचा कलावंत त्यातून ऊर्जा पसरवतो. त्या जोडीने शांती आणि शांततेचा संदेश देतो. ह्या दोन्ही कलांमध्ये ध्वनीला विशेष महत्त्व आहे. हा ध्वनी आळवलेल्या रागांमधून, पदन्यासांमधून आणि

वाद्यसंगीतामधून निर्माण होतो. कलावंत त्यामध्ये जितक्या खोलवर पोहोचेल तितकी तीव्र समाधी अवस्था त्याला जाणवेल. ही अनुभूती सर्वस्वी वेगळी असेल.''

आकाशातल्या चमचमणाऱ्या चांदण्यांकडे पाहत मेनका म्हणाली, ''भगवान शिव, सर्वोत्तम नर्तक. ते स्वतः बरोबर नेहमी डमरू वागवतात. कारण, ते जीवनाच्या तालाचं द्योतक आहे.''

''नृत्य म्हणजे शरीराचा ताल आणि तोल,'' विश्वामित्र पुढे समजावू लागले. ''आपल्या शरीरातील प्रत्येक तंतू, नाडी, चक्र आणि ठोक्यांना स्वतःची लय आहे. ध्वनी आणि शरीराच्या हालचाली ह्यांचं वेगळं शास्त्र आहे. देहबोलीला शब्द, संगीत, भावना, साजशृंगार अशी जोड देऊन त्यातून आध्यामिकता अनुभवता येते. वेगळ्या स्तरावर संवाद प्रस्थापित करता येतो.''

त्यावर मान डोलावत मेनका म्हणाली, ''नाट्यशास्त्रानुसार शृंगार, रौद्र, भीषण, हास्य, वीर, करूण, शांत, अद्भुत, बीभत्स हे नऊ रस महत्त्वाचे मानले गेले आहेत.''

अशा चर्चा करत असताना विश्वामित्र देत असलेली माहिती मेनका अप्रूपाने ऐकून घेत असे. विश्वामित्रांची विद्वत्ता वादातीत होती. त्यांची शिकवण्याची हातोटी इतकी विलक्षण होती की, ऐकणाऱ्याला आपल्या अल्पज्ञानाची लाज वाटत नसे. कित्येकदा मेनकेशी सहज बोलताना ते तिला भरभरून माहिती देत.

''भरत मुनींनी तुला नृत्य आणि संगीताचं परिपूर्ण ज्ञान दिलं आहे. मात्र, म्हणून तू नाट्यशास्त्राच्या सहा हजार श्लोकांचं पठण करून दाखवण्याची आवश्यकता नाही. भरत मुनींना त्यांचं नाव कसं मिळालं माहिती आहे का तुला? भ-र-त; ह्यातील 'भ' भाव दर्शवतो, 'र' राग दर्शवतो आणि 'त' ताल दर्शवतो.''

''खरं की काय?'' तिच्या स्वरात नवल होतं. ''मला ठाऊक असतं तर चिडवलं असतं मी त्यांना.''

भुवई उंचावत आश्चर्याने विश्वामित्रांनी म्हटलं, ''चिडवलं असतंस? मी तर ऐकलं आहे की अतिशय तापट आणि शिस्तीचे भोक्ते आहेत ते; पण तू त्यांनाही प्रभावित करत असणार ह्याची मला खात्री आहे.''

खुदकन हसत मेनका म्हणाली, ''हं, कधी कधी थोडे विचित्र वाटतात ते. कारण, त्यांच्या लेखी अचूकता अत्यंत महत्त्वाची आहे. एकदा तर उर्वशीने केलेल्या चुकीपायी ते तिला शाप देणार होते. लक्ष्मी-नारायण नृत्य सादर करत असताना 'पुरुषोत्तम' असं म्हणण्याऐवजी तिने 'पुरूरवा' असं म्हटलं.''

''प्रेमाची किमया आहे ही सगळी,'' विश्वामित्र हसून म्हणाले. ''तुझ्या प्रेमाने माझी गत काय झाली आहे ते पाहतेस ना! एकाच वेळेस मी तुझा स्वामी आणि दास आहे. विनातक्रार तू माझ्याकडून प्रशिक्षण घेत आहेस ह्याचा मला फार आनंद होत आहे,'' बोलता बोलता पायाच्या अंगठ्याने त्यांनी तिच्या पायाला गुदगुदली केली.

सवयीप्रमाणे खालचा ओठ चावत तिने मान डोलावली. पाण्याच्या आणि विश्वामित्रांच्या स्पर्शाने तिचा थकवा नाहीसा झाला होता.

पटकन तिच्या ओठांवर बोट टेकवत ते म्हणाले, ''नको करूस तसं.'' करंगळीने तिचा खालचा ओठ तिच्या दातांखालून सोडवत ते पुढे म्हणाले, ''बघ, दाताचा व्रण उमटला ना?''

थोड संकोचून ती म्हणाली, ''तुम्ही एक उत्तम शिक्षक आहात हे माहिती आहे का तुम्हाला? आम्ही अप्सरा जेव्हा नृत्य करतो, तेव्हा तुम्ही उल्लेख केलेले कंगोरे आमच्या मनात कुठेही नसतात. शृंगारातसुद्धा अध्यात्म आहे का, डौल आणि सौंदर्य ही दोनच नृत्याची अंग आहेत का असे प्रश्न मला पडायचे. तुम्ही मला जाणीव करून दिली की, नृत्य म्हणजे ईश्वर सेवा. ते पाहायला प्रेक्षकांची आवश्यकता नाही. जोडीला संगीत नसलं तरी चालतं. मनातून श्रद्धेचं गीत मात्र उमटलं पाहिजे. नर्तक आणि त्याचा अंतरात्मा ह्याव्यतिरिक्त तिथे कशाचीही गरज नसते. अशा वेळेस सर्वोच्च कला सादर होते. तुमच्यासमोर नृत्य करताना माझ्यामध्ये हाच भाव असतो.'' किंचित थबकून ती पुढे म्हणाली, ''तुम्ही माझे ईश्वर आहात. माझे गुरू आहात.''

तिच्या बोलण्यावर विश्वामित्र आक्षेप घेणार होते; परंतु तिच्या स्वरातील प्रामाणिकपणाने ते थक्क झाले. त्यांच्या छातीवर हात ठेवत तिने मागणं मागितलं, ''इथून पुढे माझ्याकडून माझ्या कलेचा उपमर्द होणार नाही, ही कला माझ्याकडून भ्रष्ट होणार नाही असा आशीर्वाद मला द्या.''

हळुवारपणे तिच्या खांद्यावर हात ठेवत ते म्हणाले, ''तू अप्सरा आहेस. नृत्य तुझ्या अस्तित्वाचा भाग आहे. ते पाप नाही. त्यात भ्रष्ट होण्यासारखं काही नाही.''

किंचित वळून मेनका म्हणाली, ''नाही कसं? आजवर मी पाप करत आले आहे. तुम्ही मला एक नवीन मार्ग दाखवलात. आजवर अवगत नसलेली आध्यात्मिक दृष्टी दिली.''

तिची घालमेल लक्षात घेऊन ते म्हणाले, ''कारण तुला ते कुणी कधी शिकवलंच नाही. इन्द्राने तुझ्यातील कलेला बीभत्स रूप दिलं. तू कलाकार आहेस हे त्याने तुला विसरायला लावलं.''

''मोहमयी!'' तिने शांतपणे पुस्ती जोडली.

ते मान्य करत विश्वामित्र म्हणाले, ''तेच म्हणतो आहे मी. मेनका, तूच नाही तर तुम्ही सर्व अप्सरा कलाकार आहात; पण इन्द्राने तुमची स्वतःकडे पाहण्याची दृष्टी दूषित केली आहे. त्याच्या आज्ञेनुसार तुम्ही मनोरंजन अथवा मनभंजनासाठी नृत्याचा वापर करत आला आहात; पण म्हणून तुम्हाला वैयक्तिक दोष देण्यात अर्थ नाही. तेवढ्याने तुम्ही पापी किंवा अपवित्र ठरत नाही. तू का असा समज करून घेतेस? तुझी पात्रता फार मोठी आहे. तू स्वर्गीय आहेस. शुद्धतम मनातून तुझी निर्मिती झाली आहे. तू माझी प्रेरणा आणि शक्ती आहे. मी तुझा आत्यंतिक आदर करतो. मला तुझा अभिमान आहे. तुझ्यावरच्या माझ्या प्रेमाची ग्वाही द्यायला शब्द अपुरे आहेत.'' तिची हनुवटी हळुवारपणे उंचावत त्यांनी तिच्या नजरेत नजर मिळवली. ठ'मी उच्चारलेला प्रत्येक शब्द निःसंशय खरा आहे. त्यावर तू विश्वास ठेवावास एवढंच माझं म्हणणं आहे,ट' असं म्हणून त्यांनी तिच्या भुवयांवर ओठ टेकवले. त्या स्पर्शात केवळ वंदनीय भाव होता.

त्यांच्या त्या निष्कपट शब्द आणि कृतीमुळे तिच्या मनात पुन्हा एकवार भीती दाटली. स्वतःच्या अपुरेपणाची नव्याने जाणीव झाली. पश्चात्ताप उसळला. त्यांच्या नजरेतील जे प्रामाणिक भाव होते त्यांना नजर देणं तिला अशक्य वाटलं; परंतु त्यांनी तिची हनुवटी घट्ट धरून ठेवली होती, त्यामुळे त्यांच्या नजरेत पाहण्याव्यतिरिक्त तिला गत्यंतर नव्हतं. त्यांच्या प्रेमाला ती पात्र तरी होती का – ह्या सत्याला सामोरं जाण्याची वेळ आली होती. त्यांच्या पहिल्या भेटीपासून तिने नाटक केलं होतं. ते

प्रेमात पडावे म्हणून ढोंग वठवलं होतं, स्वतःची ओळख देताना चतुराईने सत्यासत्यतेची सरमिसळ केली होती. स्वतःचं व्यक्तित्व, आचरण आणि हेतू बदलले होते. त्यांच्या जोडीने स्वतःशी प्रतारणा केली होती. इतकं सगळं असून एक सत्य तिला मान्य करणं भाग होतं – ते म्हणजे ती प्रेमात पडली होती. उरलसुरलं नैतिक धैर्य एकवटून तिने त्यांच्या नजरेत पाहत म्हटलं, ''आहे माझा विश्वास. मीसुद्धा प्रेम करते तुमच्यावर. मी इतकी आनंदात आहे की, त्या आनंदाचीही मला भीती वाटते आहे. तुमच्या रूपात असलेला हा स्वर्ग मी एखाद्या दिवशी कायमचा गमावून तर बसणार नाही ना ह्याची मला धास्ती वाटते.''

तिच्या ह्या बोलण्यात मात्र जराही खोटेपणा नव्हता.

# डाव-प्रतिडाव

तिला त्याचं अस्तित्व ताबडतोब जाणवलं. सावध होत तिने सभोवार नजर टाकली. आजूबाजूच्या गर्द झाडीत इन्द्र दडला आहे हे तिच्या लगेच लक्षात आलं. सुदैवाने कौशिक घनदाट जंगलामध्ये समाधी अवस्थेत असल्यामुळे इन्द्राची उपस्थिती त्याला जाणवणार नाही, ह्याचं समाधान तिला वाटलं. कौशिकाने आपल्या साधनेकडे नीट लक्ष द्यावं ह्यासाठी ती गेले कित्येक मास त्याच्या मागे लागली होती. अर्थात, त्यामुळे तिच्या मनातील अपराधी भाव काही कमी होणार नव्हता. तिच्यापायी नादावून एका मुनीचं श्रेष्ठत्व सामान्यतेकडे झुकलं होतं.

कौशिकने नव्याने तपसाधनेला सुरुवात केली आहे हे पाहून घायकुतीला येऊन इन्द्र आत्ता इथे आला असणार. तितक्यात दडलेला इन्द्र समोर आला. तिच्याकडे पाहून तो हसला खरा; पण त्यात आढ्यता होती, दुसऱ्याला हीन लेखण्याची वृत्ती होती.

''अरे वा, स्वतःसाठी प्रतिस्वर्ग निर्माण केलेला दिसतो आहे,'' अत्यंत खोचकपणे तो बोलू लागला. ''आपल्या मूळ स्वर्गाकडे कधी परतून येण्याचा विचार आहे?'' थिजलेल्या नजरेने त्याने विचारलं. ''आणि हे बघ मेनका, ह्या वेळेस मी चकार शब्दही ऐकून घेणार नाही. तुला इथे येऊन आठ वर्षांचा प्रदीर्घ कालावधी लोटला आहे. निव्वळ वेळ वाया घालवते आहेस तू! मी स्वतः इथे आलो आहे तुला स्वगृही घेऊन जायला,'' भांडण्याच्या पवित्र्यात तो म्हणाला.

ह्या प्रसंगाची उजळणी मेनकेच्या मनात आजवर हजारो वेळा झाली होती. बहुतांशी रात्री तिने त्यापायी तळमळत काढल्या होत्या. समोर येताच इन्द्र कसा वागेल, कसा बोलेल, ह्याचे आडाखे तिने मांडले होते, ते अगदी अचूक होते म्हणूनच तिने आखलेली योजनादेखील यशस्वी होईल अशी आशा तिला वाटली. तशी तिने मनोमन प्रार्थना केली. त्या योजनेच्या यशापयशावर तिचा आनंद अवलंबून होता.

"प्रभू, मी तुमच्याशी कुठलाही वाद घालणार नाही. तुमची शक्ती मी जाणत नाही का?" तिने नम्र स्वरात बोलायला सुरुवात केली. "पण मी तुमच्यासमोर याचना करते, विनवणी करते, कृपावंत होऊन मला इथे राहण्याची अनुमती द्या. माझं फार प्रेम आहे त्यांच्यावर! मला त्यांच्यापासून असं तोडू नका."

प्रत्यक्ष मेनका याचकाच्या स्वरूपात! इन्द्राला अत्यानंद झाला. वरकरणी मात्र तसं न दाखवता त्याने तिरसटपणे म्हटलं, "प्रेमात पडल्यामुळे तू सारासार विचार हरवून बसली आहेस."

"तुमच्याशी झगडण्याचं बळ माझ्यात नाही. ते मागच्या वेळेसच गमावून बसले आहे, मी तुम्हाला शरण येते. कौशिकासाठी मी तुम्हाला शरण येते. त्याच्यासाठी काय वाट्टेल ते करेन मी!" साश्रू नयनांनी गदगदलेल्या स्वरात तिने म्हटलं, "पण कृपा करून कुठलाही रक्तपात होऊ देऊ नका!" आपली अभिनय कला पणाला लावत ती पुढे म्हणाली, "मागच्या वेळेस तुम्ही वसूला शाप दिलात; पण आता तुम्ही कौशिकला इजा करू नये एवढीच माझी इच्छा आहे. त्यासाठी त्याला सोडून तुमच्याबरोबर यायला मी तयार आहे."

वसू! त्या दळभद्र्याची आठवण काढायची काय गरज होती? इन्द्राच्या मनात तिरस्कार दाटला. मेनका नक्कीच निवळली होती. पूर्वीच्या फणकाऱ्याचं चिन्हदेखील दिसत नव्हतं. तिला अशी काकुळतीला आलेली पाहून त्याचा अहंकार सुखावला. हे अनपेक्षित होतं आणि हा सर्व त्याच्या शक्तीचा परिणाम होता. थरथर कापत होती ती त्याच्या पुढे. निमूटपणे तिथून निघून जाण्याच्या हेतूने तिने पाऊल उचललं. "परंतु देवेन्द्रा, तुम्ही असे झाडीत का लपलात?" तिला विचारल्याशिवाय राहावलं नाही.

तेवढ्याने त्याच्या अहंकाराला धक्का बसला. संतापून तो म्हणाला, "कारण, तुझ्याशी आधी चर्चा करण्याचा मानस होता माझा. तेवढ्यासाठी

विश्वामित्राशी दोन हात करणं अनाठायी वाटलं मला. तुझं इथे येणं हा आपला डाव होता. तो तसाच राहू दे. जितक्या अचानक तू त्याच्या आयुष्यात प्रवेश केलास तितक्याच अचानकपणे तू इथून नाहीसं व्हावंस हे बरं!''

त्यावर वेदनेने पिळवटलेल्या स्वरात ती म्हणाली, ''मी इथे नाही हे कौशिकच्या लक्षात येण्याआधीच आपण निघूयात इथून. संतापाने बेभान होईल तो!''

''देवांना आव्हान देण्याचं धाडस त्याने पुन्हा करायला नको म्हणून त्याच्या तपसामर्थ्याचा नाश करणार होतीस तू. ती जबाबदारी सोपवली होती तुझ्यावर! तसं का झालं नाही?'' इन्द्राला उत्तर हवं होतं. आपल्या शत्रूच्या अमर्याद सामर्थ्याबद्दल तो जाणून होता. ''की मग सोपवलेलं कार्य पूर्ण करण्याची ताकद तू प्रेमापायी विसरून बसली आहेस?''

आपण हे काय बोलून बसलो ह्याचं भान इन्द्राला त्या क्षणी आलं. विश्वामित्राच्या प्रेमात मेनकेला पाडायचं पाताळयंत्री कृत्य त्यानेच केलं होतं. त्यातून तो तिला बाहेर काढू शकत नव्हता. स्वतःच्याच जाळ्यात तो अडकला होता. तत्परतेने स्वतःला सावरत तो पुढे म्हणाला, ''वा! काय पण हौतात्म्य पत्करलं आहेस!'' विखारी स्वरात तो पुढे म्हणाला, ''आज माझ्याबरोबर परत यायची तयारी आहे तुझी. नेहमीची अरेरावी कुठे गेली? तो ताठा, तो गर्व, ते 'मेनका' असणं? ह्या वेळेस प्रेमाने तुझा अगदी शक्तिपात केला आहे.''

त्याच्या म्हणण्याला संमती देत मेनका अगतिकतेने म्हणाली, ''तुमच्या पुढे मी जिंकू शकत नाही हे लक्षात आलं आहे माझ्या. इथे कौशिक बरोबर राहायला आवडेल मला; पण मला माहीत आहे की, तुम्ही तशी अनुमती देणार नाही. मी नाही वाद घालत तुमच्याशी. कौशिकच्या भल्यासाठी मी तुमच्याबरोबर स्वर्गात परतायला तयार आहे.''

इन्द्राने आश्चर्याने विचारलं, ''कौशिकचं भलं?''

त्याची उघड अवज्ञा न करत मेनकेने फक्त मान डौलवली. मग धीर एकवटत ती म्हणाली, ''असं करताना माझं हृदय छिन्नविच्छिन्न होईल; परंतु तुमच्या शापातून निदान कौशिकची तरी सुटका होईल.'' तिचा स्वर व्याकूळ झाला होता. ''तो तुम्हाला आव्हान दिल्याशिवाय राहणार नाही. हेच मला टाळायचं आहे. तो समाधीतून बाहेर येण्याआधी आपण इथून

जाऊ या. मी कुठे आहे हे त्याला आत्मिक बळाद्वारे लक्षात येईलच. त्यानंतर...'' तिचं अर्धवट वाक्य त्या गर्द झाडीमध्ये जणू हिंदोळे घेऊ लागलं.

डोळे बारीक करत इन्द्राने कर्कश स्वरात विचारलं, ''अजूनही आत्मिक शक्ती आहे त्याच्यात? आत्तापावेतो तुझ्यापुढे त्याच्या शक्ती विरून गेल्या असतील अशा कयास होता माझा.''

असाहाय्यपणे मान हलवत ती म्हणाली, ''कौशिकचं योगिक बळ फार श्रेष्ठ आहे. त्याला नामोहरम करणं सोप्प नाही. चुटकीसरशी नाही घडून येऊ शकणार ते!'' इन्द्राची एक चुटकी म्हणजे सामान्य मानवाचा संपूर्ण जीवनकाल असतो हे तिने आपल्या बोलण्यातून सूचित केलं.

ते ऐकताच इन्द्राचा चेहरा काळवंडला.

''त्या माणसाबरोबर कुठल्याही प्रकारचं युद्ध खेळायचं नाही मला म्हणून तर ही योजना आखली होती. मागच्या वेळेस ब्रह्मदेवांनी माझ्यावर ठपका ठेवला होता. पुनरावृत्ती नको आहे मला त्याची.'' इन्द्राचा नक्कीच गोंधळ उडाला होता. त्याने सावधपणे विचारलं, ''आपलं जे ठरलं होतं तितकंच सांगितलंस ना तू कौशिकला?''

त्या प्रश्नावर मेनका भयचकित झाली. डोळे मोठे करत तिने म्हटलं, ''आपण त्याची वंचना करत आहोत हे कसं सांगेन मी त्याला.'' बोलताना तिने मुद्दामच 'आपण' ह्या शब्दावर जोर दिला. जणू काही ते दोघंही त्या गुन्ह्याचे भागीदार होते. तिच्या वाक्याने इन्द्र निश्चिंत झाला. आपल्या बोलण्याचा त्याच्यावर योग्य परिणाम होत आहे हे पाहून ती पुन्हा विनवणीच्या स्वरात म्हणाली, ''त्याला जर सत्य समजलं तर तो त्या क्षणी शाप देईल मला. आत्ताच्या आत्ता मी तुमच्याबरोबर निघावं हेच योग्य आहे देवेन्द्रा.''

क्षणभर थांबून इन्द्र म्हणाला, ''तू त्याच्याबरोबर दीर्घकाळ राहिली आहेस. तू इथे कायमची राहू शकत नाही हे तुलाही माहिती आहे. अजून किती वर्षं राहायचा विचार आहे तुझा?'' त्याचा स्वर तिखट झाला होता.

''मी स्वर्गातील अप्सरा आहे हे कसं विसरेन? माझी जागा इथे ह्या आश्रमात नाही हे माझ्या बुद्धीला कळतं आहे; पण मनाला वळत नाही. काय करू मी आता?'' तिने सुस्कारा टाकला. तिच्या डोळ्यांत वेदना उमटली होती.

अस्वस्थपणे तिने आपलं अंगवस्त्र सावरलं. अनिमिष नेत्रांनी इन्द्र तिच्या हालचाली बघत होता. अंगावर एकही अलंकार नसताना तिचं सौंदर्य झळाळत होतं. आजही तिला पाहून तो श्वास घ्यायला विसरला.

तिची किती उणीव भासली मला. तिचं असणं, खळाळून हसणं आणि डौलात वावरणं; तिचा गंध, कमनीय देहाची हालचाल, लालचुटूक ओठ चावायची ती जीवघेणी सवय! तिच्यावाचून स्वर्ग नरक ठरला होता. मला ती आत्ताच्या आत्ता परत हवी आहे, त्याचं मन आक्रोश करू लागलं. त्याच्या अपेक्षेपेक्षा फार सहज झालं होतं हे सारं, कारण तिने परत यायची तयारी दर्शवली होती. तिच्या मानसाबद्दल तो क्षणभर साशंक झाला. मग त्याच्या लक्षात आलं होतं की, मेनका आंतरबाह्य बदलली आहे, मवाळ झाली आहे. ही किमया विश्वामित्राने साधली होती. मर्त्यधर्मींचा हा एक मोठा गुण होता हे इन्द्राला निरुपायाने मान्य करावं लागलं होतं. ती आधीपेक्षा प्रगल्भदेखील वाटत होती, जणू आपल्या मर्यादा तिच्या लक्षात आल्या होत्या. पूर्वीचा भांडणाचा आणि उद्दामपणाचा अंश तिच्यात नव्हता. त्याची जागा समंजसपणाने घेतली आहे, अशी त्याची खात्री पटली. तिचं हे रूप त्याला अधिक भावलं. स्वतःला वर्तमानात आणत तो स्वर्गात परतण्याबद्दल विचार करू लागला.

"मेनका, प्रेमापायी तू पूर्वी नादावली होतीस. आता मात्र शहाणी झाल्यासारखी दिसते आहेस."

त्याच्या स्वरातील उपहास लक्षात येऊनही तिने दुर्लक्ष केलं. दाताखाली ओठ चावत प्रयत्नपूर्वक स्वतःवर नियंत्रण ठेवून ती म्हणाली, "खरं आहे! रक्तपात टाळण्याऐवजी त्याला सोडून येणं माझ्या दृष्टीने अधिक शहाणपणाचं आहे."

आपल्या सामर्थ्याची पावती तिच्या ह्या बोलण्यातून मिळाल्यामुळे इन्द्र सुखावला.

"पण देवेन्द्रा, रक्तपात टळणार नाही हे लक्षात घ्या," तिने स्पष्ट केलं. "एक ना एक दिवस मला स्वर्गात परत यायचं आहे हे मला पहिल्यापासून ठाऊक होतं; पण कौशिकचं काय? तो कसं चालवून घेईल हे?" ती सावधपणे पुढे म्हणाली, "तो संतापणं स्वाभाविक आहे. त्या भरात तो मला किंवा तुम्हाला शाप देऊ शकतो, कदाचित दोघांनाही तो शापित करेल," तिने हळूच पुस्ती जोडली. ती जाणून होती की, इन्द्राला शापाची अतिशय धास्ती आहे. मागे त्याने गौतम ऋषींच्या रूपात जाऊन अहिल्येबरोबर—

त्यांच्या पत्नीसमवेत शरीरसुख घेतलं होतं. त्यानंतर गौतम ऋषींनी त्याचा पाणउतारा करत त्याला शाप दिला होता. त्याच्या ह्या विषयलोलुपतेपायी ऋषींनी त्याच्या शरीरभर सहस्र योनी निर्माण केल्या होत्या.

ते आठवून इन्द्राने ओठ घट्ट आवळून घेतले. ते रागापायी की भीतीपायी? मेनकेला ठरवता येईना. स्वतःला सावरत त्याने विचारलं, ''आपल्या दोघांना शापित करण्याचं सामर्थ्य अजूनही आहे विश्वामित्रात?''

''हे देवेन्द्रा, मी पुन्हा एकदा तुम्हाला आठवण करून देते की, तुम्हाला आव्हान देण्याचं सामर्थ्य त्याच्यात अजूनही आहे.''

ते ऐकून तो त्रस्त स्वरात पुटपुटला, ''एव्हाना त्याचं तपसामर्थ्य लयाला गेलं असेल असा माझा समज होता. अजून किती अवधी हवा तुला ह्यासाठी.''

''अजूनही तो अधूनमधून तपसाधना करत असतो.''

मेनका अर्धसत्य सांगत आहे हे इन्द्राला कसं कळणार? विश्वामित्रांनी साधना करावी हा तिचाच हट्ट होता. त्याने आपल्या ध्येयापासून परावृत्त व्हावं असा कोणताही प्रयत्न तिने कधीच केला नव्हता. ''त्याची साधना संपूर्णपणे थांबवायची असेल तर तो निव्वळ माझा प्रेमिक असून चालणार नाही. कुटुंबवत्सल पुरुषाची भूमिका त्याच्या गळ्यात टाकावी लागेल...'' विचारात गढल्याचा आव आणत ती बोलू लागली.

दोन्ही हात कमरेवर ठेवत इन्द्र त्याच्या लकबीप्रमाणे उभा राहिला.

''कदाचित, माझ्यातील नावीन्य ओसरू लागलं असेल म्हणूनच तो परत साधनेकडे वळत असावा,'' तिचा स्वर चिंतातूर होता.

''छे! माझा नाही विश्वास ह्याच्यावर. मेनका, तू त्याच्यात संपूर्णपणे भिनली आहेस. पुरुषाला नामोहरम करायचं हा तुझा गुणधर्म आहे. असं असताना तो जर तपसाधनेकडे वळत असेल, तर त्यात फार मोठा धोका आहे. अशाने त्याची जुनी महत्त्वाकांक्षा जागी होईल,'' इन्द्राच्या कपाळावर आठ्या उमटल्या. नेमकी हीच मेनकेची योजना आहे हे त्याच्या लक्षात आलं नाही.

''तेच तर म्हणते आहे मी,'' मेनका कळवळून म्हणाली. ''हे सगळं टाळायचं असेल तर त्याला माझ्याशिवाय दुसरं काही सुचता कामा नये. त्यासाठी मी इथे असणं अत्यावश्यक आहे. मी त्याला पूर्णपणे गुंतवून

टाकायला हवं. तो माझ्याशी कायमचा बांधला गेला पाहिजे... कसं साध्य होईल हे?'' एकदम काहीतरी आठवून तिचा चेहरा उजळला. ''इन्द्रा, तू मागे सुचवलं होतंस की, मी त्याच्यापासून अपत्यप्राप्ती करावी.''

हे ऐकताच इन्द्राच्या कपाळावरच्या आठ्या नाहीशा झाल्या. तिचा अभिनय इतका उत्तम होता की, ती आपल्या बाजूने आहे ह्याची इन्द्राला खात्री पटली. कोणे एकेकाळच्या त्या महान ऋषीला मिटवून टाकण्यासाठी मेनकासुद्धा आसुसली आहे ह्या जाणिवेने तो सुखावला.

''हे प्रभू, तुमची सूचना योग्य होती. त्याच्यापासून अपत्यप्राप्ती झाली की, तो आपोआप बंधनात पडेल. गृहस्थाश्रमाची जबाबदारी त्याला पेलावी लागेल,'' योग्य मार्ग सापडल्यामुळे तिच्या चेहऱ्यावर हसू उमटलं होतं. ''मग मात्र माझीच नाही तर बाळाची जबाबदारी त्याला उचलावी लागेल. अशा परिस्थितीत मी त्याला सोडून निघून आले की, आपली साधना सोडून त्याला बालसंगोपनासाठी स्वतःला वाहवून घ्यावं लागेल. मग कुठलं ध्येय आणि तपश्चर्या?''

''हे तर मी तुला पूर्वीच सांगितलं होतं,'' आत्मसंतुष्टपणे इन्द्र म्हणाला. ''इतके दिवस त्याची परिपूर्तता का झाली नाही?''

''त्याला मूल नको होतं,'' ती पटकन खोटं बोलली. ''आम्हा दोघांत कुणी वाटेकरू नको आहे त्याला. आता मात्र मला युक्तीने वागावं लागेल. त्याच्या मनात बाळाची आस निर्माण करावी लागेल. हे सगळं पटकन होणार नाही. त्याला थोडा अवधी द्यावा लागेल...''

इन्द्राने तिच्याकडे त्रासिकपणाने पाहिलं.

मेनकेने आपला मुद्दा पुढे दामटत म्हटलं, ''बाळाला पाहताच त्याच्या शापाची धार बोथट होईल. शिवाय, माझ्या विरहाचं दुःख त्याला जाणवणार नाही.'' आपलं म्हणणं इन्द्राला पटलेलं आहे हे लक्षात घेऊन मेनका पुढे म्हणाली, ''हातात निष्पाप बाळ असताना देवांना आव्हान देण्याचं धाडस विश्वामित्र करणार नाही. पिता म्हणून असलेली जबाबदारी त्याला सूडभावनेपासून दूर ठेवेल. मी म्हणते आहे ते बरोबर आहे ना देवेन्द्रा?''

इन्द्र तिरस्काराने म्हणाला, ''तुझ्या प्रेमात तो इतका वेडा झाला आहे की, तू त्याला सोडून जाताच त्याचं जगण्यातलं स्वारस्य संपेल. त्यानंतर त्याला आपल्या ध्येयाची आठवणदेखील येणार नाही. कदाचित तो

जीवनाचा त्याग करेल. अर्थात, असं मला वाटतं आहे. तसं घडेलच असं नाही.'' निव्वळ कल्पनेने इन्द्र सुखावला होता. तो पुढे म्हणाला, ''मूल होणं हा आजही मला उत्तम तोडगा वाटतो; पण मेनका तुझं काय? त्याचा आणि त्या बाळाचा त्याग करू शकणार आहेस का तू?'' इन्द्राच्या नजरेत खवचट हसू उमटलं होतं.

हे ऐकताच तिच्या डोळ्यांतून घळघळ अश्रू वाहू लागले. ती स्फुंदत म्हणाली, ''देवेन्द्रा, ह्याआधी केला आहे मी असा त्याग. तूच तर करायला भाग पाडलं होतंस मला. निदान ह्या वेळेस मी पूर्वीसारखा आकांत तरी करणार नाही. त्याच्यातच आपल्या साऱ्यांचं भलं आहे.''

आपण सुचवलेला उपाय तिला पटलेला आहे हे पाहून इन्द्राला आनंद झाला. अर्थात, त्यामुळे तिचं स्वर्गात परतणं थोडं लांबणीवर पडणार होतं; पण हरकत नाही. तितक्यात त्याच्या लक्षात आलं की, मेनका विचारात पडली होती.

''मला असं वाटतं की, तुझी किंवा माझी इच्छा दुय्यम आहे. मुख्य प्रश्न कौशिकचा आहे. त्याच्या कोपिष्टपणाला आपण कसे थोपविणार आहोत? तो ताबडतोब युद्ध पुकारेल. ज्या क्षणी मी निघून जाईन त्या क्षणी त्याचा निश्चय अधिक दृढ होईल. मग मी तुझ्याबरोबर आत्ता येवो किंवा काही काळाने. त्या वेळेस त्याच्या मनात निव्वळ सूड भावना नसेल. इतके दिवस वसिष्ठ ऋषींना नमवण्यासाठी तो आतूर होता. आता मात्र तुला नमवण्याचं ध्येय तो नव्याने स्वीकारेल. तू केलेलं कृत्य तो विसरणार नाही, कधीच नाही.''

हे ऐकताच इन्द्राच्या मनात आत्तापर्यंत सुप्तावस्थेत असलेल्या भीतीने पुन्हा मान वर केली. त्याने काळजीने विचारलं, ''नेमकं काय म्हणायचं आहे तुला?''

न डगमगता मेनका म्हणली, ''ज्या क्षणी मी त्याला सोडून स्वर्गात येईन त्या क्षणी ब्रह्मर्षी होण्याच्या आपल्या ध्येयाची तो अधिक खडतरपणे पूर्तता करेल. इतक्या वर्षांच्या सहवासातून मी त्याला चांगलं ओळखलं आहे. प्रेमभंगाचं दुःख नाही उगाळत बसणार तो. उलट, दुखावलेल्या हिंस्र श्वापदाप्रमाणे त्याला रक्ताची तहान लागेल. हे प्रभू, त्यानंतर मात्र तुमचा हाडवैरी पुन्हा एकदा स्वर्गाची दारं ठोठावू लागेल,'' हे बोलताना भीतीने तिच्या चेहऱ्यावरचा रंग उडाला होता. इन्द्राच्या चेहऱ्यावरचे भाव

तिने नेमके टिपले होते. विश्वामित्राशी युद्ध करण्याच्या कल्पनेनेसुद्धा तो हादरला होता.

''ब्रह्मर्षी होण्याच्या दृष्टीने कौशिक प्रयत्न करणार हे नक्की; पण प्रभू, तुमच्यासमोर पर्याय आहे.'' त्याची मनधरणी करत ती पुढे म्हणाली, ''एकतर तुम्ही उघड उघड त्याच्याशी वैर स्वीकारा किंवा मग...'' मुद्दामच काही क्षण थांबून ती पुढे म्हणाली, ''त्याच्यावर नियंत्रण ठेवण्यासाठी मला इथे राहू द्या.''

सारं काही तिच्या मनासारखं होत होतं. आधी इन्द्राच्या अहंकाराला खतपाणी घालून त्यानंतर त्याला मोहात पाडून, असाहाय्यतेचं प्रदर्शन करून, त्याचं कौतुक करत, आपलं चुकल्याची मान्यता देऊन सरतेशेवटी तिने त्याला घाबरवलं होतं. आता इन्द्र तिच्या पकडीत होता. ती त्याला हवं तसं नाचवू शकणार होती. कोणे एकेकाळी तोही असंच वागला होता. ह्या क्षणी तिची पकड जराही सैल झाली, तर तो पुन्हा तिला आपल्या तालावर नाचवणार होता. तिला आता त्याचं तोंड पाहायची इच्छा नव्हती. त्याच्यापासून तिला कायमची सुटका हवी होती.

अंगवस्त्राच्या टोकाशी चाळा करत तिने अतिशय नम्र स्वरात विचारलं, ''हे प्रभू, मी काय करायला हवं असं वाटतं तुम्हाला? त्वरित तुमच्याबरोबर अमरावतीला येऊ की कायमचं इथे थांबून कौशिकला माझ्या ताब्यात ठेवू, जेणेकरून तुमच्या मार्गातील अडचण कायमची दूर होईल?''

ह्या बयेने पुन्हा एकवार त्याच्यावर कुरघोडी केली होती. स्वतःला सावरायला त्याला काही क्षण लागले. खरंतर त्याला अतिशय संताप आला होता. तिला दंड करायला त्याचे हात शिवशिवत होते; पण तो काहीही करू शकत नव्हता. त्याने विणलेल्या जाळ्यात तो स्वतःच अडकला होता. त्याची ही तगमग पाहत मेनका शांतपणे उभी होती. आपला आनंद तिने चेहऱ्यावर दिसू दिला नव्हता एवढंच.

दात ओठ अवळत इन्द्र म्हणाला, ''फार धूर्त योजना राबवली आहेस तू.''

''मी?'' खोट्या आश्चर्याने तिने डोळे विस्फारले. ''माझं काय चुकलं? हे खरं आहे की मी सावजाच्या प्रेमात पडले; पण माझा तो हेतू नव्हताच.'' तिच्या हळुवार स्वराला याचनेची किंचित जोड होती. तिला हेही ठाऊक होतं की, तिला विश्वामित्राच्या प्रेमात पाडण्याचा डाव इन्द्राने

रचला होता; परंतु त्याने ते कधीही मान्य केलं नसतं. धुमसू दे त्याला पश्चात्तापामुळे, ती समाधानाने हसली.

पुढे काय होणार ह्याचं चित्र इन्द्राला स्पष्टपणे दिसलं. एकटा विश्वामित्र, जखमी श्वापदासारखा धोकादायक ठरला असता. सूड आणि रक्तासाठी हपापला असता. त्याला थोपवणं फक्त मेनकेच्या हातात होतं. इन्द्राला निर्णय घ्यावा लागणार होता. मेनकेला विश्वामित्रापासून दूर करायचं की मेनकेला गमवायचं. अनिश्चितपणे त्याने तिच्याकडे पाहिलं. अतिशय हुशार होती ती! पण तिचं कौतुक करावं असं त्याला वाटलं नाही. सगळी चूक त्याची होती. तिने फक्त ठरल्याप्रमाणे योजना अमलात आणली होती, अगदी विश्वामित्राच्या प्रेमात पडायचीसुद्धा! एका श्वापदाला संपविण्यासाठी त्याने दुसऱ्या श्वापदाची निर्मिती केली होती. विनाश मात्र त्याचा होणार होता. मेनका! विखारी आणि मोहमयी! इन्द्राने रचलेल्या सापळ्यात तिने त्यालाच कौशल्याने अडकवलं होतं. त्यातून बाहेर कसं यायचं हे त्याला कळत नव्हतं. स्वतःच्या निर्णयापायी तो अडकून पडला होता. मेनका! त्याचा कमकुवतपणा! अधिक सामर्थ्यशाली व्हायचं असेल तर हा कमकुवतपणा दूर करणं भाग होतं त्याला. नाहीतर त्यापायी एक दिवस त्याचाच विनाश झाला असता. मेनकेला जाऊ द्यावं लागणार होतं.

"प्रभू," अधिक खोलवर वार करत मेनकेने मधाळ स्वरात विचारलं. "काय करू मी?"

"सडत राहा इथेच ह्या घाणेरड्या नरकात!"

# जन्म आणि पात्रता

कौशिक शिस्तीचा भोक्ता होता. गेली दहा वर्षं ती दोघं एकत्र राहत होती, त्यामुळे मेनकेला त्याची दिनचर्या पाठ झाली होती. त्यात काहीही बदल होत नसे आणि म्हणूनच तिला शांत आणि सुरक्षित वाटत असे.

आनंद म्हणजे अजून काय असणार?

त्यांच्या सौख्यावरचं सावट तिने चतुराईने आणि पूर्णपणे परतवून लावलं होतं. इन्द्र आता त्यांच्या सुखात मीठ कालवायला येणार नव्हता. ती सुरक्षित होती. तिला दिवस गेले होते. नव्याने मिळालेल्या सुरक्षिततेचा परिणामस्वरूप तिच्या मनात भावनांची वादळं नव्हती. पहिल्या वेळेप्रमाणे आत्ताही तिला डोहाळे लागले होते. सकाळी उठल्यावर मळमळ, उलट्या, दिवसभर जाणवणारी गुंगी आणि अधिक संवेदनशील झालेली स्तनाग्रं; ह्यावेळेस ती प्रत्येक बदलाचा आनंद घेत होती.

मागे एकदा रती तिला म्हणाली होती, ''अप्सरा प्रणय करतात; पण जेव्हा त्यांना दिवस जातात तेव्हा समजावं की, त्या प्रेमात पडल्या आहेत.'' म्हणूनच तिला कौशिकपासून दिवस जायला इतकी वर्षं जावी लागली का? त्याच्या प्रेमात तिने खऱ्या अर्थाने आता सर्वस्व दिलं होतं का? आता तिच्या प्रेमात भीती आणि वंचना ह्याचा मागमूसही नव्हता. तिच्या पोटात वाढणारा जीव त्यांच्या प्रेमाचं प्रतीक होता. कौशिकने योगिक बळाच्या जोरावर आणि तिच्या विशुद्ध प्रेमाच्या जोडीने नवीन विश्व उभारलं होतं. आजवर हजारो वेळा त्यांचा प्रणय रंगला होता. कधी संपूर्ण रात्र तर

कधी दिवसभर ते एकमेकांच्या सहवासात प्रणयदंग होत होते, तरीदेखील नियोगाचा नेमका क्षण सांगणं मेनकेला कठीण नव्हतं. त्या दिवशी नुकतंच उजाडू लागलं होतं. अत्यंत आवेगाने कौशिकने स्वतःला तिच्यात रितं केलं होतं. अगदी नेमक्या त्या क्षणी तिला बीजधारणा झाली होती. हळुवारपणे ओटीपोटावरून हात फिरवत ती मनाशी हसली.

हे गोड गुपित तिने कौशिकला सांगितलं नव्हतं. ते ऐकून काय प्रतिक्रिया होईल त्याची? तो संतापेल का? त्याला तिरस्कार वाटेल का? की मग त्याला तिच्यासारखा आनंद होईल? नदीकाठच्या त्या उंच दगडावर– तिच्या नेहमीच्या ठिकाणी – ती विसावली होती. एकीकडे पायाने पाणी उडवत ती सभोवतालचं सौंदर्य डोळ्यांत साठवत होती. पाण्यात उठणारे तरंग एकमेकांवर आपटत एकमेकांत विरत होते. काही पुढे जात होते. जीवनाशी किती साम्य होतं त्यांचं. प्रवाह नेईल तसं पुढे जायचं. तो ठरवेल ती दिशा, तो देईल ती गती. मनात जोपासलेली इच्छा आणि सरतेशेवटी घेतलेला मार्ग ह्यात कसं आणि कधी अंतर पडत जातं हे कळतच नाही. खरंच असं होतं का? तिच्याबाबतीत तितकंसं लागू नव्हतं ते. ह्या पृथ्वीवर स्वतःचा स्वर्ग निर्माण करण्यासाठी तिला ठामपणे लढावं लागलं होतं. जशी कौशिकने प्रतिसृष्टी निर्माण केली होती तसं तिने पृथ्वीवर आपला स्वर्ग निर्माण केला होता. पायाला गुदगुदल्या करणाऱ्या पाण्याकडे ती एकटक पाहू लागली. त्या पाण्याच्या शीतलतेने आणि किंचित खळबळाटाने तिला प्रसन्न वाटू लागलं.

''अशीच पाण्यात खेळत राहिलीस तर सर्दी होईल तुला. लहान मुलांप्रमाणे तुलाही सारखं सांगावं लागतं,'' अचानक मागून आलेल्या त्याच्या खर्ज्यातील स्वरामुळे ती दचकली. त्याबरोबर त्याने तिच्या कमरेत हात टाकले. ती वळून हसली. त्यालाही प्रसन्न वाटलं.

''आज नेहमीपेक्षा लवकर संपली का साधना?'' तिच्या स्वरात उत्साह होता. ''चल दोघं मिळून मावळतीचा सूर्य पाहू या,'' असं म्हणत तिने त्याच्या रुंद छातीवर डोकं टेकवलं. घरट्याकडे परतणाऱ्या पक्ष्यांची लगबग तिला जाणवली. तिने खोल श्वास घेतला. त्याच्या कुशीत तिचा खरा स्वर्ग होता. हे सर्वार्थाने तिचं घर होतं. तिच्या मनातील भीती, चिंता आणि शंका केव्हाच नष्ट झाल्या होत्या. प्रसन्न शांतता तिला जाणवत होती. डोळे मिटून घेत तिने आसुसून त्याचा गंध अनुभवला. अद्वैताची गोडी अनुभवली.

ती हळूच म्हणाली, ''मला दिवस गेले आहेत.'' हे ऐकताच तिच्याभोवतीची त्याची मिठी घट्ट झाली. मिटलेल्या नजरेने तिने त्याच्या हातावर थोपटलं.

किंचित खाली झुकत तिच्या उघड्या खांद्यावर ओठ टेकत कौशिक उद्गारला, ''मेनका, अजून किती सुख देणार आहेस मला?''

ते ऐकताच तिला सुटकेची भावना जाणवली. पटकन मान वर करत त्याच्या डोळ्यांत पाहत ती म्हणाली, ''तुझी काय प्रतिक्रिया होते, ह्याची मला काळजी होती.''

अत्यंत शांतपणे त्याने विचारलं, ''का बरं असं? अजूनही तुला माझी ओळख पटली नाही का?''

त्यावर मान हलवत ती म्हणाली, ''तसं नाही. मी तुला जाणते ते वेगळ्या अर्थाने. मी नसते तर तू काय होऊ शकला असतास ते नाही माहीत मला. मला असं वाटत होतं की...''

''...की ही वार्ता ऐकून मला आनंद होणार नाही, असंच ना?'' तिच्या मनातला प्रश्न त्याने पूर्ण केला.

त्यावर तिने फक्त खालचा ओठ चावला. ''काय झालं मेनका? तुझा माझ्यावर विश्वास नाही का?''

''तसं नाही म्हणायचं मला. माझ्याच मनाचे काहीतरी खेळ आहेत हे.''

''नाही. तुझ्या मनात असुरक्षिततेची भावना निर्माण झाली आहे.''

त्याच्या चेहऱ्यावर खिळलेली नजर काढून घेत दूरवर पाहत मेनकेने गुडघ्यांना हाताची मिठी घातली.

''तुला मूल झालं तर मी तुला सोडून देईन, अशी भीती वाटते आहे का?'' त्याचा तर्क अचूक होता. ''माझ्या राण्या आणि राजपुत्रांना मी जसा कान्यकुब्जात सोडून आलो तसा तुलाही सोडून देईन, असं वाटलं का तुला?'' बोलता बोलता त्याने ओठ आवळून घेतले.

मेनकेचा चेहरा लाल झाला. दुखावलेल्या नजरेने कौशिक पुढे म्हणाला, ''इतकी वर्षं आपण एकत्र आहोत आणि तू मात्र अजून ही भीती बाळगून आहेस. व्यक्ती म्हणून अशी किंमत केलीस का तू माझी?''

''नाही, नाही. इथे तुझा प्रश्न नाही,'' मनापासून त्याला समजावत ती बोलू लागली. ''होणाऱ्या बाळाचा वापर करून मी तुला अडकवेन असं तुला वाटेल का हा एकच विचार मला त्रस्त करत होता.''

तिची हनुवटी वर करत तो म्हणाला, ''मेनका, स्वतःबद्दल इतका हीन विचार का करतेस? माझ्याबद्दल असं का वाटतं? मला मान्य आहे की, मी कुटुंबाचा त्याग केला. एका वेड्या महत्त्वाकांक्षेपायी मी अतिशय स्वार्थी झालो होतो. माझ्या व्यतिरिक्त इतर कोणाचाही विचार मी थांबवला होता; पण ते सगळं तेव्हा! मी राज्य सोडलं ते स्वतःसाठी. तुझ्यासाठी मी संन्यास सोडला आहे,'' निःश्वास टाकत कौशिकने तिच्या नाजूक मानेवरून अलगद बोटं फिरवत म्हटलं. ''प्रिये, मी तुला कसं सोडेन? अशी भीती तुला का वाटते?''

हे ऐकताच तिने डोळे मिटून घेतले. आपण ह्याचा विश्वासघात करत आहोत ह्या भावनेने ती अतिशय उद्विग्न झाली. त्याला मात्र ते चुंबनासाठी आमंत्रण वाटलं. तिच्या ओठावर ओठ टेकवत तो म्हणाला, ''माझा अंश तुझ्या उदरात वाढतो आहे. आणखीन काही नको मला. आपल्या एकत्वाची ही खरी खूण आहे. मेनका, मेनका, आपलं बाळ आहे हे. तुझं आणि माझं बाळ,'' अत्यंत आवेगाने त्याने तिला जवळ ओढलं.

कितीतरी वेळ त्याचा तो आवेगपूर्ण स्वर आसमंतात आणि तिच्या कानात गुंजत राहिला.

⚘

ती त्याच्या आवडीची पाकसिद्धी करत होती. भाजलेलं वांगं आणि शिजवलेल्या डाळी. मनाशी गुणगुणत तन्मयतेने तिचं काम सुरू होतं. हे तिचं स्वतःचं जग होतं. ती रांधत असलेल्या पदार्थांचा गंध, तिने झाडांना पाणी घातल्यावर पसरणारा मृदगंध, तिने केसात माळलेल्या रानफुलांचा सुगंध, नदीवर पाणी भरताना घागरीत होणारा बुडबुड असा आवाज आणि ह्या सर्वांच्या जोडीला तिचं अविरत गुणगुणणं.

तिचं पोट आता थोडं दिसू लागलं होतं; पण तिचा डौल जराही कमी झाला नव्हता. गर्भारपणाचं तेज तिच्या चेहऱ्यावर उमटलं होतं. आनंद, सौख्य आणि तृप्ती अशा विविध भावना तिच्या अंगोपांगी दाटल्या होत्या. दाट केसांचा सुटलेला अंबाडा तिने कसाबसा गुंडाळलेला होता. ते करताना तिच्या बोटांची झालेली चपळ हालचाल आणि उघडी पडलेली तिची डौलदार मान त्याला आव्हान देत होती.

सुस्कारा टाकत कौशिक पुढे झाला. तिने एवढंसं अन्न रांधलं आहे हे पाहून त्याने पटकन विचारलं, ''हे काय? आजही तू उपाशी राहणार का?''

"अन्नाच्या वासाने मला डचमळतं. मी नाही खाऊ शकत काही."

"मग नको रांधुस अन्न.! आपण दुसरं काहीतरी खाऊ," खांदे उडवत कौशिकने उत्तर दिलं. "थांब जरा! बघ तुझ्यासाठी काय आणलं आहे मी," असं म्हणत दाराशी जात त्याने एक टोपली उचलली. तिने उत्सुकतेने पाहिलं. त्यात ताजी फळं होती. "जर्दाळू!" ती चीत्कारली, "आणि हे कुठे मिळाले तुला? तेही ह्या ऋतूमध्ये?"

"ह्या प्रदेशात म्हण," पाण्याने जर्दाळू स्वच्छ धूत ते टिपून घेत त्याने हळूच तिच्या तोंडात एक जर्दाळू ठेवलं. ते रसरशीत फळ तिने आसुसून खाल्लं. तिच्या ओठातून बाहेर आलेला त्या फळाचा थेंब टिपायचा अनिवार मोह त्याला झाला; पण त्याने स्वतःला सावरलं.

प्रेमाने हसत तो म्हणाला, "म्हणजे भूक लागली होती तर?"

पुढे होत अजून एक जर्दाळू तोंडात टाकत ती लाडाने म्हणाली, "फक्त ह्याची."

"अजून देऊ?" खाताना होणाऱ्या तिच्या मोहक विभ्रमाकडे पाहत त्याने विचारलं.

"हो, अजून दे, खूप दे, पुन्हा पुन्हा दे." तेवढ्यात तिच्या मनात एक विचार चमकला. त्यासरशी तिच्या चेहऱ्यावरचं हसू मावळलं. अर्धवट खाल्लेला जर्दाळू हातात धरत तिने विचारलं, "हे जर्दाळू आणण्यात तू पूर्ण सकाळ घालवलीस?"

"हो, तू नाही का माझ्यासाठी रांधायला वेळ दिलास? शिवाय, घराची स्वच्छता केलीस."

हे ऐकताच तिच्या चेहऱ्यावरचे भाव बदलले. ती गंभीर झाली. "म्हणजेच आजही तू साधना केली नाहीस. गेला एक सप्ताह तुझी साधना थांबली आहे." त्याच्यावर सरळसरळ आरोप करत ती म्हणाली, "तुला काय वाटलं की, माझ्या लक्षात येत नाही? मला जाग येण्याआधी तू उठतोस. नदीवरून पाणी आणतोस. कपडे धुऊन ठेवतोस. कौशिक ही सगळी कामं मी सहज करू शकते. मी आजारी नाही. तुझी सकाळची साधना आणि प्रार्थना तू थांबवता कामा नये."

त्यावर त्याने काही उत्तर दिलं नाही. तिच्या लक्षात आलं. त्याने साधना चुकवू नये म्हणून ती कधी प्रेमाने तर कधी रागाने त्याच्या मागे

लागत होती; परंतु हे करण्याची नावड त्याच्यात निर्माण झालेली बघून तिच्या मनात पराजय आणि नैराश्याची भावना दाटत होती. जणू काही ब्रह्मर्षिपदाची आस त्याच्याऐवजी तिलाच होती.

''का? ब्रह्मर्षी होण्याचा विचार सोडून दिलास का तू?'' तिने थेट प्रश्न केला.

त्याने उत्तर दिलं नाही. तो आपल्याकडे दुर्लक्ष करतो आहे असं तिला वाटलं. तितक्यात तिच्याकडे रोखून पाहत तो ठामपणे म्हणाला, ''हो! ब्रह्मर्षी होण्यात आता मला स्वारस्य उरलं नाही.''

हे ऐकताच तिच्या चेहऱ्याचा रंग उडाला. जणू काही त्याने तिला चपराक लगावली होती. ती सुन्न झाली. 'ब्रह्मर्षी होण्यात आता मला स्वारस्य उरलं नाही. नाही!' ती मनोमन किंचाळली. केवळ तिच्यापायी त्याने आपलं ध्येय सोडून दिलं होतं. मूळ योजना अशीच तर होती. तिच्या मनात आवाज उमटला. ज्या उद्देशाने ती इथे आली होती, तो उद्देश साध्य झाला होता. तो तिचा दास झाला होता. त्याला त्याच्या स्वप्नापासून दूर नेण्यासाठी ती पृथ्वीवर आली होती आणि तसंच घडलं होतं. यश मिळवण्याची, सर्वोत्तम ते प्राप्त करण्याची, ब्रह्मर्षिपदाला पोहोचण्याची त्याची महत्त्वाकांक्षा तिने धुळीला मिळवली होती. तिच्याशिवाय इतर कुठलाही विचार त्याच्या मनात येत नव्हता. तिला हा अंदाज होता म्हणूनच ती सतत त्याला साधनेच्या मार्गावर नेऊ पाहत होती; पण त्यात तिला यश आलं नव्हतं. कसं येणार? त्याच्या अपयशाचं मूळ कारण ती होती. मोहप्रिया! तो तिला ह्या नावाने चिडवत असे. ह्या मोहानेच त्याला रसातळाला नेलं होतं. गौरवाच्या मार्गावरून अधोगतीला त्याला आणणारी ती होती. तिनेच त्याचा सत्यानाश केला होता. ह्यातून बाहेर यायला त्याला मदत करायची असं तिने ठरवलं तरी तिच्या हातात काहीही नव्हतं; पण असं निराश होऊन चालणार नव्हतं. ती त्याचं अधःपतन होऊ देणार नव्हती.

तिने त्याला संतापून विचारलं, ''असं कसं होऊ शकतं! तू ब्रह्मर्षी होण्याची महत्त्वाकांक्षा मनात बाळगलेली आहेस. तुला वसिष्ठांच्या पातळीवर पोहोचायचं आहे. त्यांच्याहूनही श्रेष्ठ व्हायचं आहे.''

''वसिष्ठांना अरुंधतीमुळे शक्ती मिळते आणि मला तुझ्यामुळे,'' कौशिकने सौम्य स्वरात म्हटलं.

ते ऐकताच लज्जेने तिचा जीव अर्धमेला झाला. ती कळवळून म्हणाली, ''कौशिक, मला असं अडचणीत टाकू नकोस. मी ह्या आदराला पात्र नाही.''

''मला तू मिळाली आहेस. इतका आनंद मला आजवर मिळालेला नाही. ह्याहून मला अधिक काही नको. मेनका, तुला कसं समजावू? ही शांती, हे समाधान, हे भरभरून मिळणारं सौख्य; अगं, अजून काय हवं असतं एखाद्याला? हे मला मिळालंय ते तुझ्यामुळे. माझं जग, माझा स्वर्ग आणि माझं विश्व इथे तुझ्या पायाशी मला मिळत असताना मी का आणि कशाची हाव बाळगू?''

जोरात मान झटकत मेनका म्हणाली, ''तू महान राजा होतास; परंतु एका स्वप्नपूर्तीसाठी तू तुझं सिंहासन, राज्य आणि कीर्तीचा त्याग केलास. आपल्या कुटुंबाचा त्याग केलास. ऋषींनी केलेला अपमान सहन केलास. घोर तपस्या करून अनेक सिद्धी प्राप्त केल्यास. देवांहून अधिक ज्ञान तुझ्याकडे आहे. तुला तुल्यबळ कोणी योद्धा नाही. तू सिद्ध करून दाखवलंस की, सदाचाराच्या सन्माननीय मार्गाने तुला प्रज्ञा प्राप्त करायची आहे. हे सारं कशासाठी? वाऱ्यावर उधळून देण्यासाठी?'' आवेग असह्य होऊन ती रडू लागली. ''तू असं नाही करू शकत!''

शांतपणे कौशिकने उत्तर दिलं, ''मी तसं केलं आहे. महत्त्वाकांक्षेपायी मी उद्धट झालो होतो. स्वप्नपूर्तीपायी मी शहाणपण विसरलो होतो; पण आता मला ते काहीही नको आहे.''

''इच्छाशक्तीच्या जोरावर मर्त्यमानव वाट्टेल ते मिळवू शकतो हे तू दाखवून दिलं आहेस. देवांचा पराजय करत तू स्वर्गावर विजय मिळवला आहेस. त्यांचा उद्दामपणा आणि दैवी शक्ती हिरावून घेतल्या आहेस. इथून पुढे मानवाला देवांची आवश्यकता उरलेली नाही ह्याची भीती तू त्यांना घातलेली आहेस. स्वतःचा स्वर्ग निर्माण करत तू देवांना नमवलं आहेस. कौशिक, हे सारं तूच साध्य केलं आहेस आणि म्हणूनच तू विश्वामित्राच्या पदाला पोहोचला आहेस. कसं काय विसरू शकतोस हे?''

रागाने तिचे गाल लाल झाले होते. कपाळावर आठ्या उमटल्या होत्या. डोळ्यात क्रोध मावत नव्हता, तरीही ती विलक्षण सुंदर दिसत होती. तिच्याबद्दलचं त्याचं प्रेम पुन्हा उचंबळून आलं. ''मेनका, अगदी योग्य आहे तुझं म्हणणं! माणूस स्वतःचा स्वर्ग स्वतःच निर्माण करतो. तुझ्या संगतीत

मी तो इथे निर्माण केला आहे. तू माझ्या जीवनात येण्याआधी मी निव्वळ उद्दाम होतो. अहंकार आणि सत्याची अभिलाषा ह्याव्यतिरिक्त काही जाणत नव्हतो; पण आताचं हे विश्व... हे आपलं विश्व आहे. ह्याची निर्मिती आपल्या प्रेमातून झाली आहे. मेनका, ह्यापेक्षा वेगळं मला काही नको!''

हे मी काय ऐकते आहे? तिचा थरकाप झाला.

''दैवी शक्तीतून निर्माण झालेल्या सप्तर्षींपैकी तू एकटाच मानव आहेस. प्रतिसृष्टी निर्माता आहेस. प्रत्यक्ष ब्रह्मदेवांनी तुला विश्वामित्र म्हणून गौरवलेलं आहे. हे सगळं तू कसं सोडून देऊ शकतोस? तुझ्या जगण्यामागे उद्दिष्ट आहे. कौशिक, जे मिळवण्यासाठी तू जीवाचा आटापिटा केलास त्याचा त्याग तू करू शकत नाहीस,'' त्याच्या हातावर हात ठेवत तिने म्हटलं.

त्यावर त्याने उत्तर दिलं नाही; पण त्याचं मौन म्हणजे मान्यता नाही हे तिच्या लक्षात आलं.

''तू ब्रह्मर्षी होणार आहेस. ब्रह्मर्षी! ज्याला 'स्व'ची निखळ जाणीव झाली आहे! क्वचितच कोणी ह्या पदाला पोहोचू शकतं. तुला तिथे पोहोचायचं आहे. जाणिवेच्या उच्चतम पातळीवर पोहोचून परमदैवी ज्ञान प्राप्त करायचं आहे. आत्म्याला खऱ्या अर्थाने मुक्त करायचं आहे. तू विश्वामित्र आहेस. ह्या पदाला पोहोचलेला तू एकमेव मानव आहेस. स्वकष्टाने इथे आला आहेस. त्यासाठी जन्माची कास न धरता तू कर्माची कास धरली आहेस. ब्रह्मर्षिपदाकडे तुझा अविरत प्रवास सुरू होता; पण मध्येच मी आले...'' तिला हुंदके येऊ लागले. कसंबसं स्वतःला सावरत ती पुढे म्हणाली, ''विश्वामित्र, आपल्या ध्येयाच्या इतकं समीप आल्यावर तुम्ही असे माघारी कसे फिरू शकता?''

''मला विश्वामित्र नावाने हाक मारू नकोस. तुझ्यासाठी मी फक्त कौशिक आहे. मग आजच मला विश्वामित्र का म्हणतेस?''

''कारण, तुम्ही विश्वामित्र आहात आणि तेही जर तुम्ही विसरत असाल तर त्यापेक्षा लज्जास्पद काहीही नाही,'' न कचरता स्पष्टपणे ती म्हणाली.

त्याने ओठ घट्ट आवळले. त्याला राग येऊ लागला होता. ''मेनका, मी कोण आहे किंवा कोण होतो ह्याच्याशी तुला काय करायचं आहे?''

रागावर आटोकाट नियंत्रण ठेवत त्याने विचारलं. ''एकमेकांच्या सहवासात आपण आनंदात आहोत. आपल्याला बाळ होणार आहे. एवढं पुरे नाही का? तप, विद्या, साक्षात्कार ह्या सगळ्यांची गरज काय? एक गोष्ट मला चांगलीच लक्षात आली...''

''कुठली गोष्ट?'' तिने खिन्न स्वरात विचारलं.

''ब्रह्मर्षिपदाकडे वाटचाल करायची असेल तर शारीरिक आनंदाला पार मुकावं लागतं. साधकाला दोन्हीपैकी एकाची निवड करावी लागते. कुटुंब आणि समाजापासून दूर, एकांतात स्व-प्रकटीकरण साध्य करण्यासाठी केलेली साधना म्हणजे शुद्ध तप. तपोनिष्ठता आणि विरक्ती स्वीकारत भौतिक सुखांचा त्याग करावा लागतो, तरच साधक आध्यात्मिक स्तरावर प्रगती साधू शकतो. जीव गुंतलेला असेल तर हे शक्य होत नाही म्हणूनच मी कुटुंबाला सोडून आलो होतो. अंतरंगातील चेतना साधकाला आत्मसाक्षात्काराच्या वाटेवर पुढे नेते. त्याकरता निखळ स्व-नियंत्रणाची आवश्यकता आहे.''

'ते स्व-नियंत्रण माझ्यापायी घालवून बसलास तू,' तिचा जीव कळवळला.

आपल्यातच मग्न कौशिक पुढे म्हणाला, ''एकनिष्ठता आणि एकाग्रता ह्यांना बुद्धीची आणि सातत्याची जोड द्यावी लागते. शरीर, मन, इच्छा, कामना ह्या सगळ्यांना शिस्त लावावी लागते. झळझळीत निःस्वार्थीपणा अंगी बाळगावा लागतो. माझ्या लक्षात आलं आहे की, मी हे सारं नाही करू शकत. मुळात ब्रह्मर्षिपदाची आस मला होती तीदेखील अहंकार जोपासण्याच्या भावनेतून. माझा उद्देश चुकीचा होता.''

''मग आता योग्य उद्देशासाठी ब्रह्मर्षिपदाचा पाठपुरावा कर,'' तिने त्याची मनधरणी केली. ''तुझ्या ध्येयाआड मला किंवा बाळाला येऊ देऊ नकोस. आम्ही तुझी वाट पाहू. कौशिक, मी फक्त तुझी आहे. आयुष्यभर मी तुझ्यासाठी थांबून राहिन.''

''मेनका, तू वारंवार मला साधना करायला भाग पाडत होतीस; पण डोळे मिटताच तू आणि नव्याने प्राप्त झालेला हा आनंद ह्या व्यतिरिक्त मला काहीही सुचत नव्हतं, त्यामुळे मी विचार करायला प्रवृत्त झालो. ही ब्रह्मर्षिपदाची हाव का? मला जे हवं ते सारं काही आहे माझ्याकडे. निव्वळ एका अहंकारापायी हे का गमावू मी? कारण माझं उद्दिष्ट पोकळ होतं.''

''नाही कौशिक, तुझं ध्येय हे तुझं स्वप्न आहे. आत्मसाक्षात्कार ही सर्वांत शेवटची पायरी आहे. क्वचितच ती कोणी गाठू शकतं. तू जाणतोस ते. ही अशक्यप्राय बाब तू साध्य करत होतास. ध्येयाच्या जवळ पोहोचला होतास. कौशिक, इथून निघून जा, माझ्यापासून दूर जा, ह्या जागेपासून दूर जा. आपलं स्वप्न पूर्ण कर. ब्रह्मर्षिपद प्राप्त करून माझ्यासमोर ये. त्यानंतर मी अभिमानाने सांगू शकेन की, जशी अरुंधती वसिष्ठांसाठी पत्नीच्या भूमिकेत योग्य आहे तशी मी ब्रह्मर्षी विश्वामित्रांच्या पत्नीच्या भूमिकेत योग्य आहे.''

''शक्ती आणि कुटुंबाचं सुख हे दोन्ही एका वेळेस मिळू शकणार नाही. मी जाणिवपूर्वक तुझी निवड करतो. मला तू आणि आपलं बाळ हवं आहे.''

''कौशिक, तुला दोन्ही मिळू शकतं. इतर सहा ब्रह्मर्षी विवाहित आहेत. कौटुंबिक जीवनाची योग्य सांगड त्यांनी विरक्ती आणि ब्रह्मचर्याशी घातली आहे. त्यांनाही अपत्यप्राप्ती झाली. माझं ऐक कौशिक, एवढी भीक घाल मला. तू ब्रह्मर्षिपद प्राप्त करणं विधिलिखित आहे. तू विजयी होऊन परत येईपर्यंत मी इथेच थांबलेली असेन. युद्ध जिंकलेल्या वीरासारखा परत ये. साऱ्यांवर जय मिळवत ब्रह्मर्षिपद प्राप्त करून परत ये.''

त्यावर तो हसला, अगदी पहिल्यासारखं. ते पाहून ती आजही स्तब्ध झाली. ''मेनका, तू म्हणतेस तो 'मी' आता नाही. मला तसं व्हायचं नाही. उद्दाम, आत्मकेंद्री, अहंकारोन्मादी, तिरस्करणीय, सत्तेसाठी हपापलेला, सूडबुद्धीचा तो कोणी 'मी' आता बदललो आहे. ह्या बदलाला तू कारण आहेस. मी आता जसा आहे तसा तुला आवडत नाही का?''

''तुझा जन्म महानतेसाठी झाला आहे, कसं कळत नाही तुला? अरे, म्हणूनच तर कौशिक विश्वामित्र होऊ शकला. मी कौशिकवर प्रेम केलं. नेहमी करत राहीन. तू मात्र स्वतःवर प्रेम करणं थांबवलं आहेस. असं करू नकोस. तू काय साध्य करू शकतोस ते आठव,'' आपलं नैराश्य लपवत ती त्याला प्रेरित करण्याचा आटोकाट प्रयत्न करू लागली. ह्या वादात आपली सरशी होणार नाही हे तिच्या लक्षात आलं. ही तिची हार म्हणजे इन्द्राची जीत होती. तिला संताप आला तो नेमका ह्या गोष्टीचा; पण अजूनही वेळ गेली नव्हती. ती माघार घेणार नव्हती. काय वाट्टेल ते झालं तरी ती कौशिकला मार्गभ्रष्ट होऊ देणार नव्हती; पण कौशिक... त्याचं काय? प्रेमापायी डोळ्यांवर कातडं ओढून घेतलं होतं त्याने. त्याचा दुराग्रह सुटत नव्हता.

''मेनका,'' तिचा चेहरा ओंजळीत धरत त्याने तिच्या कपाळावर ओठ टेकवले. ''तू मला नव्याने घडवलंस.'' त्याच्या ह्या छोटाशा कृतीत अत्यंत भक्तीभाव दाटला होता. मेनकेने डोळे मिटून घेतले. तिला स्वतःची लाज वाटत होती. ''एका साध्या, सुंदर आणि अधिक समाधानी जगाची ओळख तू मला करून दिलीस, मेनका. आता तू माझ्या बाळाची माता होणार आहेस. कोणत्याही पुरुषाला ह्याहून अधिक काय हवं असतं.''

''महत्त्वाकांक्षा,'' तिने ठासून म्हटलं. ''जिद्द, स्वप्नपूर्ती!''

''हे सारं माझ्यासमोर उभं आहे. तू माझ्यासाठी काय आहेस हे शब्दांत नाही सांगू शकत,'' अत्यंत प्रेमळ नजरेने कौशिक तिच्याकडे पाहत म्हणाला. ''मेनका, आज पहिल्यांदाच मी घरी आलो आहे. इथून मला घालवून देऊ नकोस.''

तिचा चेहरा पांढरा पडला. त्याच्या प्रत्येक शब्दासरशी त्याच्या निखळ भावना व्यक्त होत होत्या आणि मेनका... ती मात्र विद्ध होत होती. आपल्या हातून किती विपरीत करणी घडली ह्याची जाणीव तिला खात होती. किती प्रेम होतं त्याचं तिच्यावर! तिचंही त्याच्यावर तितकंच प्रेम आहे, असा त्याचा समज झाला होता. तिला गमावण्याऐवजी तो स्वतःची मूल्यं, प्रज्ञा, भविष्य आणि हे जगसुद्धा सोडायला तयार होता. त्याच्या शुद्ध आत्म्याप्रमाणे त्याचं हे निश्चल प्रेमदेखील शुद्ध होतं.

तिला स्वतःचा तिरस्कार वाटू लागला. ह्या श्रेष्ठ माणसाचं तिने असं कसं अधःपतन केलं होतं? स्वतःच्या वर्तमानासाठी तिने त्याचं भविष्य उद्ध्वस्त केलं होतं. तिचा भूतकाळ तिला भेडसावू लागला. पश्चात्तापाच्या आगीत ती होरपळू लागली. इथून पुढे तिला नाटक वठवणं शक्य नव्हतं. तिने मुठी घट्ट आवळून घेतल्या. हे ती काय करून बसली होती?

# माता आणि पुत्री

''मेनकेने कन्येला जन्म दिला!'' इन्द्राला ही वार्ता सांगताना कामदेवाच्या चेहऱ्यावर कुठलेही भाव नव्हते. इन्द्राने सभोवार पाहिलं. दीर्घकाळ मेनका अनुपस्थित असल्यामुळे त्याच्या राजसभेची जणू रया गेली होती.

''अजून एक अप्सरा-कन्या जन्माला आली,'' खांदे उडवत निर्विकारपणे इन्द्र म्हणाला; पण कामदेव जाणून होता की, इन्द्राचा हा आव फसवा होता. मेनका असो की इतर कुठलीही अप्सरा, त्यांच्याबाबत इन्द्राचा स्वामित्वभाव कामदेव जाणून होता. अप्सरा म्हणजे इन्द्राच्या वारांगना असं अनेकांना वाटे. त्यात काही वावगं नसावं, कारण इन्द्र शचीहून अधिक मालकी हक्क ह्या अप्सरांवर दाखवत असे. प्रत्यक्ष इन्द्राणीलादेखील इन्द्राभोवती असलेल्या सुंदर, आकर्षक, नवयौवनांचा गराडा सहन करावा लागे.

''अप्सरांच्या पोटी फक्त कन्या जन्माला येतात हा प्रवाद आहे. उर्वशीच्या पोटी ऋष्यरूंग आणि घृताचीच्या पोटी रुरू हे पुत्र जन्माला आले आहेत. प्रभू, अप्सरेच्या पोटी जन्माला आलेली कन्या स्वाभाविकतः अप्सरा नाही होऊ शकत. की होऊ शकते?'' कामदेवाच्या स्वरात उपहास जाणवत होता.

''ज्या गतीने आपण मर्त्यधर्मींपायी अप्सरांना गमावत आहोत ते लक्षात घेता आपल्याला लवकरच अप्सरांची नवीन पिढी निर्माण करावी लागेल असं दिसतंय!'' अचानक आलेल्या ह्या तीव्र स्वराने इन्द्र आणि कामदेवाने वळून पाहिलं. द्वारापाशी रम्भा तोऱ्यात उभी होती. तिचं सौंदर्य नेहमीप्रमाणे उन्मत्त आणि उत्तेजक होतं.

"प्रभू, उर्वशीला आपण पूर्वीच गमावून बसलो आहोत. आता मेनका गेल्यात जमा आहे. ह्या गतीने स्वर्गामध्ये अप्सरा आणि गंधर्व ह्यांच्या कन्या आणि पुत्रांचं संगोपन करावं की काय असं वाटू लागलं आहे मला." तिरस्कारयुक्त स्वरात ती म्हणाली, "आपल्याकडे दोन्हींची कमतरता जाणवू लागली आहे आता."

हे ऐकताच कामदेव दचकला. तुम्बरू आणि विश्ववसू ह्यांना स्वर्गातून घालवण्यात आलं होतं. अर्थात, रम्भेला विश्ववसूशी काही देणंघेणं नव्हतं; परंतु कर्मधर्मसंयोगाने तुम्बरूवरदेखील तीच वेळ आली होती. तो नलकुबेराचा लाडका होता. दीर्घकाळ तो गंधमादन पर्वतावर गीत गात फिरत असे; परंतु कुबेराने एकदा रम्भेचं नृत्य पाहण्याची इच्छा प्रकट केली. त्या ठरलेल्या वेळी तुम्बरू रम्भेला कुबेरासमोर आणू शकला नाही. तेवढ्याने कुबेराची त्याच्यावर अवकृपा झाली. तोवर तुम्बरूला मिळत असलेली विशेष वागणूक अचानक थांबली. राक्षस जय आणि त्याची पत्नी शतह्रदा ह्यांच्या पोटी विराध असुर म्हणून जन्माला येण्याचा शाप त्याला मिळाला. अत्यंत घृणास्पद चेहरा आणि लांबलचक हातांची विचित्र जोडी; विराधाचं रूप भयप्रद होतं. मुख्य म्हणजे ह्या शापामागे कुबेराचा वैयक्तिक स्वार्थ होता. तुम्बरू आणि रम्भा ह्यांच्यातील नाजूक नात्याच्या असूयेपोटी कुबेराने असा शाप दिला होता. तुम्बरूचा काटा काढून रम्भा फक्त आपल्याला मिळावी हा त्याचा हेतू सहजच पूर्ण झाला. नलकुबेरदेखील रम्भेच्या प्रेमात पडला होता.

विश्ववसू आणि तुम्बरू दोघेही गंधर्व होते. दोघेही अप्सरांच्या प्रेमात पडले होते. हे प्रेम त्यांच्यासाठी शाप ठरलं होतं आणि हा शाप देणारा त्यांचा मित्रच होता. विश्ववसूला इन्द्राने आणि तुम्बरूला नलकुबेराने शाप दिला होता.

एक प्रकारे ह्या शापामुळे मेनका आणि रम्भा वेदना भोगत होत्या. विरहाचं समान दुःख दोघींना भोगावं लागलं; परंतु रम्भा मुळूमुळू रडत बसली नाही. तिने विरोध करायचं ठरवलं. तिचा मार्ग मेनकेपेक्षा वेगळा होता. ज्या इन्द्रापायी मेनकेवर ही वेळ आली होती, त्या इन्द्राचा सूड तिने घेतला होता. इतरांकडे तिने पाहिलंसुद्धा नव्हतं; पण रम्भा... तिच्या संतापाच्या तडाख्यातून कुणीही सुटणार नव्हतं. ह्या स्वर्गाचा ती नरक करणार ह्याची कामदेवाला जाणीव होती.

"आता काय झालं रम्भा?" इन्द्राने त्रासून विचारलं. "मेनकेची उणीव तर तुला नक्कीच जाणवत नसणार! तशीही तुला ती आवडत नव्हती. ती आणि वसू दोघंही स्वर्गाबाहेर आहेत म्हणून तुला आनंद होत असणार. मग तक्रार कशाची?"

'कारण, स्वर्गातून बाहेर पडून मेनकेला आपला आनंदाचा ठेवा सापडला आहे. तो रम्भेला मिळालेला नाही,' कामदेवाच्या मनात विचार आला.

"मेनकेला कन्यारत्न प्राप्त झाल्याचं समजलं! ह्याचाच अर्थ ती आता स्वर्गात परत येईल. की, त्या मानवाबरोबर ती वैवाहिक जीवन व्यतीत करणार आहे?" रंभेच्या चेहऱ्यावरचा तिरस्कार आणि स्वरातील विखार लपत नव्हता. "देव, ऋषी आणि इतरांच्या तालावर नाचणाऱ्या अप्सरांची उणीव आहे स्वर्गात आता. शिवाय, मलाही मान्य करावं लागतं आहे की, मेनका फार परिणामकारक होती. तिला इतक्या सहजासहजी जाऊ द्यायला नको होतं."

"मी काय करावं असं तुझं म्हणणं आहे?" इन्द्र निरुत्साहाने म्हणाला. त्याचा चेहरा व्याकूळ झाला होता. तिच्यासाठी झुरतो आहे हा, रम्भा फणफणली. मेनका परत यावी असं तिला मनापासून वाटत होतं का? रम्भेला खात्री होती की मेनका परत आली तर आपला उरलासुरला आनंद विरेल.

"उर्वशीला पळवून आणलंस तसं मेनकेला का नाही आणत?" तिने सुचवलं.

"छान! त्या कोपिष्ट विश्वामित्राला आपणहून आमंत्रण द्यायचं तर! मेनका पृथ्वीवरून नाहीशी होताच तो सर्वांत आधी स्वर्गात येऊन उभा राहील." रम्भेच्या मूढ सल्ल्याचा संताप येऊन इन्द्र फुत्कारला.

"मग? सर्व देवांच्या सोबतीने तू त्याचा सहज नायनाट करू शकतोस, नाही का?" इन्द्राच्या संतापाचा तिच्यावर कुठलाही परिणाम झाला नाही. "तू विश्वामित्राला वरचढ आहेस."

"म्हणजे स्वर्गात युद्ध सुरू करायचं म्हणतेस, रम्भा! त्या आडदांड माणसापायी मी माझा राजमुकुट गमावून बसेन. स्वर्गावर आक्रमण करण्याचं दुःसाहस कित्येक काळात कुणी केलेलं नाही आणि हा कोणी दुष्ट राक्षस किंवा अतिमहत्त्वाकांक्षी राजा नाही. एका सदाचारी ऋषीसमोर आपल्याला

उभं राहावं लागेल, त्यामुळे भगवान विष्णू, शिवशंकर आणि ब्रह्मदेव ह्या तिघांच्या अवकृपेला आपण पात्र ठरू. आपण ओढवून घेतलेल्या ह्या संकटामध्ये त्रिमूर्ती आपल्याला मदत करणार नाहीत.''

'आपण नाही... तू!' मनातल्या मनात रम्भेने सुधारणा केली.

''परत येणार आहे का ती?'' त्रोटकपणे तिने विचारलं.

''सांगता येत नाही,'' इन्द्राने संदिग्ध उत्तर दिलं. त्याला माहीत होतं की, त्याने 'नाही' म्हटलं तर रम्भा आत्ताच थयथयाट करायला लागेल. असुयेपायी ती संतप्त झाली होती. अप्सरांच्या मनात कधी काय येईल हे सांगणं प्रत्यक्ष ब्रह्मदेवालासुद्धा शक्य नव्हतं. त्यांच्यावर नियंत्रण कसं ठेवावं हा इन्द्रासमोर मोठाच प्रश्न होता. पैकी मेनकेने तर त्याचा चतुराईने पाडाव केला होता.

''मेनका परत येणार नसेल तर माझ्या दिमतीला आता फक्त नऊ दैविका आणि चौतीस लौकिका आहेत. देवांसमोर लौकिका प्रभावी ठरत नाहीत. धारातीर्थ पडलेल्या पराक्रमी वीरांचं मृत्युपश्चात इथे आगमन झाल्यावर त्यांना मोहविण्यापुरत्या त्या उपयुक्त आहेत. शिवाय, दैविकांप्रमाणे त्या अमर्त्य नाहीत. मी त्यांना अमर्त्यत्व बहाल करू शकत नाही. अशा परिस्थितीत मेनकेवाचून काही पर्याय आहे का?'' तिने उघड उघड इन्द्राला आव्हान दिलं.

''काही काळ प्रतीक्षा करू या,'' ती इथून गेली तर बरी, इन्द्राच्या मनात आलं.

''तिला पटकन परत आण नाहीतर दुसऱ्या अप्सरेची सोय कर,'' आढ्यतेने असं म्हणत रम्भा इन्द्रासमोरून निघून गेली.

मेनका! हा प्रश्न फार वेळ अधांतरी ठेवता येणार नाही, हे इन्द्राच्या लक्षात आलं. स्वर्गामध्ये अप्सरांची नितांत आवश्यकता होती. काय करावं? अप्सरा निर्मितीची क्षमता इन्द्राच्या ठायी नव्हती. समुद्रमंथनातून त्या निर्माण झाल्या होत्या. त्यापैकी मेनका शेवटची. ब्रह्मदेवाच्या आज्ञेवरून वास्तुविशारद विश्वकर्माच्या पोटी तिलोत्तमा जन्माला आली होती.

उर्वशीच्या जन्माची कथा गुंतागुंतीची होती. नर आणि नारायण हे दोन ऋषी हिमालयात तपसाधना करत होते. त्यांच्या साधनेत खंड पाडण्यासाठी इन्द्राने कामदेवाबरोबर दोन अप्सरा पाठवल्या. अर्थात, ह्या

इन्द्रलोकींच्या अप्सरांचा त्या तपोनिष्ठ ऋषींवर प्रभाव पडू शकला नाही. त्या वेळेस नारायणाने एक फूल उचलून आपल्या मांडीवर ठेवलं. त्यातून एक सुंदरी निर्माण झाली. तिच्या सौंदर्यापुढे स्वर्गातील अप्सरांचं सौंदर्य फिकं पडलं. ती सुंदर स्त्री म्हणजे उर्वशी. तिचं सौंदर्य एखाद्या झंझावातासारखं होतं. नर-नारायणांनी इन्द्राला उर्वशी अर्पण केली. इन्द्राच्या राजसभेत तिला महत्त्वाचं स्थान प्राप्त झालं.

परंतु रम्भा म्हणाली त्याप्रमाणे स्वर्गामध्ये अप्सरा आणि गंधर्वांची उणीव भासू लागली होती. वसू आणि तुम्बरूच्या पश्चात केवळ उरण्यू तेवढा स्वर्गात होता जो मेनकेच्या विरहापायी स्वतःला विसरला होता. अजून किती पुरुषांना ती अशी नादी लावणार होती!

अतिशय त्रासून इन्द्राने कामदेवाला विचारलं, ''मदनबाणाने विद्ध झालेल्या व्यक्तीवरचा परिणाम नष्ट करून त्याला पुन्हा ताळ्यावर आणणारा एखादा शर नाही का तुझ्या भात्यात? मी सुरू केलेला हा खेळ आता माझ्यावर उलटतो आहे. आजवर अनेक प्रसंगी अनेक अप्सरांना अनेक ऋषींना भुलविण्यासाठी मी पाठवलं. मात्र अशी वेळ आजवर कधीही आली नाही.''

''...कारण आजवर आपण कुठल्याही अप्सरेवर मदनबाणाचा प्रयोग केला नव्हता,'' कामदेवाने फटकारलं.

आपली चूक मान्य करण्याचं दातृत्व इन्द्राने दाखवलं. किंचित पश्चात्तापाने तो म्हणाला, ''एका समस्येचं निराकरण करण्यासाठी मी दुसरी समस्या समोर उभी करून ठेवली; पण कामदेव, मेनकेला परत आणण्याचा काही मार्ग तर सुचव. तिने मला कोंडीत पकडलं आहे. तिच्याशिवाय स्वर्ग किंवा विश्वामित्राशी युद्ध हे दोनच पर्याय तिने माझ्यासमोर ठेवले आहेत. आज एकटी मेनका विश्वामित्रांवर नियंत्रण ठेवू शकते. त्यायोगे स्वर्गाचा विनाश थोपवू शकते.'' आर्जवाने आपल्या मित्राकडे पाहत इन्द्र पुढे म्हणाला, ''काहीतरी विचार कर आता.''

मोठ्या प्रयासाने कामदेवाने आपलं हसू दाबलं. मोठ्या चतुराईने मेनकेने पदरात विजय पाडून घेतला होता. काहीही उपाय योजला तरी इन्द्राच्या पदरात यश पडणार नव्हतं.

स्वतःला नामानिराळं ठेवत कामदेव म्हणाला, ''गेल्या दहा वर्षांचं उत्कट प्रेम संपवायचं असेल तर त्या दोघांपैकी एकाला पावलं उचलावी लागतील.''

आपण प्रेमात पडू असं मेनकेला कधी वाटलंच नसणार; पण जेव्हा तसं घडलं तेव्हा तिने परिस्थिती आपल्या बाजूला वळवली. आता सूत्रं तिच्या हातात होती.

"तिचा खोटेपणा उघड पाडता आला तर किती बरं होईल," इन्द्र संतापून म्हणाला. प्रत्येक गोष्टीचं नियंत्रण आपल्या हातात ठेवण्याची सवय त्याला होती; परंतु मेनकेने चतुराईने त्याला तोंडघशी पाडलं होतं. "आता जर विश्वामित्राला मेनकेचं खरं रूप दाखवलं तर तो तिच्या जोडीने मलादेखील शाप देईल. मला तरी ह्यातून काही मार्ग दिसत नाही," इन्द्र त्रासला होता.

इन्द्राच्या अस्वस्थेमुळे कामदेवाला मनातून आनंद होत होता. इन्द्राचं हे असं रूप त्याला अपरिचित होतं. कपाळावर आठ्या, चेह‍र्‍यावरचा नेहमीचा उद्धटपणा जावून त्याजागी चिंता; परिस्थिती हाताबाहेर गेल्याची हताश जाणीव.

"इन्द्रा, तू तिला गमावलं आहेस, मान्य कर. सोडून दे तिचा विचार," कामदेवाने शांतपणे सुचवलं.

"छे, मी तर समेटाच्या प्रयत्नात आहे. रम्भेच्या विनंतीचा विचार करावा लागणार आहे. कुठून आणायच्या नवीन अप्सरा? ब्रह्मदेवाशिवाय त्यांची निर्मिती कोण करू शकणार?"

"विश्वामित्रांपायी समस्या अधिक गंभीर झाली आहे. मेनका त्यांच्याजवळ आहे. नवीन अप्सरा निर्मितीत ते साहाय्य करणार नाहीत."

ते ऐकून इन्द्राचा राग उसळला. "नाइलाजाने मला ब्रह्मदेवांकडे जावं लागणार. अशा क्षुल्लक कारणांसाठी त्रास दिलेला त्यांना आवडत नाही. त्रिशंकूच्या स्वर्गप्रवेशाच्या वेळेस ब्रह्मदेवांना हस्तक्षेप करावा लागला होता. त्या वेळेस विश्वामित्राच्याऐवजी त्यांना माझाच संताप आला होता. ते नावसुद्धा त्यांनीच दिलंय त्याला. कामदेवा, मी नाही जाऊ शकत ब्रह्मदेवांकडे. सांग ना काय करू आता मी?"

खांदे उडवत कामदेव म्हणाला, "आपल्या हातात काही नाही. पाहू या काय काय होतं ते!"

"काय नाव ठेवायचं मनात आहे तुझ्या?" कोवळ्या उन्हात आरामात पहुडलेल्या आपल्या लेकीकडे पाहत मेनकेने विचारलं. "उगाच लाडीक नावांनी हाक मारण्यात काही अर्थ नाही."

एक हरीण बाळाच्या अगदी जवळ येऊन थांबलं होतं. बाळ न घाबरता त्याच्याकडे पाहत लाथा झाडत होतं.

विश्वामित्रांची नजर आपल्या लेकीकडे गेली. ते वात्सल्याने म्हणाली, ''आपली लेक निर्भय आहे. पाहिलंस, प्राण्यांची किंवा मोठाल्या पक्ष्यांचीसुद्धा भीती वाटत नाही तिला.''

शकुन पक्ष्यांचा मोठा थवा बाळाभोवती घोटाळत होता. जणू काही सर्व संकटांपासून तिचं रक्षण करण्याची जबाबदारी त्यांनी उचलली होती. पांढऱ्या, तपकिरी रंगाचे ते पक्षी बाळाच्या हुंकाराशी एकरूप होत किलबिलाट करत होते.

''शकुन्तला!'' मेनकेने नकळत नाव उच्चारलं.

ते ऐकून विश्वामित्र चमकले; पण क्षणभरच. त्यांना हसू आलं. ''यथायोग्य नाव आहे आपल्या लेकीसाठी. शकुन्तला!'' मोठ्या ममतेने त्यांनी ते नाव उच्चारलं. ''शकुन्तला म्हणजे शाश्वत सौंदर्य! मला ती निसर्गकन्या भासते आहे. बघितलंस, जंगलातले प्राणी, पक्षी कसे तिच्या आवतीभोवती घोटाळत असतात?''

''हं, शाश्वत सौंदर्य! मला वाटतं माझं रूप आणि तुझी बुद्धी घेतली आहे तिने,'' मेनकेने चिडवत म्हटलं.

''आणि तुझा चांगुलपणासुद्धा,'' विश्वामित्रांची नजर गंभीर झाली. ''बाह्य सौंदर्यापेक्षा आंतरिक सौंदर्य अतिशय महत्त्वाचं असतं.''

ते ऐकताच मेनकेच्या मनात अपराधीपणाची भावना दाटली. तिने पटकन नजर झुकवली.

''कन्या!'' निःश्वास टाकत विश्वामित्र म्हणाले, ''कन्येची आस होती मला. आज ती पूर्ण झाली.'' पुढे होत त्यांनी तिला हळुवारपणे उचलून घेतलं. धिप्पाड विश्वामित्रांच्या हातात तो एवढासा जीव मजेदार दिसत होता. ''माझे पुत्र माझ्या राज्यावर राज्य करतील; परंतु माझी कन्या माझ्या हृदयावर राज्य करेल. माझी राजकुमारी आहे ही. ती राज्ञी होईल. तिच्या पोटी जन्माला येणारा पुत्र महान सम्राट होईल. त्याच्या नावाने आर्यवर्त ओळखला जाईल.''

मेनका हेलावली. काही क्षण भारावून त्या दोघांकडे पाहत राहिली. ''प्रेम करण्याची मानवाची शक्ती किती अफाट आहे. आपल्या हातात काही नाही हे जाणूनही मानव भविष्याची योजना आखतो. आपल्या जीवाची शाश्वता नाही हे जाणूनही प्रेमाच्या शाश्वतेवर विश्वास ठेवतो. मानवांची ही

आश्चर्यकारक निष्ठा मला नेहमीच मोहवत आली आहे. त्या उलट आम्ही, अमर्त्य असूनही काहीच शाश्वत नाही आमच्यासाठी.''

तिच्याशी सहमत होत विश्वामित्र म्हणाले, ''वेळ आणि काळ ही दोन्ही बंधनं आहेत म्हणूनच कदाचित आयुष्याची यथायोग्य किंमत कळत असावी आम्हाला.''

''किंवा म्हणूनच तू पृथ्वीसाठी आणि मी स्वर्गासाठी असेन,'' ती संदिग्धपणे म्हणाली.

तिचा तुटकपणा जाणवून विश्वामित्रांनी पटकन तिच्याकडे पाहिलं. ''मेनका, तू माझं अमर्त्यत्व आहेस.''

त्या क्षणी त्यांची छोटीशी लेक रडू लागली. ''भूक लागली आहे तिला. दे माझ्याकडे.''

मेनकेचं हसू खोटं आणि विचित्र वाटलं विश्वामित्रांना, तरीही तत्परतेने त्यांनी बाळाला तिच्या हातात दिलं. तिने आसुसून बाळाला पाजायला सुरुवात केली. झाडांच्या फांद्यातून डोकावणाऱ्या सूर्यकिरणांमुळे मेनकेचं सौंदर्य उठून दिसत होतं. समाधानाची परिपूर्तता विश्वामित्रांना जाणवली. शब्दांची आवश्यकता उरली नव्हती. बाळाच्या अधाशी चुरचूर चोखण्या व्यतिरिक्त दुसरा कुठलाही आवाज नव्हता.

''तुला कल्पना आहे का? तू जेव्हा हिला अशी प्यायला घेतेस तेव्हा तुझ्यातून फक्त वात्सल्य प्रतीत होतं. शृंगाराची कुठलीही भावना तुझ्याठायी जाणवत नाही. अर्धनग्न अवस्थेत बाळाला पाजत असलेल्या तुला पाहूनही मला फक्त मातेच्या आणि अपत्याच्या प्रेमाची जाणीव होते. अतिशय सुंदर दृश्य आहे हे माझ्यासाठी. मातृत्व! स्त्री जीवनाची परिपूर्णता आणि ह्यातूनच पुरुषाच्या ठायी पितृत्वाची भावना आणि नवीन जबाबदारीची जाणीव निर्माण होते,'' बोलताना विश्वामित्रांच्या नजरेत वात्सल्य दाटून आलं. ''मेनका, पितृत्व मला नवीन नाही; परंतु त्याचा खरा अर्थ तू माझ्या लक्षात आणून दिला आहेस,'' असं म्हणत विश्वामित्रांनी आवेगाने मेनकेच्या कपाळावर ओठ टेकवले. त्या स्पर्शात तिला निखळ ममत्व आणि आदर जाणवला.

तिला स्वतःचा तिरस्कार वाटला. अपराधीपणाच्या भावनेने तिचा चेहरा लाल झाला. त्यांना मात्र तो तिचा संकोच वाटला. त्यांना काय ठाऊक की, मनापासून बोललेल्या त्यांच्या प्रत्येक शब्दामुळे तिच्या हृदयातील जखम अधिक खोल होत होती!

ते नदीच्या दिशेने चालू लागले. त्यांच्याकडे एकटक पाहत तिने आपला भरगच्च कचसंभार खांद्यावरून बाजूला घेतला. तिच्या मनात नैराश्य दाटलं होतं. मी त्यांच्या लायक नाही. पटकन भानावर येत तिने स्वतःला खडसावलं की, बाळ अंगावर पीत असताना असे विचार करणं अयोग्य आहे. तिची नजर बाळाकडे वळली. मिटल्या डोळ्यांनी, एकाग्रतेने बाळाचं स्तनपान सुरू होतं. मेनकेला बाळाचा पहिला स्पर्श आठवला. नुकताच जन्मलेला, तिच्या रक्तमांसावर पोसलेला तो इवलासा जीव पाहून वात्सल्याच्या अनोख्या भावना तिच्या अंतरंगात उसळल्या होत्या. त्यानंतर प्रत्येक वेळेस बाळाला उचलून घेतलं की, तिला त्या भावना उत्कटपणे जाणवत होत्या.

अपत्य सुखाचा हा क्षण तिला घट्ट धरून ठेवायचा होता. तिच्या पहिल्या मुलीच्या जन्माच्या वेळेस तिला त्यापासून वंचित ठेवण्यात आलं होतं. वसूने मुद्दामच तसं केलं होतं का? काय गमावलं आहे ह्याची जाणीवच नसल्यामुळे कदाचित त्या वेळेस तिच्या दुःखाची धार बोथट व्हायला मदत झाली असेल. नुकत्याच जन्मलेल्या बाळाचा त्याग करणारी अप्सरा किती दुष्ट असते! आपली निर्मिती अशी का झाली? प्रश्न मेनकेला पडला. पुरुषांना मोहात पाडायचं, चेतवायचं, प्रणयचेष्टा करायच्या, बीजधारणा करायची, एक नवीन जीव जन्माला आणायचा पण प्रेमाची एकरूपता मात्र अनुभवायची नाही. दुग्धसागरातून तिची निर्मिती झाली होती. तिला जीवन प्राप्त झालं होतं; परंतु तिचं जगणं आणि प्रेम तिच्यापासून हिरावून घेतलं होतं. काय अर्थ होता तिच्या स्त्रीत्वाला?

वसूसाठी तिने इन्द्राचा विरोध का पत्करला होता? तिच्यापासून मातृत्वाचा हक्क हिरावून घेण्यात आला होता. जन्मानंतर प्रमद्वरा मेनकेच्या दृष्टीससुद्धा पडणार नाही, अशी व्यवस्था करण्यात आली होती. आपल्या लेकीचं बालपण शैशव, तारुण्य हे काहीदेखील तिला पाहता आलं नव्हतं. मृत्युपंथाला लागलेली प्रमद्वरा तिला पाहायला मिळाली होती. त्या क्षणी मेनकेच्या मनात दाटून आलेली भीती आजही तितकीच तीव्र होती. ज्या क्षणी यमाने तिच्या आयुष्याच्या काही भागांच्या बदल्यात प्रमद्वरेला जीवन प्रदान केलं होतं, त्याक्षणी मेनकेला देण्यातील सुख उमगलं होतं, मातृत्वाचा आनंद जाणवला होता.

मातृत्व! विलक्षण अनुभव! तिला उर्वशीचे शब्द आठवले, 'अप्सरा माता होऊ शकत नाहीत. माता – जी केवळ देणं जाणते.' पण अप्सरांच्या

बाबतीत कितपत खरं होतं ते? तिच्यासारख्या अप्सरांनी मातेच्या नावाला काळिमा फासला होता. अप्सरा म्हणजे सौंदर्य, वासना, शरीरसुख, मुक्त जीव; त्यांची निर्मिती मनापासून होते. त्यांची शरीरं केवळ सौख्यासाठी आहेत. मातृत्वाचा भार पेलण्यालायक ती नाहीत. अप्सरा म्हणजे निव्वळ भोगवाद! तरीही कायमची अतृप्ती. जिथे विवेक नाही, नीतिमत्ता नाही. आज मेनकेसाठी नवीन विश्वाची दालनं उघडली होती. मात्र तिला विरोधाभासाचा सामना करावा लागत होता. ती मुक्त होती; पण तिला निवडीचा अधिकार नव्हता. शरीर आणि मनाच्या कात्रीत ती सापडली होती. सत्य आणि असत्य, सौख्य आणि कर्तव्य; तिची द्विधावस्था झाली होती. मेनका! उत्तेजक सौंदर्याचा आविष्कार. श्रेष्ठ नर्तकी, उत्तम गायिका, निपुण नटी, उत्कट प्रेयसी आणि तरीही कावेर... अनेक रूपांत वावरणारी मेनका माता मात्र होऊ शकत नव्हती. तिला घडवताना वात्सल्याची निर्मिती केली गेली नव्हती म्हणूनच आत्ता ती स्तनदा असली तरी ती पोषण करू शकणार नव्हती.

पुन्हा एकदा मला माझ्या बाळाचा त्याग करावा लागणार आहे का? तिच्या मनात आर्त प्रश्न उमटला. निष्ठुर माता म्हणून पुनश्च सगळे तिच्याकडे बोट दाखवणार होते.

शकुन्तलेच्या मऊशार जावळावरून अलगद हात फिरवत मेनकेने तिला घट्ट धरून ठेवलं. मी हिला दूर करणार नाही, तिने मनोमन निश्चय केला; पण तिच्या दुसऱ्या मनाने तिला खडसावलं. तिने केलेली पापं तिच्या लेकीला फेडावी लागणार होती. मेनका खोटारडी होती; पण तिला आता आपला हा खोटेपणा असह्य झाला होता. तिने केलेल्या कृत्यांच्या परिणामांना ती सामोरं जाणार होती. ह्या खोटेपणापायी तिचं प्रेमसुद्धा खोटं ठरत होतं. विश्वास उडाला की प्रेम तरी कुठून राहणार? तिथे वाट्याला फक्त तिरस्कार येणार. आपली लेकसुद्धा आपला तिरस्कार करेल का? गाढ झोपलेल्या आपल्या बाळाकडे पाहत मेनकेच्या मनात आलं. मी तिला आणि कौशिकला फसवते आहे का? मी एक शापित अप्सरा आहे. मला मन नाही, मला आत्मा नाही. माझी निर्मिती निव्वळ इतरांना मोहात पाडण्यासाठी आहे.

# पुण्य आणि अधिकार

"शकुन्तला अंगावर पीत असताना तू इतकी गंभीर का असतेस?''

विश्वामित्रांच्या स्वरात उत्सुकता होती. स्तनपान करणारी आपली लेक आणि स्तनदा असलेली आपली पत्नी ह्यांना पाहणं हा विश्वामित्रांच्या जीवनातील परमोच्च आनंदाचा क्षण होता.

"मी तिच्याशी मूक-संवाद साधत असते,'' मेनकेने सहजपणे म्हटलं, "त्यातून मायलेकीचं नातं दृढ होत जातं.''

शकुन्तला गाढ झोपल्यावर मेनकेने तिला अलगद पाळण्यात ठेवलं. विश्वामित्रांनी जंगलातील झाडांचा कुशलतेने वापर करून हा पाळणा तयार केला होता.

"आणि ते नातं काय सांगतं?'' त्यांनी हसून विचारलं.

मेनका मात्र हसली नाही. तिने गंभीर चेहऱ्याने म्हटलं, "लेकीचे तात राजा हरिश्चन्द्राच्या यज्ञकर्मासाठी उपस्थित राहिले नाहीत, ते का, असा प्रश्न विचारतंय ते नातं.'' तिचा स्वर किंचित कठोर होता. "पुन्हा एकदा यज्ञकर्मासाठी तू नकार दिला आहेस.''

ती आरोप करत नव्हती; पण तिचा मुद्दा अचूक होता हे जाणून विश्वामित्रांनी सुस्कारा सोडला. "माझी इच्छा नाही तिथे जायची.'' खांदे उडवत ते पुढे म्हणाले, "मोकळी असशील तर ये जरा इकडे.''

निर्विकार नजरेने त्यांच्याकडे पाहत ती म्हणाली, "हे यज्ञकर्म करण्यास पात्र असे फार थोडे ज्ञानी ऋषी आहेत. तू त्यांपैकी एक आहेस. तू विश्वामित्र आहेस. तुझा आशीर्वाद मिळावा म्हणून प्रत्येक राजा

आटोकाट प्रयत्न करतो.'' शकुन्तला जवळच निजलेली असल्यामुळे ती हळू आवाजात बोलू लागली. ''इतरही श्रेष्ठ ऋषी आहेत... अगदी हाताच्या बोटावर मोजण्याइतके आणि वसिष्ठ... एकमेव ब्रह्मर्षी आहेत.'' तिच्या स्वरातील उपहास लक्षात येऊनही विश्वामित्रांनी दुर्लक्ष केलं; पण त्यांना नवल वाटल्यावाचून राहिलं नाही. मेनका स्पष्टवक्ती होती. खरं बोलणारी होती; पण टोचून बोलणं तिच्या स्वभावात नव्हतं.

तिथून पटकन उठत ते थकलेल्या स्वरात म्हणाले, ''हे बघ, हा विषय पुन्हा नको.''

''तू उत्तर द्यायचं टाळलंस तरी मुद्दा तसाच राहतो,'' तिने ठामपणे म्हटलं.

जागच्या जागी थांबत विश्वामित्रांनी तिच्याकडे वळून पाहिलं. त्यांनी संयमाचा आव आणल्यासारखं वाटत होतं. ''मेनका, तू पुन्हा चिडलेली दिसते आहेस. मला तुझ्याशी वाद घालायचा नाही.''

त्यावर पटकन उठून ती त्यांच्या पाठोपाठ बाहेर आली.

''मी वाद घालत नाही, फक्त विचारते आहे!'' ती थोडीशी त्रासली होती.

आता मात्र विश्वामित्रांच्या चेहऱ्यावर राग दिसू लागला. पुढे होत तिचं मनगट धरून त्यांनी तिला ओढून घेतलं, त्यामुळे ती त्यांच्या छातीवर पडली. त्या दोघांच्या चेहऱ्यात फक्त बोटभर अंतर होतं.

त्यांच्या ह्या पवित्र्याने जराही न बावचळता तिने धमकावलं, ''मला उत्तर हवं आहे!''

''मलासुद्धा भावना आहेत म्हटलं,'' त्यांचा संताप उफाळला होता. ''तुझ्या ह्या चाळ्यांपायी कंटाळलो आहे मी. मला बोटाच्या इशाऱ्यावर नाचवणं थांबव. अप्सरा आहेस ना तू! आपल्या देहाचा हत्यारासारखा उपयोग करणं फार छान जमतं तुला. आधी वाद निर्माण करायचा आणि मग मला स्पर्श करू द्यायचा नाही! का करतेस असं? माझा कंटाळा आलाय का तुला? माझ्यापायी नैराश्य वाट्याला येतंय का तुझ्या?''

त्यांनी तिच्या ओठांवर ओठ टेकवण्याचा प्रयत्न केला; पण तिने त्यांना विरोध केला. आज पहिल्यांदाच तिची ताकद त्यांच्या लक्षात आली. तरीही त्यांनी निकराने तिचं चुंबन घेण्याचा प्रयत्न केला. त्यांना विरोध करत तिने स्वतःचं मनगट सोडवत त्यांना जोरात ढकललं.

त्या धक्क्याने ते भानावर आले. त्यांच्या श्वासाची गती वाढली होती. त्यांनी तिच्याकडे पाहिलं. त्यांच्या आक्रमकतेमुळे तिचे ओठ सोलवटले होते. स्वतःचा सन्मान जपत तिने आपली वस्त्रं सावरली. तिने जरी विश्वामित्रांना जोरात ढकललं होतं तरी तिच्या हाताचा स्पर्श, तो तसाच मुलायम होता. तिचा स्पर्श कसा विसरणार होते ते? ती त्यांना स्पर्श करू देत नाही हा त्यांचा आरोप होता. प्रणय तर फार दूरची गोष्ट. एक तर ती बाळाच्या संगोपनात किंवा गृहकृत्यात व्यस्त असायची. आत्ता ती त्यांच्यावर चिडली होती. स्वाभाविक होतं म्हणा. आपण तिच्याशी इतक्या क्रूरतेने वागलो ह्याची त्यांना लाज वाटली. त्यांच्या मनात दुःख दाटलं.

हळुवार हाताने तिला जवळ घेत ते म्हणाले, "माझं चुकलं." तिच्या ओठांवर त्यांनी ओठ टेकवूनही तिने प्रतिसाद दिला नाही.

त्यांच्या तप्त आणि कामोत्सुक मिठीतून स्वतःला सोडवून घेत ती एवढंच म्हणाली, "तुम्हाला तुमच्या शिष्याला-देवरथाला भेटायचं आहे." त्यांनी तिचा हात सोडला नाही. त्यांच्या स्पर्शात व्याकूळता होती. त्यांच्या थडथडणाऱ्या नसांचा स्पर्श तिच्या हातांना जाणवत होता.

"हा तोच शुनःशेप आहे ज्याला तुम्ही यज्ञवेदीवर बळी देण्यापासून वाचवलं होतं. अर्थात, तेव्हा तुम्ही विश्वामित्र होतात."

तिच्या वाक्याने योग्य परिणाम साधला. तिचा हात सोडत त्यांनी संतापून उत्तर दिलं, "मी आजही विश्वामित्र आहे!"

"काय सांगता?" त्यांच्या नजरेला नजर देत तिने मान तिरकी करत विचारलं. "आपल्या शिष्यांना शेवटचं कधी भेटलात ते तरी आठवतंय का? त्यांना विद्यादानाचं कार्य करणारा तो आश्रम तरी कुठे आहे?" बाजूच्या कुटीकडे बोट दाखवत ती म्हणाली, "ह्याला आश्रम म्हणता तुम्ही? हा तर स्त्रियांचा कक्ष म्हणावा लागेल."

ते ऐकताच विश्वामित्रांचा चेहरा पांढराफटक पडला. आपण मर्यादेचं फार उल्लंघन केलं का, असा विचार तिच्या मनात आला; पण त्यांच्या नजरेत राग नव्हता. होती ती दुखावल्याची भावना. आपण त्यांच्याशी अशा पद्धतीने वागत आहोत ह्याचं तिला खूप वाईट वाटलं. स्वतःचा तिरस्कार वाटला, तरीही ओठ घट्ट दाबत तिने स्वतःला आवरलं.

आवाजात थोडं मार्दव आणत ती म्हणाली, "कौशिक, हा आश्रम नाही, ही वेदाध्ययनाची जागा उरली नाही. ही निव्वळ एक संसारी कुटी

आहे. आपली पत्नी आणि कन्या ह्यांच्याबरोबर संसारात रमणाऱ्या एका सामान्य माणसाचं गृह झालं आहे.''

''मला त्याची जराही लाज वाटत नाही,'' शांत स्वरात ठामपणे विश्वामित्रांनी उत्तर दिलं.

''पण आजही ही जागा प्रज्ञावंतांसाठी ज्ञानदानाचं कार्य करू शकते ना? तिकडे दुर्लक्ष करण्याची काय गरज?''

''तू नाही का हल्ली माझ्याकडे दुर्लक्ष करत! आणि मेनका, कन्येचं कारण पुढे करू नकोस. तुझ्या दृष्टीने असलेली माझी निष्क्रियता त्याला कारणीभूत आहे.''

त्यांच्या ह्या आरोपावर मेनकेने काहीही उत्तर दिलं नाही. ती तशीच उभी राहिली.

खसकन तिचा दंड ओढत तिच्या निश्चल नजरेत पाहत त्यांनी संतापून विचारलं, ''माझ्याबद्दल वाटणारी ओढ संपली आहे, हो ना?''

''हो!'' तिने कठोरपणे उत्तर दिलं. ''ज्या माणसाचं मला कौतुक वाटत होतं तो तू आता नाहीस. ब्रह्मर्षी होण्याचं ध्येय बाळगलं होतं त्याने. आता त्याला ऋषित्वदेखील पार पाडायचं नाही. तो विद्यार्जन करत नाही, विद्यादान करत नाही, जगाला शिकवण देत नाही. तो निव्वळ पती, पिता आणि प्रियकराच्या भूमिकेत समाधान मानू लागला आहे. कशी वाटणार मला त्याची ओढ?'' तिच्या स्वरातील तिरस्कार लपत नव्हता.

हे ऐकताच क्षणभर विश्वामित्रांच्या नजरेत स्फुल्लिंग पेटलं; पण दुसऱ्या क्षणी ते विझलं. ''हो, प्रियकर! जो तुला आता पूर्वीसारखा गुंगवत नाही. मी तुझ्या अपेक्षांना अनुसरून नाही का? की मग मला वाटलं होतं त्याहून तू अधिक महत्त्वाकांक्षी आहेस?'' त्यांच्या स्वरात विखार भरला होता. ''मला लक्षात आलं आहे की, मी तुझा पती आणि आपल्या बाळाचा पिता असणं तुझ्यासाठी पुरेसं नाही. माझं प्रेम पुरेसं नाही, माझा आदर पुरेसा नाही, माझं...''

''आदर! कौशिक, हा आदर मिळवावा लागतो. मी तुझ्यावर प्रेम केलं. कारण, तू विश्वामित्र होतास. आहेस का अजूनही तोच?''

तिच्या कठोर चेहऱ्याकडे पाहत ते विचारात पडले, ''पण मला सांग मेनका, मी कोण आहे, ह्याच्यामुळे काय फरक पडणार आहे? तुझं प्रेम

बदलू कसं शकतं? आपला प्रत्येक शब्द झेलणारा पती, आपल्या लेकीला जपणारा पिता कोणत्या पत्नीला नको असतो, सांग मला!''

''सांगते! एके काळी श्रेष्ठ पुरुष असलेला तू आज ध्येयभ्रष्ट झाला आहेस. मला तिटकारा येतो आहे तो नेमका ह्याचाच!''

''का? मी देवरथला भेटत नाही म्हणून? मी माझ्या शिष्यांचा त्याग केला आहे म्हणून. राजा हरिश्चन्द्राच्या यज्ञकर्मात उपस्थित राहिलो नाही म्हणून?'' भावनावेगाने त्यांचा आवाज थरथरत होता. ''कोणत्या तोंडाने जाणार आहे मी त्यांच्यासमोर? त्यांचा गुरू, जो आज फक्त एका अप्सरेचा प्रियकर आहे?''

नकळत विश्वामित्रांनी सत्य प्रतिपादन केलं. तिच्यामुळेच ते जगाला तोंड दाखवत नव्हते. त्यांच्या तोंडून हे सत्य बाहेर पडताच मेनका अतिशय अस्वस्थ झाली. आपल्याला रडू येऊ नये म्हणून तिने ओठ घट्ट आवळून घेतले. तिच्यापायी ते जगाला तोंड दाखवायला लायक राहिले नव्हते म्हणूनच प्रेम, उत्कटता आणि नकारामागे लपणं त्यांनी स्वीकारलं होतं. महान विश्वामित्र एका अप्सरेच्या मादकतेवर लुब्ध झाले होते. सगळ्या जगात त्यांचं हसू झालं होतं. मेनकेच्या मनात वेदनेचा डोंब उसळला. आटोकाट प्रयत्न करत तिने स्वतःला सावरलं. कितीतरी वेळ दोघंही बोलले नाहीत.

''म्हणूनच, स्वतःचा गेलेला सन्मान मिळविण्यासाठी तू बाहेर पडलं पाहिजेस. हा सन्मान माझ्याकडून नाहीतर बाहेरच्या जगाकडून प्राप्त करायचा आहे तुला. तेच जग ज्याला सामोरं जायची तुला माझ्यापायी लाज वाटते आहे,'' प्रयत्नपूर्वक शांत स्वरात ती म्हणाली; पण एक चुकार अश्रू तिच्या डोळ्यात तरारला.

विश्वामित्र भानावर आले. ''मेनका, तुला कसं सांगू? मला तुझी लाज वाटत नाही. तू पत्नी आहेस माझी,'' तिचा हात हातात घेत हळुवारपणे त्यावर ओठ टेकत त्यांनी प्रामाणिकपणे सांगितलं. ते तिला जाऊ देणार नव्हते. त्यांच्या तोंडून बाहेर पडलेल्या त्या वाक्याची त्यांना आता लाज वाटत होती. असं कसं बोलू शकलो आपण!

''हे बघ, कौशिक, तुला लाज वाटते आहे ती स्वतःची; पण माझ्यावरच्या आत्यंतिक प्रेमापोटी तू ते मान्य करायला तयार नाहीस. तू हे लक्षात का घेत नाहीस की, वसिष्ठ पत्नी अरुंधती किंवा कश्यप पत्नी

अदिती ह्यांच्याप्रमाणे मी विश्वामित्र पत्नी मेनका होऊ शकत नाही. कारण, मी ऋषींना भुलवणारी अप्सरा आहे. तुझ्या पत्नीच्या रूपात हे जग मला कधीही स्वीकारणार नाही,'' तिचेच शब्द तिला पोकळ वाटत होते. ती पुढे म्हणाली, ''पण आपण माझ्याबाबत बोलत नाही. प्रश्न तुझा आहे. तू आत्मसाक्षात्कारी आहेस. आजवर कोणी प्राप्त केलं नाही इतकं ज्ञान तू प्राप्त केलं आहेस, तेही स्वतःच्या हिमतीवर. प्रत्यक्ष देवांना आव्हान देण्याचं सामर्थ्य तुझ्यात आहे. वसिष्ठांसारख्या थोर मुनीसमोर ठामपणे उभं राहण्याचं धैर्य तुझ्यात आहे. जा कौशिक, तुझ्या ठरवलेल्या मार्गावरून पुढे जा. गौरव प्राप्त कर,'' असं म्हणत एका हाताने खांद्यावरचे केस सावरत ती पटकन जायला वळली. तिचा अस्वस्थपणा दाखवणारी ही लकब त्यांच्या चांगल्या परिचयाची होती.

पटकन पुढे होत तिचे खांदे पकडत ते म्हणाले, ''मेनका, तुझ्या लक्षात येत नाही का? माझं प्रेम आहे तुझ्यावर!'' त्यांच्या नजरेत प्रामाणिकपणा होता. ''तुझ्यासाठी, आपल्या दोघांसाठी हे प्रेम पुरेसं नाही का? तुझ्याशिवाय कशाचीही आस उरली नाही मला.'' खोल श्वास घेत विश्वामित्रांनी तिचं प्रदीर्घ चुंबन घेतलं. ''मला ह्या बाह्य जगाची तमा आता नाही. कारण, माझं जग फक्त आणि फक्त तू आहेस. माझ्याबद्दल कोण काय बोलतं ह्याची मला पर्वा नाही. मला फक्त तुझी पर्वा आहे. मी तुझ्याशिवाय जगू शकत नाही.'' तिच्या मानेत डोकं खुपसत व्याकूळ होत विश्वामित्र म्हणाले, ''फार जास्ती मागणं आहे का माझं? मेनका, इतकी कठोर होऊ नकोस!''

प्रेमाने ओथंबलेला त्यांचा स्वर ऐकताच मेनकेचा निश्चय अधिक दृढ झाला. आपल्याला ह्याहून अधिक कठोरपणा दाखवायला हवा हे तिच्या लक्षात आलं. द्वेष आणि आकसापोटी लोक क्रूर होतात हे माहीत होतं तिला; पण आज ती प्रेमापोटी क्रौर्य दाखवणार होती. प्रेम किती दुधारी असतं ह्याची तिला जाणीव होती. प्रेमाच्या मर्यादा ती ओळखून होती. मानवाचा सर्वश्रेष्ठ आदर्श म्हणजे प्रेम. मन आणि इंद्रियांना संभ्रमित करतं ते प्रेम. प्रेमाचा आविष्कार जितका सुंदर तितकीच त्याची उणीव जीवघेणी असते हे तिच्याइतकं कोणाला माहिती असणार? ह्या प्रेमाचीच अप्सरांना सर्वाधिक भीती वाटते म्हणूनच प्रेमाने परमोच्चता गाठली की तिथेच थांबण्यात त्यांना सुज्ञपणा वाटतो. तिलाही तेच करावं लागणार होतं-स्वतःला नाही, त्याला वाचवण्यासाठी!

प्रेमाच्या विघातक शक्तीचा प्रत्यय आता येणार होता. कोण कधी प्रेमात पडेल हे कोणाच्याच हातात नसतं. ती मेनका होती. इन्द्रनगरीतील कावेर... विश्वामित्रांसारख्या अत्युच्च पदावर पोहोचलेल्या मानवाची प्रेयसी. वसू आणि कौशिक ह्या दोघांचं पत्नीपद प्राप्त करूनही ती ते गौरवाने मिरवू शकत नव्हती. कौशिकबरोबर आयुष्य घालवण्याचा पर्याय समोर असूनही त्याची अवनती होऊ नये म्हणून तिला माघार घ्यावी लागणार होती. स्वतःच्याच आनंदात मग्न असलेल्या कौशिकला तिच्या मनोव्यापाराची जाणीव नव्हती. तो सारं काही हरवून बसला होता. त्याला पुन्हा त्या मार्गापर्यंत नेणारी केवळ मेनका होती - त्याला कायमचं गमवावं लागलं तरी!

❦

विश्वामित्र शकुन्तला बाललीलात गर्क होते. तितक्यात देवरथ त्यांच्या कुटीच्या दिशेने येताना दिसला. 'संसारी कुटी!' मेनकेने किती कठोरपणे म्हटलं होतं. हा त्याचा आश्रम नव्हता. हे त्याचं सदन होतं. देवव्रत किंवा इतर शिष्य इथे विद्यार्जनासाठी उत्सुक नव्हते, अशातला भाग नव्हता. इथे कुणी यावं ही विश्वामित्रांची इच्छा नव्हती, हे त्यामागचं खरं कारण होतं. त्यांच्या ह्या वैयक्तिक विश्वात इतर कुणाचा प्रवेश त्यांच्यासाठी निषिद्ध होता. ते आणि मेनका! आणि आता हा बाळजीव-शकुन्तला. मजेत नदीत डुंबणाऱ्या लेकीकडे त्यांनी वात्सल्याने पाहिलं.

''प्रभू, नवीन दिवसाच्या हार्दिक शुभेच्छा देतो तुम्हाला,'' हात जोडून नतमस्तक होत नम्रपणे देवरथ समोर आला.

''आज इथे येण्याचं प्रयोजन?'' विश्वामित्रांचा स्वर प्रेमळ होता. हळुवार हातांनी शकुन्तलेला पाण्याबाहेर काढत त्यांनी तिला खांद्यावर टाकलं. त्याबरोबर ती आरडाओरड करू लागली. ती आता सहा महिन्यांची झाली होती. सभोवतालचं जग जाणून घेण्याची उत्सुकता तिच्या नजरेत होती. इतक्या लहान वयात तिला तिची ठाम मतंसुद्धा होती. आपल्या तातांनी आपल्याला खाली ठेवावं म्हणून तिने हातपाय झाडले. तिच्या तातांनी तिची इच्छापूर्ती केली. पिता आणि लेक आनंदाने हसू लागले. तितक्यात काही धीट ससे तिथे आले. त्यांच्याशी खेळण्यात दोघंही रंगले. आपल्या गुरूचा पूर्वीचा दरारायुक्त आवेश संपूर्णपणे विरला आहे हे देवरथाच्या लक्षात आल्यावाचून राहिलं नाही. विश्वामित्र जरी त्याच्याशी बोलत असले तरी त्यांची मायेची नजर आपल्या लेकीवर खिळली होती.

“राजा हरिश्चन्द्राने राजसूय यज्ञाची सिद्धता केली आहे. आपली उपस्थिती... प्रार्थनीय,” देवरथाने अडखळत बोलायला सुरुवात केली.

त्याचं बोलणं अर्ध्यावर तोडत विश्वामित्र पटकन म्हणाले, “त्यांचे राजऋषी वसिष्ठ आहेत ना तिथे. मग मी यायची काय गरज?” हरिश्चन्द्राच्या उल्लेखासरशी त्यांना वसिष्ठांनी दिलेल्या आव्हानाचं स्मरण झालं. खोलवर दबलेली त्वेषाची भावना पुन्हा एकदा डोकं वर काढू लागली. त्या क्षणी त्या साऱ्या ओळखीच्या जुन्या भावनांपासून दूर पळून जाण्याची मनीषा त्यांच्या मनात निर्माण झाली.

“ऋषीवर, राजाने सर्व ऋषींना निमंत्रित केलं आहे. आपल्याला कसं बरं वगळेल तो? त्यातून आपण तर त्याच्या तीर्थरूपांचे-त्रिशंकूचे जीवलग स्नेही आहात.”

“देवरथ, ह्या साऱ्यात मला स्वारस्य उरलं नाही,” विश्वामित्र फटकळपणे म्हणाले.

“मी त्यांना काय उत्तर देऊ?” त्याच्या मनात संभ्रम निर्माण झाला होता.

“सांग की, मी व्यस्त आहे,” विश्वामित्रांनी तिरसट स्वरात उत्तर दिलं.

देवरथाच्या चेहऱ्यावर संकोच दाटून आला.

ते जाणवून विश्वामित्रांनी फटकारलं, “माझ्यासाठी असत्य भाषण करण्याची आवश्यकता नाही. सांग त्यांना की, मी माझ्या कुटुंबामध्ये व्यस्त आहे. एवढा प्रामाणिकपणा पुरेसा असेल असं वाटतं!”

अस्वस्थपणे देवरथ म्हणाला, “गुरुवर्य, ते साऱ्यांना ठाऊक आहे.”

विश्वामित्रांचा पारा चढला, “त्यात काही वाईट आहे का? देवरथ, तिथे येण्याची माझी इच्छा नाही. त्यामागचं खरं कारण सांगायची लाज तुला वाटत असेल, तर मग तुझ्या मनाला वाटेल ते कारण दे तू त्यांना. झालं बोलून की अजून काही विचारायचं आहे?”

त्यांच्या चेहऱ्याकडे एक कटाक्ष टाकताच देवरथाला पूर्वीच्या अभिमानी विश्वामित्रांची आठवण झाली. त्याचे गुरू विश्वामित्र पदाला पोहोचले होते ते त्या अभिमानापायीच. आज पुन्हा एकवार तो परतून येत होता... “तुमचा पुत्र अंधर्क...”

ते ऐकताच विश्वामित्रांच्या चेहऱ्यावरचे भाव झरझर बदलले. त्रागा जाऊन तिथे काळजी उमटली.

''काय केलं त्याने आता?'' तीक्ष्ण स्वरात विश्वामित्रांनी विचारलं.

बोलावं की नाही हा प्रश्न देवरथाला पडला. सुरुवातीपासून त्याचे आणि ज्येष्ठ गुरूपुत्राचे संबंध सौहार्द नव्हते. आपल्या पित्याने देवरथाचा शिष्य आणि मानसपुत्र म्हणून केलेला स्वीकार अंधर्कला मान्य नव्हता. त्या मानाने द्वितीय गुरूपुत्राने देवरथाचा सहज स्वीकार केला होता. कसाबसा धीर गोळा करत देवरथ बोलू लागला, ''आपल्या राज्याचं स्वामित्व अंधर्क निभावत आहे. मात्र, हे करत असताना आपला आश्रम आणि आश्रमवासीय ह्यांच्याशी तो दुजाभावाने वागत आहे.'' ह्या एका वाक्यावरून आपल्या गुरूंना समस्येची सविस्तर कल्पना येईल, ह्याची जाणीव देवरथला होती.

''त्याच्यात हे धाडस आलं कुठून?'' विश्वामित्र कडाडले.

''त्याच्यावर अंकुश ठेवायला आपण नसता गुरूवर्य म्हणूनच हे धाडस झालं त्याला,'' देवरथाने वर्मावर बोट ठेवलं.

हे ऐकताच विश्वामित्रांच्या मनात संकोच दाटला. मुठी आवळून घेत त्यांनी संयम राखायचा प्रयत्न केला. त्यांना कशातही स्वारस्य उरलं नव्हतं, मग तो हरिश्चन्द्र असो, वसिष्ठ असो किंवा अंधर्क आणि त्याच्या राक्षसी महत्त्वाकांक्षा असोत. त्यांनी खोल सुस्कारा सोडला. काहीतरी तोडगा शोधण्यावाचून पर्याय नाही हे त्यांच्या लक्षात आलं.

''त्याचं राज्य आणि सीमांतर्गत अरण्य ताबडतोब सोडून द्या. आश्रमासाठी अन्यत्र स्थान पाहा,'' त्यांनी आज्ञा केली.

हा उपाय देवरथाला पटल्यासारखा वाटला नाही. ''आणि जाणार कुठे आम्ही पळून? का पळायचं आम्ही? शिवाय, आम्ही जाऊ तिथे अंधर्क आमचा पाठलाग करत पोहोचेल,'' देवरथ चिंतेने म्हणाला.

''तसं होणार नाही. तो फक्त पोकळ धमक्या देतो. तुमच्यावर आक्रमण करण्याचं साहस त्याच्यात नाही. तुम्ही मगध राज्याचा आश्रय घ्या. तुम्ही माझे शिष्य आहात हे समजताच तिथला राजा तुमच्या सुविधेकडे लक्ष देईल ह्याची मला खात्री आहे. त्याचप्रमाणे मधुचंदला अंधर्कवर आक्रमण करायला सांगा. आपल्या भावाविरुद्ध उठाव करायला सांगा, तसंही वंशपरंपरेने चालत आलेलं सिंहासन पेलण्याचं सामर्थ्य अंधर्कामध्ये नाही,'' विश्वामित्रांनी

प्रयत्नपूर्वक आपला स्वर निर्विकार ठेवला होता, तरीही त्यांच्या बोलण्याला असलेली नैराश्याची किंचित झाक देवरथाला जाणवली.

''युद्धाची घडी येऊन ठेपली आहे; पण हे नागरी युद्ध आहे. भाऊ भावासमोर उभा राहणार आहे. रक्तपात जितका कमी होईल तितकं श्रेयस्कर राहिल,'' त्यांनी सूचना केली.

विश्वामित्रांच्या कठोर चर्येकडे पाहून देवरथाला पूर्वीचा शिस्तप्रिय राजा कौशिक कसा असेल ह्याची जाणीव झाली.

विश्वामित्र पुढे सूचना देऊ लागले, ''सैन्य आणि सैनिकांना दूर ठेवा. आपल्या राजाच्या उद्दामपणापायी त्यांचे बळी देण्याची आवश्यकता नाही. अंधर्क भित्रा आहे. केवळ माझ्या आदरापोटी मधुचंद त्याला विरोध करत नाही; पण आता मीच सांगतो की, मधुचंदाने सिंहासन ग्रहण करावं. थांब जरा, तशा आशयाचा लिखित संदेश मी तुझ्याजवळ देतो म्हणजे मग रक्ताचा एक थेंबही न सांडता सत्ता बदल होऊ शकेल.''

हे ऐकून देवरथाचा ताण कमी झाला. ''गुरूवर्य, आपला संदेश मी प्रत्यक्ष मधुचंदाच्या हातात देईन.''

''मी तुला जेव्हा माझा पट्टशिष्य केलं होतं, तेव्हा अंधर्काने माझ्यावर अन्यायीपणाचा आरोप केला होता,'' विश्वामित्र खेदाने बोलू लागले. ''माझा ज्येष्ठ पुत्र असल्यामुळे त्याला स्वतःला वारसाहक्काने अनेक गोष्टी प्राप्त होतात हे तो विसरला होता. माझी द्वितीय पत्नी शीला हिचा पुत्र मधुचंद हा सर्वार्थाने राजा होण्यास पात्र आहे हे त्याने सिद्ध करून दाखवलं आहे. मी आता हे जाणून चुकलो आहे की, वंशपरंपरेने मिळणारे हक्क आणि चढती श्रेणी नेहमीच योग्य असते असं नाही. ज्याने त्याने आपली पात्रता सिद्ध करायची असते. बुद्धी आणि सद्वर्तन ह्यावर अधिकार अवलंबून असले पाहिजेत. दुर्दैवाने आपण मात्र जन्म, श्रेणी आणि संपत्ती ह्यांच्या आधारे श्रेष्ठत्वाचे अधिकार प्रदान करतो. माझ्याइतकं हे कोणाला समजलं असेल?'' थकलेल्या स्वरात विश्वामित्र पुढे म्हणाले, ''मी कौशिक होतो. विश्वामित्र होण्यासाठी मी तीव्र लढा दिला. क्षत्रिय असूनही ऋषित्वाची वाट चालणं समाजमान्य नसल्यामुळे मला पदोपदी विरोध सहन करावा लागला. मी जरी आज ठरवलेल्या पदापर्यंत पोहोचलो असलो तरी माझ्या राज्यात मात्र मी सदैव स्नेहसंबंध जपत आलो. परंपरेने राजाचा पुत्र राजा होतो; पण असं होता कामा नये. राजेपण निभावण्याची पात्रता सिद्ध करणाऱ्यालाच ते

पद भूषवण्याचा अधिकार असावा. युवराज म्हणून कोणीही जन्माला येऊ शकतं; पण राजा म्हणून नक्कीच नाही. हा हक्क जन्माने मिळत नसतो. कळू दे अंधर्काला!''

''गुरूवर्य, आपल्या पुत्राने केलेल्या कृतींसाठी आपण स्वतःला का जबाबदार धरता? स्वतःला दोष का देता?''

''देवरथा हा तुझा चांगुलपणा आहे; परंतु ह्या अराजकाला मी कारणीभूत आहे. माझं राज्य आणि माझी प्रजा मी फार कोवळ्या हातांमध्ये सोपवून आलो होतो,'' विमनस्क स्वरात विश्वामित्र बोलू लागले.

''कारण, आपला त्याच्यावर विश्वास होता.''

''अंधर्क! अंधाराला दूर करणारा! हा अर्थ अभिप्रेत होता मला; परंतु हा स्वतःच अंधार रूप धारण करून आहे. प्रकाशाच्याऐवजी निराशा निर्माण करतो आहे. माझ्या महत्त्वाकांक्षेपायी मी माझ्या राज्याचा बळी दिला. फार मोठी चूक झाली माझी,'' दूरवर खिळलेल्या विश्वामित्रांच्या नजरेत अनेक भावना दाटून आल्या होत्या.

आपल्या गुरूचा हा स्वर देवरथाच्या परिचयाचा होता. विश्वामित्र परोपकारी आणि न्यायी होते. मात्र, क्षमाशील नव्हते. स्वतःच्या कुटुंबाप्रतिदेखील त्यांची हीच भावना होती. त्यांना संतुष्ट करणं, तोषवणं फार कठीण होतं. त्यांच्या परीक्षेवर न उतरणाऱ्यांची हयगय ते करत नसत. ज्यांच्यावर त्यांनी निरपेक्ष प्रेम केलं होतं, त्यांच्याकडून वंचना वाट्याला आली की, विश्वामित्रांच्या स्वभावातील निर्दयता अधोरेखित होत असे. मनातल्या मनात देवरथाला अंधर्काबद्दल सहानुभूती वाटली. कठीण आहे अंधर्काचं! आपल्यावर कधीही ही वेळ येऊ नये एवढीच प्रार्थना मनोमन करणं देवरथाच्या हातात होतं.

# प्रमाद आणि स्वीकार

"आज कौशिकला सारं सत्य सांगायचं,'' तिने निश्चय केला. आजवर तिने चालढकल केली होती; परंतु इन्द्र भेटून गेल्यानंतर तिचा निर्धार पक्का झाला. कौशिकसाठी मेनका सर्वस्व होती. तिची सोबत सोडण्याची त्याची मुळीच इच्छा नव्हती हे उघड होतं. तिच्या प्रेमापुढे त्याला स्वतःच्या यशाची, कीर्तीची अथवा सिद्धीची यःत्किंचितही तमा वाटेनाशी झाली होती. ती आणि त्यांची कन्या; त्या दोघींपुरतं त्याचं विश्व सीमित झालं होतं म्हणूनच मेनकेला कठोर पावलं उचलावी लागणार होती; तिने खालचा ओठ करकचून चावला. आपण निवडलेल्या पर्यायाची खात्री तिला नव्हती. त्याच्या प्रेमाचं परिवर्तन ती तिरस्कारात करणार होती. फार कठीण नव्हतं ते. तिने आजवर दडवून ठेवलेलं स्वतःबद्दलचं सत्य त्याच्यासमोर उघड करण्याचाच काय तो अवकाश होता.

रडू आवरण्यासाठी तिने डोळे घट्ट मिटले. हातांच्या मुठी आवळत तिने निर्धार केला. त्याला दुखावण्याची शक्ती मला दे, ते बघण्याची आणि सोसण्याची शक्ती मला दे! इथून पुढे त्याच्या मनात तिच्याबद्दल फक्त आणि फक्त तिरस्कार उरणार होता. कसं सोसणार होती ती? पण तिला ठाऊक होतं की, ह्या सोसण्याहून महत्त्वाचं होतं ते त्याने पुन्हा साधनेच्या मार्गावर चालणं. आजवर मी त्याची वंचना करत आले आहे. ते विसरून तो मला पुन्हा जवळ करेल का? किती वेडा विचार होता तिचा! परंतु तेवढ्याने तिच्या दुखऱ्या मनाला किंचित दिलासा मिळाला. पुढच्या क्षणी तिने तो विचार मनातून काढून टाकला. इथून पुढे तिचा आनंद गौण होता. स्वतःच्या हाताने ती त्या आनंदाला, सहवासाला, वात्सल्याला तिलांजली देणार होती.

तिच्या इथून जाण्यात त्याची मुक्ती होती. कारण, त्याच्या प्रगतीआड येणारी तीच एकमेव होती.

गाढ झोपलेल्या आपल्या लेकीकडे तिने डोळे भरून पाहिलं. कदाचित ह्यापुढे तिला तिची लेक कधीही दिसणार नव्हती. तिने आसुसून लेकीला जवळ घेतलं. पुढच्या काही क्षणांत उठणाऱ्या वादळापासून ती आपल्या लेकीचं संरक्षण करू पाहत होती. कुटीत प्रवेश करणारी कौशिकची पावलं तिच्या कानांनी टिपली. हळुवार हाताने तिने शकुन्तलेला पुन्हा पाळण्यात निजवलं. तिचा ऊर भरून आला होता. पान्हा आवरत नव्हता. निर्वाणीचा क्षण येऊन ठेपला होता. कौशिक तिच्या मागे आल्याचं तिला जाणवलं. हळुवार हाताने त्याने तिला मिठीत घेतलं. त्या स्पर्शासरशी तिला वास्तवाचं भान आलं. त्याने तिच्या खांद्यावर अलगद ओठ टेकले. तिच्या सर्वांगातून सौख्याची लहर दौडली. तिने तृप्तीने डोळे मिटून घेतले. किती सहज होतं ह्याच्या स्पर्शात स्वतःला विसरणं. ती वळली. दोघांचे श्वास एक झाले. आपला उद्देश लक्षात घेत तिने स्वतःला खंबीर केलं.

त्याच्या नजरेत खोलवर पाहत ती म्हणाली, "इथे आल्यापासून गेल्या कित्येक वर्षांत मी तुझ्यापासून जे दडवून ठेवलं, ते मी तुला आज सांगणार आहे." ती जरी प्रत्येक शब्द तोलून मापून बोलत असली तरी झटक्यासरशी सगळं सांगून मोकळं व्हावं आणि मनावरचा भार कमी करावा अशी ऊर्मी तिला वाटत होती; पण हे शक्य नव्हतं. तिच्या स्वरातील वेगळेपण जाणवून कौशिक संभ्रमात पडला. त्याचं हसू गोठलं. तिला दिसणारं त्याचं हे शेवटचं हसू होतं का?

"मी खोटं बोलले. मी अप्सरा आहेच; परंतु इन्द्राने स्वर्गातून मला बहिष्कृत केलं नव्हतं," खोल श्वास घेत आवाज स्थिर ठेवत, त्याच्यावरची नजर न काढता ती बोलू लागली. "त्याने मला इथे तुला मोहवण्यासाठी पाठवलं होतं. तुझ्यापायी त्याला धोका निर्माण झाला होता म्हणूनच तुझ्या साधनामार्गावरून तुला विचलित करण्याचं कार्य माझ्यावर सोपवण्यात आलं होतं. शरीरसुखाच्या वाटेवरून पुढे जात तुला माझ्या प्रेमात पाडून शृंगार आणि वासनेपायी विकल करायचं होतं. इन्द्राची योजना यशस्वी झाली. गेली कित्येक वर्षं तू स्वतःच्या साधनेकडे दुर्लक्ष केलंस. तू माझ्या प्रेमात पडलास." आवंढा गिळत ती मोठ्या कष्टाने म्हणाली, "...सगळं अगदी ठरल्याप्रमाणे."

झालं! एकदाचं सगळं बोलून टाकलं. श्वास रोखून धरत ती त्याच्या प्रतिक्रियेची वाट बघू लागली. मुठी घट्ट आवळत तिने सवयीप्रमाणे खालचा ओठ चावला. तिच्या बोलण्याचा नेमका अर्थ लक्षात आल्यामुळे कौशिक बधिर झाला. त्याच्या चेहऱ्यावरचा रंग उडाला.

काळ जणू थांबला होता. अजूनही कौशिक काही न बोलता उभा होता. तिचे शब्द त्याच्यासमोर अक्राळविक्राळ रूप धारण करून उभे होते. समोर असलेला कौशिक फक्त शारीरिक रूपात आहे, त्याचा आत्मा कणाकणाने त्याला सोडून जात आहे, असंच काहीसं तिला वाटलं. एखाद्या उंच वटवृक्षासारखा भासला तिला तो. वटवृक्षच... कोणत्याही क्षणी कोसळू शकणारा.

सत्य समजताच तो आक्रस्ताळेपणा करेल, संतापेल, दुःख व्यक्त करेल असं तिला वाटलं होतं. त्याची ही शांतता तिला असह्य झाली. मृत्यूची चाहूल अशीच असते का?

''काहीतरी बोल ना,'' ती कळवळून म्हणाली, ''बोल रे! तू जे म्हणशील ते ऐकायची माझी तयारी आहे. तिरस्कार, अनादर आणि शापही झेलायची तयारी आहे. माझी लायकीच ती आहे!''

अगतिकपणे तिने त्याचा हात गदागदा हलवला. तिच्या स्पर्शासरशी तो भानावर आला.

''शाप! तुला कसा शाप देणार मी?'' घोगऱ्या स्वरात कौशिक म्हणाला. ''शाप देण्याची माझी शक्तीसुद्धा तू हिरावून घेतली आहेस. कारण, फार प्रेम करतो मी तुझ्यावर...''

तिला आज जणू पहिल्यांदाच पाहत आहोत अशा नजरेने बघत तो पुढे म्हणाला, ''प्रेम... प्रेम? काय खरं काय खोटं! मेनका, तुझं प्रेम तरी खरं होतं का? खोटेपणा, प्रतारणा, कपट... ह्या सगळ्यांपलीकडे आपल्यात खरंच काही नातं होतं का?'' त्याचा स्वर गलबलला. चेहऱ्यावर संभ्रम उमटला, ''सांग ना, होतं का?'' अचानक त्याचा स्वर कठोर झाला, ''की तो सारा भुरळ घालण्याचाच मार्ग होता?''

त्याला स्वतःचा विश्वास वाटेना. ''आजवर तुझ्याबद्दल माझ्या मनात उमटलेल्या तरल भावना, त्या तरी खऱ्या होत्या का? की तुझ्या मोहिनीचा तो परिणाम होता, मदनबाणाची किमया होती का? माझ्या हृदयानेसुद्धा माझ्याशी प्रतारणा केली का?''

जोरजोरात मान हलवत मेनका म्हणाली, ''नाही! कौशिक, तुझं प्रेम निखालस होतं. त्याची अवहेलना करू नकोस. तुझ्या प्रेमाच्या सखोलतेमुळेच मला स्वतःच्या प्रेमाचा उथळपणा लक्षात आला. प्रेमाचं नाटक तर मी केलं,'' ती उद्वेगाने म्हणाली. ''पण इथून पुढे मी हा खोटेपणा घेऊन जगू शकत नाही. माझी फार तगमग होते आहे. ह्या प्रेमापोटी तू स्वतःला इतकं समर्पित केलं आहे की, तुझी अधोगती होत आहे हेसुद्धा तुझ्या लक्षात येईनासं झालं आहे. नाही रे बघवलं जात माझ्याकडून आता हे. तुझा अपकर्ष मला सहन होत नाही. माझ्या प्रतारणेचं ओझं मला असह्य होऊ लागलं आहे. तुझी साधना भ्रष्ट...''

जोरात हसून कौशिक म्हणाला, ''बस! मेनका, नको बोलूस. तुझ्या तोंडून येणारा प्रत्येक शब्द सुंदर आणि मोहात टाकणारा आहे; परंतु तुझ्या ह्या कोमल ओठांमधून फक्त आणि फक्त असत्य बाहेर पडतं हे लक्षात आलं आहे माझ्या.'' अत्यंत जळजळीत स्वरात तो पुढे म्हणाला, ''काय सत्य, काय असत्य? कशावर विश्वास ठेवावा. मला तर काही उमजेनासं झालं आहे. तू खोटी आहेस. तू मृगजळ आहेस. तू भास आहेस. तू मृत्यूची मगरमिठी आहेस. जा! मी तुला दुखावण्याआधी इथून निघून जा.''

शेवटी एकदाचे त्याने ते शब्द उच्चारले. नव्हे, तिने त्याला ते उच्चारायला भाग पाडलं!

अतिशय संयमित स्वरात ती म्हणाली, ''जाते; पण सत्य काय आहे हे तुला अवगत करून दिल्यावर जाईन मी. तुझ्यासाठी मी तेवढं करणं गरजेचं आहे.''

''गरजेचं आहे?'' तो गरजला. ''तू माझा कसा विनाश केला आहेस त्याची तुला कल्पना तरी आहे का? तू आपल्या दोघांचा विनाश केलास. आजवर आपण घालवलेले क्षण, आपल्यात उमटलेल्या भावना, आपली निर्मिती, आपली ही लेक-ह्या साऱ्याचा विनाश केला आहेस तू.''

आता गप्प बसण्याची तिची पाळी होती. स्वतःची बाजू मांडायला तिच्याजवळ एकही शब्द नव्हता. तिची शांतता पाहून कौशिकचा पारा चढला.

''हे सुंदर मेनके, स्वतःचं पाप मान्य करून इथून निघून जाणं तुझ्यासाठी फार सोपं आहे, नाही का? स्वर्गातील सुंदर अप्सरा तू, तुझ्याकडे दया-माया कुठून असणार? आताही माझ्यासमोर हे सारं सांगण्याची काही गरज नव्हती. की त्यामुळे हौतात्म्याची उसनी जाणीव झाली तुला?'' त्याचा स्वर

अगदी कडवट झाला होता. तो निर्दयपणे पुढे म्हणाला, ''मला माझ्या ह्या अज्ञानरूपी सौख्यसागरात निवांत राहू द्यायला हवं होतंस तू. तुझ्यावर एखाद्या मूढासारखं प्रेम केलं मी. त्यापायी वाट्याला आली फक्त निराशा आणि अवहेलना. इथून पुढील आयुष्य ह्या हीनतेत घालवावं लागणार आहे मला.''

भावनांचा आवेग कौशिकला असह्य होत होता. क्षणार्धात होत्याचं नव्हतं झालं होतं. प्रेमाच्या जागी तिरस्कार, जिव्हाळ्याच्या जागी क्लेश, विश्वासाच्या जागी अविश्वास. क्षणभर थांबून तिच्या नजरेत पाहत त्याने विचारलं, ''पण तू मला हे सगळं आता का सांगते आहेस?''

ती गडबडली, तरीही स्वतःला सावरत तिने ठामपणे म्हटलं, ''मी तुझ्याबरोबर संपूर्ण आयुष्य घालवू शकते; परंतु मी केलेल्या प्रतारणेबरोबर जगणं मला असह्य झालं आहे!''

''स्वार्थी!!'' त्याने फटकारलं. ''आज तुला सदसद्विवेक बुद्धी सुचते आहे. आपण उभारलेल्या ह्या विश्वाशी तुला काही देणंघेणं उरलं नाही. कारण स्पष्ट आहे. स्वतःच्या पदरात काहीतरी पाडून घेण्यासाठी इतरांकडून शरीरसुख मिळवणारी तू स्वर्गातील वारांगना आहेस...'' जाणीवपूर्वक हे शब्द उच्चारत तो पुढे म्हणाला, ''पण वेळ येताच पायात शेपूट घालून पळणारी तू, अत्यंत भेकड आहेस.''

त्याच्या प्रत्येक शब्दासरशी तिच्या चेहऱ्यावरचा रंग उडत होता. ''मेनका, मला सत्य सांगण्याचं धैर्य तुझ्यात आहे असं म्हणतेस तू? हे सत्यसुद्धा असत्य आहे. मला एकटं पाडण्याचा तुझा कट आहे. ह्या लहानश्या जीवाला माझ्या माथी मारून स्वर्गात निघून जाण्याचा डाव तू रचला आहेस. लेकीला वाढवण्यापायी मी कधीच माझ्या मार्गाकडे वळू शकणार नाही म्हणूनच हे सगळं तू केलंस. तुम्ही अप्सरा ह्यापेक्षा वेगळं काय करू शकता?'' त्याचे विषारी शब्द तिच्या कानावर पडले.

कौशिकच्या मनात मेनकेबद्दल तिरस्कार निर्माण झाला होता. ती प्रमदा होती, तिच्या हातून घडलेल्या प्रमादामुळे ती आता प्रमादी झाली होती. तिला झिडकारून तो पुन्हा एकवार त्याच्या अपूर्ण स्वप्नाकडे वळणार होता. त्याची साधना इथून पुढे त्याची रक्षक म्हणून काम करणार होती. ह्या क्षणी त्याला वाटणारा तीव्र तिरस्कार पुन्हा एकवार त्याला प्रतिष्ठेच्या मार्गाने चालायला सशहाय्य करणार होता. मेनकेची योजना आकाराला येत होती. इतक्या दुःखातही तिला समाधान वाटू लागलं.

''मेनका, काय उत्तम योजना आखली आहेस!'' त्याच्या हसण्याला वेदनेची झालर होती. ''माझा त्याग करायचा, आपल्या लेकीचा त्याग करायचा. अरेच्चा, विसरलो कसा मी! ह्या आधीही तू केला आहेस त्याग. नैपुण्य मिळवलं असशील तू ह्याही कलेमध्ये. अगं, माता आहेस तू, असं कसं करू शकतेस?''

त्याचा प्रत्येक शब्द तिच्या हृदयाला खोलवर जखमा करत गेला. तरीसुद्धा धैर्याने वार झेलत तिने शांत स्वरात विचारलं, ''तू पिता आहेस ना?''

क्रोधाने त्याच्या भुवया आक्रसल्या. 'वा! न्यायाच्या गप्पा मारते आहेस की मीही आपल्या लेकीचा त्याग करावा असं सुचवते आहेस?'' एक भुवई उंचावत तो उपरोधाने म्हणाला. ''तुझ्याप्रमाणे मीसुद्धा पूर्वी ते केलं आहे. लोकांचा त्याग करण्यात मी फार वाकबगार आहे असं वाटतं मला. एक स्वप्न जोपासलं होतं मी. त्यापायी कुटुंब सोडून आलो आणि तुझ्या नादाला लागून ते स्वप्नही विसरलो. इतकं सगळं झाल्यावर तू मला सोडून चालली आहेस. माझी करणी माझ्यावर उलटवली आहेस. फार शिकायला मिळालं तुझ्याकडून...'' खोल श्वास घेत कौशिकने घसा खाकरला. ''शकुन्तला, तुझी आणि माझी शकुन्तला! आपल्या प्रेमाचं प्रतीक! पण ते प्रेम खोटं होतं म्हणूनच ते मूलही खोटं आहे. तिला मी कधीही ठेवून घेऊ शकत नाही. ती समोर दिसत राहिली तर माझं अपयश, भोळेपणा आणि तुझ्या प्रेमात पडून तुझ्यावर विश्वास टाकण्याचा मूढपणा सतत आठवत राहील मला. मेनका! तू मला तुझा तिरस्कार करायला भाग पाडते आहेस! तू मला आपल्या लेकीचा तिरस्कार करायला लावते आहेस! तू माझं रूपांतर एखाद्या श्वापदात करते आहेस!''

कौशिकच्या संतापामुळे मेनकेला कापरं भरलं.

तरीही धीर एकवटून ती म्हणाली, ''माझ्या कृतीपायी तिचा तिरस्कार नको करूस. मी घेऊन जाते तिला इथून. तिला तुझ्या आशीर्वादाची गरज आहे. तिला नाकारू नकोस. कौशिक, अरे तुझी पोटची पोर आहे ती!''

तिच्या कळवळून बोलण्याने कौशिक थोडासा भानावर आला. पाळण्यात निर्धास्तपणे निजलेल्या आपल्या लेकीच्या गोंडस चेहऱ्याकडे त्याने पाहिलं. अगदी मातृमुखी होती ती! त्याचा राग किंचित कमी झाला.

''तू तिला स्वर्गात कसं नेणार? मर्त्यांना तिथे प्रवेश नाही,'' त्याने योग्य मुद्दा मांडला. ''मी तिचा सांभाळ करू शकत नाही; पण मी तिचा तिरस्कार

तरी कसा करणार?'' तो त्रासून म्हणाला. ''ती माझी आहे, आपली आहे. आपल्या प्रेमाचं, विवाहाचं, गमावण्याचं आणि तिरस्काराचं प्रतीक आहे ती. प्रत्येक वेळेस तिला पाहताच मला तुझं स्मरण झाल्याशिवाय राहणार नाही. माझ्या आयुष्यात असलेलं तुझं स्थान आणि तू मला दिलेली वागणूक मला सातत्याने आठवत राहील. नाही ठेवून घेऊ शकणार मी तिला. तसं पाहिलं तर माझ्याप्रमाणे तिचासुद्धा बळी गेला आहे ह्या सर्व प्रकारात.'' आपल्या बोलण्याचा अर्थ त्याच्या नव्याने लक्षात आला म्हणूनच किंचित थांबून मेनकेकडे पाहत विचारपूर्वक कौशिक पुढे म्हणाला, ''तुझाही गेला आहे.''

तोंडातून येणार हुंदका दाबून धरण्यासाठी मेनकेने ओठ आवळून धरले.

घोगऱ्या स्वरात कौशिक पुढे बोलू लागला, ''मेनका, इन्द्राने रचलेल्या कटामध्ये तू सहभागी झालीस. प्रेमात पडायचं नाटक केलंस; पण नाटक बाजूला राहिलं आणि तू खरंच माझ्या प्रेमात पडलीस, हो ना? तुझं असत्य सत्य झालं. मी हे जाणून घ्यावं असं वाटतं आहे का तुला? आज मला कायमचं सोडून जाण्याआधी तुला हा जो सत्याचा पुळका आला आहे हा तुझ्या नाट्याचा शेवटचा भाग समजू का मी?''

काय उत्तर देणार मेनका त्यावर? तिचा गळा दाटला होता. त्याच्या आंतरदृष्टीचा प्रत्यय तिने वारंवार घेतला होता. तो विश्लेषक होता. तिच्या उद्देशाचा मागोवा घेत तो योग्य मार्गाने पुढे चालला होता. असं झालं तर त्याला सत्य कळून चुकणार होतं. त्यानंतर तो तिचा तिरस्कार करू शकला नसता. तिला इथून जाऊ न देण्यासाठी तो योग्य कारण शोधत होता. असं होऊन चालणार नव्हतं. त्याच्या भल्यासाठी तिने इथून निघून जाणं भाग होतं.

पुढचा क्षण महत्त्वाचा होता. आता जर तिने नाटक उत्तम वठवलं नाही तर तिचे इतक्या वेळचे प्रयत्न मातीमोल ठरले असते म्हणूनच कठोर निश्चयाने पुढे होत ती म्हणाली, ''कंटाळा आला आहे मला तुझा. इथे राहण्याचा वीट आला आहे मला. काय दिलंस तू मला, कौशिक? संपत्तीचा मोह नाही मला; पण थोडा सन्मान? मी तुझी पत्नी आहे हे चारचौघांत मान्य करण्याची लाज वाटते तुला. त्याऐवजी ह्या कुटीत दडण्याचा मार्ग तुला अधिक श्रेयस्कर वाटतो. त्या पोरीचं संगोपन करण्याच्या मिषाने तू मला ह्या कुटीशी जखडून टाकलं आहेस. थकले आहे मी आता. तुझ्याबरोबरचं हे कष्टप्रद जीवन सोसवत नाही मला. मला स्वर्गात परत जायचं आहे. तेथील विलास आणि भोग मला खुणावत...''

''बस्स कर! पुरे झाला खोटेपणा!'' कौशिक कळवळून ओरडला. ''कोणाला मूढ बनवण्याचा प्रयत्न करते आहेस? एकमेकांप्रती आपल्याला वाटत असलेल्या भावना कल्पोकल्पित होत्या हे मला अमान्य आहे. ह्या छोट्याशा कुटीत तू एखाद्या सेविकेप्रमाणे काम केलेलं मी पाहिलेलं आहे. कुठलीही कारस्थानी अप्सरा आपल्या योजनापूर्तीसाठी अशी हीन कामं करणार नाही.'' धारदार स्वरात कौशिक पुढे म्हणाला, ''तुझी उत्कटता, प्रणयासक्तता, हळुवारपणा, समर्पित वृत्ती मी अनुभवली आहे. ते सगळं नाटक होतं हे मला मान्य नाही. फार तर तुझ्या अभिनय कौशल्यावर मी विश्वास ठेवू शकतो. तू माझी वंचना केलीस हे विसरण्यासाठी माझा राग आणि तिरस्कार मला साहाय्य करतील. तुझ्या शब्दांनी मी छिन्नविच्छिन्न व्हावं, संतापावं ही तुझी इच्छा पूर्ण झाली आहे. मी तुझ्यावर वाग्बाण सोडावेत ही तुझी इच्छासुद्धा पूर्ण झाली आहे. आता तुला काय हवं आहे? मेनका, मी तुझा तिरस्कार करावा असं वाटतं का तुला?'' त्याने कळवळून विचारलं.

'माझा त्याग कर!' त्याच्या स्वरातील अगतिकता तिच्या अंतःकरणाला भिडली. डोळ्यांतले अश्रू आवरत नेटाने ती म्हणाली, ''ह्या क्षणी मी तुला सांगते आहे ते सत्य आहे. ज्याच्यावर मी प्रेम केलं त्याचा अंशही आता तुझ्यात उरला नाही.'' तिच्या शब्दासरशी तो दचकला. ''विश्वामित्र म्हणून तुझी कीर्ती दुमदुमत होती; पण आता कोण आहेस तू? अप्सरेबरोबर प्रणयमग्न असणारा निष्प्रभ ऋषी! वसिष्ठ आणि अरुंधती ह्यांचे दाखले देतोस मला; पण तसा सन्मान कधी देऊ शकणार आहेस का? आपल्या पहिल्या भेटीपासून मी तुझ्याशी असत्य भाषण करत आले आहे. ज्या अप्सरांचा तू तिरस्कार करतोस त्यांपैकी मी एक आहे. तुला शक्तीहीन करण्यासाठी माझी योजना होती. ते मी केलं. त्याची मला लाज वाटते आहे म्हणूनच माझी चूक स्वीकारायला मी समोर उभी आहे.''

गेली कित्येक वर्षं जिच्यावर त्यांनी उत्कट प्रेम केलं होतं, त्या मेनकेकडे पाहत विश्वामित्र तसेच थांबले. त्यांच्या नजरेत विखार दाटला होता, तरीही त्यांनी आशा सोडली नाही. ''अजूनही तू मला अर्धसत्य सांगते आहेस. काय आहे तुझा उद्देश? काय साध्य करायचं आहे असं खोटं बोलून?'' त्यांनी वर्मावर बोट ठेवलं. मेनका थरथरू लागली. ''मेनका, पुन्हा मला मूढ बनवू नकोस. कदाचित, तू माझ्याशी प्रतारणा करू शकतेस; पण तुझ्याप्रती मला वाटणाऱ्या भावनांचं काय? त्या निखालस होत्या.

तुझ्याही भावना निखालस होत्या. त्यांचा असा अनमान का करते आहेस?''
अचानक त्यांचा स्वर बदलला. ते उपहासाने म्हणाले, ''स्त्री म्हणजे मूर्तिमंत
प्रेम, नाजूकपणा; पण तुझ्या कृतीमधून तू सिद्ध केलंस की स्त्रिया कठोर
असतात. त्यांच्यावर विश्वासणाऱ्या पुरुषांना अवगत होणार नाहीत, अशा
कामना त्यांनी मनात बाळगलेल्या असतात. मला एवढंच माहिती आहे की,
आपल्यावर जो विश्वास टाकतो, त्याच्याशी आपण खोटं बोलत नाही.
तसंच, जी व्यक्ती आपल्याशी खोटं बोलते तिच्यावर आपण विश्वास टाकत
नाही. मेनका, तू उत्तम प्रकारे खोटं बोलते आहेस; पण सत्य काय आहे ते
समजून घेण्याचा माझा अधिकार आहे.''

निर्विकार स्वरात तिने उत्तर दिलं, ''तुमच्यावर प्रेम करण्याचं नाटक
केलं मी.'' तिने आपला उल्लेख नेहमीप्रमाणे 'तुझ्या' असा न करता 'तुमच्या'
असा केला आहे हे विश्वामित्रांच्या कानांनी नकळत टिपलं.

'त्यांना माझा तिरस्कार वाटू दे, त्यांनी मला झिडकारू देत!' ती
मनोमन प्रार्थना करू लागली.

''आणि हे जर तू आज मान्य केलं नसतंस तर मला कधीच उमगलं
नसतं,'' त्यांचाही स्वर आता भावहीन होता. ''प्रेमाची बतावणी तू आयुष्यभर
करू शकली असतीस. का नाही केलीस? आपल्या लेकीचं संगोपन करत
आपण आनंदाने जीवन व्यतीत केलं असतं. स्वतःचे प्रमाद मान्य करण्याची
बुद्धी तुला आत्ता का व्हावी? का?''

त्यांच्या स्वरातील बदलामुळे ती अस्वस्थ झाली. तिने जसं त्यांना
दुखावलं होतं, तसंच त्यांनी तिला दुखवावं, तिच्यावर संतापावं, थयथयाट
करावा असं तिला वाटत होतं. ही उलटतपासणी तिला असह्य होऊ
लागली. कोणत्याही क्षणी त्यांना सत्य उमगलं असतं. तिला ते नको होतं.
म्हणूनच आपली अभिनयकला पणाला लावून ती त्राग्याने म्हणाली, ''मला
इथून निघून जायचं आहे. मी कधीही तुमच्यावर प्रेम केलं नाही. त्या
न केलेल्या प्रेमाच्या दडपणापायी मला माझं उर्वरित आयुष्य घालवायचं
नाही.'' आपल्या ह्या शेवटच्या खोटेपणावर त्यांनी विश्वास ठेवावा म्हणजे
सारं संपेल असं तिला वाटलं.

त्यांच्या आशा आता नष्ट होऊ लागल्या होत्या. त्यांनी मान डोलवली.

''माझं तुझ्यावर प्रेम आहे हे माहीत आहे का तुला?'' अचानक
त्यांनी गहिवरून विचारलं.

मोठ्या कष्टाने तिने उत्तर दिलं, ''हो.''

''मग का करते आहेस तू हे सगळं? त्या सुंदर प्रेमाचा असा विचका का करते आहेस? ते कोणतं सत्य आहे ज्यापायी तू अजूनही असत्य भाषण करते आहेस?''

मानेला झटका देत मेनका म्हणाली, ''सारं सांगितलं आहे मी तुम्हाला. तुम्ही त्याचा स्वीकार का करत नाही? करावा लागेल तुम्हाला स्वीकार.''

''नाही, तू अर्धसत्य सांगते आहेस. त्यापायी माझी दिशाभूल व्हावी हा तुझा प्रयत्न आहे,'' त्यांच्या स्वरात विखार दाटला होता. ''मी तुझ्यावर विश्वास ठेवू नये असं तुझं म्हणणं आहे. विश्वासाचा अभाव असेल तर प्रेम कसं करता येईल? तुझ्या मनात हे आहे का?''

मेनकेच्या मनात अनामिक भीती दाटून आली. विश्वामित्रांची प्रज्ञा ती जाणत नव्हती का? तिने निकराचा प्रयत्न करायचं ठरवलं म्हणूनच अत्यंत थंडपणे ती म्हणाली, ''इन्द्राने जे सांगितलं ते मी आचरणात आणलं. मी केवळ त्याच्या योजनेचा भाग आहे.''

इन्द्राचं नाव कानावर पडताच विश्वामित्रांचा चेहरा कठोर झाला. अत्यंत विखारी स्वरात ते म्हणाले, ''इन्द्र! ह्याचे परिणाम भोगावे लागतील त्याला! त्याला शाप देण्याचं सामर्थ्य आहे माझ्यामध्ये...''

''थांबा!'' ती पटकन पुढे होत म्हणाली, ''नका देऊ त्याला शाप.''

''का?'' डोळे बारीक करत तिच्याकडे पाहत विश्वामित्रांनी विचारलं, ''तोही प्रियकर आहे का तुझा?''

त्यांनी आपल्या कानशिलात लगावल्यासारखं तिला वाटलं, तरीही प्रसंगाचं गांभीर्य लक्षात घेत ती म्हणाली, ''नाही, त्याला शाप देण्याने त्याच्याहून अधिक तोटा तुमचा होईल. तुमच्या शक्तींचा ऱ्हास होईल. असं करून चालणार नाही.''

ते ऐकताच भुवया विस्फारत विश्वामित्र म्हणाले, ''अहा! दाखवता तितका तटस्थपणा नाही तुमच्यात.''

मेनकेने खालचा ओठ चावला. स्वतःला सावरत निश्चयाने तिच्याकडे पाठ फिरवत ते म्हणाले, ''मेनका, मी तुला शाप देतो!''

काही क्षण कोणीच बोललं नाही. विश्वामित्रांच्या नजरेत उद्वेग दाटून आला. वळून तिच्याकडे पाहत त्यांनी ठामपणे एक एक शब्द उच्चारायला

सुरुवात केली, “मेनका, तू आज तुझ्या प्रियकरासमोर किंवा पतीसमोर उभी नाहीस. तुझ्यासमोर कौशिक नसून विश्वामित्र आहे. त्याच्या प्रेमाचा आणि विश्वासाचा तू भंग केला आहेस; परंतु आपल्या कृत्याच्या परिणामांची तुला जराही क्षिती नाही. स्वतःचं सौंदर्य, धैर्य आणि बुद्धी ह्यांशिवाय तुझ्याजवळ काहीही नाही. ह्या साऱ्याचा वापर करून तू मला उद्ध्वस्त केलं आहेस म्हणूनच मी तुला शाप देतो...”

मेनकेने डोळे मिटून घेतले. त्यांच्या तोंडून बाहेर पडणारे शब्द आणि परिणाम झेलायला तिने स्वतःला सिद्ध केलं. वातावरणात स्तब्धता दाटली. विचित्र शांतता पसरली. तिने डोळे उघडले. तिचा श्वास अडकला. ते तिच्या अगदी निकट उभे होते. त्यांच्या शरीराची ऊब, नजरेतील धग आणि श्वासांची उष्णता तिला जाणवत होती; पण त्यांनी तिला स्पर्शही केला नाही. आजवर तिच्यावर प्रेमाचा वर्षाव करणाऱ्या त्या ओठांमधून शाप बाहेर पडला,

“...मी तुला शाप देतो की, आजनंतर आपण कधीही भेटू शकणार नाही!” तिच्या चेहऱ्याजवळ चेहरा आणत अतिशय शांत स्वरात त्यांनी शापवाणी उच्चारली. त्यांचा प्रत्येक शब्द तिच्या कानाला, मनाला आणि हृदयाला जाळत गेला. “माझी प्रिय मेनका, तुला हा एकच शाप देऊ शकतो मी.” त्यांचा स्वर अस्फुट झाला होता, श्वास फुलला होता. “मी तुला कधीही दुखावू शकत नाही. कधीच नाही. तुझ्या म्हणण्यानुसार माझं योगसामर्थ्य नष्ट होईल, असं क्रौर्यदेखील मी कधी दाखवणार नाही; पण ज्या विरहाच्या वेदनांमधून तू मला जायला लावत आहेस, त्या वेदना तुलाही सहन कराव्या लागतील. विरहाचं हे दुःख आयुष्यभर मी वागवेन आता,” त्यांच्या आत्म्याला होणारे क्लेष त्यांच्या स्वरात उतरले होते. ते पुढे म्हणाले, “इथून पुढे आपली भेट नाही. प्रेमात पडण्याची शिक्षा म्हण हवी तर किंवा माझ्या मूढपणाबद्दल उगवलेला सूड समज हा.”

त्यांच्या प्रत्येक शब्दासरसी मेनका घायाळ होत गेली, तरीही आजवर बाळगलेलं मणामणाचं ओझं कमी झाल्याचं तिला जाणवलं. त्यांनी जे बोलावं म्हणून तिने आटापिटा केला होता, तेच शब्द त्यांच्या तोंडून बाहेर पडले होते. त्यांनी तिला सर्वार्थाने मुक्त केलं होतं. त्यायोगे ते स्वतः अनाहुतपणे मुक्त झाले होते.

तिने बाळाच्या पाळण्याकडे पाऊल टाकलं.

''थांब! कुठे घेऊन जाणार आहेस तिला? मर्त्यधर्मीला स्वर्गात प्रवेश नाही. पृथ्वी नावाच्या ह्या नरकात तू तिला घेऊन राहू शकणार नाहीस. तिच्यासाठी स्वर्गात न जाण्याचा विचारही करू नकोस. अन्यथा, एखाद्या राजाकडे सेविका किंवा राणीवशाचा भाग होण्याचं दुर्भाग्य स्वीकारावं लागेल तुला,'' क्रूर असले तरी त्यांचे शब्द सत्य होते. ''आमचं हे मर्त्य जग अतिशय कुरूप आहे. तुझा निभाव इथे लागणार नाही. हे सुंदर मेनके, माझ्या लेकीने स्वर्गस्थ अप्सरांच्या जोडीने करमणुकीचं साधन व्हावं हे मला मान्य नाही.''

त्यावर मान डोलवत मेनकेने कसंतरी विचारलं, ''तुम्ही ठेवणार आहात का तिला स्वतः जवळ?''

''जसं तू तिला स्वर्गात नेऊ शकत नाहीस तसं मी तिला इथे माझ्याजवळ ठेवून घेऊ शकत नाही,'' उदास स्वरात ते पुढे म्हणाले, ''तिला आवश्यकता आहे ती योग्य संगोपनाची. ऋषी कण्व अपत्यहीन आहेत. त्यांना शकुन्तलेचा लळा आहे. त्यांनी तिचा सांभाळ करावा, अशी विनंती करेन मी त्यांना. मला खात्री आहे की, तिचं पितृत्व माझ्याहून अधिक चांगल्या प्रकारे निभावतील ते.''

विरहाची घडी आली होती. इथून पुढे आपला आपल्या लेकीवर किंवा तिच्या भविष्यावर कुठलाही अधिकार उरला नाही हे मेनका जाणून होती; पण हे सगळं असंच घडणार होतं. निर्णय जरी विश्वामित्रांनी सांगितला होता तरी तो घेतला मेनकेने होता. त्यामागे तसंच ठोस कारण होतं. त्या दोघांच्या वैयक्तिक आनंदापेक्षा व्यापक आनंदासाठी, जगाच्या कल्याणासाठी हे गरजेचं होतं.

निकराचा प्रयत्न करत तिने स्वतःला सावरलं. ती आता कधीही आपल्या लेकीला स्पर्श करू शकणार नव्हती. दुःखाचा आवेग तिला असह्य झाला. तिथून कायमचं बाहेर पडण्यासाठी ती घाईने दाराच्या दिशेने निघाली.

''मेनका,'' विश्वामित्रांची हाक ऐकताच तिची पावलं उंबरठ्यावर थबकली; पण तिने मागे वळून पाहिलं नाही. तिचा स्वतःवर विश्वास उरला नव्हता. ''सांग इन्द्राला की तो हरला आहे. हे युद्धदेखील मीच जिंकणार आहे!!'' त्यांच्या आवाजातील निर्धार परत आलेला तिला जाणवला.

''आणि स्वर्गात परत जा. पृथ्वीवर भटकत राहून स्वर्गापासून सुटका नाही होणार. ते तुझं गन्तव्य स्थान आहे, नेहमीच होतं.'' बोलता बोलता

ते थबकले. त्यांच्या स्वरातील ताण तिला जाणवला. ते पुढे म्हणाले, "विश्ववसू परतून येईल तुझ्याकडे. श्रीरामाच्या रूपात स्वतः श्रीविष्णू लवकरच पृथ्वीवर जन्म घेणार आहेत. ते उद्धार करतील विश्ववसूचा. जा मेनका, त्याची वाट पाहा..." मघापासून त्यांच्या मनात दाटलेल्या त्वेषाचा आणि रागाचा मागमूसही उरला नव्हता. त्यांच्या मनात तिच्यासाठी फक्त प्रेम आणि कणव होती. तिचे डोळे अश्रूंनी ओथंबले होते.

कितीही नाही म्हटलं तरी मेनका उंबरठ्यातून वळली. हे कौशिकचं शेवटचं दर्शन होतं. डबडबलेल्या नजरेने तिला सारं अंधुक दिसत होतं. पटकन पुढे होत आवेगाने त्याच्या बाहूत नेहमीसारखं स्वतःला झोकून द्यावं, असा विचार तिच्या मनात आला. तिनेच सुरू केलेल्या ह्या नाट्याचा शेवट करून मनापासून त्याच्या प्रेमात रममाण व्हावंसं तिला वाटलं. अजूनही ती त्याच्यावर आत्यंतिक प्रेम करत होती; पण त्या प्रेमानेच तिला निःस्वार्थीपणा शिकवला. हा वेडेपणा करण्यापासून स्वतःला थोपवण्यासाठी तिने दोन्ही हातांची बोटं घट्ट गुंफवून घेतली. तिचे हात रक्ताळले. ती भानावर आली. डोळे टिपत तिने कौशिकला नजरेत साठवून घेतलं. त्याच्या नजरेतील व्याकूळता आणि दुःख तिला दिसल्यावाचून राहिलं नाही. तिची वेदना ओळखून तो तिच्याकडे पाहत किंचितसा हसला, आजही ते हसू तितकंच सुंदर होतं. तिचं हृदय विरघळवण्याचं सामर्थ्य असलेल्या त्याच्या त्या हसण्याने आज तिचं हृदय छिन्नविच्छिन्न झालं. तिला गदगदून आलं. तिने पाहिलेलं ते त्याचं शेवटचं हसू.

"मला क्षमा कर! तुला शक्य झालं तर मला क्षमा कर!" नकळत तिच्या तोंडून शब्द बाहेर आले.

तिने म्हटलेले ते शेवटचे शब्द.

त्यानंतर ती तिथून निघून गेली... पुन्हा कधीही न येण्यासाठी.

# तिरस्कार आणि प्रेम

कधी वेदनेने तर कधी सौख्याच्या जाणिवेने त्यांना जाग यायची. परंतु बहुतांशी वेळा त्यांच्या मनात निव्वळ तिरस्कार दाटलेला असायचा. जाग आल्यावर कितीतरी वेळ ते तसेच पडून राहत. तिच्या असंख्य आठवणी त्यांच्या मनात रुंजी घालत. तिच्या दाट केसांच्या रेशमी लडी, अंबाडा घालण्यासाठी होणारी लगबग, मुलायम त्वचा, छातीचा उभार, त्यांच्या स्पर्शाला मिळणारा प्रतिसाद, त्यांच्या शरीराला तितक्याच आवेगानं भिडणारं तिचं शरीर आणि ती निघून गेल्याचं दारुण दुःख. आजही तिच्याबद्दल असलेली त्यांची तीव्र आस. तिच्या आठवणींपायी त्यांची मनःशांती हरवली होती. ती त्यांच्यासाठी नव्हती कदाचित, तरीही तिला स्मरणात ठेवण्याचा त्यांचा वेडा हट्ट होता. तिला मनातून घालवून लावणं त्यांना शक्य नव्हतं. त्यापायी ते आपले झोप हरवून बसले होते. ती त्यांना सोडून गेल्यापासून आजवरची प्रत्येक रात्र त्यांनी तळमळून काढली होती.

किती दिवस लोटले ह्याची गणती उरली नव्हती. शकुन्तलेला त्यांनी कण्व मुनींच्या हाती सोपवलं होतं. तिला पाहून त्या मुनींना सुखद आश्चर्याचा धक्का बसला होता. आपल्या सुंदर कन्येच्या हसणाऱ्या चेहऱ्याकडे एकदाही न पाहता विश्वामित्र तिथून निघून आले. एक पिता म्हणून आपलं कर्तव्य पूर्ण करण्यात ते अपयशी ठरले. इथून पुढे ते कधीही तिच्या नजरेला नजर देऊ शकणार नव्हते, तिच्यासमोर उभं राहू शकणार नव्हते. कन्येच्या विरहाचं तीव्र दुःख त्यांना झालं होतं.

त्यानंतर ते आपल्या कुटीमध्ये परतले होते. गेली कित्येक वर्षं ह्याच कुटीत त्यांनी मेनकेबरोबर सुखा-समाधानात घालवली होती. तो विचार मनात येताच ते शहारले. तिच्या अनुपस्थितीमुळे त्यांच्या काळजात कोलाहल माजला होता. ती गुणगुणत आजूबाजूला वावरते आहे, असा भास त्यांना होत होता. आपल्या शय्येवर पडून ते मनोमन तिचा गंध आठवण्याचा आणि साठवण्याचा प्रयत्न करू लागले. त्यांच्या केसातून फिरणारी तिची बोटं, त्यांना घट्ट मिठी मारणारे तिचे सुकुमार हात, तिच्या नजरेत त्यांच्याविषयी दाटून आलेलं प्रेम, तिची त्यांच्यावर असलेली मोहिनी...

ते उठून बसले. तिची मोहिनी आजही कमी झाली नव्हती. दैनंदिन प्रार्थना आणि ध्यानधारणेत स्वतःला गुरफटून टाकण्याचा प्रयत्न त्यांनी केला तरी मनाला जराही स्वस्थता लाभत नव्हती.

प्रेम... त्याची मुळं उपटून काढायला बराच अवधी लागतो, अगदी तिरस्काराप्रमाणेच. आपला भूतकाळ पूर्णपणे विसरून जायला त्यांना आवडलं असतं; परंतु दुप्पट जोमाने तिरस्कार त्यांच्याकडे परतून येत होता. प्रेमाप्रमाणे तिरस्कारदेखील धमन्यांतून वाहतो, तशाच भावना जागवतो, तशाच कृती करवून घेतो, ह्या विचाराने त्यांच्या मनात खिन्नता दाटून आली. तिच्या स्मृती जतन करून ठेवल्या तर मनोमन तिला पाहिलं तर जगायला बळ मिळेल, प्रेमाची अनुभूती पुन्हा एकवार येईल ह्या त्यांच्या विचाराला कशातूनही पुष्टी मिळत नव्हती. उलट संताप, त्रागा आणि तिरस्कार मात्र वाढत होता. फक्त एकदा, केवळ एकदा, ती अल्पावधीसाठी जरी वाट्याला आली तरी आपल्याला मनःशांती लाभेल. त्यानंतर आपण तिला मनातून आणि विचारातून कायमचं काढून टाकू ह्याची त्यांना खात्री होती आणि त्यानंतर मीच तिचा त्याग करेन, त्यांच्या मनात कडवटपणा दाटून आला.

त्यांच्या दोघातील उत्कट प्रणयाइतकाच त्यांच्या मनात दाटलेला तिरस्कार उत्कट होता. कधी तो तीव्र व्हायचा तर कधी सौम्य. ह्या क्षणी रिकाम्या शय्येवर ते जरी एकटेच होते तरी ती त्यांच्या आत खोलवर भिनली होती. एकीकडे त्यांना तिची कीवदेखील येत होती. कारण, ती स्वतः एका प्रकारे अलकापुरीची बंदी होती. तिने त्यांना फक्त प्रेम दिलं होतं. आता त्यांना देण्यासारखं तिच्याकडे काहीही नव्हतं. की होतं? मत्सर... ह्या क्षणी ते मत्सराने पेटून उठले होते. ती आत्ता कोणाबरोबर असेल? कुणी गंधर्व, किंवा देव की तो देखणा पण मूढ इन्द्र?

मत्सराची भावना सर्वांत वाईट. तिच्यापायी प्रेमिकांना असुरक्षित वाटतं. प्रेमावरचा विश्वास कमी होऊ लागतो. पराकोटीच्या अस्वस्थतेमुळे प्रत्येक पुरुष विश्वामित्रांना शत्रू वाटू लागला. विश्ववसू अजून परतला नसणार. मग ती कोणाबरोबर असेल, तिच्यावर जीव जडवणाऱ्या त्या उरण्यूसमवेत की मग लालची कामदेवासमवेत? पटकन हात पुढे करून तिला जवळ ओढून घ्यावं, स्पर्श करावा, तिच्या केसातून बोटं फिरवावीत, तिच्या मानेचा स्पर्श अनुभवावा, तिच्या शरीराची ऊब जाणून घ्यावी, अशा कितीतरी गोष्टी त्यांना कराव्याशा वाटल्या. डोळे मिटून घेत त्यांनी पुन्हा एकवार तिला मनोमन पाहिलं. स्वतः जवळचं सारं काही तिला अर्पण करून ते क्लांत झाले होते, शिणले होते.

त्या दोघांदरम्यान घडलेला प्रत्येक संवाद त्यांना आठवू लागला. वाक्यागणिक त्यांना वंचनेची जाणीव होऊ लागली. तिला गमावल्यानंतरही तिच्याबद्दलची त्यांची आस कायम होती. ती कोणाकडे बघून हसत असेल, ती कोणाला आव्हान देत असेल, कोणाशी बोलत असेल? आत्ताही ती सवयीप्रमाणे दाताने खालचा ओठ चावत असेल का? तिच्या त्या एका कृतीने विश्वामित्र नेहमी उत्तेजित होत असतं. आत्ताही ते उत्तेजित झाले.

मत्सराच्या आहारी जाऊन ते विचारात वाहवत होते. ह्या भावनेचा सामना करणं त्यांना कठीण होतं. आपण इतके मत्सरी आहोत ह्याची त्यांना कल्पना नव्हती. मेनका आणि तिचं प्रेम, कुणा देवाबरोबर असलेली मेनका, एखाद्या देखण्या गंधर्वाबरोबर रत झालेली मेनका, रासवट सम्भोग करणारी मेनका... दिवस असो वा रात्रीचा गडद काळोख, ह्या विचारसत्रातून त्यांची सुटका होत नव्हती. दिवसा किमान दैनंदिन कृत्यांमध्ये थोडातरी वेळ सत्कारणी लागत होता. क्वचित एखादा क्षण तिच्या आठवणीशिवाय जात होता. असेच काही दिवस आणि सप्ताह लोटले. मनातल्या प्रतिमांना मात्र खंड नव्हता. आपल्या निष्क्रियतेपायी ते अधिकाधिक संतप्त होत होते. त्यातून तिचा अधिक तिरस्कार आणि तिच्यावर अधिक प्रेम करत होते.

लालसा आणि असुया कायम जोडीने वावरतात, अशी त्यांची आजवर खात्री होती. नवल म्हणजे इतकी वर्षं ती जवळ असताना त्यांना कधीही असुया वाटली नव्हती. कारण, त्यांनी तिच्यावर संपूर्ण विश्वास टाकला होता. तेवढाच तिनेही आपल्यावर टाकला आहे असा त्यांचा समज होता. आज तिच्या अनुपस्थितीने त्यांच्या मनातील तिरस्काराने परमोच्च सीमा

गाठली होती. तिच्याबद्दल वाटणारं शारीरिक आकर्षण आपण मनातून पुसून टाकू ह्याची त्यांना खात्री होती, तरीदेखील तिच्या सोबतीसाठी ते व्याकूळ झाले होते. तिचा देह, तिचा स्पर्श, त्यांची छबी टिपणारे तिचे डोळे... काहीही विसरता येण्याजोगं नव्हतं. नदीच्या पात्रात लीलया पोहणारा तिचा कमनीय देह, लांबसडक केसांमध्ये गुंफलेली सुगंधित रानफुलं, हातात हात घालून नदीकिनारी आनंदाने घालवलेले क्षण, सातत्याने गुणगुणारा तिचा स्वर.

तिची प्रत्येक स्मृती त्यांना डंख मारत होती. मनातल्या तिरस्काराने लालसा दबण्याऐवजी अधिक तीव्र होत होती. एक क्षणभराची का होईना; पण गाढ निद्रा लागण्यासाठी ते वाट्टेल ते देऊ करायला तयार होते.

का? तिने असं का करावं? तिने आपल्यावर कधीच प्रेम केलं नाही अशी खात्री ते पटवून घेऊ पाहत होते. निदान त्यामुळे तरी तिला मनातून हद्दपार काढता येईल, असं त्यांना वाटत होतं. ती माझ्या जीवनातून निघून गेल्यावर तिच्याविरुद्ध तक्रारी करण्यात काय अर्थ आहे? तिने प्रेम केलं असेल किंवा नसेलही! कशानेच फरक पडणार नव्हता. ती कायमसाठी निघून गेली होती. त्यांनी एकत्र घालवलेल्या कालावधीमध्ये तिने त्यांच्यावर भरभरून प्रेम केलं होतं. एकनिष्ठता दाखवली होती. त्यांच्या लहरी, कोपिष्ट किंवा बदलणाऱ्या वृत्ती सांभाळून घेतल्या होत्या. त्या बदल्यात त्यांनी तिला काय दिलं होतं? अप्सरेवर प्रेम करणं, तिच्याशी नातं जोडणं, विवाहबंधन निर्माण करणं हे सारं स्वप्नवत असूनही त्यांनी ते स्वीकारलं होतं. हे स्वप्न एक दिवस भंगणार, आपण एकटे राहणार हे माहीत असूनही त्यांनी ते स्वीकारलं होतं. ती त्यांना सोडून गेल्यापासून राग, दुःख, असुरक्षितता, नैराश्य ह्या साऱ्या भावना त्यांना वादळाप्रमाणे झोडपून काढत होत्या.

तिच्या बरोबर घालवलेल्या क्षणांची आठवण काढण्यात हे आयुष्य असंच निघून जाणार का? निरर्थक आहे हे सारं. केवळ मेनकाच नाही तर तिच्या अनाहूत आठवणी जागवण्याची ही कुठली विकृती! तिला दुखावण्याचा एक नामी उपाय त्यांना सुचला. ज्या शय्येवर ते तिच्याशी रत होत होते त्याच शय्येवर दुसऱ्या एखाद्या स्त्रीला आणून तिचा उपभोग घेतला म्हणजे मेनकेचा सूड उगवता येईल, अशी विचित्र भावना त्यांच्या मनात दाटून आली. स्वतःची कीव आणि पराकोटीचा तिरस्कार ह्या द्वंद्वामध्ये अडकलेलं त्यांचं मन किती विचित्र विचार करत होतं.

त्या क्षणी त्यांना जाणवलं की, इतर कुठल्याही स्त्रीबद्दल त्यांना यत्किंचितही वासना जाणवत नव्हती. मेनकेच्या सहवासात, रसरशीत शृंगारात इतका दीर्घकाळ घालवल्यावर ते आता जणू नपुंसक झाले होते. तिच्याबद्दल असलेल्या आसक्तीच्या धगीने इतर स्त्रियांबद्दलच्या त्यांच्या भावना जणू दग्ध झाल्या होत्या. इथून पुढे ते कुठल्याही रमणीचा भोग घेऊ इच्छित नव्हते.

विश्वामित्र आणि मेनका! प्रेम की तिरस्कार. विश्वामित्रांना कशाचीच खात्री वाटत नव्हती. कदाचित, त्यांच्या प्रेमाइतकाच त्यांचा तिरस्कारदेखील उथळ असावा. कधीतरी तिच्यासाठी आणलेल्या दर्पणात ते डोकावले. त्यात दिसणारी प्रतिमा बघून ते अवाक झाले. त्यांनी स्वतःचं काय केलं होतं? तिने त्यांना काय केलं होतं? ते स्वतःला ओळखू शकले नाहीत. अति दुःखाने त्यांचा चेहरा कठोरतेकडे झुकायला लागला होता. थकल्याभागल्या नजरेत कुठेतरी अंधुकशी आशा अजूनही दिसत होती. मेनका अप्राप्य होती, तरीही.

आज त्यांच्याकडे ना ती होती ना त्यांची कन्या. मेनकेवर त्यांनी मनापासून प्रेम केलं होतं. ते निरंतर टिकावं ही त्यांची भावना होती. ती निघून गेली तरी ते तिच्या आठवणींतून बाहेर येऊ शकत नव्हते. ते प्रेम विसरायचा एकमेव मार्ग त्यांना दिसत होता. तो म्हणजे स्वतःच्या हातांनी आपल्या प्रेमाचा गळा आवळून टाकायचा.

वेदनेने पिळवटलेला तिचा चेहरा त्यांच्यासमोर आला. ते उठून बसले. तिची आर्जवी नजर, तिचा गंध, तिचं अस्तित्व आणि तिचे शब्द ह्या साऱ्यांनी त्यांना पुन्हा एकवार वेढलं. सत्य आणि वास्तव ह्यातील फरक जाणून घेत असताना ते प्रेमाला पारखे झाले होते – तिने केलेल्या उत्कट प्रेमाला.

'तुझ्याइतकं प्रेम मी आजपर्यंत कोणावरही केलं नाही.' तिचे शब्द आपली थट्टा करत आहेत असं त्यांना वाटलं. सारवलेल्या तिथल्या भूमीवर स्वतःला पुन्हा पुन्हा त्यांच्या स्वाधीन करणारी ती, तिचा स्पर्श त्यांना ह्या क्षणीदेखील जाणवत होता.

'ह्यानंतरही करू शकणार नाही.' तिच्या ह्या सांगण्यात जराही खोटेपणा नव्हता हे विश्वामित्र जाणून होते. अतिशय शुद्ध मनाने तिने त्यांना ग्वाही दिली होती. विश्वामित्रांनीदेखील तिच्यावर भरभरून प्रेम केलं होतं. तिच्या

जाण्याने वियोग, दुःख, राग, संताप अशा भावनांनी त्यांच्या मनात जरी ठाण मांडलं होतं तरी ते जाणून होते की, त्यांच्या प्रेमापेक्षा तिचं प्रेम शतपटीने अधिक होतं.

मला तिचा इतका तिरस्कार वाटत असतानाही मी तिच्यावर प्रेम कसं काय करू शकतो? प्रेम आणि तिरस्कार – टोकाच्या ह्या भावना एकत्र कशा नांदू शकतील? की मग मी स्वतःची घृणा करतो आहे? मला नष्ट करण्याची इच्छा बाळगणाऱ्या एका स्त्रीने मला मोहवलं, तिच्या प्रेमात मी नादावलो ह्याचा मला संताप आला आहे का? तिला पाहताच उत्तेजित होणाऱ्या, तिला समरसून भोगणाऱ्या स्वतःच्या देहाचा त्यांना तिरस्कार वाटू लागला. स्वतःच्या मनाची खात्री त्यांना उरली नाही; पण जसा प्रेमाचा शेवट होतो तसा तिरस्काराचादेखील होतो.

मेनका निघून गेली होती हे सत्य होतं. त्यांच्यासाठी ती मृतवत होती. जिवंत व्यक्तीवर जसं उत्कट प्रेम करता येतं तसं मृत व्यक्तीवर कसं करता येईल? निदान ते स्वतः तसं करू शकत नव्हते. डोळे मिटून मन एकाग्र करण्याचा प्रयत्न करत ते ध्यानाला बसले. 'ती माझ्यासाठी मेली आहे' असं ते स्वतःला बजावू लागले. नकळत त्यांची नजर आकाशाकडे वळली. जणू ती त्यांना स्वर्गातून न्याहाळत होती. 'बघ, तुझ्याशिवाय जगणं अशक्य नाही माझ्यासाठी!' त्यांनी तिला ठणकावून सांगितलं. तिचा तिरस्कार करण्यातून ते तिच्यावर प्रेम करत होते आणि अचानक त्यांना जाणवलं की, तिच्यावर प्रेम करणं किंवा तिचा तिरस्कार करणं इतकीदेखील तिची लायकी नाही.

कोणे एकेकाळी त्यांनी प्रेम केलं होतं; परंतु आज त्यांच्या मनात निव्वळ तिरस्कार होता. हे घडवून आणणाऱ्या इन्द्राचासुद्धा. तिरस्कार. त्याच्यापायी मेनकेला गमवण्याची भीती विश्वामित्रांना वाटत आली होती. इन्द्रापासून तिचं रक्षण करण्याची भूमिका त्यांनी अजाणतेपणी स्वीकारली आणि निभावली. तशीच परिस्थिती आली असती तर त्यांनी इन्द्राशी संघर्ष केला असता; परंतु इन्द्र भ्याड होता. उघड उघड त्यांना आव्हान देण्याऐवजी त्यांने मेनकेला त्यांच्यापासून दूर केलं होतं. त्यांच्या मनात इन्द्रा विरुद्ध संताप दाटून आला. 'इन्द्रा, मला मेनकेची सोबत जीवनभरासाठी हवी होती. तू मात्र तिला माझ्यापासून दूर केलंस. तुझ्या पातळयंत्री कारवायांनी तू आमच्या सौख्याचा नाश केलास. एखाद्या वादळाप्रमाणे आम्हाला उद्ध्वस्त केलं. इन्द्रा, लक्षात ठेव! मी ह्याचा सूड घेईन. तुला भोगायला लावेन. मी

तुझा तिरस्कार करतो. माझं हृदयच नाही तर मन आणि आत्मादेखील ह्या तिरस्काराने पेटून उठले आहेत. ही निव्वळ वेदना नाही. ही सूड भावना आहे. मी तुला तुझ्या कर्माची फळं चाखायला लावेन.'

त्यांच्या मनातील सुडाची जुनी भावना पुन्हा एकवार प्रज्वलित झाली. मात्र, आता ती अधिक खोलवर पोहोचली होती. असेच कित्येक दिवस लोटले. संताप, तिरस्कार आणि सुडाच्या भावनेने ते अतिशय सैरभैर झाले होते आणि एक दिवस त्यांना जाग आली. जणू काही आदल्या रात्री ते ठरवून निजले होते की, उद्या उठल्याक्षणी आपण मेनकेला विसरणार आहोत. त्यांना पहिल्यांदाच जाणीव झाली की, ज्या विरह वेदनेने ते व्याकूळ झालेले आहेत तीच विरह वेदना हेमवतीला कशी व्याकूळ करत असेल. त्यांनी हेमवतीचं मन मोडलं होतं आणि मेनकेने त्यांचं. ही त्यांना मिळालेली शिक्षा होती, पश्चात्तापाची संधी होती.

मनाच्या अंधकारमय अवस्थेत ते तसेच जगत राहिले. दिवस मोजणं त्यांनी कधीचच थांबवलं होतं. अत्यंत निराशाजनक अशा ह्या परिस्थितीत आशेचा किंचितसा किरण केवळ त्यांच्या ठायी होता. पुढे काय करायचं हे आता त्यांनी ठरवलं होतं.

# स्वर्ग आणि गृह

शेवटी सत्य समोर आलं. खोटेपणा तिच्या आयुष्यातून हद्दपार झाला. त्यामुळे मेनकेला आनंद वाटत असला तरी आता आपला काही उपयोग नाही, अशी भावना स्वाभाविकतः तिच्या मनात दाटली होती. ती स्वर्गात परतली होती. जगाकडे पाठ फिरवून, जगत असलेल्या स्वप्नाचा त्याग करून ती परतली होती. पृथ्वीवरच्या त्या कुटीमधून स्वर्गातील तिच्या प्रासादामध्ये ती कशी परत आली होती हे तिलाही सांगता आलं नसतं. एक ना एक दिवस ती परतेल अशी इन्द्राला खात्री असावी म्हणूनच तिच्या अनुपस्थितीत तिचा प्रासाद तिच्यासाठी तसाच रिकामा ठेवण्यात आला होता.

तिला पाहून इन्द्राला धक्का बसला. तिची अवस्था पाहून तो अवाक झाला. शारीरिक श्रमांपेक्षा मानसिक क्लेषांमुळे ती कोलमडून पडण्याच्या अवस्थेत होती. स्वर्गात परतल्यावर कित्येक दिवस ती अबोल होती. तिच्या नजरेतील असाहाय्यता तिच्या वेदनेची जाणीव करून देत होती. इन्द्रासारख्या अत्यंत स्वार्थी देवाचं हृदयदेखील त्यामुळे हेलावलं होतं. तिच्यातील ह्या बदलामुळे ती परतून आल्याच्या आनंदाला गालबोट लागलं होतं. नेमकं काय झालं होतं? ती का परतली होती? सर्वांत शेवटी इन्द्र जेव्हा तिला भेटला होता, तेव्हा तिने त्याला स्पष्टपणे बजावलं होतं की ती परतल्यावर त्याला विश्वामित्राच्या कोपाचा सामना करायला लागेल. त्या दृष्टीने त्याने स्वतःला आणि देवसेनेला तयार ठेवलं होतं; परंतु सहा मास उलटून गेले तरी संतप्त विश्वामित्र स्वर्गाच्या दाराशी आले नव्हते. विश्वामित्रांच्या शोधार्थ इन्द्राने सूर्य, काम आणि वरुण ह्यांना पाठवलं होतं.

आपला आश्रम सोडून विश्वामित्र हिमायलात तपश्चर्येला निघून गेल्याचा निर्वाळा त्या तिघांनी इन्द्राला दिला होता. इन्द्राचा संताप झाला होता. शेवटी विश्वामित्र पुन्हा एकदा ध्यानाकडे वळले होते तर! त्यांच्या आणि मेनकेच्या दरम्यान नेमकं काय घडलं होतं? त्यांचं बाळ कुठे होतं? मेनकेने बाळाचा त्याग इतक्या सहजासहजी कसा काय केला होता?

मेनकेचा विचार मनात येऊनही इन्द्राच्या मनात कामभावना जागली नाही. उलटपक्षी, तिच्याबद्दल त्याला सतत वाटणारी काळजी अधिक तीव्र झाली होती. अंगात जीव नसल्यासारखं तिचं वागणं होतं. क्वचितच कधीतरी 'हो' किंवा 'नाही' अशी एकेरी उत्तर ती देत होती. तिलोत्तमा आणि उरण्यू हे दोघं जण सतत तिच्या समवेत होते. उरण्यूचं तिच्यावरचं प्रेम जराही कमी झालं नव्हतं. तिने जेव्हा उरण्यूला घालवून दिलं तेव्हा इन्द्राला हुश्श झालं.

स्वतःला प्रासादात कोंडून घेत तिने सर्वांशी संपर्क तोडला होता. ज्यामुळे तिला स्वर्गात येणं भाग पडलं होत, त्या भूतकाळाचा ओझरता उल्लेख करण्याची तिची इच्छा नव्हती. स्वर्ग आपलं घर आहे अशी भावना तिच्या मनात उरली नव्हती, तरीही ती निरुपायाने परत आली होती.

आपल्या प्रासादात एकटीच बसलेली मेनका गवाक्षातून बाहेरच्या उद्यानाकडे पाहत होती. किती सतेज आणि टवटवीत आहेत ही फुलं! तिच्या मनात आलं. तिच्या मनात सतत कौशिकच्या आठवणी रुंजी घालत होत्या. त्याच्या आश्रमात तिने लावलेलं गुलाबाचं रोप, त्याचा उत्कट स्पर्श, त्यायोगे जाणवणारं चैतन्य, बाळाचा इवलासा हात; खरं जगणं तर ते होतं! मी इथे कणाकणाने मरत असताना ह्या फुलांच्या सौंदर्याची क्षिती मला काय असणार? उद्वेगाने तिने गवाक्षावरची पटलं ओढून घेतली.

त्याच्याशिवाय जगण्याचं दुःख तिला असह्य झालं होतं. जगणंसुद्धा नकोसं झालं होतं. पूर्वीप्रमाणेच तो बरोबर असावा, त्याच्याबरोबर भोजन करता यावं, त्यांच्या त्या छोट्याशा कुटीत त्याच्या मिठीत विसावता यावं, अशी आस तिला लागली होती. तिला कौशिक हवा होता. मानवाच्या सामान्य प्रेमाला ती आसुसली होती. ह्या विरह वेदना तिच्या वाट्याला का याव्यात? ती अमर्त्य होती; परंतु आत्ताचं तिचं जीणं मृत्यूहूनही भयंकर होतं. मृत्यूमुळे एक जीवन संपवून नव्याने जीवनाची सुरुवात होते. तिच्या वाट्याला मात्र वेदनेचा न संपणारा प्रवास तेवढा होता. तिला कधीही मनःशांती लाभणार नव्हती.

कौशिक जीवनात येण्याआधीचं आयुष्य तिने फक्त सौंदर्याची आणि मिळणाऱ्या कौतुकाची उपासना केली होती. ती किती निष्ठुर आणि ढोंगी आहे ह्याचा तिला विसर पडला होता. मात्र, वसू आणि कौशिकने तिच्यावर अमर्याद प्रेम केलं होतं. अमर्त्य असली तरी सामान्यांच्या अविनाशी आत्म्याचं सौंदर्य तिच्या ठायी होतं का? ते वसूच्या ठायी होतं म्हणूनच तो सौम्य आणि प्रेमळ होता. कौशिक उद्धट असला तरी दयाशील होता. त्याच्या ठायी तेच सौंदर्य तिला जाणवलं होतं. तिच्यासारख्या निष्ठुर स्त्रीवर इतकं भरभरून प्रेम करण्यासारखं त्या दोघांनी काय पाहिलं होतं?

"का सोडून आलीस त्यांना?" अचानक विचारलेल्या त्या प्रश्नापेक्षा प्रश्नकर्तीला ओळखल्यामुळे ती दचकली. उर्वशी. ती का आली होती? उरण्यू न आल्यामुळे तिने सुटकेचा निःश्वास टाकला. तिने त्याला ठामपणे दूर केलं होतं. तसं त्याला नम्रपणे सांगितलं होतं. प्रेमाचा खेळ खेळण्याची शक्ती आता तिच्यात उरली नव्हती. त्याने तिची अनेक आर्जवं केली, प्रेमाची ग्वाही दिली, तरीही ती बधली नाही. तिच्या प्रासादात पुन्हा कधीही प्रवेश करायचा नाही, अशी त्याची दटावणी केली होती. तिच्यापेक्षा अधिक चांगली अप्सरा आणि प्रेम मिळवण्यास तो पात्र आहे हे ती जाणून होती. स्वतःच्या मनातील प्रेमाचा शेवटचा अंश तिने काढून टाकला होता. तिच्याबद्दल कोणी लालसा बाळगणार नाही ह्याची खात्री ती आता करून घेणार होती. इथून पुढे मी काय करणं अपेक्षित आहे, कुठे जाणं अपेक्षित आहे?

तिच्या मनातल्या प्रश्नाचं उत्तर उर्वशीकडे होतं. "पुरूरवासाठी मी झगडायला हवं होतं. तसं न केल्याचा पश्चात्ताप मला आजही वाटतो," निःश्वास सोडत खेदाने उर्वशी म्हणाली. "आजवर कुठल्याही अप्सरेला जे प्राप्त झालं नाही ते मिळवण्यासाठी तू ठामपणे उभी राहशील, पृथ्वीवर आनंदाने कालक्रमण करशील अशी आम्हाला खात्री होती," नकळत उर्वशीचा स्वर तीक्ष्ण झाला. त्यावर काही न बोलता मेनकेने मान हलवली.

इथून पुढे त्याचा विचार करायचा नाही असा निश्चय तिने केला होता. ह्या परिस्थितीला ती स्वतः जबाबदार होती. त्याने तिचा त्याग करावा म्हणून तिनेच त्याला भरीला पाडलं होतं. मनोमन तशी प्रार्थना केली होती. 'त्याला एक संधी मिळू दे. त्याची स्वप्नपूर्ती होऊ दे. आनंद गवसू दे. ह्या व्यक्तिरिक्त मी कधीही काहीही मागणार नाही. माझं त्याच्यावर प्रेम आहे. ह्या प्रेमापोटी मी त्याच्यासाठी वाट्टेल तो त्याग करेन. तशी आवश्यकता

असेल तर त्याच्यापासून दूर राहेन. त्याला एक संधी मिळणार असेल तर, नव्याने त्याच्या आशा पल्लवित होणार असतील तर, त्याचं ईप्सित साध्य होणार असेल तर, मी नेहमीकरता त्याचा त्याग करेन,' अशाने ती त्याला गमावून बसणार होती. मात्र, तिच्या पराजयात त्याचं यश सामावलेलं होतं. 'एकमेकांना न भेटताही प्रेम करता येतं, नाही का?' तिने स्वतःलाच कळवळून विचारलं.

उर्वशीने अलगद तिचा खांदा हलवत विचारलं, ''मेनका, अगं काहीतरी बोल. नेमकं काय झालं आहे ते मला माहीत नसलं तरी जे करायला हवं होतं तेच तू केलं असणार हे मी जाणून आहे.'' मेनकेच्या डोळ्यांत पाहत ती पुढे म्हणाली, ''वसूला जेव्हा स्वर्गातून घालवण्यात आलं तेव्हा तू इतकी हरवली नव्हतीस.'' थोडं चाचपडत तिने पुढे विचारलं, ''गमावल्याचं दुःख दोनदा भोगावं लागल्यामुळे तू इतकी अस्वस्थ आहेस का?''

तरीही मेनका गप्प राहिली. तिची नजर निर्विकार होती. कदाचित, उर्वशीचं बोलणं तिला नीट ऐकू आलं नसावं. ''त्याला स्वर्गातून बाहेर घालवलं ह्यासाठी तू अजूनही मला जबाबदार धरते आहेस? एका निरागस जीवाला माझ्यामुळे शिक्षा झाली असं तुला वाटतं आहे?'' उर्वशीच्या ह्या बोलण्यावर दाताने खालचा ओठ दाबून धरत मेनकेने मान फिरवली.

दुःख! वसूला गमावल्याचं दुःख! कौशिकला गमावल्याचं दुःख! पोटच्या दोन लेकींना गमावल्याचं दुःख! वसूवर तिने कोणताही आडपडदा न ठेवता, मुक्तपणे प्रेम केलं होतं. कौशिकच्या प्रेमामागे आडाखे आणि व्यूहरचना होती. वंचना होती. त्याने मात्र खऱ्या अर्थाने तिच्यावर प्रेम केलं. शेवटच्या क्षणी तिने त्याला 'सत्य काय आहे' हे सांगितल्यावर, त्याचा भडका उडाल्यावरसुद्धा त्याने तिच्यावर मनापासून प्रेमच केलं. त्या प्रेमापोटी त्याने तिचा परतीचा मार्ग मोकळा केला, वसूकडे जाण्यापासून तिला अडवलं नाही. इथे स्वर्गात परतून आल्यापासून कौशिकाच्या आठवणींनी तिचा पिच्छा सोडला नाही. तिचं वसूवर प्रेम होतं. त्याच्या बाजूने ती भांडली होती. त्याच्या विरहात व्याकूळ झाली होती. कौशिकवर प्रेम करत असतानादेखील तिचं वसूवरचं प्रेम यत्किंचितही कमी झालं नव्हतं. असं असूनही तिने दोघांनाही गमावलं होतं. एकाच वेळेस असं दोन पुरुषांवर प्रेम करता येणं शक्य आहे का? आज मात्र माझ्याजवळ प्रेमाचा अंशदेखील उरलेला नाही, तिने सुस्कारा सोडला.

''वसूबद्दल मी स्वतःला दोषी धरते. घडल्या प्रकारात त्याची काहीही भूमिका नव्हती हे मी स्पष्ट करायला हवं होतं,'' उर्वशीच्या ह्या मान्यतेमुळे मेनकेची विचारशृंखला तुटली. उर्वशीच्या चेहऱ्यावरचे लज्जित भाव लपत नव्हते. ''मेनका, ते सगळं बोलायला मी आज तयार आहे. केवळ मी मौन धरल्यामुळे रम्भेनं केलेल्या आरोपाला पुष्टी मिळाली. त्या दिवसापासून मी मनःशांती गमावून बसले आहे. रम्भेची अवस्था माझ्याच सारखी आहे. किंबहुना, तिची परिस्थिती अधिक विदारक आहे. दुर्दैवाने अशाच शापापायी ती तुम्बरूला गमावून बसली. शिवाय, तिच्यावर बलात्कार झाला!'' उर्वशी घडाघडा बोलू लागली. आज पहिल्यांदाच तिच्या स्वरात गांभीर्य होतं.

'बलात्कार?' मेनकेचे डोळे विस्फारले. एखाद्या स्त्रीच्या इच्छेविरुद्ध तिचा भोग घेण्याचा अक्षम्य गुन्हा! हाच आरोप रम्भेने वसूवर केला होता अशी अस्पष्ट जाणीव मेनकेला झाली. तरीदेखील त्या शब्दामागचा क्रूर अर्थ तिला जाणवल्याशिवाय राहिला नाही. उर्वशीकडे एकटक पाहत मेनकेने विचारलं, ''एका अप्सरेवर बलात्कार कसा काय झाला?'' त्या क्षणापुरत्या ती स्वतःच्या यातना विसरली होती.

''कुबेराच्या महालात नलकुबेराला भेटण्यासाठी रम्भा गेली असताना कुबेराच्या सावत्र भावाने–रावणाने तिच्यावर बलात्कार केला. ती आपल्या पुतण्याची प्रेयसी आहे हे माहीत असूनही रावणाने ते कृत्य केलं,'' निर्विकारपणे उर्वशीने स्पष्टीकरण दिलं. ''कुबेराच्या उद्यानात तिच्यावर बलात्कार करून रावण तिथून सरळ निघून गेला.''

''निघून गेला?'' मेनकेने खवळून विचारलं, ''कुबेरानं जाऊ कसं दिलं त्याला?''

''कुबेर रावणाला घाबरतो. आपल्या ह्या सावत्र बंधूकडे तो साधं बोटदेखील उचलून दाखवणार नाही. रम्भेला कुठली मदत करतोय तो!'' उर्वशी तिरस्काराने म्हणाली. ''नलकुबेर मात्र तिच्या सन्मानासाठी पुढे झाला. तो रावणाला मारायला निघाला होता. तिथेही कुबेर त्याला आडवा आला. संतापाने धुमसणाऱ्या नलकुबेराने रावणाला शाप दिला की, इथून पुढे एखाद्या स्त्रीच्या इच्छेविरुद्ध रावणाने तिचा भोग घेण्याचा प्रयत्न केला तर त्याच्या मस्तकाची हजारो शकलं होतील आणि त्याचा त्वरित मृत्यू होईल. हे ऐकून ब्रह्मा, विष्णू आणि सर्व देवाधिदेव आनंदित झाले. त्यांनी नलकुबेरावर पुष्पवृष्टी केली.''

''काय सांगतेस?'' अविश्वासाने मेनका म्हणाली, ''पण रावणाला शिक्षा का झाली नाही? इतके का सगळे भेकड आहेत? की मग रम्भा अप्सरा असल्यामुळे तिचा सन्मान जपण्याची आवश्यकता नाही असं वाटलं त्यांना?'' रागाने मेनका धुमसते आहे हे उर्वशीच्या लक्षात आलं. मेनका पुढे म्हणाली, ''अप्सरांना प्रतिष्ठा नाही का? आम्ही अप्सरा म्हणजे निव्वळ सम्भोगानंदाची साधनं आहोत का?''

त्या क्षणी मेनका स्वतःच्या दुःखातून बाहेर आली. ह्या घोर अपमानापुढे आपलं दुःख किती यत्किंचित आहे हे तिला जाणवलं. रम्भेचा अपमान झाला असताना देव तिच्या बाजूने उभे राहिले नाहीत हे मेनकेला असह्य झालं. त्यांना भ्याड म्हणावं की स्वार्थी? प्रत्यक्ष स्वर्गात येऊन एका अप्सरेचा उपमर्द करण्याचं धाडस रावणाने केलं होतं. त्यावर कुठलीही कृती न करता देव शांत बसले होते. समोरून आव्हान दिलं जात नाही हे पाहिल्यावर रावणाने त्रिभुवनावर विजय मिळवला होता. आपल्या बंधूच्या हातातील राज्य सूत्रं काढून घेत त्याची सुवर्णनगरी पादाक्रांत केली होती. ह्या क्षणी तो पृथ्वीवरचा सर्वाधिक सामर्थ्यशाली राजा होता. एक ना एक दिवस हा सत्ताधीश एका स्त्रीपायी मृत्युमुखी पडेल. स्त्रीचा अपमान करणाऱ्या प्रत्येकाचा असाच शेवट होईल! मेनकेच्या मनात आलं.

''रम्भा ही अप्सरांची राणी असूनही देव तिच्या बाजूने उभे राहिले नाहीत. मर्त्य मानवांनी देवांच्या मदतीची काय अपेक्षा ठेवावी! आपण अप्सरा म्हणजे निव्वळ गुलाम आहोत,'' मेनका अतिशय विषादाने म्हणाली. वांझोट्या रागाचा काही उपयोग नाही हे तिला माहीत होतं, त्यामुळे कितीही संताप झाला तरीही खोल श्वास घेऊन स्वतःला शांत करणं तिला भाग होतं.

''कशी आहे ती?'' मेनकेच्या मनात रम्भेबद्दल कळवळा दाटून आलं.

''सुंदर! आणि अधिक कडवट,'' मेनकेकडे चोरटा कटाक्ष टाकत उर्वशीने रम्भेची हेटाळणी केली.

ज्या रम्भेपायी मेनकेच्या वाट्याला विरहाचं दुःख आलं होतं, तिच्याबद्दल मेनकेला वाटणारा कळवळा पाहून उर्वशी अवाक झाली होती. मेनकेचा आनंद हिरावून घेण्यासाठी इन्द्र आणि रम्भेने डावपेच रचले होते आणि आज त्याच रम्भेच्या बाजूने मेनका उभी राहिली होती. ज्या घटनेशी किंवा परिणामांशी तिचा दुरन्वये संबंध नव्हता, त्या घटनेचा निषेध करण्यासाठी ती स्वतःच्या दुःखातून बाहेर पडली होती.

मेनकेला उर्वशीचा स्वर खटकला. "ज्या विपरीत परिस्थितीचा सामना रम्भेला करावा लागला ती परिस्थिती शत्रूवरदेखील येऊ नये."

"प्रिय मेनका, तुझ्या लक्षात तरी आहे का की ती तुझी शत्रू आहे? ती अतिशय कोडगी आहे. माझ्या असाहाय्यतेचा तिला आनंद झाला. तुझ्या गमावण्याचा तिला आनंद झाला आणि तू मात्र..."

"मग तिच्यात आणि आपल्यात फरक तो काय उरला?"

"हे बघ, मी चहाड्या करत नाही. मला फक्त एवढंच म्हणायचं आहे की तिची तेवढीच लायकी होती."

"म्हणून बलात्कार?" रम्भेवर ओढवलेल्या दुर्धर प्रसंगामुळे उर्वशीचं उत्तेजित होणं मेनकेला अनाकलनीय वाटत होतं.

धुंदावलेल्या नजरेने उर्वशी म्हणाली, "हो. इतरांच्या निरागसतेचा गैरफायदा घेत जी व्यक्ती त्यांचा अपमान करते, निष्पापांना खोट्या पापांमध्ये गोवते तिच्या वाट्याला दुसरं काय येणार? अशा खोटेपणाचे परिणाम तर तिला भोगायलाच हवेत. नाव, सन्मान, शरीर किंवा आत्म्यावर घाव बसण्याचं दुःख तिला समजायलाच हवं. मेनका, तिच्याबद्दल माझ्या मनात यत्किंचितही कीव नाही. वसूच्या विनाशाला ती कारणीभूत होती. तुझा आनंद तिने हिरावून घेतला. मद्यधुंद अवस्थेत तिच्या अंगचटीला येत वसूने तिचा विनयभंग केला असं म्हणाली होती ना ती? विनयभंग म्हणजे काय हे तिला आता खऱ्या अर्थाने समजलं हे फार बरं झालं. ज्या जखमा तिने इतरांना दिल्या त्याच तिला आता कुरवाळत बसाव्या लागल्या आहेत. केलेल्या पापांचं माप दुपटीने आपल्या पदरात पडलं," उर्वशीचा संताप बाहेर पडला.

जे घडलं ते सारं विपरीत होतं. रम्भेने सगळ्यांची मनं दुखावली होती. तिच्या गुन्ह्यांना शिक्षा देणं शक्य नव्हतं, तरीही तिला शिक्षा मिळाली होती. मात्र, तिच्या झालेल्या मानहानीमुळे मेनकेला सौख्य भावना जाणवली नाही. कारण, तिच्यात कपटाचा अंशदेखील नव्हता.

तिच्या खांद्याला हळुवार स्पर्श करत उर्वशी म्हणाली, "मेनका, मीसुद्धा अपराधी आहे गं. रम्भेप्रमाणे मी खोटे आरोप केले नसले तरी काय झालं. वसू निष्पाप आहे हे माहीत असूनही मी त्याच्या बाजूने उभी राहिले नाही. तिने त्याच्या चारित्र्यावर हल्ला केला आणि माझ्या मौनाने त्याला बळकटी आली. माझ्या ह्या वागण्यामुळे मी स्वतःला आजवर क्षमा करू

शकले नाही. आता तू मला क्षमा कर मेनका. तुझ्यासमोर सगळं मान्य करण्याचं धाडस मी आज केलं आहे. जे झालं ते तुला स्पष्टपणे सांगण्याचा माझा विचार बदलण्यापूर्वी मी तुझी क्षमा मागते. एक ना एक दिवस तू मला क्षमा करशील अशी आशा बाळगते.''

त्यावर कसंनुसं हसत मेनका म्हणाली, ''स्वतःला क्षमा करणं हे सर्वांत कठीण असतं, जे तू साध्य केलं आहेस. इथून पुढे तू आनंदात राहशील अशी खात्री मला आहे. तुझ्यातील कडवटपणादेखील कमी होईल,'' असं म्हणत मेनकेने उर्वशीचा हात आश्वासकतेने दाबला. ''तुला बरं वाटणार असेल तर मी तुला आज काहीतरी सांगू इच्छिते. ते तुला कळावं अशी माझी आजवर इच्छा नव्हती. तू पुरूरवाच्या प्रेमात पडलीस, तेव्हाच तुझा आणि त्याचा विरह निश्चित होता. तू वसूचा कितीही तिरस्कार करत असलीस तरी तुम्बरू आणि पुरूरवाचा कलह झाल्यानंतर तुम्बरूने पुरूरवाला शाप दिला होता.''

हे ऐकून उर्वशी थक्क झाली. ''का करेल तुम्बरू असं? आणि पुरूरवाने मला कधीच का काही सांगितलं नाही?''

''नृत्याच्या एका सराव सत्रात रम्भेला एक विशिष्ट पदन्यास जमत नव्हता. तुम्बरू तिला पुन्हा पुन्हा शांतपणे समजावून सांगत होता. ते पाहणाऱ्या पुरूरवाला मात्र हसू आवरलं नाही. एवढी साधी गोष्ट तिला जमत नाही म्हणून त्याने तिला चिडवलं. इतकंच नाही तर तुझ्या लवचीकतेबद्दल अतिशय अभिमानाने बोलत तो म्हणाला की, तुझ्या हातून असा प्रमाद कधीही होणार नाही. हे ऐकताच रम्भा संतापली. त्याची नृत्यातील समज काय असा प्रश्न तिने त्याला विचारला. त्यावर पुरूरवा म्हणाला की, तुम्बरूकडून रम्भा जे काही शिकू शकेल त्याच्या कैकपटीने जास्त तो उर्वशीकडून शिकला होता. हे ऐकताच तुम्बरूचा संताप झाला. त्याच्याच शापामुळे पुरूरवाला तुझा वियोग सहन करावा लागला.''

हे ऐकताच उर्वशीचे डोळे धोकादायक पद्धतीने चमकू लागले. ''भोग म्हणावं आपल्या कर्माची फळं!'' ती विखाराने म्हणाली, ''विराध राक्षसाच्या रूपात तो शाप भोगतो आहे. त्या शापातून तो कधी मोकळा होणार?''

मेनकासुद्धा विचारात पडली. त्याला आणि वसूला श्रीराम शापमुक्त करतील का? ''शाप! आपल्या प्रत्येकाला शाप आहे. इतरांसाठी सोपं

आणि आपल्यासाठी किती त्रासदायक,'' सुस्कारा टाकत ती म्हणाली. अनेक निरर्थक घटनांच्या मागे असणारा तो इन्द्र. त्याला शाप देण्यापासून तिने कौशिकाला प्रयत्नपूर्वक अडवलं होतं.

कौशिक! मनातल्या मनात तिने साद घातली. तिला शाप देऊन त्याने स्वतःलाही शापित केलं होतं. आता ते कधीही भेटू शकणार नव्हते. उर्वशी पुरूरव्याला प्रतिवर्षी एकदा तरी भेटू शकत होती. मेनकेच्या नशिबात तेवढंही सौख्य नव्हतं. कौशिकला ती कायमचं गमावून बसली होती. इथून पुढे त्याचं साधं दर्शनही तिला होणार नव्हतं. त्यांचा विरह विधिलिखित होता हे तिला खूप आधी लक्षात आलं होतं. सुटका करून घेण्यासाठी कौशिकचा उपयोग करून घेत, अनुचित प्रकारे वागण्याचं तिने ठरवलं होतं. पश्चात्ताप आणि प्रेमाच्या भावनेने अपराधीपणाची भावना तिच्या मनात जागवली होती. भीतीमुळे सदसद्विवेक बुद्धी जागी झाली होती. त्याच वेळेस तिचा विश्वास बसू लागला होता की, आपलं प्रेम शापित आहे.

तिने मुठी घट्ट आवळल्या. तिच्या मऊशार तळव्यात तिची बोटं घुसू लागली. विरहाचं दुःख विसरण्यासाठी आवश्यकता होती ती चैतन्य जाणीव गमवण्याची. तसं वरदान तिला कोणी का दिलं नाही? हे दुःख आजन्म तिला वागवावं लागणार होतं का की काळाच्या ओघात विरह वेदना किंचित बोथट होणार होती? ह्या क्षणी तरी तिच्या जवळ निव्वळ आठवणी होत्या. कौशिकने दिलेल्या आठवणी, त्यामुळे तिला समाधान आणि शांती प्राप्त होत होती. तिने मनोमन प्रार्थना केली, 'त्यालाही अशा आठवणी मिळू दे. माझी मनःशांती त्याला लाभू दे. त्याला त्याची अधिक आवश्यकता आहे.'

''पुरूरवाने मला तसं का सांगितलं नाही?''

त्या प्रश्नासरशी मेनका विचारातून जागी झाली. उर्वशीच्या चेहऱ्यावरचा गोंधळ तिने टिपला. ''आपल्याला मिळालेल्या शापाचं फारसं महत्त्व त्याला वाटलं नसावं म्हणून कदाचित त्याने ते तुला सांगितलं नसावं,'' सहानभूतीच्या स्वरात मेनका म्हणाली, ''सगळ्या कडवटपणापासून तुझं संरक्षण करण्याची त्याची इच्छा असावी.''

''किंवा मग आम्हा दोघांची ताटातूट कधीच होणार नाही, असा आत्मविश्वास त्याला असेल,'' उर्वशीच्या मनातलं दुःख तिच्या ओठांवर आलं. तिची दुखरी नस मेनकेला जाणवली.

''पण निदान वर्षातून एकदा भेट तर होते आहे तुझी त्याच्याशी,'' तिची समजूत काढायचा प्रयत्न करत मेनका म्हणाली. कंठ दाटून आल्यामुळे तिला पुढे बोलवेना.

ह्या पुढे ती कौशिकला कधीही भेटू किंवा बोलू शकणार नव्हती. एक तर त्याने दिलेला शाप आणि दुसरं म्हणजे तिचा चेहरा कधीही न बघण्याची त्याची इच्छा. तिने त्याला दिलेलं परमसौख्य कापरागत उडून गेलं होतं. ती की त्याचं ध्येय? तिनेच त्याच्यासाठी योग्य निवड केली होती. स्वतःवर विश्वास ठेवण्याचं त्याचं सामर्थ्य त्याला मिळवून दिलं होतं. आत्ताही तिने मनोमन प्रार्थना केली, 'पुन्हा एकदा त्याचा स्वतःवर विश्वास बसू दे. आणि माझाही माझ्यावर.' शेजारी उभ्या असलेल्या अप्सरेकडे तिने कटाक्ष टाकला. कदाचित, तीही तिच्याएवढी दुःखी असावी; पण वरकरणी ती ते तसं दिसू देत नसावी.

''उर्वशी म्हणून तर तुला त्याच्यापासून नऊ पुत्र प्राप्त होऊ शकले. तुम्हा दोघांचा कायमस्वरूपी विरह होणार नाही ह्याची खात्री पुरूरवाने करून घेतली होती. शापाचा विपरीत परिणाम कमी होण्यासाठी त्याने आटोकाट प्रयत्न केले. उत्तुंग हिमालयातील बद्रिकाश्रमात जाऊन श्रीविष्णूची आराधना करून उःशापाची याचना केली. श्रीविष्णूने इन्द्राला आज्ञा देऊन उःशाप द्यायला लावला. परिणामतः, तुम्ही प्रतिवर्षी एकदा बरोबर असता.''

''तेवढेच काय ते सौख्याचे क्षण त्याच्या वाट्याला येतात. प्रत्येक वेळेस त्याचा निरोप घेताना त्याची अवस्था सैरभैर असते. माझ्या नावाचा पुकारा करत तो अरण्यातून भटकत राहतो. 'वेडा राजा' असं नाव ठेवलं आहे सगळ्यांनी त्याला. अगं मेनका, ही मर्त्य माणसं इतकं प्रेम कसं करू शकतात, सांग तरी मला. आपण तितक्या उत्कटतेने प्रेम का नाही करू शकत गं?''

''कारण, आपण स्वार्थी आहोत. परानुभूतीची जाणीव आपल्यात नाही. स्वतः इतकं उत्कट प्रेम आपण कोणावरही करू शकत नाही,'' उत्तरादाखल मेनका म्हणाली.

पुढे काही बोलण्यात मेनकेला स्वारस्य नव्हतं. काळ लोटला तरी वियोगाचं दुःख कमी होत नव्हतं. स्वतःला शांत ठेवत तिने मनोमन धावा सुरू केला. 'दुःखाव्यतिरिक्त कुठलीच जाणीव मला होत नाही. ह्यातून मी बाहेर आले नाही तर मी खात्रीने स्वतःचाच नाश करून घेईन. ह्या स्वर्गात

माझा असाच वारंवार वापर करून घेतला जाईल. इतर अप्सरांसारखीच तिच्यावर वेळ येणार होती. अति हसणाऱ्या, पुरुषांच्या सहवासाला चटावलेल्या, भावनाविरहित, देहाकर्षणात तल्लीन झालेल्या अप्सरा! माझे शतशः तुकडे होत आहेत,' मुक्याने आक्रोश करत ती म्हणाली. त्या सर्व आठवणी आणि विरहाच्या वेदना कायमच्या विसरून जायच्या होत्या तिला. ह्या वियोगानंतर तिला स्वतःच्या रंध्रारंध्रात भिनलेल्या कौशिकला बाहेर काढायचं होतं. स्वतःचं विशेषत्व उधळून टाकायचं होतं. तिचं हृदय विदीर्ण करणाऱ्या त्याच्या आठवणी म्हणजे मृत्यूच्या दिशेने तिने टाकलेलं पहिलं पाऊल. तुम्ही ज्या मुशीतून घडला आहात ती मूस तुम्ही उद्ध्वस्त करता, तेव्हा नेमकं होतं तरी काय?

# आशा आणि पुनश्च आशा

विश्वामित्रांची द्विधा मनःस्थिती झाली होती. ह्या आश्रमातच राहावं की वसिष्ठांचं आव्हान स्वीकारावं? झालेल्या अपमानाच्या आठवणी पुन्हा उफाळून आल्या. राजा हरिश्चन्द्राच्या सत्यप्रियतेबद्दल त्या दोघांत वाद झाला होता. विश्वामित्रांना तिथून निघून जावं लागलं होतं आणि मग मेनका! क्षणार्धात त्यांचा विचार बदलला, आव्हान स्वीकारायचा दृढनिश्चय त्यांनी केला. वसिष्ठ असोत की हरिश्चन्द्र; मनात साठलेल्या क्रोधाला वाट देणं गरजेचं होतं. मनोमन ठरवून विश्वामित्रांनी थेट अयोध्येकडे प्रयाण करत राजप्रासाद गाठला. वसिष्ठ चूक आहेत आणि राजा हरिश्चन्द्र असत्य आहे हे सिद्ध करणं त्यांना गरजेचं वाटत होतं.

विश्वामित्रांना पाहतच अयोध्या नरेशाने त्यांचं हार्दिक स्वागत केलं. ''आदरणीय मुनीवर, माझ्या राज्यात तुम्ही आश्रम वसवला आहे हे समजल्यावर मी स्वतः तुमची भेट घ्यायला येणार होतो. ह्या प्रासादात येऊन तुम्ही माझा बहुमान केला आहेत. आपल्या आगमनाचा हेतू जर मला सांगितलात तर तो पूर्ण करण्यासाठी मी प्रयत्न करेन.''

''एक विशेष यज्ञ करण्याचं निमित्त घेऊन मी आलो आहे. त्यासाठी मला अमाप संपत्तीची आवश्यकता आहे. हे राजन, तुझ्या समृद्धीबद्दल मी ऐकून आहे आणि म्हणूनच तू मला साहाय्य करशील अशी आशा मी करतो,'' ठाम स्वरात विश्वामित्र म्हणाले.

''मुनीवर, खात्रीने करेन. सांगा, कशाची आवश्यकता आहे?''

निर्विकार नजरेने त्याच्याकडे पाहत विश्वामित्र म्हणाले, ''तुझी सर्व संपत्ती.''

ते ऐकून राजा जराही विचलित झाला नाही. क्षणभर विचार करून त्याने मान डोलावली.

त्याची कठोर परीक्षा घ्यायचं विश्वामित्रांनी ठरवलं. ते म्हणाले, ''तुझ्या राज्यातील सर्वोच्च पर्वतमाथ्यावर हत्ती उभा करून त्यावर उभ्या असलेल्या माणसाच्या उंची इतकी सुवर्ण रास तू माझ्यासाठी उपलब्ध करून द्यावीस.''

नम्रपणे मान झुकवत राजा म्हणाला, ''मी प्रयत्न करतो.'' त्याने आपल्या अधिकाऱ्यांना सुवर्ण जमा करण्याची आज्ञा केली. राजाचा सर्व खजिना रिता झाला; परंतु विश्वामित्रांची निकड त्यातून पूर्ण होऊ शकली नाही.

आता राजा काहीतरी असत्य भाषण करेल असं विश्वामित्रांना वाटलं; पण तसं झालं नाही. उलट राजा म्हणाला, ''मुनीवर, माझी वैयक्तिक आणि सार्वजनिक संपत्ती मी तुम्हाला देऊ केली आहे. तुमची गरज त्यातून पूर्ण होत नाही म्हणून मी माझं राज्य, ही सारी भूमी तुम्हाला सोपवतो.''

त्यावर विश्वामित्रांनी क्रोधिष्ट होत म्हटलं, ''हे राजन, तू असत्य भाषण करत आहेस. जे राज्य तुझं नाही ते मला नको. ह्या राज्यावर तुझ्या प्रजेचा अधिकार आहे. त्यांनाही तू पणाला लावलं आहेस की काय?''

काय बोलावं हे राजाला सुचलं नाही. मग विचारपूर्वक तो म्हणाला, ''मी माझ्या प्रजेला कधीही दुखावणार नाही. तुम्हाला देण्यासाठी माझ्याकडे माझ्या कुटुंबाशिवाय दुसरं काहीही नाही. त्याचा स्वीकार व्हावा.''

''हे राजन, ते विक्रीसाठी आहेत का? तू आपल्या पत्नीला आणि मुलाला मला देऊ करतो आहेस; परंतु मला त्यांचा काय उपयोग? मला चाकरांची नाही तर धनाची आवश्यकता आहे,'' विश्वामित्रांचा स्वर आता कठोर झाला होता.

वचनपूर्ती करण्यासाठी राजाने त्याच्या मालकीची असलेली प्रत्येक गोष्ट विकली; त्याचं राज्य, त्याची पत्नी आणि एकुलता एक पुत्रदेखील. हे कमी म्हणून की काय त्याने स्वतःला वीरबाहू ह्या चांडाळाला विकलं. इतकं करूनही त्याच्या दुर्दैवाचे दशावतार संपले नाहीत. सर्पदंशाने राजपुत्र

रोहित मृत्युमुखी पडला. त्याचा अंत्यविधी करण्यासाठी राणी तारामतीकडे द्रव्यदेखील नव्हतं म्हणूनच तिने भिक्षेचा मार्ग पत्करला. त्यादरम्यान तिच्यावर मनुष्यवधाचा आरोप ठेवण्यात आला. तिच्या शिरच्छेदाची आज्ञा झाली. चांडाळ वीरबाहूने आपल्या नवीन सेवकाला म्हणजेच हरिश्चन्द्राला ही कामगिरी पार पाडण्यास सांगितलं. मन घट्ट करत हरिश्चन्द्राने राणी तारामतीचा शिरच्छेद करण्यासाठी हातातील धारदार शस्त्र खाली आणलं, तोच विश्वामित्रांनी त्याला थांबवलं. प्रत्येक कसोटीमध्ये राजा हरिश्चन्द्र उत्तीर्ण झाला होता. त्याच्या सचोटीपुढे विश्वामित्र हरले होते. विश्वामित्रांनी हरिश्चन्द्राचा सन्मान करत त्याची पत्नी आणि पुत्र त्याला परत केले. त्याचं राज्य त्याला पुन्हा सोपवलं. सत्यप्रिय राजाचा विश्वामित्रांच्या हाती झालेला छळ म्हणजे निव्वळ माया होती.

इतकं होऊनही हरिश्चन्द्राने विश्वामित्रांचा सन्मान करत म्हटलं, ''मुनीवर, माझं कुठलंही गाऱ्हाणं नाही. तुमच्या ह्या परीक्षेमुळे माझी पारख झाली. माझ्यातील सर्वोत्तम गुण प्रतित झाले. तुमच्यामुळे माझंही नाव अजरामर होईल.''

''हरिश्चन्द्रा, माझ्यामुळे तुझ्यातील सर्वोत्तम गुण जरी प्रतित झाले असले, तरी मी किती वाईट थराला जाऊ शकतो हेदेखील त्यातून सिद्ध झालं आहे.'' स्वतःच्या क्षुद्र मनोवृत्तीची विश्वामित्रांना लाज वाटली. हरिश्चन्द्रापुढे ते खुजे ठरले होते. पुन्हा एकवार वसिष्ठांनी त्यांना पराभव चाखायला लावला होता. मात्र, त्या क्षणी विश्वामित्रांना जाणवलं की, स्वतः वसिष्ठांनी त्यांना ब्रह्मर्षिपद प्रदान करावं हे ध्येय मनात असताना, इच्छाशक्तीची परीक्षा घेण्याच्या निरुपयोगी गोष्टीत त्यांनी व्यर्थ वेळ दवडला होता.

हिमालयातल्या आपल्या आश्रमात विश्वामित्र परतून आले, तेव्हा ते बैचेन झाले होते. हरिश्चन्द्राबद्दल वाटणारा आदर द्विगुणित झाला असला तरी वसिष्ठांपुढे हार मानावी लागली हे शल्य त्यांच्या मनात दाटलं होतं. मी ब्रह्मर्षी होण्यास प्राप्त नव्हतो का? ह्या एकमेव विचाराने त्यांना झपाटून टाकलं होतं. त्यांचा अहंकार, अभिमान, पराजय आणि यश... आजवर त्यांनी काय कमावलं आणि काय गमावलं? स्वतःच्या निष्ठुरतेची आणि क्रौर्याची अचूक कल्पना आल्यामुळे ते अवाक झाले होते, खोलवर दुखावले गेले होते. त्यांना वाटलं होतं की, ते हरिश्चन्द्राची कसोटी पाहत आहेत;

परंतु कसोटी पाहिली होती ती वसिष्ठांनी आणि त्या कसोटीत अनुत्तीर्ण ठरले होते ते विश्वामित्र. स्वतःला मानव मानण्याचं दातृत्व किंवा ममत्वदेखील त्यांच्यात नव्हतं. इतकं ज्ञान प्राप्त करण्याच्या पश्चात त्यांच्या ठायी असलेलं क्रौर्य आणि दंभ यत्किंचितही कमी झाला नव्हता. मग, जी महानता प्राप्त करण्याचा संकल्प त्यांनी केला होता, ती त्यांना कशी मिळणार होती?

झालेल्या प्रत्येक पराभवाचा विचार त्यांच्या मनात आला. मेनकेकडे ते आकृष्ट झाले होते ते लालसेमुळे. मी माझ्या इच्छांचा, क्रोधाचा आणि अहंकाराचा दास आहे का? ब्रह्मर्षी होण्याचं ध्येय मी गाठू शकणार नाही का? माझी इच्छापूर्ती कधीच होणार नाही का?

अचानक मेनकेचा आर्जवीचा स्वर त्यांना ऐकू आला. तिने वारंवार त्यांची विनवणी केली होती, ''मी आपल्या बाळाला घेऊन तुझी वाट पाहेन. तू तपश्चर्या कर. तुझं ईप्सित प्राप्त कर. आम्हाला इथे सोडून तू निघून जा.'' पण विश्वामित्रांनी तिचं काहीही ऐकलं नव्हतं. परिणामतः, आपलं स्वप्न, प्रेयसी आणि पोटची पोर ह्या साऱ्यांना ते गमावून बसले होते. आता त्यांनी स्वतःला कितीही शिव्या-शाप दिले तरी त्याचा काहीही उपयोग नव्हता.

मूळच्या रक्तपिपासू वृत्तीच्या नादाने वाहावत जात ते स्व-ध्येयापासून ढळले होते. मेनकेने त्यांना भुलवूनही मार्गावर आणण्याचा प्रयत्न केला होता. आज त्यांना सत्याची प्रखर जाणीव झाली. पश्चात्तापाची भावना मनात उफाळून आली. मेनकेने त्यांच्यावर निस्सीम प्रेम केलं होतं. त्यांचा कायमचा निरोप घेतानादेखील तिच्या प्रेमाचा पोत बदलला नव्हता. त्यांनी स्वप्नपूर्तीच्या दिशेने जावं म्हणून तिने कित्येकदा त्यांना विनवलं होतं, धमकावलं होतं, वाद घातले होते, आर्जवं केली होती; पण विश्वामित्र कामभावनेव्यतिरिक्त अन्य जीवनध्येय विसरले होते. स्वतःला त्यांच्यापासून दूर करण्याचं अपार धैर्य मेनकेने दाखवलं होतं जे त्यांच्यात नव्हतं. ही वास्तविकता जाणवताच दोन्ही हातात मस्तक धरून ते सुन्नपणे बसून राहिले. विदीर्ण मन आणि भग्न हृदय; नकळत त्यांच्या डोळ्यांतून अश्रू ओघळू लागले. त्यांच्या आत्म्याला क्लेष सहन होईनात.

हरिश्चन्द्राने आपल्या पत्नीचा आणि मुलाचा केलेला त्याग पाहिल्यानंतर विश्वामित्रांना मेनकेच्या त्यागाची कल्पना आली. हरिश्चन्द्राची विवशता बघितल्यानंतर मेनकेची विकलता जाणवली. ''मी तुला सोडून जाईन,'' असं

म्हणताना तिची अवस्था किती बिकट झाली असेल हे आत्ता कुठे त्यांच्या लक्षात आलं. तिने आपला त्याग केला आहे ह्या विचारापायी आजवर ते तिचा तिरस्कार करत आले होते. त्यांना तिचं प्रेमही दिसलं नव्हतं आणि असीम त्यागदेखील उमगला नव्हता. आज मात्र त्यांना लक्षात येत होतं की, मेनकेने त्यांचा आणि त्यांच्या लेकीचा त्याग करण्यामागे फार मोठं कारण होतं. हरिश्चन्द्र असो की मेनका; आपल्या ध्येयापासून ती दोघंही ढळली नव्हती. आपल्या ध्येयापासून विचलित झाले होते स्वतः विश्वामित्र. मेनका त्यांना सातत्याने सत्याच्या आणि ध्येयाच्या मार्गाने नेण्याचा प्रयत्न करत होती. ते सत्य, जे त्यांना हरिश्चन्द्राच्या पराकोटीच्या समर्पणातून समजलं. हे सारं जाणून विश्वामित्र विदीर्ण झाले. अश्रूंचा बांध थांबेना. मेनकेच्या निस्सीम प्रेमाने त्यांना योग्य वाटेवर आणून उभं केलं होतं.

ह्या क्षणी तिला स्पर्श करावा, क्षमायाचना करावी, मिठीत घ्यावं आणि तिच्या कुशीत स्वतःला विसरावं अशी तीव्र इच्छा त्यांच्या मनात दाटून आली. 'मेनका, हे मी काय करून बसलो!' असाहाय्यतेने विश्वामित्र रुदन करू लागले. तिच्या विचारांनी त्यांच्या मनात काहूर माजलं. आपण काय गमावून बसलो आहोत, ह्याची त्यांना प्रकर्षाने जाणीव झाली.

आणि त्या क्षणी त्यांच्या मनातील विपरीत भावनांचा निचरा होऊ लागला. संताप, तिरस्कार, ईर्षा आणि विरह-वेदना विरून प्रेम आणि पश्चात्तापाची भावना निर्माण झाली. मेनकेने त्यांच्यावर निस्सीम प्रेम केलं होतं. ते विरल्याची शंका मनात येणं हा तिच्या नव्हे, तर त्यांच्या प्रेमाचा पराभव होता. हरिश्चन्द्राच्या कृतीमुळे विश्वामित्रांच्या मनातील पशू अधोरेखित झाला होता. आपली सचोटी जपण्यासाठी हरिश्चन्द्राने पत्नीला आणि मुलाला यमसदनी धाडण्याची तयारी दाखवली होती. विश्वामित्रांनी मात्र अविश्वास आणि तिरस्कार जपण्यासाठी नेमकं तेच कृत्य केलं होतं. हरिश्चन्द्राऐवजी त्यांचा स्वतःचा कस लागला होता. स्वतःच्या प्रेमाची हत्या, विश्वासाचा बळी आणि स्वप्नांचा शेवट त्यांनी केला होता. आता हळहळ वाटून काय उपयोग?

अविश्वास, तिरस्कार आणि ईर्षा! त्यापुढे प्रेमाला स्थान नव्हतं. ध्यानमग्न अवस्थेतदेखील ते तिरस्काराला दूर ठेवू शकत नव्हते म्हणूनच कुठलाही सुविचार त्यांच्या मनात स्थिर होत नव्हता. मेनका सत्य सांगत होती तरी त्यांना ते असत्य वाटतं होतं. कारण, तिच्या प्रेमाची सखोलता

समजून घेण्याइतका त्यांचा विश्वास परिपक्व नव्हता. उलटपक्षी, त्यांनी तिच्यावर आरोप केले होते. आज त्यांच्या मनातील संदिग्धता दूर झाली. तिचा मंजुळ आवाज त्यांना ऐकू येऊ लागला. तिच्या प्रेमावर त्यांचा विश्वास बसू लागला. त्यांच्या प्रेमकथेचा एक एक प्रसंग त्यांच्या नजरेसमोर तरळू लागला. त्यांना वाटलं होतं त्याप्रमाणे त्या प्रेमकथेचा शेवट त्यांच्या जीवनाचा शेवट नव्हता, तर तिथूनच एका नवीन सत्याची मुहूर्तमेढ रोवली जाणार होती. पुन्हा नव्याने सुरुवात करायची होती. तिरस्कारहीन, ईर्षाहीन, क्रोधहीन अशा प्रेममयी वातावरणात ते नव्याने शोध घेणार होते. परिपूर्ण प्रेमाची, ठाम विश्वासाची आणि संपूर्ण समर्पणाची ही घटका आज पहिल्यांदाच त्यांच्या आयुष्यात आली होती. इथून पुढे केवळ मेनकेच्या प्रेमाच्या आधारावर ते वाटचाल करणार होते.

डोळे मिटून घेत ते शांतपणे ध्यानाला बसले. हा एकांत त्यांना हवा होता. पुन्हा एकदा त्यांनी तपश्चर्येला सुरुवात केली. मनाची एकाग्रता साधणं त्यांना कठीण जाऊ लागलं. आपण हे सारं का आणि कोणासाठी करत आहोत, ह्याची जाणीव होताच त्यांच्या मनाला स्थैर्य प्राप्त झालं. आता त्यांना ना विचारांचा अडथळा होता ना अस्वस्थतेचा.

दिवसामागून दिवस लोटले. हळूहळू अन्न-पाण्याचा त्याग करत त्यांनी घोर तपश्चर्या आरंभली. त्यांच्या श्वासाची गती कमी झाली. थंडी, वारा, ऊन, पाऊस हे बदल त्यांना जाणवेनासे झाले. घोर अनुष्ठानामुळे त्यांच्या रंध्रारंध्रातून ऊर्जालहरी प्रसरण पावू लागल्या. त्यांची काया कणाकणांनी शुद्ध होऊ लागली. त्यांचं शरीर आक्रसलं; पण त्यांना त्याचीही जाणीव उरली नाही. गर्व आणि ताठा लोप पावून चेहरा राजस सौंदर्याने झळकू लागला. ह्या आत्मप्रबोधनावस्थेत ते कित्येक काळ बसून राहिले.

त्यांच्या मनात एकच विचार होता. त्यांच्या ध्येयप्राप्तीसाठी सर्वस्व अर्पण करणाऱ्या मेनकेसाठी हे अनुष्ठान त्यांनी मांडलं होतं. तिच्या निर्व्याज प्रेमाने त्यांचं शरीर, मन आणि आत्मा व्यापला होता. पुन्हा एकवार त्या अमर प्रेमाची जाणीव त्यांना झाली होती.

❦

दोन व्यक्ती जेव्हा एकमेकांवर अमर्याद प्रेम करतात, तेव्हा कितीही काळ लोटला तरी, कधी भेट झाली नाही तरीही त्या प्रेमाची व्याप्ती कमी होत नाही. कौशिक आणि शकुन्तलेबद्दल माहिती मिळवण्यासाठी मेनका

नेहमीच उत्सुक असे. जन्मतःच जिचा त्याग केला होता ती तिची लेक आता तरुण झाली होती. कशी असेल ती... लाजाळू की रागीट, शांत की उत्साहाने सळसळणारी? कण्व ऋषींच्या आश्रमातील उंच वृक्षांमागे दडून मेनका आश्रम न्याहाळू लागली. आश्रमाच्या सौंदर्याला आपली लेक कारणीभूत असणार अशी मेनकेची खात्री पटली. रंगीबेरंगी फुलांचे प्रसन्न ताटवे ठायी-ठायी डोलत होते. ते पाहताच मेनकेला मही इथल्या तिच्या लहानशा कुटीची आठवण झाली. विश्वामित्रांबरोबर तिथे राहत असताना तिने स्वतःच्या हातांनी अनेक फुलझाडं लावली होती. रंगीबेरंगी गुलाब, सुगंधी मोगरा, त्याच्या गुंफलेल्या माळा...

निग्रहाने मेनकेने आठवणींना परतवून लावलं. कण्व मुनींच्या आश्रमाच्या बाजूने संथपणे वाहणारी मालिनी पाहून तिला स्वर्गाची आठवण झाली.

लेकीला पाहायला मेनका आता आतूर झाली होती. तितक्यात तिला एक सुंदर, सुकुमार तरुणी दिसली, तीच होती ती. शकुन्तला! किती एकाकी दिसत होती ती! मेनकेच्या हृदयाचा ठोका चुकला. शकुन्तलेच्या उदास चेहऱ्यावर दुःखाचं सावट होतं. नजरेत ना आनंद होता ना चमक. विश्वामित्राचं धारदार नाक, ठामपणा दाखवणारी हनुवटी, दोन्ही गालांवर पडणाऱ्या खळ्या आणि काळजाचं वेध घेणारं हसू शकुन्तलेने पुरेपूर उचललं होतं. ती पितृमुखी दिसू लागली होती. आपल्या मातेपेक्षा गुणांमध्ये ती नक्कीच वरचढ असणार मेनकेला वाटल्यावाचून राहिलं नाही. पुन्हा एकवार मेनकेच्या मनात आठवणींनी दाटी केली. आपला भूतकाळ ती कसा काय विसरणार होती? त्या काही निव्वळ आठवणी नव्हत्या. त्या होत्या भावना... आजही तितक्याच प्रखर आणि खऱ्या. मेनकेला दुखवण्याचं सामर्थ्य त्या आठवणीत होतं. तिने एक खोलवर निःश्वास टाकला.

''देवदुतासारखी तिच्यावर लक्ष ठेवून असतेस मग माता म्हणून तिच्या समोर का येत नाहीस?'' कण्व ऋषींनी तिला विचारलं. ''मेनका, तू माता आहेस तिची. तिच्यावर अधिकार सांगायला तू पुढे येऊ शकतेस.''

''नाही. मुनीवर, तुम्ही तिचे एकमेव पालक आहात आणि ज्या मातेने तिचा जन्मतःच त्याग केला त्या मातेला भेटण्याची उत्सुकता तिला का वाटावी? अधूनमधून मला माझ्या लेकीला पाहता येतं. माझ्यासाठी हा आनंद खूप मोठा आहे.''

''तिला एकदा सांगून तर पाहा. तिला आणि तुलाही बरं वाटेल,'' कण्व मुनींनी मेनकेचं मन वळवण्याचा पुन्हा एकदा प्रयत्न केला. ''तिला आपल्या जन्मामागचं सत्य माहिती आहे.''

''आणि त्याबद्दल तिच्या मनात प्रचंड कडवटपणा दाटलेला आहे,'' मेनका सहजतेने म्हणाली.

''नाही, तसं नाही म्हणता येणार. आपण वलयांकित माता-पित्याच्या पोटी जन्माला आलो आहोत, ह्याचा तिला अभिमान वाटतो आहे. ती एक संवेदनशील आणि चतुर मुलगी आहे. भेट तिला. तुला तिचा अभिमान वाटेल,'' कण्वमुनींनी हसून सुचवलं.

''तो तर तसाही वाटतोच आहे,'' मेनका सहजतेने म्हणाली. ''मुनीवर, मी तुमची शतशः ऋणी आहे. विश्वामित्रांनी जेव्हा तिला तुमच्या सुपुर्द केलं, तेव्हा ते जाणून होते की, सर्वोत्तम मूल्य, शिक्षण आणि प्रेम जर कोणाकडे मिळेल तर ते फक्त तुमच्याकडे. पालक म्हणून आम्ही आमची जबाबदारी पार पाडू शकलो नाही तरी तुम्ही मात्र ती समर्थपणे निभावली. भविष्याविषयी तिच्या काय योजना आहेत?''

वृद्ध मुनींच्या चेहऱ्यावर हसू उमटलं. ते म्हणाली, ''ह्या आश्रमाची देखभाल करायची आहे तिला. मी सांगितलं आहे तिला की, तिचं आजवरचं आयुष्य ह्या आश्रमात अतिशय सुरक्षित प्रकारे गेलं आहे. बाहेरच्या जगात पाऊल ठेवण्याची वेळ आता आली आहे; परंतु मेनका, ती खरी निसर्गकन्या आहे. प्राणी, पक्षी, झाडं, फुलं ह्यांच्यातच तिचा जीव रमतो. इथल्या अरण्यात मनमुरादपणे फिरताना तिला भीती वाटत नाही. प्राणिमात्रांच्या प्रति तिच्या मनात निव्वळ प्रेम आणि भूतदया आहे. कुसुमाहूनही कोमल असलेलं तिचं मन प्रसंगी वाघिणीप्रमाणे क्रुद्ध होऊ शकतं. तिच्यात खूप हिंमत आहे. दुसऱ्यावर विश्वास ठेवण्याचं धैर्य आहे. शांततेचं महत्त्व ती जाणून आहे.''

ह्यावर मेनकेने मान डोलावली. आपल्या लेकीबद्दलचा अभिमान तिच्या नजरेतून ओसंडून वाहत होता. ''हो, खरं आहे तुमचं. प्राण्या-पक्ष्यांशी, झाडा-वेलींशी आणि माणसांशी असलेली तिची वागणूक पाहिली आहे मी. ज्ञानी असली तरीही ती उद्धट नसून निरागस आहे. इतरांना फसवणं तिला ठाऊक नाही. प्रेम, भूतदया, सत्य आणि निडरता ह्या गुणांसमवेत ती मोठी झाली आहे.'' आपली लेक आपल्या साहाय्याशिवाय मोठी झाली

ह्याचं कुठेतरी तिला वाईट वाटल्याशिवाय राहिलं नाही. माता असूनही ती लेकीसाठी त्रयस्थ होती. आपल्या लेकीच्या जगात तिला प्रवेश नव्हता.

किंचतसं हसत मेनका पुढे म्हणाली, ''मुनीवर, तिची सचोटी आणि ज्ञान ह्याच्यामुळे तिला सामर्थ्य प्राप्त झालं आहे. तुम्ही तिला स्वतःबद्दल सार्थ अभिमान बाळगायला शिकवलंत. कुठल्याही न्यूनगंडातून मुक्त केलंत. स्वतःच्या स्त्रीत्वाचा आदर करायला शिकवलंत. स्वर्ग, पृथ्वी, निसर्ग आणि मानवाप्रमाणे तीदेखील एक निर्मिती आहे हे तिच्या मनावर बिंबवलंत.''

''आपला जन्म पापकर्मातून झालेला आहे, अशी पुसटशी शंकादेखील शकुन्तलेला आली नाही,'' बोलता बोलता कण्वांची नजर गंभीर झाली. ''अतीव प्रेमापोटी आपण जन्मलो आहोत हे ती जाणून आहे. तिला त्याची लाज वाटत नाही. मेनका, तुझ्याप्रमाणे तुझी लेकदेखील तेजस्वी आणि सुंदर आहे. एखाद्या रत्नासारखी ती झळकत असते. तिच्या जीवनात एक नवीन घटना घडली आहे. ती प्रेमात पडली आहे. राजा दुष्यन्त आणि शकुन्तला विवाहबद्ध झाले आहेत.''

हे ऐकताच मेनकेला धक्का बसला. ''एवढी मोठी कधी झाली ती?'' चेहऱ्यावर हसू आणायचं प्रयत्न करत तिने विचारलं, ''त्यांचा विवाह कधी झाला? मग ती अजूनही आश्रमात का आहे?''

मान डोलावत कण्व म्हणाले, ''हो, दुष्यन्त हस्तिनापूरला गेला आहे. तिथून तो तिला घ्यायला परत येणार आहे.'' हे ऐकून मेनका गोंधळली. कण्वमुनी पुढे म्हणाले, ''थोडक्यात सांगायचं तर राजा दुष्यन्त जेव्हा शिकारीला इथे आला होता, तेव्हा शकुन्तला त्याला भेटली. मी तेव्हा इथे नव्हतो. आश्रमातील वास्तव्यादरम्यान ते दोघं एकमेकांच्या प्रेमात पडले आणि गांधर्व पद्धतीने विवाहबद्ध झाले.''

मेनकेला विचित्र हुरहुर जाणवली. ''पण असं गुप्तपणे गांधर्व विवाह का केला त्यांनी? इतकी काय घाई होती त्यांना? तुम्ही येईपर्यंत ते का थांबले नाहीत?''

तिच्या उतावीळपणाचं कण्वांना नवल वाटलं. ''विवाह पश्चात दुष्यन्त घाईने आपल्या राजधानीकडे परतला. काही दिवसांतच...''

''त्याने सर्वांच्या देखत विवाह का केला नाही? निदान तुम्ही परतून येईपर्यंत त्याने प्रतीक्षा करायला हवी होती. तुम्ही तिचे तात आहात.''

मेनकेच्या मनात शंका आली. ''फार घाई दिसते त्याला! प्रेमासाठी वेळ आहे; परंतु विवाहासाठी नाही, असा कसा राजा म्हणायचा हा?''

तिच्या स्वराचा धारदारपणा कण्वांनी अचूक टिपला. ''तुला आनंद नाही झाला का मेनका?''

''मला फार चिंता वाटते आहे.''

''आपल्या कन्येचं नवीन आयुष्य सुरू होत असताना प्रत्येक मातेला अशी चिंता वाटणारच,'' सहजतेने खांदे उडवत कण्व म्हणाले. ''तू काळजी करू नकोस. लवकरच ती राजा दुष्यन्ताबरोबर हस्तिनापुरात जाईल.''

''हे त्याचं कृत्य जबाबदारीचं वाटत नाही. प्रेमापोटी अशी घाई होणं अपेक्षित नाही. मात्र लालसेपोटी नक्कीच असं घडू शकतं,'' नकळत मेनकेचा स्वर कठोर झाला.

कण्व दचकले.

''दुष्यन्ताला जर शकुन्तलेबद्दल प्रेम वाटत होतं तर त्याने तुम्ही आश्रमात परत येईपर्यंत थांबायलाच हवं होतं,'' चिंतित स्वरात मेनका म्हणाली. ''तो राजा आहे. त्याला आपली कर्तव्यं ठाऊक असायला हवीत. शकुन्तलेवरचं आपलं प्रेम त्याने जगापासून का लपवून ठेवलं. तिच्याशी गुप्तपणे का विवाह केला? हस्तिनापूरची राणी म्हणून इथून नेण्याचं पोकळ वचन का दिलं? त्याची प्रत्येक कृती आक्षेपार्ह आहे.''

मेनकेला समजावत कण्व शांतपणे म्हणाले, ''येईल तो. माझा शकुन्तलेवर आणि तिच्या निवडीवर विश्वास आहे.''

किंचित गोंधळून ऋषींकडे पाहत मेनका म्हणाली, ''मुनीवर, कदाचित तुम्ही तिला अति स्वातंत्र्य दिलं असेल, त्यामुळेच तिला कुठलंही बंधन आता नकोसं झालं असेल.''

हे ऐकताच कण्वांमधला पिता जागा झाला. मेनकेच्या बोलण्याचा त्यांना रागही आला. शकुन्तलेची बाजू घेत ते म्हणाले, ''मेनका, जरा प्रेमाने विचार कर तिचा. ती तुझ्या पोटची पोर आहे.''

खेदाने मान हालवत मेनका म्हणाली, ''पूजनीय ऋषीवर, माझा राग मानू नका. मी तिच्यावर किंवा तुमच्यावर टीका करत नाही; पण लक्षात घ्या की, विश्वास जितका कणखर तितकाच नाजूक असतो. तिच्यावर तुमचा विश्वास आहे असं तुम्ही म्हणता; पण मग तुमच्या अनुपस्थितीत,

तुमच्या आशीर्वादाशिवाय गांधर्व विवाहाला तिने मान्यता कशी काय दिली? तुम्ही आल्याशिवाय हा विवाह होणार नाही असं तिने दुष्यन्ताला का नाही बजावलं?''

''कारण, ती प्रेमात पडली होती.''

''हो ना आणि त्या प्रेमाला वासनापूर्तीचं रूप देण्याची घाई त्या दोघांना झाली होती,'' मेनकेने दुरुस्ती केली. ''शकुन्तला निरागस आहे. जगाच्या रीती तिला ठाऊक असण्याचं कारणच नाही. दुष्यन्त मात्र चतुर आहे. त्याचा हेतू जर उदात्त असता तर त्याने आधी तुमची गाठ घेऊन तिच्यावरचं आपलं प्रेम स्वीकारलं असतं, विवाहासाठी तुमची अनुमती घेतली असती आणि मगच आपल्या राज्याकडे प्रयाण केलं असतं. तसं न होता शकुन्तलेला खोटं वचन देऊन, तुम्ही परतून येण्याआधी तिचा उपभोग घेऊन तो इथून निघून गेला. मला भीती आहे की, तो आपला शब्द पाळणार नाही. तिला घेऊन जायला इथे कधीही येणार नाही.''

''नाही!'' निव्वळ कल्पनेनेसुद्धा कण्व मुनी अवस्थ झाले.

''तसं होऊ नये अशी माझीही इच्छा आहे,'' मेनका कडवटपणाने म्हणाली. ''तिला घेऊन जायला कधी यायचा आहे म्हणे तो?''

''त्याबद्दल मला कल्पना नाही. ती त्याच्या प्रतीक्षेत आहे,'' अनिश्चितपणे कण्व म्हणाले.

ते ऐकताच मेनका काळजीत पडली. आपली काळजी खोटी ठरावी, अशी मनोमन प्रार्थना करू लागली.

''तू शकुन्तलेशी बोलत का नाहीस?'' कण्वांनी सुचवलं.

''कसं बोलणार!'' मेनकेच्या स्वरात असाहाय्यता होती. ''तसं पाहिलं तर मी तिच्यासाठी अगदी त्रयस्थ आहे. तिला नाही आवडणार मी बोललेलं. मला वाटतं तुम्ही म्हणता तेच बरोबर आहे मुनीवर. कदाचित, मी अति काळजीपोटी असा विचार करत असेन. राजा दुष्यन्त येईलही आपल्या नववधूला न्यायला,'' मोठ्या कष्टाने आशावादी स्वरात तिने म्हटलं.

तिच्या बोलण्याला कण्व फसले नाहीत. ते पटकन म्हणाले, ''मेनका, तिच्यासमोर जायची तुला भीती का वाटते?''

''कारण, मला स्वतःची लाज वाटते,'' नजर खाली वळवत मेनकेने मान्य केलं.

"गेली कित्येक वर्षं ह्याच भावनेत जगते आहेस का तू?" ऋषींनी आश्चर्याने विचारलं. "हे तर पश्चात्तापापेक्षा वाईट आहे. हा अपराध आहे. आपला पती आणि कन्या ह्या दोघांचं भलं व्हावं म्हणून मोठ्या मनाने आणि धैर्याने तू त्यांचा त्याग केलास. असं असताना स्वतःच्या मातृत्वाची लाज का वाटावी तुला? मेनका, तू केवळ उत्तम पत्नी नाही, तर उत्तम व्यक्ती आहेस आणि तुझा हा चांगुलपणा तुझ्या लेकीतदेखील आहे. तुझ्यासारखी स्वतंत्रपणे आणि ठामपणे ती विचार करू शकते. त्याहीपेक्षा महत्त्वाचं म्हणजे आपल्या कृत्याची जबाबदारी घेण्याची धमक तिच्यात आहे. मेनका, तू निव्वळ अप्सरा नाहीस तू स्वतः रक्षिता आहेस. स्व-सुखाचा यत्किंचितही विचार न करता तू त्याग केलास." सत्य काय आहे हे तिला कळावं म्हणून मुनी पुढे म्हणाले, "तुला कदाचित जाणवलं नसेल; पण तू दुर्बल नाहीस. तुझ्यात एक निश्चितपणा आहे. आपल्या निवडीशी तू प्रामाणिक राहतेस. मग त्यासाठी वैयक्तिक सुखाचा विचारही करत नाहीस. प्रसंगी तू स्वतःवर कठोरपणाचं शिक्कामोर्तब होऊ देतेस. स्वीकार आणि समर्थन, स्वार्थ आणि संघर्ष ह्यांबद्दल तू जाणीवपूर्वक विचार करतेस. तुझ्यातील द्वंद्व नेमकं हेच आहे."

ते ऐकून मेनका अवाक झाली.

कण्व पुढे म्हणाले, "मला असं वाटतं की, आजवर तुझ्याबद्दलचं सत्य तुला उमगलेलं नाही म्हणून तू स्वतःला कमी लेखते आहेस. मेनका म्हणजे निव्वळ मनोरंजन करणारी आणि भुलवणारी अप्सरा नाही. मेनका म्हणजे प्रेम, संरक्षण, दातृत्व, बुद्धी आणि प्रज्ञा. अनुभवसंपन्न स्त्री. निर्णयक्षम व्यक्ती. विश्ववसू आणि विश्वामित्र ह्यांच्याशी वाद घालू शकणारी तत्त्वज्ञ." ही दोन्ही नावं ऐकताच मेनका चमकली हे कण्वांच्या नजरेतून सुटलं नाही. "ते दोघं तुझ्यासाठी निव्वळ प्रियकर नव्हते. जीवनाचे महत्त्वाचे धडे देणारे ते गुरू होते. अस्तित्वाच्या गूढत्वापर्यंत पोहोचण्याची दृष्टी त्यांनी तुला दिली. तुझ्यामुळे त्यांना आत्म्याबद्दल ज्ञान होऊ शकलं जे त्यांनी पवित्र साहित्यात रूपांतरित केलं. आध्यात्मिक उच्चता आणि शृंगारिक उत्कटता ह्यांचं अचूक मिश्रण म्हणजे तू. अफाट पसरलेल्या जीवन प्रवासात निडरपणे वावरणाऱ्या तुझेच गुण तुझ्या लेकीत तंतोतंत उतरले आहेत."

ह्यावर काय बोलावं हे मेनकेला समजलं नाही. मात्र, लेकीबद्दलचा अभिमान तिच्या मनात दाटून आला.

“मेनका, तू स्वतःला अपात्र का समजतेस? तू प्रेम केलंस आणि ते गमावूनही सारं काही जिंकलंस. तू विश्वामित्रांच्या केवळ बरोबरीची नाहीस तर त्यांच्याहून श्रेष्ठ आहेस. ते ब्रह्मर्षिपदाला पोहोचतील ते केवळ तुझ्यामुळे. आपण त्यांच्या अधःपतनाला कारणीभूत आहोत असा वृथा आरोप तू स्वतःवर का करतेस? तू तर त्यांच्या उत्कर्षाचं निधान आहेस. समस्त एकशेआठ चक्रांना जिंकणारे विश्वामित्र हे एकमेव ऋषी आहेत. भौतिक जगतातील सर्व सात प्रतलांशी ते जोडले गेले आहेत. कठोर साधनेने त्यांना ह्या सर्वांपलीकडे असलेल्या विश्वांची, सर्वोच्च प्रतलांची जाणीव झालेली आहे. अपार ज्ञानाचा साठा त्यांच्याकडे आहे. विश्वाच्या उत्पत्तीस्थानापर्यंत– ब्रह्मापर्यंत पोहोचण्याची पात्रता आज त्यांनी प्राप्त केली आहे. मेनका, केवळ तू ठाम राहिल्यामुळे ते ब्रह्मर्षिपदापर्यंत पोहोचले आहेत.”

कण्व ऋषींच्या तोंडी विश्वामित्रांचं नाव ऐकून मेनका पुलकित झाली. ‘कुठे असेल तो?’ ती त्यांना सोडून आल्यापासून आजपर्यंत त्या दोघांनी एकमेकांशी संपर्क साधला नव्हता. कधी साधणारही नव्हते; पण त्यांच्याबद्दल काही ना काही वार्ता जाणून घेण्यासाठी ती सदैव आतूर होती. एखाद्या वैराण वाळवंटात हिरवळ शोधणाऱ्या वाटसरूसारखी त्यांची अवस्था होती, तरीही त्यांचं एकत्र येणं हे मृगजळ होतं.

‘त्याने दिलेला शाप आणि मी दिलेला शब्द मोडण्याची तीव्र इच्छा मला कित्येकदा होते; पण मी असं करता कामा नये. त्यातून काहीही साध्य होणार नाही. आज मी स्वर्गात परत आले आहे; पण माझी लेकसुद्धा माझ्यापासून हिरावून घेण्यात आली आहे.’ मेनकेच्या मनात नैराश्याचा काळोख दाटून आला. कसाबसा संयम दाखवत तिने कण्वमुनींना विचारलं, “हो का?”

विश्वामित्राने यशोशिखर गाठावं हीच तिची इच्छा होती. त्यांनी आपल्या स्वप्नाचा पाठपुरावा करावा म्हणून तर ती सारं काही सोडून आली होती आणि आता विश्वामित्र आपल्या ध्येयप्राप्तीच्या जवळ पोहोचले होते. “मिळेल का त्यांना ते?”

आश्वस्त स्वरात कण्वमुनी म्हणाले, “हो, नक्की! तो सुदिन आता फार दूर नाही.”

# हाडवैरी

**क**सं सांगावं मेनकेला? तिलोत्तमेच्या चेहऱ्यावरची अस्वस्थता लपत नव्हती.

"काय झालं? तू भेदरलेल्या सशासारखी का दिसते आहेस?" मृदू स्वरात मेनकेने प्रश्न केला.

"विश्वामित्रांना..." आपल्या सखीचा अंदाज घेत तिलोत्तमा म्हणाली. "त्यांनी पुन्हा विश्वामित्रांच्या मार्गात अडचणी आणायचं ठरवलं आहे," अडखळत तिलोत्तमा बोलू लागली. "पुन्हा एकवार विश्वामित्र अजेय ठरू पाहत आहेत. इन्द्राला भीती आहे की..."

ती काय बोलणार ह्याचा मेनकेला अचूक अंदाज आला. इन्द्राला भीती आहे की... उघडपणे इन्द्र कधीही युद्ध पुकारणार नाही हे मेनका जाणून होती. ह्याचाच दुसरा अर्थ पुन्हा एकदा एखाद्या अप्सरेला पाठवून इन्द्र विश्वामित्राची तपश्चर्या भंग करण्याचा कुटील डाव रचत होता.

"आता कोणाला पाठवतो आहे तो?" तीक्ष्ण स्वरात तिने विचारलं.

"रम्भा."

"काय!" अशा आत्मघातकी कृत्यासाठी रम्भा का तयार झाली असेल? मेनका गोंधळात पडली. इन्द्र आणि रम्भा ह्या दोघांचा तिला संताप आला. कौशिकसाठी ती अस्वस्थ झाली. तिच्या भेदरलेल्या मनात आशंका निर्माण झाली. काही केल्या तिचे विचार स्थिर होईनात. कण्व मुनींनी तिला खात्री दिली होती की, कौशिक आता त्याच्या ध्येयाच्या अगदी निकट आहेत. ब्रह्मर्षिपद प्राप्त करण्याच्या दृष्टीने त्याची सर्व स्तरांवर

अद्भुत तयारी झाली आहे; परंतु इन्द्र! पुन्हा एकदा इन्द्राच्या कपटाला त्याला सामोरं जावं लागणार होतं. ह्या वेळेस कौशिक स्वतःला सावरू शकेल का? आशंकेने तिचं काळीज धडधडू लागलं. ह्या कटाची बातमी तातडीने त्याला सांगावी हा विचार तिच्या मनात आला; पण त्याने दिलेल्या शापामुळे ती त्याला भेटू शकत नव्हती. त्याचा तपोभंग होण्यामुळे जे विपरीत परिणाम होणार होते, त्याऐवजी त्या शापाचे विपरीत परिणाम भोगायची तिची तयारी होती, तरीही ती जाऊ शकत नव्हती. प्रदीर्घ काळाच्या त्याच्या तपश्चर्येत तिच्या जाण्याने खंड पडला असता आणि म्हणूनच तिचं जाणं योग्य नव्हतं.

ह्या कामी इन्द्राने तिची मदत घेतली नव्हती. ह्याचा अर्थ अगदी सरळ होता. ती त्याच्या विश्वासाला अपात्र ठरली होती किंवा मग त्याच्या कुटील कारस्थानाला ती नकार देईल, अशी खात्री इन्द्राला वाटत असावी म्हणूनच त्याने ह्या वेळेस रम्भेला पाचारण केलं असेल. मेनका शहारली. तिला अघटिताची चाहूल लागली. इन्द्राचं कारस्थान आणि त्याचे दुष्परिणाम ह्या दोन्ही पायी ती आत्यंतिक अस्वस्थ झाली.

इन्द्र आणि रम्भा. त्यांना भेटायलाच हवं; पण त्यात काही शहाणपणा नव्हता. त्या दोघांनीही तिचं ऐकलं नसतं. उलट, आपली योजना अधिक कठोरपणे राबवली असती. कदाचित, एकट्या रम्भेला भेटून उपयोग होऊ शकला असता. मेनकेच्या मनात चाललेली वादळं तिलोत्तमेला तिच्या नजरेत उमटलेली दिसली. मेनकेच्या चेहऱ्यावर आता ठामपणा दिसू लागला. ''नाही!'' तिलोत्तमेच्या स्वरातील अधीरता लपली नाही. ''मेनका, रम्भा तुझा उघडपणे तिरस्कार करते. तिला भेटायचा आणि समजावण्याचा विचारही करू नकोस. ती तुझ्या म्हणण्याला मान देणार नाही.''

''मग मी करू तरी काय?'' अगतिकपणे मेनका म्हणाली, ''रम्भेच्या हे लक्षात येत नाही की, इन्द्राला होकार देण्याने तिचं स्वतःचं अस्तित्व धोक्यात आलं आहे. एखाद्या ऋषीची तपश्चर्या भंग करण्याचं फार मोठं प्रायश्चित्त भोगावं लागतं आणि, कौ... विश्वामित्रांचा संताप त्रिभुवनाला माहीत आहे. ह्या घटकेला जो कोणी त्यांची तपश्चर्या भंग करण्याचं दुःसाहस करेल त्याला ते केवळ नजरेने दहन करतील.''

विश्वामित्रांचा उल्लेख 'कौशिक' असा न करण्याचं मेनकेने किती चतुराईने टाळलं हे लक्षात येऊन तिलोत्तमा हसली. ''तुझ्यासाठी विश्वामित्र

नेहमी कौशिकच आहेत ना? वसिष्ठांनी जेव्हा तुला पृथ्वीवर पाचारण केलं होतं, तेव्हा तुला दिसलेला तरुण, उद्धट, प्रेमापायी वाहावत जाणार राजा.''

त्या उल्लेखाने मेनकेचे गाल आरक्त झाले. कितीतरी काळ लोटला होता त्या घटनेला; पण आजही आठवणी ताज्या होत्या. ''अच्छा! अजूनही तुला आठवतं आहे? एखाद्या अप्सरेला पाहायची त्याची ती पहिलीच वेळ होती!''

त्यावर हसून तिलोत्तमा म्हणाली, ''म्हणून तर ढळला कौशिक राजा. शिवाय, ती कोणी साधीसुधी अप्सरा नव्हती. ती माझी सखी मेनका होती. तुझी त्याच्यावर किती भुरळ पडली आहे हे इन्द्र अचूक जाणून होता आणि म्हणूनच जेव्हा कौशिक राजाला मार्गभ्रष्ट करण्याचा विचार इन्द्राच्या मनात आला तेव्हा त्याने जाणीवपूर्वक तुझी निवड केली, हो ना मेनका?''

ते ऐकून मेनकेला आश्चर्य वाटलं. ''काय म्हणतेस! इन्द्राचा असा डाव होता? अग, मर्त्य मानवांना अप्सरांचं नेहमीच आकर्षण असतं. कौशिक त्याला अपवाद कसा असणार?''

''सप्तर्षींना सुधर्म कक्षात निमंत्रित करण्याच्या वरुणाच्या कल्पनेला इन्द्राने होकार का दिला असं तुला वाटतं?'' अधीर स्वरात तिलोत्तमेने प्रश्न केला. ''येनकेन प्रकारे विश्वामित्राला शांत करायचं आणि त्यानंतर तुझं सुंदर रूप त्याच्या नजरेस पडेल अशी व्यवस्था करायची; हा धूर्त विचार होता त्यामागे.''

तिलोत्तमा जे काही सांगत होती ते मेनकेसाठी अविश्वसनीय होतं. ''पण मी तर त्या आधीच त्या कक्षातून बाहेर पडले होते. मग, आलेल्या अतिथींना कुठून भेटणार होते मी?''

''त्याची चोख व्यवस्था इन्द्राने केली. विश्ववसू तुझ्यापासून दुरावल्यामुळे शोकमग्न अवस्थेत तू स्वतःला तुझ्या कक्षात कोंडून घेतलं होतंस. काहीही झालं तरी तू बाहेर येणार नाहीस हे इन्द्र जाणून होता म्हणून त्याने मुद्दाम विश्वामित्राचा रथ तुझ्या कक्षाच्या सभोवार दोनदा फिरवला. पहिल्यांदा विश्वामित्रांचं स्वागत करताना आणि दुसऱ्यांदा वसिष्ठांशी मतभेद झाल्यामुळे विश्वामित्र निघून जात असताना. त्या वेळेस सज्ज्यात उभी असलेली तू त्यांच्या नजरेस पडलीस.''

''हा इन्द्र म्हणजे अशक्य पाताळयंत्री आहे. मी किती मूढ होते. इन्द्राने दूरदृष्टी दाखवत कितीतरी काळ आधीच कौशिकला तपभ्रष्ट करण्याची

योजना आखून ठेवली होती. मला कधीच कसं काही लक्षात...'' आत्ताही मेनकेला सारं काही अतर्क्य वाटत होतं.

''सखी, ही इन्द्राची सवय आहे. इतरांच्या कमकुवत जागा हेरून त्यातून आपला स्वार्थ आणि हित दोन्ही साध्य करतो तो. तू विश्वामित्रांचा कमकुवतपणा आहेस हे त्याने अचूक हेरलं होतं आणि तुझा कमकुवतपणा...''

तिची द्विधा लक्षात घेत मेनका म्हणाली, ''वसू! असंच म्हणायचं आहे ना तुला?''

''हो,'' तिलोत्तमेने मान डोलावली. ''पण विश्वामित्र तुझं बलस्थान होते, आहेतही. त्यांच्यामुळे तुझ्या व्यक्तित्वात आमूलाग्र बदल झाला आहे. तुझ्यामध्ये खंबीरपणा आला आहे. अन्यथा, शकुन्तलेचा आणि विश्वामित्रांचा त्याग करून आल्यानंतर जगणं अशक्य होतं तुला.'' वर्तमानात परत येत तिलोत्तमा म्हणाली, ''हे सगळं ठाऊक असल्यामुळे पुनश्च तू विश्वामित्रांकडे जावंस अशी विनंती करण्याची इन्द्राचं धारिष्ट्य झालं नाही.''

साशंकतेने मेनकेने विचारलं, ''रम्भेला हाताशी घेऊन कोणता डाव रचला आहे त्याने?''

''ते अगदी गुप्त ठेवलं आहे ह्या वेळेस. प्रत्यक्ष कामदेवालासुद्धा माहीत नाही. हो, उगाच तो तुझ्या कानाशी येऊन लागला तर. त्याचा तुझ्याकडे असलेला ओढा इन्द्राला माहीत आहे म्हणूनच ह्या वेळी त्याने काळजी घेतली आहे.''

''म्हणजे? कामदेवाची मदत न घेता कौशिकला भुलवण्याचा रम्भेचा डाव आहे की काय? काय हा वेडेपणा! रम्भेला कळत कसं नाही? कामदेवाच्या मदतीशिवाय तिला काहीही साध्य करता येणार नाही. डोळे उघडताच कौशिक तिची राख करून टाकेल.'' मेनकेच्या नजरेत चिंता दाटली होती. व्याकूळ होऊन तिने तिलोत्तमेला म्हटलं, ''काहीही करून मला रम्भेला सावध करायलाच हवं. ती नेमक्या कोणत्या परिस्थितीला तोंड द्यायला निघाली आहे हे तिला सांगायला हवं कोणीतरी.''

''मेनका, ती राणी आहे अप्सरांची. आपण काय करतो आहोत हे तिला चांगलंच ठाऊक आहे,'' शांतपणे तिलोत्तमा म्हणाली.

तिलोत्तमा एवढी निर्विकार कशी राहू शकते? मेनकेला नवल वाटलं. मितभाषी तिलोत्तमा नेहमीच योग्य मार्गदर्शन करत असे. मेनका तिलोत्तमेची

सर्वांत प्रिय सखी होती आणि मेनकेला त्याची जाणीव होती. तिलोत्तमेच्या मादक सौंदर्यापायी केवळ मानव आणि दानवच नाही तर देवांमध्येदेखील स्पर्धा होती. त्यात त्रिमूर्तीसुद्धा मागे नव्हते हे मेनका ऐकून होती. तिलोत्तमा एकदा शिवशंकरांचा आशीर्वाद घ्यायला गेली असता तेही तिच्या सौंदर्याने घायाळ झाल्याची वदंता होती. आपल्या भोवती प्रदक्षिणा घालणाऱ्या तिलोत्तमेला न्याहाळता यावं म्हणून त्यांनी तत्काळ चार शिरांची निर्मिती केली होती. ते पाहताच देवी पार्वतीला राग आला. तिने घाईने त्यांच्या नेत्रांवर हात ठेवला. अशा प्रकारे शंकराचे नेत्र मिटल्यावर त्रैलोक्यात अंधकार पसरला. सगळीकडे हाहाकार माजला. त्यावर उतारा म्हणून शंकराने तिसरा डोळा उघडला. त्यायोगे जगात पुन्हा एकदा प्रकाश पसरला आणि सारं का... तर तिलोत्तमेच्या अप्रतिम सौंदर्यापायी.

परंतु आत्ता मेनकेसमोर उभी असलेली तिलोत्तमा वेगळीच होती. काहीही झालं तरी ती मेनकेला रंभेला भेटू देणार नव्हती. तसंही तिला रम्भेबद्दल ना आदर होता ना प्रेम!

मेनकेला सावध करत तिलोत्तमा म्हणाली, "तिला तसं नसेल वाटत तर? तिच्यापासून थोडं सांभाळून राहात जा गं."

"हे मी तिच्या नाही तर कौशिकच्या भल्यासाठी करते आहे."

तिलोत्तमा म्हणाली ते खरं होतं. दुसऱ्या दिवशी रम्भेच्या भव्य कक्षात उभं असताना मेनकेच्या मनात विचार आला. तिला येऊन घटका उलटली तरी अप्सरांची राणी तिला भेटायला बाहेर आली नव्हती. मेनकेचं येणं तिला आवडलं नव्हतं हेच तिच्या कृतीवरून सूचित होत होतं.

"अरे वा! प्रत्यक्ष महाराणी आमच्यावर अनुग्रहित झाल्या आहेत! काय बरं कारण आहे ह्या कृपेचं?" अतिशय कुत्सित स्वरात विचारत रम्भा मेनकेच्या दिशेने आली.

तिच्या तिरकस बोलण्याकडे लक्ष देण्यात अर्थ नाही हे मेनका जाणून होती. ती इथे आली होती ते काही विशेष साध्य करायला. स्वतःला सावरत ती पटकन म्हणाली, "विश्वामित्रांची तपश्चर्या भंग करण्यासाठी तुम्हाला पृथ्वीवर धाडणार आहेत. हे खरं आहे का?"

तिचा प्रश्न विचारून होत नाही तोच रम्भेच्या चेहऱ्यावरचे भाव झरझर बदलले. नजरेत तिरस्कार उमटला. विषारी नागासारखं फिस्कारत ती म्हणाली, "तुझ्या हेरांनी अचूक माहिती दिलेली दिसते आहे तुला.

उरण्यूच्या मिठीत सुखावण्याऐवजी जिच्या संगतीत राहणं तुला हल्ली जास्त आवडतं तीच ही अप्सरा आहे ना?'' तिच्या थेट हल्ल्यानं मेनकेचा चेहरा पडला. त्याची मजा वाटून रम्भा पुढे म्हणाली, ''मेनका, तुझा तो सुंदर दूत आहे ना त्याने अगदी अचूक माहिती दिली आहे तुला. मी पृथ्वीवर जाणार आहे. विश्वामित्रांचा तपोभंग करणार आहे.'' बोलता बोलता अचानक रम्भेचा आवाज मादक झाला. कंप पावणाऱ्या मेनकेकडे पाहत ती मधाळ स्वरात म्हणाली, ''तुझ्यावर भाळलेला कोण हे पाहायची उत्सुकता मलाही आहे.''

''तुमचा उद्देश सफल होणार नाही. विश्वामित्रांनी डोळे उघडताच तुमची राख होईल,'' क्षणार्धात मेनकेने उत्तर दिलं.

ते ऐकताच रम्भा संतापली. आपण असं बोलायला नको होतं हे मेनकेच्या लक्षात आलं. ती इथे आली होती ते रम्भेला सावध करायला; पण त्याऐवजी ती असूयेपोटी नाही ते बोलून बसली होती.

''मेनका, ह्याचा अर्थ काय?'' रम्भेचा स्वर नको इतका कठोर झाला होता. ''मी विश्वामित्राला नादी लावेन म्हणून तुला मत्सर वाटतोय का माझा? की मग मी तुझ्याहून वरचढ आहे हे त्याच्या लक्षात येईल, ह्याची भीती वाटते आहे तुला?'' तोंडात जीभ घोळवत हसून रम्भा पुढे म्हणाली, ''पृथ्वीवरच्या माणसाबरोबर शृंगाराचा आनंद उपभोगणं नक्कीच अविस्मरणीय असेल. असं म्हणतात की, मर्त्य मानव उत्कृष्ट प्रेमी असतात, विशेषतः, 'तुझा' कौशिक. हो का गं मेनका? खरंच का तो तसा आहे?''

रम्भेच्या ह्या वाक्यासरशी मेनकेचे गाल आरक्त झाले. एकमेकांच्या मिठीत विवस्त्रावस्थेत असलेले रम्भा आणि कौशिक तिच्या नजरेसमोर आले. ओठांना भिडलेले ओठ, पायांनी घातलेली घट्ट मिठी, तिच्या गळ्याशी हुंकारत तिच्यात स्वतःला रिक्त करणारा कौशिक... मेनकेच्या मनात वासना दाटून आल्या. कौशिकचा सहवास आपल्याला कधीच मिळणार नाही हे जाणून तिने त्याला मनातून दूर केलं. स्वतःला सावरत रम्भेच्या नजरेला नजर देत ती शांतपणे म्हणाली,

''रम्भा, तुझं माझं वैर नाही किंवा आपल्या संबंधात काही बोलायला मी इथे आले नाही.''

''माहिती आहे मला. ज्या प्रियकराला वाचवण्यासाठी तू इतकी आतूर झाली आहेस...''

तिच्या म्हणण्याकडे दुर्लक्ष करत मेनका पुढे म्हणाली, ''इन्द्राने रचलेला डाव अतिशय धोकादायक आहे. विश्वामित्र तुला दंड केल्याशिवाय राहणार नाहीत. माझं ऐक, वेडेपणा करू नकोस. त्यांच्या आसपासदेखील जाऊ नकोस.''

हे ऐकताच रम्भेच्या चेहऱ्यावरचे भाव बदलले, ''ही धमकी आहे का?''

''नाही. ही विनंती आहे,'' मेनका कळवळून म्हणाली. ''विश्वामित्रांचा शाप जीवघेणा ठरेल. ते इन्द्रावर चिडलेले आहेत. त्यांना नादी लावण्याचा प्रयत्न करू नकोस. त्याचे विपरीत परिणाम भोगावे लागतील ते तुला. स्व-रक्षणासाठी तू कामदेवालादेखील बरोबर नेत नाही आहेस. विश्वामित्रांच्या शापापासून कोण रक्षण करेल तुझं?''

ते ऐकताच रम्भेच्या कपाळावर आठ्या उमटल्या. ''शिव आणि पार्वतीची जोडी जमवण्याच्या नादात मागे एकदा कामदेवाची राखरांगोळी झालेली आहेच, तसंच माझंही होईल आता. दुसरं काय होणार? आणि ती फार जुनी गोष्ट झाली आता. मला वाटतं तेवढ्यावरून कामाने धडा घेतला असावा,'' खोचकपणे रम्भा म्हणाली. ''तसंही त्याचे ते बोथट बाण विश्वामित्रावर काही चालायचे नाहीत. मला तर त्याची मुळीच गरज नाही.'' कामदेवाची भूमिका पूर्णपणे डावलत रम्भा पुढे म्हणाली, ''विशेषतः, मागच्या वेळेस तुला आपल्या सावजाच्या प्रेमात पाडण्याची जी खेळी इन्द्र खेळला आहे ती पाहिली तर मी म्हणेन की नकोच मला कामदेव सोबतीला. इन्द्राने घोडचूक केली होती तेव्हा.''

बोलण्याचा पवित्रा बदलत रम्भा तावातावाने पुढे म्हणाली, ''प्रिये, माझ्या भल्याबुऱ्याची तुला कशाला गं चिंता. तसंही तुझ्यामध्ये नम्रता औषधालाही नाही. भर दरबारात तू तुम्बरूची निंदानालस्ती केलीस; पण क्षमा मागण्याची क्षमता तुझ्या ठायी नाही. विश्वामित्राच्या संदर्भात तुझ्यावर सोपवलेली कामगिरी पार पाडून आल्यावर तू माझी साधी भेटही घेतली नाहीस. मी वरिष्ठ आहे तुझी. तू मला येऊन भेटणं अपेक्षित होतं. असं असताना तुझा समाचार विचारायला मी यायला हवं होतं का तुझ्या कक्षात?''

एवढं बोलून रम्भा खदखदून हसू लागली. काय नव्हतं त्या हसण्यात? उपहास, चीड, त्रागा आणि बरंच काही. तिचं ते विकट हास्य ऐकून

मेनकेच्या जीवाची घालमेल झाली. तो कक्ष सोडून ताबडतोब तिथून पळून जायची इच्छा तिला झाली. तिला वाटलं होतं, त्यापेक्षा कितीतरी भयंकर पद्धतीने रम्भेने सर्व प्रसंगाला वळण लावलं होतं. तिला कसं उत्तर द्यावं हे मेनकेला कळेना. आपण तिलोत्तमेचं ऐकायला हवं होतं. इथे यायलाच नको होतं असं तिला वाटलं; पण आता विचार करून काय उपयोग? मला जे काही सांगायचं होतं, त्याचा रम्भा नेमका उलटा अर्थ घेते आहे. एक खोल श्वास सोडत तिने पुन्हा एकवार प्रयत्न करायचं ठरवलं.

"रम्भा, आल्यापासून मी स्वतःच अतिशय अस्वस्थ होते," धीर एकवटून तिने बोलायला सुरुवात केली. "ज्या क्षणी मला इन्द्राच्या या नवीन कटाचा सुगावा लागला, त्या क्षणी तुला सावध करण्याचं मी निश्चित केलं. हा निव्वळ आत्मघात आहे. माझं ऐक रम्भा," रम्भेपर्यंत आपली भीती पोहोचेल अशी आशा करत ती कळवळून म्हणाली.

"इन्द्र तुला विश्वामित्राकडे पाठवतो आहे ते त्याचा क्रोध जागा करण्यासाठी, लालसा जागा करण्यासाठी नाही आणि म्हणूनच कामदेव तुझ्याबरोबर येणार नाही. तू हे लक्षात का घेत नाहीस?"

रम्भेने आपले ओठ घट्ट आवळून धरले. पुन्हा एकदा मेनकेच्या शब्दांच्या अर्थाचा अनर्थ झाला होता.

"मेनका, तुझा काय उद्देश आहे ते अचूक कळलं आहे मला. आपल्या प्रियकराचं रक्षण करू पाहते आहेस तू किंवा मी तर म्हणेन की जसं वसूला माझ्याबरोबर वाटून घ्यायची तुझी इच्छा नव्हती तसं विश्वामित्राच्या बाबतीतही वागते आहेस तू."

बोलता बोलता रम्भेच्या चेह‍र्‍यावर विचित्र भाव आले. चेह‍र्‍यावर हसू आणायचा तिने कितीही प्रयत्न केला तरी तिच्या नजरेतला विखार कमी झाला नाही.

मेनका मात्र चकित झाली. तिने पटकन विचारलं, "वसूला मी तुझ्यापासून हिरावून घेतलं असं तुला वाटतं का? म्हणून तू माझा तिरस्कार करतेस का? कौशिकवर स्वतःचा अधिकार प्रस्थापित करून तू माझा सूड घेऊ पाहतेस का?"

रम्भा अजूनही तिच्याकडे रोखून पाहत होती. जणू मेनकेचं म्हणणं तिला मान्य होतं. ते पाहून मेनकेला धक्का बसला.

"रम्भा, माझ्यावर विश्वास ठेव. असं काहीही नाही!" ठाम स्वरात ती म्हणाली. तिच्या नजरेत भीती दाटून आली होती. "वसूशी तुझं नातं कसं आणि काय होतं ते मला माहीत नाही; परंतु तू इन्द्राला कारस्थानात साहाय्य केलंस वसूला स्वर्गातून घालवलंस. ती शिक्षा त्याला होती की मला हे तुम्हालाच ठाऊक." प्रत्येक शब्दासरशी मेनकेचा ठामपणा वाढत होता. "आज मात्र मी तुला, विचारते आहे जो अपराध वसूने केला नाही त्याची त्याला इतकी दीर्घकालीन सजा का भोगावी लागते आहे?"

"कारण मला डावलून त्याने तुझी निवड केली," थंड स्वरात रम्भेने उत्तर दिलं.

खरं म्हणजे हे कारण मेनकेला चांगलंच ठाऊक होतं; परंतु रम्भेने प्रत्यक्ष मान्यता देताच मेनकेला धक्क बसला. त्या वाक्याहूनही रम्भेच्या विखारीपणाचा धक्का तिला अधिक बसला. किती जीवांवर त्याचा दुष्परिणाम झाला होता. शी, काय हा संकुचितपणा. समोर उभ्या असलेल्या अप्सरांच्या राणीच्या खाडकन गालफडात लगावून द्यायची तीव्र इच्छा तिला झाली. मोठ्या संयमाने तिने स्वतःला आवरलं, तरीही रम्भेचा पराकोटीचा दुष्टपणा पाहून सद्यःपरिस्थितीचं गांभीर्य मेनकेला जाणवल्याशिवाय राहिलं नाही. तिला रम्भेची अतिशय कीव आली. रम्भेबद्दलच्या भावना तिच्या चेहऱ्यावर नक्कीच उमटल्या असणार.

तिच्याकडे क्रोधाने पाहत रम्भा खेकसली, "खबरदार मेनका! तुझ्या दयेची भीक नको आहे मला आणि काय गं, तू तरी काय कमावलंस आजवर? दोन लेकींना गमावलंस. विश्वामित्र तर तुझा कधी नव्हताच आणि वसू आता कधीही परतून येणार नाही!"

"तसंच तुम्बरूही परतून येणार नाही कदाचित!" आपण काय बोलतो आहे हे कळायच्या आत मेनकेच्या तोंडून बाहेर पडलं. "आपल्या गलिच्छ कृत्यांमध्ये तू तुम्बरूला गुंतवलंस. परिणाम काय झाला? वसूप्रमाणेच त्यालाही निष्कारण शासन झालं. चुका केल्यास तू आणि..."

"...आणि माझ्यावर बलात्कार झाला. जो खोटा आळ मी वसूवर घेतला तो मला भोगायला लागला असं म्हणायचं आहे ना तुला?" रम्भा अक्षरशः किंचाळली. तिचा आवेश पाहून मेनका अवाक झाली.

क्षणभर कोणीच काही बोललं नाही. धीर एकवटत मेनका म्हणाली, "नाही. माझ्या मनातसुद्धा असं कधी येणार नाही." तिचा चेहरा पांढराफटक

पडला होता. ''तू इतरांचा वापर करत आलीस; पण तुझाही वापर होतो आहे. विश्वामित्राचं युद्ध आहे ते इन्द्राशी. तू का इन्द्राला मदत करतेस? मला वठणीवर आणायला? रम्भा, या साऱ्याची सुरुवात इन्द्राने केली आहे. तो वसूचा तिरस्कार करत होता. तुझ्याकरवी त्याने वसूला बाजूला केलं. तू स्वतःला इन्द्राची सखी समजतेस? मग त्याने तुझ्यावर बलात्कार - तोही स्वर्गामध्ये - कसा काय होऊ दिला? रावणाला दंड करण्याऐवजी इन्द्राने त्याला खुशाल मोकळं फिरू दिलं. तुझा अपराध करणाऱ्यासमोर ठामपणे उभं राहण्याऐवजी जो अतिशय भित्रेपणाने वागला त्याच्याशी तू संगनमत करू कशी शकतेस? रम्भा, इन्द्र राजा आहे आपला, मग आपलं संरक्षण करणं त्याची जबाबदारी नाही का?''

ते ऐकताच रम्भेचा चेहरा काळाठिक्कर पडला. तिच्या तोंडून चकार शब्द बाहेर पडेना. दोन्ही तळहातात तोंड लपवत ती हमसाहमशी रडू लागली. मोठं विदारक दृश्य होतं ते! त्या सुंदर, देखण्या चेहऱ्यावरून ओघळणाऱ्या अश्रूंमधून तीव्र दुःख आणि नैराश्य घळघळू लागलं. एखाद्या पराभुतासारखे तिचे खांदे पडले. काय करावं ते मेनकेला समजेना. आजवर अशी परिस्थिती तिच्यावर कधीही आली नव्हती. रम्भा उद्ध्वस्त आणि रिक्त झाली होती. आपल्या भावनांचं उघड प्रदर्शन करणाऱ्या रम्भेसमोर थांबण्याची मेनकेला लाज वाटू लागली; पण तिला त्या अवस्थेत सोडून मेनका तिथून जाऊदेखील शकत नव्हती. एकेकाळी उद्धट, उर्मट, अहंकारी आणि धोकादायक असणारी रम्भा ती हीच का हा प्रश्न मेनकेला पडला.

गदगदणाऱ्या रम्भेच्या खांद्यावर तिने बिचकत हात ठेवला. तिचं आक्रंदन थांबण्याची वाट पाहत ती तशीच उभी राहिली.

''हे घे, पी बरं,'' रम्भेच्या थरथरत्या हातात थंडगार पाण्याने भरलेला चषक ठेवत मेनका म्हणाली. तिचे हात किंचितसे दाबत तिला दिलासा देण्याचा प्रयत्नदेखील मेनकेने केला.

''इतका अपमान, इतक्या जखमा, असा घाला... आजपर्यंत अशी वेळ माझ्यावर कधीच आली नव्हती,'' घोगऱ्या स्वरात रम्भेने बोलण्याचा प्रयत्न केला. मग मेनकेच्या डोळ्यांत थेट पाहत ती म्हणाली, ''मेनका, ती भयाण रात्र विसरण्यासाठी मला मदत कर. इतकी शक्ती दिली आहे आपल्याला, अमरत्वाचं वरदान आहे आपल्याला. तरीसुद्धा त्या दिवशी मी त्या रासवटाची विनंती करत राहिले, किंचाळत राहिले, भीक मागत राहिले. 'सोड, सोड'

अशी गयावया केली; परंतु त्याने मात्र...'' तिच्या घशात आवंढा अडकला. झालेल्या अवहेलनेची आठवण जागी झाली. डोळे गच्च भरले. तिला थांबवत मेनका म्हणाली, ''जाऊ दे ते सगळं आता. नको विचार करूस.''

त्यावर रम्भा म्हणाली, ''बोलू दे गं मला. मन मोकळं करू दे! कोणाशी तरी बोलायला हवं आहे मला. नलकुबेराला मी काहीही सांगू शकले नाही. महत्प्रयासाने मी त्याला थांबवलं. रावणाने त्याला चुटकीसरशी संपवलं असतं. माझ्यावर कोसळलेल्या आपदेचा विचार करण्याऐवजी नलकुबेराला गमवावं लागेल का हा विचार माझ्या मनात अधिक तीव्रतेने आला.''

रम्भेची तगमग लक्षात घेऊन मेनका गप्प राहिली. मंचकावर ताठ बसलेल्या रम्भेने हातातला चषक घट्ट आवळून धरला होता. ती सांगू लागली, ''प्रसन्न संध्याकाळ होती ती. शिरस्त्यानुसार मी नलकुबेराकडे निघाले होते. पर्वतपायथ्याशी आडोशाला रावण दडला आहे, ह्याची मला कल्पना नव्हती. अचानक तो समोर आला. मी दचकले; परंतु त्याच्याकडे दुर्लक्ष करत पुढे निघाले. त्याने मला थांबवलं. 'काय हवं आहे?' अशा अर्थाने मी त्याच्याकडे पाहिलं. तो कोण होता हे मला माहीत नव्हतं आणि त्याच्याशी बोलण्याची मला इच्छाही नव्हती. 'मी रावण आहे,' असं म्हणत त्याने स्वतःची ओळख करून दिली. 'तू अप्सरा आहेस, हो ना?' मला एखाद्या सामान्य स्त्रीप्रमाणे लेखणाऱ्या त्याच्या प्रश्नाचा मला संताप आला. 'मी अप्सरांची राणी आहे,' मी ठणकावून उत्तर दिलं.

''माझ्या उत्तराचा त्याच्यावर काहीही परिणाम झाला नाही. उलट थट्टेच्या स्वरात तो म्हणाला, 'बरोबरच आहे म्हणा. स्वर्गात दुसरं असणार तरी कोण? देखणे देव, गंधर्व माझ्या त्या भित्र्या बंधूसारखे-भेकड कुबेरासारखे - काही जण आणि अर्थातच तुझ्यासारख्या अप्सरा. सर्व देवांच्या पत्नी आपापल्या प्रसादात सुरक्षित असणार,' असं म्हणत लालचावलेल्या नजरेने रावण माझ्या जवळ आला. 'तर मग, हे रसरशीत ओठ कोणाच्या चुंबनाच्या प्रतीक्षेत आहे?'

''त्याच्या त्या लाळघोटेपणाचा मला संताप आला; पण त्याची मात्र करमणूक होत असावी. 'माझ्या पतीसाठी - नलकुबेरासाठी.' मी फटकारलं. भुवया उंचावत तो म्हणाला, 'माझ्या पुतण्यासाठी! हे बघ, अप्सरा काही विवाह करत नाहीत आणि केला तरी त्याला काही अर्थ नाही. अप्सरांची निर्मिती झाली आहे सुख देण्यासाठी,' लालचावलेल्या नजरेने

माझी कमनीयता तो न्याहाळत होता. हा तोच देह होता ज्याचं भांडवल करत मी आजवर मिरवत राहिले होते. पुरुषांना फशी पाडत होते. रावणाची ती नजर पाहिली मात्र क्षणार्धात मी माझ्या नजरेतून उतरले. माझा आत्मा जणू त्याने देहातून ओरबाडून काढला. त्याच्या वासनाधुंद नजरेपासून स्वतःचं संरक्षण कसं करावं ह्या विचारात असतानाच त्याने माझ्या अंगवस्त्राला हात घातला. मला भडभडून आलं. आयुष्यात पहिल्यांदाच मला नग्नतेचा अर्थ समजला. माझ्या कमरेभोवती विळखा घालून तो मला स्वतःकडे ओढू लागला. मी घाबरले, 'अरे दुष्टा, तुझ्या पुतण्याची बायको आहे मी. त्या नात्याने तुझी सून आहे. जाऊ दे मला!' माझ्या कळवळण्याची मला चीड आली. मी आजूबाजूला नजर टाकली. सगळीकडे गडद काळोख होता. त्या दुष्टाशिवाय आवतीभोवती कोणी नव्हतं. त्याची वासनेने वखवखलेली नजर, कामातुरपणा, सारं काही माझ्या अंगावर आलं. निकराने मी त्याचा प्रतिकार करू लागले. तसं दोन्ही हातांनी त्याने मला खालच्या मऊशार हिरव्या गवतावर भिरकावलं. त्या गवतावरून चालायला मला किती आवडायचं. माझे दोन्ही खांदे दाबून धरत तो ओरडला, 'माझ्यासाठी तू केवळ स्वर्गातली वारांगना आहेस. मला सुख देणं हेच तुझं काम आहे. अप्सरे, कर माझ्याशी सम्भोग,' असं म्हणत त्याने स्वतःला माझ्यामध्ये गाडून घेतलं.

"बस्स! त्यानंतर काय झालं काय माहिती! मला आठवतात त्या माझ्या किंकाळ्या. मी खरंच किंचाळत होते की ते माझ्या मनाचं आक्रंदन होतं हेही मला माहीत नाही. असाहाय्य अवस्थेत दयेची भीक मागत असताना त्याच्या अंगाखाली मी चिरडले जात होते…'' ओक्साबोक्षी रडत तिने कथन केलं. जणू आत्ता तो प्रसंग घडत होता. मेनकेकडे रोखून पाहत ती म्हणाली, ''किती ही अवहेलना! एखाद्या भयाण आगीत होरपळल्यासारखं वाटलं मला. फार बिकट अवस्था होती माझी. स्वतःला मी काडीचीही मदत करू शकले नाही.'' थरथरत रम्भेने आपली व्यथा उघड केली.

भीती, तिरस्कार, संताप, वेदना… तिच्या ठायी ह्या सर्व भावना मेनकेला जाणवल्याशिवाय राहिल्या नाहीत. आता रम्भेने डोळे घट्ट मिटून घेतले होते. ओघळलेल्या अश्रूंचे डाग तिच्या गालावर स्पष्टपणे दिसत होते.

'नलकुबेराला कितीही संताप आला तरी रावणाला शाप देण्याव्यतिरिक्त तो काहीही करू शकला नाही. इथून पुढे रावणाने एखाद्या स्त्रीवर बलाचा प्रयोग केला, तर रावण तत्क्षणी मरून पडेल असा शाप नलकुबेराने दिला.''

हा शाप रावणाला आधी मिळाला असता तर साध्वी वेदवती आणि रम्भा वाचल्या असत्या. वेदवतीचा उपभोग घेण्याच्या हेतूने रावणाने तिचे केस हातात घट्ट धरले असता हिसका देऊन आपल्याला सोडवून घेत म्हटलं होतं, 'तुझा विनाश करण्यासाठी मी पुन्हा जन्म घेईन.' त्यानंतर तिने प्राण त्याग केला होता.

विश्रवा ऋषींच्या पोटी जन्माला आलेला रावण असुरराज होता. ब्रह्माच्या दहा प्रजापती पुत्रांपैकी एकाचा–ऋषी पुलस्त्यांचा – तो नातू होता. अतिशय विद्वान अशा रावणाला महाब्राह्मण म्हणून ओळखलं जात होतं; परंतु प्रज्ञा आणि नम्रता ह्यांची उणीव त्याच्यात होती. त्याला जो प्रचंड दर्प होता तो त्याच्या धनसंपत्तीचा नसून विद्वतेचा होता. ब्राह्मण आणि असुर ह्यांच्यातील उत्तम असं ज्ञान आणि शक्ती त्याच्या ठायी एकत्रित झाली होती. अर्थात, रावणाने त्याचा दुरुपयोग केला होता. तो उत्कृष्ट वीणा वादन करत असे. हिंदू ज्योतिषशास्त्रावर आधारित 'रावण संहिता' हा ग्रंथ त्याने रचला होता. आयुर्वेद आणि राज्यशास्त्राचा त्याचा सखोल अभ्यास होता. एवढे सगळे उत्तम गुण अंगी असणारी व्यक्ती असं वर्तन कसं करू शकते हे समजून घेणं मेनकेला अशक्य होतं. एखादा विद्वान असा हीन कशामुळे होतो? उत्पत्तीमुळे की कृतीमुळे?

हातातील चषक घट्ट आवळत रम्भा म्हणाली, ''एक पुतण्या आपल्या काकाश्रींना शाप देतो ह्याला काय म्हणावं! रावणाशी दोन हात करायला तो पुढे झाला होता; परंतु त्याच्या पित्याने – कुबेराने – त्याला थोपवून धरलं. तसंही रावणाने फार पूर्वीच कुबेराचा पराभव करून त्याला लंकेतून घालवून दिलं होतं. अगदी स्वर्गापर्यंत त्याचा पाठलाग केला होता.''

मेनका जेव्हा स्वर्गापासून दूर पृथ्वीवर कौशिकबरोबर वास्तव्य करत होती, तेव्हा घडलेल्या ह्या घटना तिला आत्ताच समजत होत्या. निस्सीम शिवभक्त असलेल्या रावणाने शंकराकडून अमृत प्राप्त केलं. आपल्या नाभीस्थानी ते अमृत त्याने साठवलं. असुरराज सुमलीसाठी विश्वकर्माने स्वर्गाच्या धर्तीवर लंकेची निर्मिती केली होती. आपल्या मातामहांची ही सुवर्णनगरी रावणाने आपल्या सावत्र भावाकडून – कुबेराकडून हिसकावून त्याला तिथून पळवून लावलं. तो आता त्रैलोक्याचा भार सांभाळत होता तर कुबेर देवांचं कोषागर!

शंकराकडून अमरत्वाचं वरदान मिळवल्यामुळे रावण अजिंक्य झाला होता म्हणून विश्रवा ह्यांनी कुबेराला शरणागती पत्करण्याचा सल्ला दिला.

स्वर्गाच्या दिशेने जाताना कुबेराने रावणाच्या हावरटपणाची यथेच्छ निंदा केली, त्यामुळे रावणाने स्वर्गापर्यंत त्याचा पाठलाग केला होता.

तसं पाहिलं तर रावण एक उत्तम शास्ता होता. परोपकारी होता; परंतु कुबेर समोर येताच त्याच्या वागण्यात आमूलाग्र बदल होत असे. मनात दाटलेल्या तिरस्कारापोटी इतर सर्व भावना विरून जात असत. रम्भेवर – आपल्या भावाच्या सूनेवर – केलेला बलात्कार हे त्याच्या सुडाग्नीचं शेवटचं कृत्य होतं का?

स्वतःला सावरत डोळे टिपत रम्भा उठून उभी राहिली. सर्व दुःख, आठवणी तिने पुसून टाकल्या. आपला सन्मान प्राप्त करण्यासाठी ती तयार झाली. दर्पणातील आपल्या प्रतिमेकडे पाहत तिने चेहरा नीट केला. पुन्हा एकदा ती पहिल्यासारखी सुंदर आणि कठोर दिसू लागली.

मेनकेने शेवटचा प्रयत्न करून पाहिला. ''रम्भा, कृपा कर, नको जाऊस.''

रम्भेने तिच्याकडे विचित्र नजरेने पाहिलं. क्षणभर तिच्या नजरेत कुठलेच भाव नव्हते. मग ती ठामपणे म्हणाली, ''मेनका, मी अप्सरांची राणी आहे. इतर कोणाचाही जीव मी धोक्यात घालू शकणार नाही. मला गेलंच पाहिजे.''

# क्रोध

कुणीतरी आल्याची जाणीव विश्वामित्रांना झाली; पण त्यांनी दुर्लक्ष केलं. जे कोणी होतं ते अधिक निकट आलं. मनातल्या मनात विश्वामित्र त्रासले. आगंतुक. त्यांचं मन आणि चेतना ह्यांच्यात प्रवेश करू पाहत होतं ते कुणीतरी. आता त्यांना सभोवतालची जाणीव होऊ लागली. डोळे बंद असले तरी मन जागृत झालं. दीर्घकालच्या तपस्येतून कुणीतरी मुद्दाम त्यांना बाहेर काढलं होतं. शरीरावरचा आणि मनावरचा त्यांचा ताबा त्यामुळे सुटला आणि ते ह्या नश्वर जगात परतून आले. अंगाला स्पर्श करणाऱ्या कोवळ्या किरणांवरून त्यांनी जाणलं की वेळ सकाळची आहे. आपल्या शुष्क त्वचेवरचा ओलावा त्यांना जाणवला. रिमझिम पाऊस पडत होता का? त्यांच्या अस्थिर मनासारखा अस्थिर आणि मिणमिणता प्रकाश त्यांना जाणवला. आजूबाजूला गार वारं सुटलं होतं. त्या वाऱ्याने वाहून आणलेला दरवळ त्यांना जाणवल्याशिवाय राहिला नाही. तो त्यांना अतिपरिचित होता. त्या क्षणी ते सावध झाले. 'मेनका!' ती परतून आली होती. त्यांचं मन आनंदलं; पण दुसऱ्या क्षणी तो विचार त्यांनी मनातून उपसून टाकला. ते शक्य नव्हतं. मला दिलेलं वचन ती मोडणार नाही. आम्हा दोघांना दिलेला शाप मी परत घेतला नाही. तो शाप मागे घेण्याचं कित्येकदा त्यांच्या मनात आलं होतं; परंतु एकदा उच्चारलेले शब्द असे परत घेता येत नसतात हे त्यांनी अत्यंत कटू प्रकारे अनुभवलं होतं. तिला शाप देताना त्यांनी स्वतःलाही शापित केलं होतं. त्यांनी प्रेम केलं होतं तिच्यावर. असं असूनही तिला कधी पाहायचं नाही, तिचा स्पर्श जाणवून

घ्यायचा नाही, तिचा गंध अनुभवायचा नाही हा त्यांच्यासाठी शाप होता. पुन्हा पुन्हा तो गंध त्यांना व्याकूळ करू लागला. त्यांच्या कपाळावर आठ्या उमटल्या आणि मनात संताप दाटला. माझी मनःशांती ढळवणारी ही मेनका नाही तर कोण आहे? ती जी कोणी होती ती आता अगदी निकट आली होती. तिचा मादक गंध सगळीकडे भरून राहिला.

त्यांनी डोळे उघडले. त्या नजरेतील क्रोधामध्ये संपूर्ण अरण्य दग्ध करण्याचं सामर्थ्य होतं. त्यांना वाटलं होतं त्या प्रमाणेच त्यांच्या समोर अतिशय सुंदर स्त्री उभी होती – ती मेनका नव्हती.

''मी रम्भा आहे,'' लालचुटूक ओठातून शब्द बाहेर पडले. विश्वामित्र आपल्याकडे पाठ फिरवणार नाहीत हा आत्मविश्वास त्या शब्दांत होता. आजवर कुठलाही पुरुष त्याहून वेगळा वागला नव्हता. तिच्या मोहात न पडणारा कुणीच नव्हता.

रम्भा! अप्सरांची राणी! जिने मेनकेच्या वाट्याला दारुण दुःख दिलं! विश्वामित्रांच्या मस्तकात संतापाची तिडीक गेली. नक्कीच तिचा आणि इन्द्राचा कुटील डाव असणार. इन्द्रानेच तिला धाडलं असणार. हे दृश्य आधी पाहिल्याची आठवण विश्वामित्रांच्या मनात जागी झाली, अगदी सुस्पष्ट. ती ओली संध्याकाळ, प्रपात, चिंब भिजलेली मेनका आणि लालसावलेला विश्वामित्र – तिच्याकडे ओढला जाणारा. कारण, परिणाम ह्या कशाचीही तमा न बाळगता तिच्यापर्यंत पोहोचणारा.

रम्भेकडे पाहताना मात्र त्यांच्या मनात अशी कुठलीही भावना जागली नाही. त्यांच्या कामभावना प्रज्वलित झाल्या नाहीत. तिच्या सौंदर्याचं आकर्षण तर सोडाच त्यांना तिचा संताप आला. तिच्या सौंदर्यापायी वेडावून जायचं, तिची कामना करायची, निष्ठेने केलेली तपश्चर्या, प्रार्थना, जप, पूजा ह्या सगळ्यांवर पाणी सोडत समोर उभ्या असलेल्या या कमनीय स्वर्गीय सुंदरीपायी सारं काही विसरायचं. जीवनध्येयाला तिलांजली द्यायची. ह्या विचारांनी त्यांचा पारा चढला. आपले शुष्क ओठ किंचितसे विलग करत ते अस्फुट स्वरात म्हणाले, ''रम्भा.'' त्यांचा तो घोगरा स्वर ऐकताच रम्भेच्या सर्वांगातून भीतीची लहर पसरली.

ह्या पुरुषाच्या प्रेमात मेनका इतकी का वेडावली होती हे तिला उमगलं आणि दुसरं म्हणजे त्यांच्या नजरेतील क्रोध पाहून आपला शेवट जवळ आला आहे हे तिला जाणवलं.

''रम्भा, तुझ्या ह्या उद्दामपणाची शिक्षा तुला मिळणार आहे. स्वतःचं सौंदर्य आणि सामर्थ्याचा फार अभिमान आहे ना तुला! आजपासून सहस्र वर्षं तू पाषाण अवस्थेत घालवशील. थंडी, वारा, ऊन, पाऊस झेलत राहशील. हेच तुझं नशीब,'' गंभीर स्वरात त्यांनी शापवाणी उच्चारली.

ते ऐकताच तिचा थरकाप झाला. घाईघाईने ती त्यांच्यासमोर नतमस्तक होऊ लागली; पण तोवर त्यांच्या शापाचा परिणाम तिच्यावर झाला होता. आता विश्वामित्रांसमोर एक पाषाण ओणवा होता. सुंदर, कोरीव पाषाण.

आपला शाप प्रत्यक्षात उतरला हे पाहूनही त्यांना समाधान वाटलं नाही. रम्भेसारख्या स्वर्गीय सौंदर्याने समतोल न ढळू देण्याचे कौशल्य त्यांनी प्राप्त केलं होतं, तरीही क्रोधावर त्यांना नियंत्रण मिळवता आलं नव्हतं. तिला दिलेल्या ह्या एका शापापायी आजवर केलेल्या तपश्चर्येचं संचित दाही दिशांना विखुरलं होतं. इन्द्राने रम्भेचा वापर त्यांचा तपोभंग करायला केला होता – लालसेने नाही तर क्रोधाने. असंच उठावं आणि एकदाच काय तो इन्द्राचा कायमचा सोक्षमोक्ष लावावा असा विचार त्यांच्या मनात आला. तेवढ्यात मेनकेची याचना त्यांना आठवली, ''त्याला शाप देऊ नकोस. त्यामुळे त्याच्यापेक्षा तुझी जास्त हानी होईल!''

मेनकेने कळवळून केलेल्या याचनेकडे विश्वामित्रांनी आज दुर्लक्ष केलं होतं. रम्भेला शाप दिला होता. परिणामतः, स्वतःलाच हानी पोहोचवली होती. आपलं कर्तव्य पार पाडणाऱ्या एका निरपराधी अप्सरेचं जीवन त्यांनी उद्ध्वस्त केलं होतं. समोरच्या रेखीव पाषाणाकडे पाहताना त्यांच्या मनात पश्चात्तापाची भावना निर्माण झाली. त्या पाषाणमूर्तीच्या चेहऱ्यावर भीतीच्या जोडीने धास्तावल्याचे भाव होते. जीवन तिला सोडून जात असताना ती काय बोलायला धडपडत होती? नेमकं काय म्हणायचं होतं तिला? 'तू तिच्याकडे जा' असं म्हणणार होती का ती? त्याच्या काळजाचा वेध घेऊ पाहणारी तिची विव्हळ नजर त्याला आठवली. काय झालं होतं? तिच्या हालचालीत इतकी लगबग आणि त्रागा का होता? मेनका अडचणीत होती का? ह्या विचारासरशी विश्वामित्रांचा श्वास अडकला. अनामिक भीती मनात दाटून आली. 'मेनकाऽऽ' आर्त स्वरात त्यांनी साद घातली; पण मनातील कल्लोळ ओठातून बाहेर पडला नाही.

ते तिच्याकडे कधीही जाऊ शकणार नव्हते. कधीच नाही. तिला दिलेला आणि पर्यायाने त्यांना लागू झालेला शाप कारणीभूत होता त्याला.

तो शाप भंग करायचा म्हणजे आजवर केलेल्या तपश्चर्येवर पाणी सोडायचं. तिला भेटायचं म्हणजे जपलेल्या महत्त्वाकांक्षा वाऱ्यावर उधळून द्यायच्या. आता जर ते तिला पुन्हा भेटले असते तर तिला ते कधीही सोडू शकले नसते. जीवाच्या कराराने त्यांनी तिला घट्ट धरून ठेवलं असतं. मेनका हे जाणून होती.

त्यांच्या वियोगात कुठलाही दूरदर्शीपणा नव्हता. ती त्यांची मूढता होती. त्या शापातून जे सूचित झालं होतं ते भयंकर होतं. ह्या पुढचं आयुष्य त्यांना एकमेकांशिवाय काढावं लागणार आहे हे सत्य विदारक होतं आणि हाच खरा शाप होता. विरह वेदना. वियोगाचं दुःख.

डोळे मिटून घेत त्यांनी तिला मनःचक्षूसमोर आणण्याचा प्रयत्न केला. तशी ती आलीही. दुःखाने तिच्या सौंदर्याला अधिक देखणेपणा बहाल केला होता असं त्यांना वाटलं. तिची नजर अधिक गहिरी झाली होती. दाट केस मोकळे आणि अस्ताव्यस्त होते. जणू काही एखादी काळी सावली. ना केसात फुलं माळली होती ना अंगावर अलंकार होते आणि तिचे ते उत्सुक रसरशीत लालचुटूक ओठ... आता अगदी फिकुटले होते. आपल्या मोत्यांसारख्या दातांनी ती आपले ओठ चावते आहे, असं दृश्य त्यांना दिसलं. मोठ्या कष्टाने विश्वामित्रांनी डोळे उघडत स्वतःला वर्तमानकाळात आणलं. ते तेव्हा तितक्या कठोरपणे वागले नसते तर आज ती त्यांच्या जवळ असती...

आजदेखील रम्भेचं रूपांतर पाषाणात करताना ते उतावीळपणे वागले होते... अगदी तेव्हा सारखेच. क्रोध. सर्वाधिक उसळणारी भावना. त्यावर त्यांचं अजूनही नियंत्रण नव्हतं. मुठी आवळून घेत विश्वामित्र विचारात पडले. पुन्हा एकवार इन्द्राचा विजय झाला होता.

अजूनही ते क्रोधाच्या आहारी जात होते. ह्यातून बाहेर येणं गरजेचं होतं. संताप आणि मनःशांती ह्यादरम्यान त्यांची एकाग्रता हरवली होती. योग्य मार्ग शोधणं गरजेचं होतं.

पाषाणमूर्तीकडे नजर टाकत त्यांने मनोनिग्रह केला. नवीन प्रवासाला सुरुवात करणं भाग होतं. उत्तुंग हिमालयाच्या उंच शिखरांकडे प्रस्थान करण्याची वेळ आली होती.

↓

"रम्भेच्या जागी अप्सरांची राणी म्हणून मी तुझी नेमणूक करतो."

इन्द्राच्या घोषणेमुळे मेनकेच्या अलिप्तपणात कोणताही फरक पडला नाही. ती जाणून होती की घेतलेल्या चुकीच्या निर्णयाचं परिमार्जन करण्याचा इन्द्राचा तो प्रयत्न होता.

"मला तुझ्याकडून काहीही नको! तो तुझा काटेरी मुकुट तुझ्याकडेच ठेव," मेनका अविचलपणे म्हणाली.

"इथे स्वर्गात तुला कार्यरत राहिलंच पाहिजे!" इन्द्र त्रासिक स्वरात म्हणाला. "वसू परतून येईपर्यंत नृत्याविष्कार सादर न करण्याची शपथ घेतली आहेस तू आणि विश्वामित्राच्या प्रसंगानंतर कुठलंही काम करायला नकार दिला आहेस तू."

"काम की 'का-म?'" मेनकेने दुरुस्ती केली. निर्विकार नजरेने ती पुढे म्हणाली, "नाहीच करणार इथून पुढे मी कोणाचाही मनोभंग; ना प्रेमाने, ना कामाने!"

"नेमकं काय करण्याची इच्छा आहे तुझी? काहीतरी करावंच लागेल तुला." तिची कानउघाडणी करत तो म्हणाला, "हे बघ मेनका, मी उदारपणे जे स्थान देऊ करत आहे त्याचा स्वीकार कर."

कामदेवाने मेनकेच्या खांद्याला अलगद स्पर्श केला, "मेनका, हो म्हण, त्यामुळे अनेकांचं भलं होईल. कदाचित, त्याची सुरुवात तुझ्यापासून होईल."

तरीही मेनकेच्या नजरेतील भाव बदलले नाहीत.

कामदेवाने आग्रह धरला, "अगं, अप्सरांकडे कोणीतरी लक्ष द्यायला हवंच. निदान रम्भा येईपर्यंत कार्यभार सांभाळ. ती आली की तिचं राज्ञीपद दे तिला परत."

"तिला ते परत करण्यासाठी मी त्याचा स्वीकार तर करायला पाहिजे ना!"

"तुला वाटतं तितकं पाणी सोडणं सोपं नसतं," छद्मीपणे हसत इन्द्र म्हणाला. "वसू परतून आला की चित्रसेनालासुद्धा गंधर्वदेव हे पद सोडणं सोपं नसेल; पण तुमच्या दोघांची जोडी अगदी शोभून दिसेल. गंधर्वराज विश्ववसू आणि अप्सरांची राणी मेनका."

इन्द्राचा कावेबाजपणा मेनका समजून होती. तिच्या नजरेत अपमानाची भावना दिसू लागली. "तुला काय वाटलं, आम्हाला

एकमेकींविरुद्ध भडकवून तुझ्या हातून आजवर घडलेल्या प्रत्येक गोष्टीवर पांघरूण घालता येईल?'' इन्द्राचा चेहरा कठोर झाला. मेनकेचा रोख वसूकडे नसून रम्भेकडे आहे हे कळण्याइतका तो चतुर होता. त्याने कामदेवाकडे पाहिलं, तेव्हा त्याच्याही चेहऱ्यावर इन्द्राला राग दिसून आला. रम्भेला मिळालेल्या शापाची वार्ता स्वर्गात अल्पावधीत पोहोचली होती, त्यामुळे सगळे गोंधळले होते. इन्द्र स्वतः त्रस्त होता. ज्या पद्धतीने सारं घडत होतं, ते त्याला मान्य नव्हतं. पुन्हा एकदा त्याचा पराभव झाला होता. विश्वामित्र! निव्वळ आठवणीने इन्द्राच्या मनात कडवटपणा आला. आधी मेनका आणि आता रम्भा. तो दोघींना गमावून बसला होता. तरीही त्याचा कूट हेतू सिद्धीस गेला होता. रम्भेला शाप देण्याचा अर्थ विश्वामित्राचं तपसामर्थ्य कमी होणं. आपण विश्वामित्राला आकृष्ट करू असा वृथा अभिमान रम्भेला वाटत होता; परंतु तिला हे ठाऊक नव्हतं की विश्वामित्राची लालसा जागवायला इन्द्राने तिला पाठवलं नव्हतं, तर विश्वामित्राचा क्रोध जागा करण्यासाठी पाठवलं होतं.

कामदेव मात्र सारं जाणून होता. तो संतापून म्हणाला, ''आता कशासाठी माझा सल्ला हवा आहे तुला? रम्भेला विश्वामित्राकडे पाठवण्याआधी का नाही विचारलंस तू? मी तुला स्पष्ट नकार दिला असता हे ठाऊक होतं म्हणूनच माझ्यापासून तू ते लपवून ठेवलंस!'' इन्द्राचा लाल चेहरा बघून कामदेवाच्या लक्षात आलं की, आपला तर्क बरोबर आहे. ''मी रम्भेबरोबर असायला हवं होतं. तिच्या एकटीच्या आवाक्यात नव्हतं हे; परंतु 'आपण सर्वोत्तम आहोत' ह्या उद्दामपणात जगणाऱ्या तुम्हा दोन अहंकाऱ्यांना कोणी समजावयाचं?'' इन्द्राकडे रोखून बघत कामदेव ठासून पुढे म्हणाला, ''मित्रा, विश्वामित्राचं नाव काढताच तुला नेमकं होतं तरी काय? आत्तापर्यंत तू घेतलेला प्रत्येक निर्णय चुकला आहे. त्याने तुझा पराभव केला आहे. तुझी अतोनात हानी झाली आहे.''

''कैक सहस्र वर्षं रम्भा परतणार नाही,'' एक शब्दही न बोलता उभ्या असलेल्या मेनकेकडे हात करून कामदेव पुढे म्हणाला, ''मेनका तर असून नसल्यासारखी झाली आहे. तू तिचा आत्मा नष्ट केला आहेस. तूच मघाशी समजून सांगितलंस ना की, अप्सरा म्हणून तिचा आता काही उपयोग राहिला नाही म्हणून तू तिला राणीपद देतो आहेस. त्यायोगे तुला तिचा वापर करता येईल. हे तुझं औदार्य म्हणायचं?'' कामदेवाच्या स्वरात आरोप होता.

"रम्भेचाही वापर केलास तू. विश्वामित्राच्या शापापायी गमावून बसलास तिला. इन्द्रा, नेमकं काय मिळवलंस तू? तू तर सारं गमावून बसलास."

कामदेव करत असलेल्या निंदेवर इन्द्राकडे उत्तर नव्हतं. त्याच्या चेहऱ्यावर पराभवाच्या खुणा उमटल्या होत्या. मात्र, कामदेवाचे शेवटचे शब्द ऐकताच इन्द्र उसळला, "नाही, सारं काही संपलेलं नाही. अजूनही एक संधी आहे. विश्वामित्र आणि वसिष्ठ ह्यांना एकमेकांच्या विरुद्ध चिथवता येईल म्हणजे मग ते दोघं एकमेकांचा नाश करतील!"

मेनका कसनुशी हसली. इन्द्राच्या बोलण्याचं तिला आश्चर्य वाटलं नाही. कामदेव मात्र अविश्वासाने म्हणाला, "अरे झाली तेवढी हानी पुरी नाही झाली का? थांबव हे सगळं. तुला आव्हान देणारा तो एक सामान्य माणूस होता आणि तरीही तो जिंकला. इन्द्रा, तू हरलास, तो जिंकला. आता समेट कर. हा हेकटपणा थांबव. स्वर्गात आपल्याला शोकांतिकांची नाही, तर शांतीची आवश्यकता आहे. आपण विश्ववसूला गमावलं. तुम्बरू, मेनका, रम्भा ह्यांच्या जोडीने उरण्यू आणि नलकुबेराला गमावलं! अति दुःखापायी ते दोघं कुठलंही कार्य करण्यास असमर्थ आहेत आणि हे सर्व का तर त्या एका माणसाबरोबर असलेल्या तुझ्या लढाईपायी. आपल्या सर्वोत्तम अप्सरा आणि गंधर्वांना गमावून बसल्यावर आता कोणाच्या जीवावर लढणार आहेस तू ही लढाई?" कामदेवाचा स्वर टिपेला पोहोचला होता. "रम्भेप्रमाणेच तुलाही विश्वामित्र शापदग्ध करू शकत होते, हे लक्षात येतं आहे का तुझ्या? तसं त्यांनी केलं नाही. त्यांच्या हातून तुझा पराभव झाला आहे. त्यांनी आपलं श्रेष्ठत्व सिद्ध केलं आहे. आता इथून पुढे हे सत्य स्वीकारून तुला जगावं लागणार आहे. हाच त्यांनी दिलेला शाप आहे."

कामदेवाचा प्रत्येक शब्द इन्द्राला आसुडाच्या फटकाऱ्यासारखा वाटत होता. कटू असलं तरी त्यातील तथ्य तो अमान्य करू शकत नव्हता. इन्द्राने योजलेला प्रत्येक डाव विश्वामित्राने त्याच्यावरच उलटवला होता. इन्द्राची शस्त्रं म्हणजे स्वर्गातील अप्सरा, ज्यांचा वापर त्याने अतिशय अकुशलतेने केला होता.

तितक्यात मेनकेने किंचितशी हालचाल केली. एखादी थिजलेली संगमरवरी मूर्ती सजीव झाल्यासारखं वाटलं.

"हे त्याचे शेवटचे शब्द होते, 'सांग इन्द्राला, तो हरेल. हे युद्ध मी जिंकेन!!' किती खरं ठरलं त्याचं म्हणणं!" मेनका म्हणाली.

तिच्या त्या विधानात ना कडवटपणा होता ना द्वेष. होतं ते फक्त दुःख, जे तिच्या नजरेत उमटलं होतं. ती नजर पाहताच पहिल्यांदाच इन्द्राच्या मनात पश्चात्तापाची भावना उमटली. अत्यंत निरुपायाने त्याने मान्य केलं की त्याचं वागणं चुकलं होतं. विश्वामित्राने त्याला संपूर्ण पराभूत केलं होतं आणि त्याची परिणती विश्वामित्र अधिक खंबीर होण्यात झाली होती. इन्द्र मात्र सारं गमावून बसला होता. स्वतःला, अप्सरांना, गंधर्वांना, त्यांच्या विश्वासाला आणि त्याच्या प्रती असणाऱ्या निष्ठेला!

''महाराज, आम्हा अप्सरांची निर्मितीच झाली आहे ती लालसेच्या पायावर. त्यासाठी आमच्या मादक सौंदर्याचा वापर केला जातो,'' शांत स्वरात मेनका बोलू लागली. ''कर्तव्याचा भाग म्हणून आम्हीही आमच्यावर सोपवलेल्या ह्या कार्याचा ऐच्छिक स्वीकार केला. आमच्यातील पराकोटीच्या मादकपणाला आम्ही पवित्र मानलं. आमच्यासाठी ती अनैतिकता नव्हती. योग्य आणि अयोग्याच्या मूलतत्त्वांवर ही उभारणी नव्हती. वागणूक आणि चारित्र्याची प्रमाणकं आम्हाला लागू नव्हती. आम्ही साऱ्यांपासून मुक्त होतो. तुमचे आदेश पाळण्याचं बंधन तेवढं आमच्यावर होतं, त्यापायी आमचे प्राण द्यावे लागले तरीही. आम्हाला प्रत्यक्ष मरण नाही; परंतु आम्हाला नष्ट करता येतं, थांबवता येतं, शापांपासून आणि हल्ल्यांपासून आम्हाला वाचवता येत नाही, आम्हाला दग्ध करा, शाप द्या, पाषाण करा किंवा अक्राळविक्राळ रूप द्या; सर्व सोसून आम्ही स्वर्गाकडे, तुमच्याकडे प्रत्येक वेळेस परतून येतो आणि पुन्हा नव्याने दुसऱ्या कोणाला घायाळ करायला निघतो. आम्हा सर्वांप्रमाणे रम्भेला कल्पना होती की, ती नेमक्या कोणत्या आगीत उतरते आहे, तरीही ती पुढे झाली. ह्यातील धोका मी तिला समजावून सांगितला होता, तरीही इन्द्रा, तिने तुला होकार दिला.'' आपल्या बोलण्याचा इन्द्रावर काय परिणाम होत आहे हे पाहत मेनका म्हणाली, ''तरीही ती गेली. ती म्हणाली की, ते तिचं कर्तव्य होतं. ती अप्सरांची राणी होती म्हणूनच, विश्वामित्रांच्या क्रोधाग्नीपुढे इतर कुठलीही अप्सरा पाठवणं तिला मान्य नव्हतं. आम्हा साऱ्यांचं रक्षण तिने केलं. तू तर राजा आहेस आमचा. इन्द्रा, तू नकोस का आमचं रक्षण करायला?''

नेहमीप्रमाणे मेनकेसमोर इन्द्र निरुत्तर झाला. राजाच्या अधिकारात तो तिला दंड करू शकत होता आणि नेमक्या त्याच मुद्द्यावर ती त्याला प्रश्न विचारत होती.

''जो राजा आपल्या प्रजेला आदेश देतो, त्या आदेशाचं योग्य पालन होईल ह्याची अपेक्षा करतो, त्या राजाने वेळ येताच आपल्या प्रजेच्या रक्षणाला पुढे झालं पाहिजे. ते त्याचं कर्तव्य आहे,'' मेनकेचा स्वर भावनांनी ओथंबला होता. तिचा प्रत्येक शब्द म्हणजे इन्द्राच्या अकार्यक्षमतेवर आरोप होता, ''की मग आम्ही तुझे गुलाम आहोत? वेळ आली की आम्हाला वापरायचं आणि भिरकावून द्यायचं. राजाची लहर लागेल त्याप्रमाणे आम्ही नाचायचं! तुझ्या ह्या अमरावतीतून तू वसूला घालवलंस. विश्वामित्राला मोहजालात पकडण्यासाठी मला पाठवलंस आणि हे कमी पडलं म्हणून रम्भेचा पाषाण होण्यास हातभार लावलास. तुला माहीत होतं की, तिला पाहताच विश्वामित्राच्या मनात लालसा नाही तर क्रोध जागा होईल आणि त्या क्रोधापायी तो आपलं तपसामर्थ्य गमावेल.''

मेनकेच्या बोलण्यावर इन्द्राकडे उत्तर नव्हतं. त्याचा अंःतस्थ हेतू तिने अचूक ओळखला होता.

''रावणाने तिच्यावर बलात्कार केला तेव्हाही तू तिचं रक्षण केलं नाहीस. त्या कृष्णकृत्यानंतर तू रावणाला जाऊ तरी कसं दिलंस?''

तिच्या ह्या विधानासरशी इन्द्राचा चेहरा पांढराफटक पडला.

''रावणाने आपला पराजय केला होता. आपली हार झाल्यामुळे मी त्याचा सामना करू शकत नव्हतो,'' इन्द्र कसाबसा पुटपुटला.

''पण मनाला येईल तेव्हा मनाला येईल ती अप्सरा तिच्या इच्छेविरुद्ध नेण्याची खात्री मात्र देऊ शकलास!'' तिने इन्द्राला टोमणा मारला. ''ती हिंसा नव्हती? तो अपराध नव्हता? रम्भा अप्सरांची राणी होती, इन्द्रलोकातील श्रेष्ठ स्त्रियांपैकी एक होती, तरीही तू तिचा बळी देऊ केलास. अपराधी मात्र ताठ मानेने फिरतो आहे. एक राजा म्हणून तिला वाचवणं तुझं कर्तव्य होतं. युद्ध करतोस तू पण दान म्हणून वाटतोस ते आम्हाला. जेत्यांकडे आम्हाला पाठवलं जातं. शक्य तितक्या प्रकारांनी तू आमचा वापर नेहमीच करून घेतला आहेस. प्रत्यक्ष देवांना आपल्या स्त्रियांपासून दूर करण्याचं महापाप तुम्ही आजवर करत आला आहात, आठवतंय? देवगुरू ऋषी बृहस्पतींची पत्नी स्वर्गीय तारका तारा - तिच्या प्रियकराबरोबर - चंद्राबरोबर राहू इच्छित होती. बृहस्पती आपल्या पत्नीला सोडू इच्छित नव्हते. त्यांच्यावर आपलं प्रेम राहिलं नसून, आपल्याला चंद्राबरोबर राहायचं आहे हा तिचा हट्ट होता म्हणून तुम्ही मला चंद्राला देऊ केलं होतंत. तो मात्र ठामपणे

तिच्याबरोबर राहिला. ह्या प्रकरणात तारा हिने दोषी धरलं ते मला. तुझ्या अशा वेड्या महत्त्वाकांक्षांपायी तू आम्हाला किती वेठीला धरणार आहेस? आपला अहंकार सुखवण्यासाठी आता कोणत्या अप्सरेचा बळी देणार आहेस तू?''

तिचा थंडगार स्वर त्याच्या काळजाला चिरत गेला, तरीही त्याचा अहंकार तीळमात्रदेखील कमी झाला नाही.

पराभव होऊनही त्याने स्वतःला आश्वस्त केलं, ''मी हरणार नाही!'' त्या निश्चयासरशी इन्द्राचा अहंकार उफाळून आला. मात्र तो काहीही बोलला नाही. झालेला पराजय त्याच्यासाठी लज्जास्पद होता आणि त्याहून अधिक म्हणजे तो घाबरला होता. नैराश्याने त्याला वेढलं होतं म्हणूनच तो गप्प होता.

पण तो माघार घेणार नव्हता. त्याच्या मनात योजना आकार घेऊ लागली. एक ना एक दिवस तो स्वतः विश्वामित्रापुढे ठामपणे उभा राहणार होता.

# पिता, माता आणि पुत्री

गेली कित्येक वर्षं विश्वामित्रांनी आपल्या कुटीबाहेर पाऊल टाकलं नव्हतं. त्यांनी अन्नाचा त्याग करून बराच काळ लोटला होता आणि आता तर श्वासाची गतीसुद्धा थांबली होती. मनात येईल ते साध्य करण्याची क्षमता त्यांच्या ठायी निर्माण झाली होती आणि हे जाणून देवांचा थरकाप होत होता; परंतु विश्वामित्र मात्र तृप्त नव्हते. 'ब्रह्मन्'- अंतिम सत्य, परमोच्च वास्तविकता. ब्रह्मर्षिपद प्राप्त करण्यासाठी ह्यावर प्रभुत्व मिळवणं आवश्यक आहे हे ते जाणून होते. त्यानंतर धर्म आणि आध्यात्मिक ज्ञान ह्या क्षेत्रांमध्ये त्यांचं वर्चस्व निर्विवादपणे सिद्ध होणार होतं. प्राप्त झालेलं ब्रह्मज्ञान स्वतःपुरतं मर्यादित न ठेवता ऋचांमध्ये परावर्तित करण्याचा त्यांचा मानस होता. त्यातून येणाऱ्या सर्व पिढ्यांचं प्रज्ञा संवर्धन होणार होतं.

वसिष्ठांनी ऋग्वेदाच्या रूपात रचना केली होती हे आठवून विश्वामित्रांना स्वतःमधली उणीव प्रकर्षाने जाणवली. सखोल विचारात ते गढून गेले. त्यायोगे सर्व देव जणू त्यांच्या देहात समाविष्ट झाले, त्यांच्या विद्या विश्वामित्रांच्या मनाशी एकरूप झाल्या. सर्व ब्राह्मण ज्याला आद्यस्थानी मानतात आणि जो ऊर्जेचं रूप आहे त्या अग्नीच्या वास्तव्याची जाणीव त्यांना झाली. त्या जोडीने जीवनदायिनी आध्यात्मिक शक्तीची जाणीव झाली. भावना आणि विचार निःस्तब्ध झाले. आपण लहान-लहान होत सूक्ष्मकणात रूपांतरित झाल्याची अनुभूती त्यांना आली. ते स्वतः आणि त्यांचा आत्मा ब्रह्माच्या दिशेने ओढ घेऊ लागला; जणू महासागरात विलीन होऊ पाहणारा एखादा जलबिंदू. त्या विलीन होण्यातून सूक्ष्म तरंग उमटले. अवीट, प्रसन्न शांतीची,

आत्मसाक्षात्काराची अनुभूती त्यांना आली. त्यांच्याही नकळत त्यांच्या विचारातून 'ॐ' उमटला. त्या पाठोपाठ शब्द आले;

*ॐ भुर्भूव स्वः। तत् सवितुवरिण्यं।*
*भर्गो देवस्य धीमहि। धियो यो नः प्रचोदयात् ।।*

(त्या परमदैवी तेजाची आम्ही प्रार्थना करतो. सत्याची देवता, आत्मसाक्षात्काराची दिव्य प्रभा, सर्वांची निर्माती, सर्वांना उजळवणारी अशी ती शक्ती असून, त्यातून साऱ्यांची उत्पत्ती झाली आहे. तिच्या ठायी साऱ्यांना विलीन व्हायचं आहे. ज्ञान मिळावं म्हणून आपण तिच्या आश्रयाला जातो; अशी ती शक्ती आपल्या मनाला उजळवो, आपल्या बुद्धीला प्रेरणा देवो.)

श्लोक मनात येताच विश्वामित्रांच्या समोर एक प्रकाश शलाका उमटली. पाहता-पाहता त्या शलाकेने त्यांची कुटी आणि आसमंत व्यापला. डोळे मिटलेले असूनही त्यांना तो झगमगाट तीव्रपणे जाणवला. त्यातून उमटलेली प्रतिमा त्यांनी मनोमन जाणली.

''गायत्री,'' ते पुटपुटले. शक्ती, दुर्गा, सरस्वती आणि लक्ष्मी ह्या देवतांचं एकत्रित नारीरूप - निर्मात्याची ऊर्जा, तारणहार आणि विनाशक.

''गायत्री,'' विश्वामित्र स्तवन करू लागले. ''माते, ही प्रार्थना - हा गायत्री मंत्र मी तुला समर्पित करतो. सर्व वेद, ज्ञान, जप आणि तपाच्या पलीकडे नेणारा हा मंत्र सर्वांसाठी आहे. प्रज्ञेचं अत्युच्च स्वरूप असलेली ही प्रार्थना प्रत्येक जीवमात्रासाठी आहे. त्यायोगे प्रत्येक जण आपल्या आराध्याशी जोडला जाईल. तो म्हणण्यासाठी साधना किंवा सिद्धीची आवश्यकता नाही. स्वतःवर आणि ह्या मंत्रावर श्रद्धा ठेवणं पुरेसं आहे.''

त्यावर देवी गायत्रीने हसून उत्तर दिलं, ''सर्व वेदांच्या जननीची निर्मिती तू आज ह्या मंत्रातून केली आहेस. आत्मसाक्षात्कार करणारा हा मंत्र सर्व जीवमात्रांना लाभदायक ठरेल. नियमामध्ये बद्ध असणाऱ्या ज्ञानाला तू आज मुक्त केलं आहेस. हा मंत्र म्हणजे खऱ्या ज्ञानाची पूजा आहे जी करणं आता सर्वांना शक्य होईल. सर्वोत्तम ज्ञानी आणि विद्वानांनी आजवर जे साधलं नाही ते तू साध्य केलं आहेस.'' विश्वामित्र गायत्री देवीसमोर नतमस्तक झाले. त्यांना अत्यानंद झाला होता.

''तू आता तुझ्या साध्याच्या जवळ येऊन पोहोचला आहेस,'' त्यांच्या मनातले विचार देवीने अचूकपणे टिपले.

"ब्रह्मर्षी वसिष्ठाप्रमाणे तू देखील ब्रह्मर्षिपद प्राप्त करशील. मात्र, एक अडथळा आहे. तुझा अहंकार. विश्वामित्रा, तू महान आहेस कारण स्वकष्टाने तू सारं काही साध्य केलं आहेस. त्याला मानवतेची आणि सहिष्णूतेची जोड दिलीस तर तुझ्या सम तूच. तोवर मात्र..." सस्मित नजरेने देवी अदृश्य झाली. निराश झालेल्या विश्वामित्रांच्या मनात तिचे शब्द रुंजी घालत राहिले.

ब्रह्मर्षिपद अजूनही त्यांच्यापासून दूर होतं. त्यांनी प्रतिसृष्टी निर्माण केली होती. गायत्रीच्या मंत्रामुळे समस्त मानवतेला कल्याणप्रद शक्ती मिळवून दिली होती; पण तरीदेखील ब्रह्मर्षिपद प्राप्त करण्यास ते पात्र नव्हते. दृढ निश्चयाने त्यांनी पुन्हा एकवार ध्यान लावलं. कपाळावरची आठी जाऊन तिथे आता शांत भाव आले. ते ब्रह्मर्षिपद प्राप्त करणारच होते.

मेनका ज्याला घाबरत होती, ते वास्तव तिच्या समोर येऊन ठाकलं. नेहमीप्रमाणे चोरून, लपून, झाडांच्या आडून लेकीवर नजर टाकून चालणार नव्हतं. तिला आपल्या लेकीला प्रत्यक्षात भेटावं लागणार होतं. ह्यातून कशी सुटका करून घ्यावी ते मेनकेला समजेना. दातांखाली ओठ दाबत ती विचार करू लागली. सुटका... तिने दीर्घ उसासा सोडला. कौशिकाच्या हातात लेकीला सोडल्यापासून मी ह्या वास्तवापासून आजवर दूर पळत राहिले आहे.

काही दिवसांपूर्वी ऋषी कण्व आले होते. ते संभ्रमित होते.

"मेनका, तू म्हणालीस ते बरोबर होतं. अजूनही दुष्यन्त परतला नाही," त्यांच्या स्वरातील निराशा लपत नव्हती. त्या क्षणार्धात मेनका निष्कर्षाला येऊन पोहोचली – तिची भीती खरी ठरली होती. दुष्यन्ताने शकुन्तलेचा त्याग केला होता.

तिने काळजीने विचारलं, "शकुन्तला कशी आहे?"

"धैर्याने घेते आहे ती सारं. मात्र, ह्या विषयावर माझ्याशी काहीही बोलायला ती तयार नाही," पित्याच्या मायेने कण्वांनी उत्तर दिलं. "जणू काही अघटित घडलंच नाही."

"अघटित?" मेनकेचा काळजीचा स्वर उमटला.

"हो ना, मी सांगायला विसरलो की, तिला दिवस गेले आहेत."

ह्याचीच उणीव होती! न पाहिलेल्या दुष्यन्ताबद्दल मेनकेच्या मनात तिडीक उमटली. संतापून तिने खालचा ओठ चावला. माझ्या कन्येच्या लायकीचा नव्हताच तो.

''मेनका, कृपा करून तिला भेट. ती हट्टी आहे. कदाचित, ह्या साऱ्याचा परिणाम तिच्या लक्षात येत नसावा. राजाला जाऊन भेटणं आणि साऱ्याचा उलगडा करणं तिला मान्य नाही. तिची कितीही समजूत काढायचा प्रयत्न केला, तरी येणाऱ्या बाळाला एकटीने वाढवायची जिद्द ती मनात ठेवून आहे. मी कसं तिला एकट्याने वाढवलं ह्याचा दाखला ती मला देते; पण कसं जमेल तिला? तिचं स्वतःचं लहानपण कुठे संपलं आहे अजून? मेनका, ऐक माझं. तिला येऊन भेट. तिच्याशी संवाद साध. ह्या घडीला तिला आपल्या मातेची सर्वाधिक गरज आहे. दुसऱ्या एखाद्या स्त्रीशी बोलण्याची गरज आहे!''

''...अशी स्त्री जिच्यावरती ती विश्वास टाकू शकते,'' मेनकेने कण्व ऋषींना सौम्य शब्दांत जाणीव करून दिली.

वृद्ध ऋषींनी आग्रह धरला, ''कृपा करून ह्या वेळेस टाळू नकोस.'' मेनकेसमोर आता कोणी ऋषी उभे नव्हते, तर कन्येच्या मायेने अस्वस्थ आणि त्रस्त झालेला पिता उभा होता. ''तू माता आहेस तिची!'' ते पुढे म्हणाले, ''तुम्ही दोघंही सोयीस्करीत्या हे विसरला आहात की तिला तुमची आत्यंतिक गरज आहे.''

त्यांचे शब्द मेनकेला आसुडाच्या फटकाऱ्यासारखे वाटले. ती एक अत्यंत आत्मकेंद्री माता आहे असं त्यांना वाटत होतं का? निव्वळ विचाराने ती दुखावली गेली. तिला आता लेकीला भेटायला हवंच होतं. टाळून चालणार नव्हतं. ही तिची परीक्षा होती ज्याला ती प्रचंड घाबरत होती.

मेनकेला प्रमद्वराची भेट आठवली. मरणासन्न प्रमद्वरेला कुशीत घेताना मेनकेच्या दुःखाचा कडेलोट झाला होता; परंतु ह्या दुःखानेच तिला प्रत्यक्ष यमाच्या समोर ठामपणे उभे राहण्याची शक्ती दिली होती. अर्थात, आजची वेळ वेगळी होती. सत्याला सामोरं जायची वेळ आली होती.

मुठी घट्ट मिटून, धीर गोळा करत मेनका त्या कुटीबाहेर उभी राहिली. शेवटी दृढ निश्चयाने तिने पाऊल आत टाकलं. संपूर्ण आश्रमाप्रमाणेच इथेदेखील अतिशय स्वच्छता होती. ती कुटी पाहताच तिला कौशिकाची

आणि नदीकाठच्या त्यांच्या छोट्याशा घरकुलाची आठवण आली. अशीच स्वच्छता आणि नीटनेटकेपणा तिथे होता.

"तू माझी माता आहेस," त्या वाक्यातला थेटपणामुळे मेनका चमकली. तिला ना कडवटपणा जाणवला ना तीक्ष्णता. त्या कुटीत कोण आहे हेही तिला अजून दिसलं नव्हतं. आवाजाच्या दिशेने उजवीकडे तिने नजर टाकली. तिची लेक ठामपणे तिच्यासमोर उभी होती. आपली तपकिरी नजर रोखून उभ्या असलेल्या त्या सुकुमार तरुणीचं पुढे आलेलं पोट मेनकेच्या नजरेतून सुटलं नाही.

मेनकेने श्वास रोखून धरला. लेकीला पाहताच तिची भीती पराकोटीला पोहोचली. अतिशय निष्ठुरपणे घेतलेल्या लेकीच्या त्यागाच्या निर्णयाचा पश्चात्ताप उफाळून आला.

उत्तरादाखल तिने मान किंचित डोलावली. शुष्क कंठातून शब्द तरी उमटेल का ह्याबद्दल ती साशंक होती.

"तातांनी मला सांगितलं होतं की, दुष्यन्ताबद्दल तुझं मत प्रतिकूल आहे. तू किती बरोबर होतीस हे ते मला वारंवार सांगत राहतात," शकुन्तला बोलू लागली. "असणारंच ना! पुरुषांबद्दल तू खूप जाणून आहेस." ते ऐकताच मेनका दचकली. हा तर तिचा उपमर्द होता, तरीही तिच्यातील मातेला लेकीच्या नैराश्याचा स्वर जाणवला.

"दुष्यन्ताला ह्या बाळाबद्दल सांगणार आहेस का?" मनातील सर्व विचार बाजूला ठेवत मेनकेने थेट प्रश्न केला.

"नाही."

ती पुढे काही बोलेल म्हणून मेनका थांबली; परंतु शकुन्तला गप्प राहिली.

"माझंही तेच म्हणणं आहे," मेनकेनं उत्तर दिलं. "सत्य जाणून घेण्याची त्या माणसाची पात्रता नाही."

तिरकसपणे हसत शकुन्तला म्हणाली, "तुझ्या मताला इथे किंमत नाही. मी आणि माझं बाळ – आमच्यासाठी माझं मत पुरेसं आहे. मी बाळ असताना तू तेच तर केलं होतंस," बोलता बोलता तिची एक भुवई उंचावली.

अगदी पित्याची प्रतिमा आहे. भांडण्याच्या पावित्र्यात असला की, कौशिकची भुवई अशीच उंचवायची.

मेनकेने दाताने ओठ दाबून धरला. समजावण्यासारखं खूप काही असलं तरी बोलण्यासारखं काहीच नव्हतं.

‘‘मी तुझ्याकडे निव्वळ क्षमायाचना तेवढी करू शकते. तू ती करावीस असं नाही; पण मी निदान तशी आशा तरी करू शकते,’’ मनातल्या भावनांच्या कल्लोळावर कसंबसं नियंत्रण ठेवत मेनका म्हणाली.

शकुन्तलेच्या चेहऱ्यावरचा राग जराही कमी झाला नव्हता. ‘‘आणि, तू म्हणजे मी नाही. तू माझ्याहून कितीतरी शूर आहेस आणि खूप चांगली आहेस,’’ सौम्य स्वरात मेनका पुढे म्हणाली. ‘‘हे बाळ एकट्यानं वाढवायचं तू ठरवलं आहेस. तुझ्या वेळेस मी असं धैर्य दाखवू शकले नाही. त्याऐवजी कण्व ऋषींच्या हाती तुला सोपवणं मला सोपं वाटलं हे मी मान्य करते. माझ्या त्या निर्णयाचा पश्चात्ताप मला होत नाही. कारण, आज तू जी काही आहेस ती त्यांच्या संस्कारांमुळे. मी तुला इतक्या उत्तम प्रकारे घडवू शकले नसते.’’

तिच्याकडे तिरस्काराने पाहत शकुन्तला तिला म्हणाली, ‘‘शब्द... ते कितीही सुंदर असले तरी त्यामुळे तुझ्या कृतीतील भ्याडपणा कमी होत नाही.’’

‘‘स्वर्गातल्या दरबारात माझ्यासारखी वारांगना म्हणून वावरायला अधिक आवडलं असतं का तुला?’’ मेनकेने स्पष्टपणे प्रश्न केला. ‘‘अप्सरेची अप्सरा कन्या?’’

ते ऐकताच शकुन्तलेचे डोळे विस्फारले. तिच्या चेहऱ्यावरचा रंग उडाला.

‘‘म्हणूनच अप्सरा आपल्या अपत्यांना स्वर्गात नेऊ शकत नाहीत. शिवाय, तसंही अमर्त्यांना स्वर्गात प्रवेश नाही. शकुन्तला, तू राजकुमारी आहेस. आमच्या प्रेमाला तुला पारखं व्हावं लागलं हे खरं असलं तरी तुझ्याबद्दलचं आमचं वात्सल्य जराही कमी झालेलं नाही. कौशि... विश्वामित्राने तुला कण्व ऋषींच्या हाती सोपवलं कारण आम्ही तुला जे प्रेम, वात्सल्य, विद्या आणि आदराचं स्थान देऊ शकत नव्हतो, ते त्यांच्यामुळे तुला मिळालं असतं.’’

‘‘मग जन्माला तरी कशाला घातलंत मला?’’ शकुन्तलेने ठामपणे प्रश्न केला. ‘‘आपण मूल वाढवू शकणार नाही हे माहिती असूनही तू

मला धारण का केलंस? मी म्हणजे निव्वळ वासनेचं आणि लालसेचं फळ आहे.''

त्या कठोर शब्दांनी मेनका घायाळ झाली. जणू कोणीतरी तिच्या पोटात जोरात मुष्टीप्रहार केला होता. ती ताठरली; परंतु लेकीच्या शब्दाचा मारा सहन करण्यावाचून पर्याय नव्हता. शकुन्तला ताठपणे उभी होती. तिच्या नजरेतील क्रोध लपत नव्हता; पण मेनकेच्या बोलण्याकडे तिचं लक्ष असावं. स्वतःला सावरत मेनका म्हणाली, ''कारण, तुझ्या तातांवर माझं फार प्रेम होतं. त्यांचं मूल माझ्यापोटी जन्माला यावं अशी आस मला होती. मला कुटुंब हवं होतं. आपण सगळ्यांनी एकत्र राहावं अशी माझी इच्छा होती. कितीतरी गोष्टी हव्या होत्या मला!'' तिचा स्वर कातर झाला. स्वतःला सावरत ती पुढे म्हणाली, ''ज्या पुरुषावर आपण प्रेम करतो त्याचं मूल जन्माला घालण्यामागचा अर्थ मला समजतो; पण अशा पुरुषावर प्रेम जडेपर्यंत हा अर्थ जाणवला नव्हता मला.''

तिला पुढे बोलू न देता शकुन्तला उद्गारली, ''विश्ववसूवरसुद्धा प्रेम होतं तुझं,'' तिच्या स्वरातील विखार लपत नव्हता. ''त्याच्यापासूनसुद्धा तुला मूल झालं – तुझी पहिली लेक, प्रमद्वरा,'' जळजळीतपणे शकुन्तलेने आठवण करून दिली.

''तिचासुद्धा त्याग करावा लागला मला,'' स्थिर नजरेने पाहत मेनका म्हणाली. ''वसूला माझ्यापासून दूर केलं गेलं. अगदी एकटी पडले होते मी. म्हणूनच कदाचित प्रेमाची आस लागून राहिली होती मला. प्रेम, कुटुंब, मूल... तुझ्या पित्यापासून झालेलं मूल. ज्याच्यावर मी खूप प्रेम केलं त्याच्यापासून मला मूल झालंही; पण मी ते नाही ठेवू शकले.'' आपल्या लेकीच्या निर्विकार चेहऱ्याकडे पाहत मेनका बोलायची थांबली.

''थांबलीस का? बोल,'' जळजळीत स्वरात तिरकसपणे शकुन्तला म्हणाली. ''तुझ्यासारख्या अनुभवी आणि... प्रगल्भ स्त्रीची गाथा तिच्याच तोंडून ऐकणं हा माझ्यासाठी मोलाचा अनुभव आहे.'' ते ऐकताच मेनका कळवळली. तिच्या हातापायातील जोर संपला. मोठ्या कष्टाने स्वतःला सावरत बाजूला असलेल्या आसनावर ती कशीबशी टेकली.

''पण तसं होणार नव्हतं. अगदीच मूर्ख होते मी. शकुन्तला, तू मात्र तशी नाहीस...'' बोलता बोलता मेनका थांबली.

शकुन्तलेनं मान डोलावली, ती मेनकेला अनुमोदन देण्यासाठी की मनातल्या विचारांना अनुसरून हे मेनकेला कळू शकलं नाही. विचित्र हसत शकुन्तला म्हणाली, ''मला वाटतं की, स्त्रिया कितीही चतुर असल्या तरी प्रेमात पडल्यावर मूढपणा करतात. निदान मी तरी केला; पण तुझं काय? तू तर माझ्या पित्याला मोहात पाडलं होतं. तू वंचना केलीस त्यांच्याशी. माझा आणि त्यांचा त्याग करून निघून गेलीस.''

तिच्या शब्दांतील विखाराने मेनका अवाक झाली. ''जावंच लागलं मला त्याच्या आणि तुझ्याही भल्यासाठी.'' त्या संदर्भात अधिक खोलात न जाता ती पुढे म्हणाली, ''तू खरोखरच धैर्यवान आहेस. माझ्यात तेवढं धैर्य नव्हतं.''

आपल्या शब्दांनी शकुन्तला शांत होईल असं वाटून मेनकेने तिच्याकडे पाहिलं. खोल श्वास घेत शकुन्तला स्वतःवर नियंत्रण मिळवायचा प्रयत्न करत होती. तिने चेहरा वळवल्यामुळे तिच्या चेहऱ्यावरचे नेमके भाव मेनकेला दिसू शकले नाहीत. नकळत शकुन्तला बोलून गेली, ''प्रेम केलं मी त्याच्यावर.''

तिचा स्वर किंचित चढला, ''पण त्याने नाही. वापर करून टाकून दिलं त्याने मला.'' तिचा स्वर कडवट झाला होता, ''किती विश्वास टाकला मी त्याच्यावर! आमचं मूल त्याच्या राज्याचा भावी वारस असेल, असं वचन दिलं होतं त्याने मला. त्या एका अटीवर मला स्पर्श करण्याची अनुमती मी त्याला दिली होती.''

मेनकेने नवलाने विचारलं, ''असं वचन घेतलंस तू? त्या एका शब्दावर तू शरीर स्वाधीन केलंस त्याच्या?''

''हो!'' ती ठामपणे म्हणाली. ''मला खात्री हवी होती. गुप्तपणे विवाह करण्याने त्याला जबाबदारीचं भान येईल ह्याबद्दल अनिश्चितता होती माझ्या मनात.''

''पण कशावरून तो वचन पाळेल? तो इथे परत आला नाही, पत्नी म्हणून तुझा स्वीकार केला नाही; कशावरून तो मुलाला आपलं म्हणेल?'' मेनकेच्या स्वरात काळजी होती.

''तो येणार नाही हे माहीत आहे मला म्हणूनच हे मूल होऊ द्यायचं आणि वाढवायचा माझा निश्चय आहे,'' ज्या आत्मविश्वासाने शकुन्तलेने हे शब्द उच्चारले ते पाहून मेनकेला तिचं कौतुक वाटलं.

"हे सोपं नसेल ह्याची जाणीव आहे ना तुला?"

"तसं तर काहीही सोपं नसतं. माझा त्याग करणं सोपं होतं का तुझ्यासाठी? तुझ्याशिवाय एकटीने मोठं होणं सोपं होतं का माझ्यासाठी?"

अस्वस्थपणे मेनका किंचित पुढे झाली, "क्षणैक भावनेतून तू निर्णय घेते आहेस, शिवाय, तो अपवादात्मक आहे. माझं मात्र तसं नव्हतं. स्वतःची जबाबदारी टाळणं हा भ्याडपणा आहे, तो मी केला आणि त्यामुळेच की काय मी तुला सहजपणे सोडू शकले. तुझं मात्र तसं नाही. संपूर्ण जगाला तू मोठ्या धैर्यानं सामोरी जाणार आहेस. शकुन्तला, हे धैर्य आजवर कुठल्याही स्त्रीने दाखवलं नाही. आपल्या बाळाला एकट्याने वाढवण्याचा निर्णय घेणारी तू पहिलीच माता आहेस असं मी म्हणेन."

त्यावर शकुन्तला ठामपणे म्हणाली, "माता आणि पितादेखील. ज्या जगात मी माझ्या बाळाला आणणार आहे तिथे त्याला कधीही उपरं किंवा अनाथ वाटणार नाही ह्याची काळजी घेईन मी."

तिचा प्रत्येक शब्द मेनकेच्या काळजाला चिरत गेला. काही वर्षांपूर्वी शकुन्तलेच्या बाबतीत घेतलेल्या प्रत्येक कृतीचा विचार मेनकेच्या मनाला उद्ध्वस्त करू लागला.

"ह्यातून मला काहीही सिद्ध करायचं नाही," शकुन्तला आता बरीच सावरली होती. "मात्र, मी माझ्या बाळाचा त्याग करणार नाही हे नक्की. पत्नी म्हणून माझा आणि पिता म्हणून बाळाचा स्वीकार न करणाऱ्या दुष्यन्ताकडे मी जाणार नाही. जो आपल्या पत्नीकडे परतून येत नाही तो पुत्राचा स्वीकार काय करणार! मलाही त्याची गरज नाही असं समज. प्रजाहितदक्ष राजा इलिन/हेमुलाबी आणि राणी रत्नतारा ह्यांच्या पोटी त्याने जन्म घेतला आहे. वारसाहक्काने चालत आलेलं त्याचं राज्य गंधारपासून विंध्यापर्यंत आणि सिंधूपासून वंगभूमीपर्यंत विस्तारलेलं आहे; परंतु त्याचं पद किंवा प्रतिष्ठा ह्यांचा मोह मला नाही. स्वतःसाठी मला काहीही नको, तरीसुद्धा वेळ येईल तेव्हा माझ्या बाळाला त्याचा वारसा हक्क मिळावून देण्यासाठी मी ठामपणे उभी राहिन." तिच्या नजरेतील भाव पाहून मेनकेला विश्वामित्राचा भास झाला.

"आपली पत्नी आणि राणी म्हणून मला स्वीकारायची त्याची तयारी नसेल तर नसू दे. माझा उपभोग घेतल्यानंतर मला दिलेलं वचन पूर्ण करण्याची आवश्यकता त्याला भासत नाही. एकरूपतेच्या त्या तरल क्षणी

जर कोणी असत्य भाषण करत असेल तर ते क्षमेच्या पात्र कसं असेल?'' तिने उघडपणे विचारलं.

''नाही, नक्कीच क्षमेला पात्र नाही. अशा वेळेस व्यक्तीचं खरं रूप उघड होतं,'' आपल्या लेकीच्या परखडपणामुळे मेनकेला तिचं कौतुक वाटलं.

''तो परत आला नाही ह्याच्यावरून त्याची वृत्ती स्पष्ट होते. त्याने माझा त्याग केला आहे. मी त्याच्याकडे याचना करणार नाही. त्याच्या नगरीत जाऊन त्याला समजवणार नाही. कधीही नाही!'' अतिशय क्रोधाने शकुन्तला म्हणाली. ह्या क्षणी तिच्या पित्याप्रमाणे तिच्याही नजरेत क्रोध आणि गर्वाचं मिश्रण दिसतं होतं.

''आपल्या बाळासाठी पण नाही?'' कळवळून मेनकेनं विचारलं.

''बाळासाठी वाट्टेल ते करेन मी!'' ती झटक्यात म्हणाली, ''परंतु पत्नीच्या नात्याने नाही. राणीचा अधिकार मिळवायला तर मुळीच नाही. एक माता म्हणून मात्र मी उभी राहिन. माझ्या बाळाला त्याच्या हक्कापासून वंचित करणार नाही.''

मेनकेने आपल्या लेकीकडे पाहिलं. भावनेच्या आहारी जाणाऱ्या, निरागस अशा लेकीच्या जागी एक खंबीर माता तिला दिसली. दुष्यन्ताच्या भुलावण्याला ती भुलली नव्हती. त्याने तिच्या अंगाला स्पर्श करण्याआधी तिने त्याच्याकडून वचन घेतलं होतं. गांधर्वविवाह करण्याचा निर्णय तिने स्वतःहून घेतला होता. तिचा पुत्र राजा म्हणून आणि कन्या राजकन्या म्हणून वावरणार होती. त्यांचा त्याग किंवा अस्वीकार ती खपवून घेणार नव्हती. आयुष्यात भेटलेल्या पहिल्या पुरुषासमोर तिचा चतुरपणा आणि सावधानता, दोन्हीही जागरूक होत्या. वयाला न शोभणाऱ्या दूरदृष्टीने तिने आपल्या होऊ घातलेल्या बाळासाठी उत्तम संधी प्राप्त केली, राजघराण्याचा वारसा जोपासला. दुष्यन्ताच्या मोठेपणाला ती बळी पडली नव्हती. त्याची प्रेयसी किंवा अंगवस्त्र म्हणून आपली गणना होणार नाही ह्याची खात्री तिने करून घेतली होती. ती त्याची पत्नी होती, राणी होती. त्याच्या क्षणैक मोहाला तिने अतूट विवाह बंधनात बांधलं होतं. होणाऱ्या बाळाला नैतिकतेचं स्थान दिलं होतं.

आपण आपल्या लेकीला पुरेसं ओळखत नाही ह्याची जाणीव मेनकेला झाली. कदाचित, शकुन्तलेने आपल्या अनाथपणाची जाणीव सातत्याने

जागृत ठेवली असेल. त्या असुरक्षिततेपायी तिने दुष्यन्ताकडून वचन घेतलं असावं. आपल्या आयुष्यात आलेल्या पुरुषाच्या आयुष्यातील आपलं स्थान निर्विवादपणे मान्य केलं जाईल, ह्याची खात्री तिने केली होती. त्याच्या राजेपणाला ती दबली नव्हती. तिच्याही धमन्यांतून राजवंशाचं रक्त वाहत होतं. शिवाय, ऋषींच्या प्रज्ञेची जोड त्याला होती. आपल्या लेकीच्या बुद्धीमुळे मेनका अवाक झाली.

स्वतःवर नियंत्रण ठेवत शकुन्तला म्हणाली, ''वेळ येईल तेव्हा मी त्यांच्या हक्कासाठी लढेन. तूर्तास मात्र...''

'म'झ्याबरोबर इन्द्रलोकात चल,'' मेनका आसुसून म्हणाली. ''तुझी आणि बाळाची काळजी मी घेईन. तुला पुत्र झाला तर देव त्याला युवराजाला आवश्यक असं लढाईचं प्रशिक्षण...''

''आणि कन्या झाली तर?'' शकुन्तलेच्या स्वरातील साशंकता मेनकेला जाणवली. सर्व दुःखांपासून आपल्या लेकीचं संरक्षण करण्याची तीव्र आस तिच्या मनात जागली.

''ती राजकुमारी म्हणून वाढेल. सर्व कलांमधे निपुण होईल. युद्धशास्त्र शिकेल. माझ्या लेकीसाठी मी जे करू शकले नाही ते मी तिच्या लेकीसाठी करेन. जे जे सर्वोत्तम ते ते मी तिला देईन,'' मेनका आतुरतेने म्हणाली. इन्द्राने विरोध केला तर त्याविरुद्ध उभं राहायची तयारी तिच्या मनाने केली.

मानेने नकार देत शकुन्तला म्हणाली, ''पण स्वर्गात तर मर्त्य मानवांना प्रवेश नसतो! माते, तू माझी चिंता करू नकोस. मी इथे आनंदात आहे.''

तिच्या तोंडून आलेले 'माते' हे शब्द ऐकताच मेनका श्वास घ्यायला विसरली. तिचा आपल्या कानांवर विश्वास बसला नाही. आनंदाची सुखद कळ तिच्या हृदयात उमटली. 'माते,' त्या एका शब्दानंतर पुढचं तिला काहीही ऐकू आलं नाही. तिचे कान तृप्त झाले. जणू तृषार्त धरणीवर झालेला पहिल्या पावसाचा शिडकावा. आज पहिल्यांदाच तिच्या मनात अतीव समाधानाची भावना दाटून आली. मनातल्या आशेला धुमारे फुटले. तिच्या लेकीने तिचं मातृत्व मान्य केलं होतं.

समजुतीच्या स्वरात शकुन्तला म्हणाली, ''मी अरण्यकन्या आहे. जगण्याची दुर्दम्य इच्छा आम्हाला जगवते. निसर्गाचं सौंदर्य आणि क्रौर्य, सामर्थ्य आणि संवर्धन आम्ही जाणून आहोत. निसर्गाचा सन्मान करत आम्ही

त्याची पूजा करतो. ह्या निसर्गानेच मला खंबीर केलं आहे. तुझं जग कसं आहे ह्याची जाणीव मला नाही. किंबहुना, ह्या अरण्यापलीकडचं जग मला ठाऊक नाही. समाज नियमांची जाणीव मला नाही. कदाचित, पित्याविना मूल हा त्या जगात अपराध असेल; पण मी जाणीवपूर्वक हा निर्णय घेते आहे. ज्या जगाचा मी भाग आहे, त्याच जगात मला माझं मूल वाढवायचं आहे. ह्या चौकटीबाहेरच्या अन्याय्य कल्पनांमध्ये मी त्याला वाढवणार नाही. आम्हा अरण्यवासियांचे नियम स्वतंत्र आहेत. माते, तू स्वतः अनुभवले आहेस ते. तुला त्यांची कल्पना नाही असं कसं म्हणता येईल? मी एका पुरुषाला भेटले, त्याच्या प्रेमात पडले आणि अत्यंत विश्वासाने स्वतःला त्याच्या सुपुर्द केलं. त्या एकरूपतेतून मला सौख्य मिळालं. त्याने माझ्या विश्वासाची जाणीव ठेवली नाही, त्याने पलायन केलं म्हणूनच त्याचं हे मूल मी एकटीने वाढवणार आहे. ह्यात कुठेही परंपरांना विरोध करण्याची किंवा बंड करण्याची भावना नाही. हा माझा वैयक्तिक निर्णय आहे. एक कुमारिका, तरुणी आणि आता माता. हे मला मान्य आहे. मी जाणीवपूर्वक हे स्वीकारते. माझ्या पोटी पुत्र जन्माला येवो अथवा कन्या, त्या बाळाला मी ह्या अरण्यात लहानाचं मोठं करेन. युद्ध, शास्त्र, कला आणि विद्यादान देईन. कुठल्याही राजपुत्र अथवा राजकन्येपेक्षा काकणभर सरस पद्धतीने मी बाळाला वाढवेन.'' तिच्या वक्तव्यातून तिचा स्वाभिमान ठळकपणे दिसून येत होता. ''त्यासाठी बाळाला पित्याच्या वारशाची गरज नाही. बाळाच्या पितामहांनी - विश्वामित्रांनी ज्याप्रमाणे स्वबळावर सारं काही साध्य केलं तसंच माझं बाळ करेल.''

मेनका थक्क झाली. कौशिकाने आपल्या पौत्राच्याबाबत केलेलं भाकीत खरं ठरणार होतं तर. त्यांच्या लेकीचा पुत्र एका मोठ्या राष्ट्राचा संस्थापक होणार होता का? तिने शकुन्तलेकडे रोखून पाहिलं. पित्याचा ठामपणा शकुन्तलेच्या नजरेतून परावर्तित होत होता. आपल्या हक्कांसाठी लढण्याचा समंजसपणा तिच्यात होता. बाळाच्या आणि तिच्या भविष्याचा विचार करून त्यानुसार नियोजनाची दूरदृष्टी तिच्यामध्ये होती. वारसा हक्क प्राप्त करण्यासाठी ती लढणार होती... आणि हे सारं ती एकटीने करणार होती. कण्व ऋषींचा गैरसमज झाला होता. शकुन्तलेला तिच्या मातेची गरज नव्हती. खरंतर, तिला कोणाचीच गरज नव्हती. कारण, तिच्या जवळ तिचं बाळ होतं. हे बाळ तिच्या जगण्याचं एकमेव अधिष्ठान असेल हे मेनका समजून होती.

''आणि माते, मी स्वतः राजकुमारीच तर आहे, नाही का?'' पहिल्यांदाच शकुन्तलेच्या चेहऱ्यावर हसू उमटलं. ''जन्माला आल्यापासून माझं बाळ राजपुत्र किंवा राजकन्या म्हणून वाढेल. समाजाच्या ज्या परंपरा मला ठाऊक नाहीत त्यांच्यापायी मी बाळाचा त्याग करणार नाही.''

त्यावर काही बोलण्याची आवश्यकता मेनकेला वाटली नाही. तिला तिचं उत्तर मिळालं होतं. कण्व मुनी आश्रमात परतेपर्यंत न थांबता शकुन्तलेनं स्वतःला दुष्यन्ताच्या स्वाधीन का केलं हा प्रश्न तिला भेडसावत होता. त्याचंही उत्तर तिला मिळालं. अनाथपणाच्या जाणिवेतून शकुन्तलेच्या मनात असुरक्षिततेची भावना निर्माण झाली होती. ती प्रेमात पडली होती. वाट्टेल ती किंमत द्यावी लागली तरी तो तिला हवा होता. शृंगार आणि सुटका हे दोन्ही तिला लाभणार होते. त्याच्या प्रतिष्ठेमुळे तिच्या बाळाचं भविष्य उज्ज्वल असणार होतं. विश्वामित्र ऋषींची– एका राजाची कन्या म्हणून जन्माला येऊनही तिला राजेपण कधीच मिळालं नव्हतं. अरण्यवासी म्हणूनच तिला वाढावं लागलं होतं. कण्व मुनी आणि इतर आश्रमवासियांनी जरी तिच्यावर वात्सल्याचा वर्षाव केला होता तरी 'आपण कुणाचेच नाही' ही भावना तिच्या मनात घर करून होती. नशिबाचे हे भोग आपल्या बाळाच्या वाट्याला आलेले तिला कसे चालले असते? म्हणूनच, बाळाच्या उज्ज्वल भवितव्यासाठी तिला योग्य पुरुषाशी विवाह करायचा होता. तो पुरुष दुष्यन्ताच्या रूपात तिला मिळाला. प्रथमदर्शनी ती त्याच्या प्रेमात पडली. असुरक्षिततेच्या भावनेतून माणूस किती वेगळ्या गोष्टी करतो! कुठेतरी मेनकेला जाणवलं की, तिने शकुन्तलेचा त्याग केल्यामुळे कदाचित शकुन्तलेच्या मनात ती असुरक्षितता निर्माण झाली असावी. एका मातेने नकळत आपल्या लेकीला दिलेला वारसा होता तो.

# अज्ञान आणि ज्ञान

कुणीतरी मदतीची याचना करत आहे, असं विश्वामित्रांना वाटलं. याचना नव्हे मृत्युपंथाला लागलेल्या व्यक्तीची धडपड! विश्वामित्र चमकले. मरणार आहे का तो? निरुपायाने डोळे उघडत त्यांनी सभोवार पाहिलं. आधी त्यांना कुणीच दिसलं नाही. मग मात्र त्यांची नजर पायाशी नतमस्तक झालेल्या रडणाऱ्या त्या माणसावर गेली.

''माझ्यावर कृपा करा! मला थोडंसं पाणी हवं आहे हो!'' याचकाच्या तोंडून कसेबसे शब्द बाहेर पडले.

क्षणाचाही विचार न करता विश्वामित्रांनी आपल्या कमंडलूतील पाणी त्या याचकाला पाजलं. त्याच्या फाटलेल्या ओठातून रक्त वाहत होतं. पाण्याचा पहिला थेंब जिभेवर पडताच तो शांत झाला. गरीब ब्राह्मण होता तो. अंगावरच्या फाटक्या वस्त्रांतून त्याची विपन्नावस्था जाणवत होती. अधाशासारखा पाणी पीत असताना पाण्याचा थेंबसुद्धा त्याने इकडेतिकडे वाया जाऊ दिला नाही. शेवटचा थेंब संपताच त्याने विश्वामित्रांना कमंडलू परत केला. तहान भागल्यामुळे त्याला शक्ती आल्यासारखं दिसत होतं.

''हे दयाळू मुनीवर, मी आजन्म तुमचा ऋणी राहिन. तुम्ही माझा जीव वाचवला आहे.'' अजूनही त्याचा आवाज किंचित घोगरा आणि थकलेला होता. त्याच्या डोळ्यांत अनिश्चितता दिसून येत होती. धीर एकवटून त्याने विचारलं, ''पोटाला दोन घास मिळतील का? गेल्या दहा दिवसांत अन्नाचा कणदेखील पोटात गेला नाही.'' विश्वामित्रांनी मान डोलावली. आपल्या गुरूंनी उपवास मोडावा म्हणून त्यांचा शिष्य त्यांच्यासाठी रोज भोजन आणून

ठेवत असे. तेच भोजन त्यांनी याचकासमोर ठेवलं. काही फळं, कंदमुळं आणि थोडं शिजवलेलं अन्न त्यात होतं.

ते पाहताच याचकाने खाण्यासाठी हात पुढे केला आणि दुसऱ्याच क्षणी मागे घेतला. वाढलेली नखं, गलिच्छ हात; कसं काय अन्न सेवन करणार होता तो. ''हात धुतल्याशिवाय मी भोजन करू शकत नाही.'' त्याने म्हटलं. त्याच्या हातावर थोपटत विश्वामित्र म्हणाले, ''कमंडलूमध्ये आता पाण्याचा थेंबही नाही. जवळच नदी आहे.'' याचकाच्या मागच्या दिशेने त्यांनी निर्देश केला. ''पण तिथे जाऊन हात धुण्याइतकी शक्ती आहे का तुमच्यात?'' साशंकतेने विश्वामित्रांनी विचारलं.

''स्वच्छता सर्वाधिक महत्त्वाची आहे. शरीर स्वच्छ असेल तरच मनसुद्धा पवित्र राहील. आत्मप्रबोधनाची ती पहिली पायरी आहे,'' असं म्हणत याचक धडपडत उठू लागला.

विश्वामित्रांनी त्याला उठण्यासाठी आधार दिला. सुरुवातीला त्याचा तोल गेला तरी त्याने स्वतःला सावरलं. खांदे ताठ करत नदीच्या दिशेने ठामपणे त्याने पाऊल टाकलं. ''लवकर या, अन्यथा भोजन निवेल,'' विश्वामित्रांनी सूचना केली.

त्यावर मान डोलावत याचक लगबगीने निघाला.

समोरच्या अन्नाकडे विश्वामित्रांनी पाहिलं; परतुं त्यांना भुकेची जाणीव झाली नाही. खाण्याची लालसा वाटली नाही. निःश्वास सोडत त्यांनी पुन्हा ध्यान लावलं.

एव्हाना याचक नदीवर पोहोचला होता. अतिशय काळजीपूर्वक त्याने आपले हात स्वच्छ केले, नखांमध्ये साचलेली घाण काढली. त्याच्या पावलांची अवस्था भयानक होती. बाजूला पडलेल्या गुळगुळीत गोट्याने त्याने पाय स्वच्छ केले. चेहऱ्यावर पाण्याचे शिपकारे मारले. पुन्हा एकवार हात धुऊन याचक विश्वामित्रांच्या दिशेने परतला.

अंगात त्राण नसल्यामुळे तेवढं अंतर पार करायला त्याला वेळ लागला. त्या प्रचंड वटवृक्षाच्या सावलीत विश्वामित्र पद्मासनात बसले होते. भुकेलेल्या याचकाने अन्नाकडे नजर टाकली आणि त्याला नवल वाटलं. अजूनही ते अन्न गरम होतं. आता मात्र वेळ न दवडता याचक भोजनावर तुटून पडला. तृप्त मनाने आणि भरलेल्या पोटाने त्याने विश्वामित्रांकडे पाहिलं.

कृतज्ञता व्यक्त करण्यासाठी याचक काही तरी बोलणार तोच त्याच्या लक्षात आलं की, ऋषींनी ध्यान लावलं होतं. काही क्षण तसेच गेले. मनाचा हिय्या करत याचकाने ऋषींच्या हाताला स्पर्श केला. ऋषींचा काहीही प्रतिसाद नाही हे पाहून त्याने ऋषींच्या डाव्या खांद्याला स्पर्श केला. आता मात्र विश्वामित्रांनी डोळे उघडले. समोर उभ्या असलेल्या याचकाकडे पाहून ते हसून म्हणाले, ''देवेन्द्रा, भूतलावर तुझं स्वागत असो. इथलं वातावरण तुला पोषक असेल अशी आशा करतो.''

याचक दचकला. दोन्ही मुठी घट्ट बंद करत त्याने कमरेवर ठेवल्या – सवयीप्रमाणे. अतिशय त्रासून इन्द्राने विश्वामित्रांकडे पाहिलं. आजवर पदोपदी ह्या माणसाने स्वतःचं वर्चस्व सिद्ध केलं होतं, त्याला हरवलं होतं. आजही तेच झालं; परंतु इन्द्र हार मानणाऱ्यातला नव्हता.

''हे देवराज, हा तुमचा पराभव नाही,'' विश्वामित्र म्हणाले.

इन्द्र जरी त्रासला होता तरी तो काही बोलला नाही.

''तुम्ही स्वर्गरक्षणाचं तुमचं कर्तव्यपालन करत आहात. मी नाही का मला जे साध्य करायचं आहे त्याचं रक्षण करत,'' विश्वामित्रांनी शांतपणे मुद्दा मांडला.

इन्द्राने अविश्वासाने विश्वामित्रांकडे पाहिलं. त्यांच्या चेहऱ्यावर क्रोधाची कोणतीही खूण नव्हती. चेहऱ्यावरची शांतता ढळली नव्हती. ह्या शेवटच्या परीक्षेत विश्वामित्र उत्तीर्ण झाले होते. तहान आणि भुकेसारख्या मूलभूत गरजांवर त्यांनी विजय मिळवला होता. त्याहीपेक्षा त्यांनी स्वतःच्या मनावर आणि शीघ्रकोपावर नियंत्रण मिळवलं होतं. नेहमीप्रमाणे ते क्रोधाच्या आहारी जातील हा इन्द्राचा कयास खोटा ठरला होता. मेनकेच्या वेळेस विश्वामित्र क्रोधावर नियंत्रण ठेवू शकले नव्हते. तिने केलेल्या वंचनेनंतर त्यांनी स्वतःला अधिक खंबीर केलं होतं. हृदयभंग झाल्याच्या दुःखात ते खितपत पडले नाहीत. प्रतारणेमुळे त्यांच्या मनात सुडाची भावना पेटली नाही. इन्द्राला वाटलं होतं त्याप्रमाणे त्यांनी प्रतिशोधदेखील घेतला नाही. रागापायी ते स्वतःवरचं नियंत्रण कसं हरवतात, हे पाहण्यासाठी इन्द्राने रम्भेला पाठवलं होतं. त्या वेळेस तिला शाप दिल्यामुळे विश्वामित्रांचा तपोभंग झाला होता.

आज मात्र तसं काहीही झालं नाही. त्यांच्या नजरेतील शांत भाव तसाच राहिला. 'महाऋषी,' इन्द्राने मनात म्हटलं. देवांना आव्हान देणारा माणूस. प्रतिस्वर्ग निर्माता. स्वतंत्र इन्द्राची योजना करण्याची धमकी देणारा.

आरंभलेल्या प्रत्येक यज्ञाला देवांना पृथ्वीवर उपस्थित राहायला लावणारा. अमर्त्य आणि मर्त्य ह्यांच्यातील समीकरण बदलणारा. ज्ञान मिळवण्यासाठी निग्रहाने तपश्चर्या करून ते समकालीन महर्षींच्या पदाला पोहोचले होते. ब्रह्मर्षिपद प्राप्त करण्याच्या वाटेवर त्यांनी गायत्री मंत्राची निर्मिती केली होती. त्या मंत्राचा नाद आणि अर्थ ह्यांचा परिपाक म्हणून आत्मप्रबोधनाची आणि उत्कर्षाची वाट समस्त मानवजातीसाठी सुकर झाली होती. 'गायत्री' ह्या शब्दाची महती खऱ्या अर्थाने आजवर कोणी जाणली नव्हती. ती जाणीव होती ती केवळ विश्वामित्रांना. हा मंत्र केवळ प्रज्ञांवत आणि साधकांसाठी नसून, सर्व सामान्यांसाठी होता, ह्यातच त्या मंत्राचं अलौकिकत्व होतं. सद्गुणांची महती त्यातून ठळकपणे लक्षात येत होती.

आज पहिल्यांदाच इन्द्राला अनिश्चितता जाणवली. इन्द्र, देवांचा राजा, आज मात्र एका क्षुल्लक माणसाच्या कृपेवर त्याचं देवत्व अवलंबून होतं. त्या एका प्रलंबित क्षणात इन्द्राने स्वतःचा पराभव मनोमन स्वीकारला. समोर उभ्या असलेल्या मानवाची महती मान्य केली. ज्या मर्त्य माणसाला संपवून टाकायची शपथ त्याने घेतली होती त्याचं मोठेपण मान्य केलं. निरुपायाने का होईना; पण इन्द्राला स्वीकारावं लागलं की ज्याला तो यत्किंचित समजत होता तो त्याच्याहून सर्वार्थाने श्रेष्ठ होता. ही जाणीव होताच इन्द्राला सत्वर देवलोकात, आपल्या सुरक्षित परिघात परतावंसं वाटलं; परंतु खिन्नता आणि भीती ह्या दोन्हींच्या प्रभावामुळे त्याची पावलं तिथेच खिळून राहिली. शरणागती. अनिश्चितता. विश्वामित्र त्याच्याबाबत कोणता निर्णय घेईल आता?

आज पहिल्यांदाच विश्वामित्रांना स्वतःवर असलेलं संपूर्ण नियंत्रण जाणवलं. त्यायोगे प्रचंड सामर्थ्याची अलौकिक जाणीव त्यांना झाली. इन्द्र. त्यांच्या साधनेच्या वाटेवर पावलोपावली अतर्क्य अडचणी उभा करणारा देव. अमर्याद दुःख देणारा. विरह वेदना भोगायला लावणारा. मेनकेच्या वियोगाला कारणीभूत झालेला. क्षणभर डोळे मिटून घेत विश्वामित्रांनी शांततेची अनुभूती घेतली. इन्द्रामुळेच मेनका त्यांना भेटली होती, त्यामागे इन्द्राचं कपट असलं तरी! आज मेनका निव्वळ आठवण म्हणून उरली होती. त्यांच्या आत्म्याला तोषवणारी आठवण. त्याचं पोषण करणारी आठवण. ती जरी कायमची निघून गेली होती, तरीही ती सदैव त्यांच्याबरोबर होती. तिथून तिला कुणीही काढू शकणार नव्हतं. अगदी इन्द्रदेखील.

मनात असलेला भावनांचा कल्लोळ विश्वामित्रांच्या चेहऱ्यावर मात्र उमटला नाही. ''देवेन्द्र, तुम्ही वेश बदललेला असला तरी प्रत्यक्षात तुम्हाला भेटणं ही माझ्यासाठी सन्मानीय बाब आहे,'' मूळ रूपात आलेल्या इन्द्राकडे पाहत विश्वामित्र म्हणाले.

''मी हातपाय धुऊन येईपर्यंत माझं भोजन गरम होतं आणि तुम्ही ध्यानाला बसला होता, त्यामुळे मी कोण आहे हे तुम्हाला समजलं असेल हे माझ्या लक्षात यायला हवं होतं,'' खांदे उडवत इन्द्राने उत्तर दिलं. ''मला प्रतिआव्हान न देण्याचा निर्णय तुम्ही का घेतलात?''

''नेमकं कशासाठी आव्हान द्यायचं अजूनही तुमच्या मनात आहे?'' शांतपणे विश्वामित्रांनी विचारलं. ''इन्द्रा, मला तुमचा स्वर्ग नको. अनेक वेळा अनेक प्रकारांनी तुम्ही माझा तपोभंग केलात. माझी इच्छाशक्ती वारंवार मोडून काढलीत. आजही माझी साधना तुम्ही भंग केली आहेत. त्यामागे तसंच काही विशेष कारण असावं,'' कुठलाही कडवटपणा न ठेवता विश्वामित्र म्हणाले.

''खरं आहे! मी अपराधी आहे,'' त्या देखण्या राजाचा चेहरा उतरला होता. ''तुमच्याबाबत मी आजवर अनेक वेळा चुकीच्या पद्धतीने वागलो. त्यासाठी मी मनापासून क्षमा मागतो.''

''मी तुम्हाला क्षमा करतो,'' विश्वामित्रांनी नम्रतेने उत्तर दिलं. ''तसंही मेनकेने मला बजावलं होतं की, तुम्हाला शाप देण्यात मी माझी साधना व्यर्थ दडवता कामा नये.''

मेनकेच्या उल्लेखासरशी इन्द्र चमकला हे विश्वामित्रांनी अचूक टिपलं. ''मला तुम्ही अमर्याद दुःख दिलंत; पण मेनकेच्याबाबतीत तुम्ही अतिशय क्रौर्याने वागलात,'' कितीही शांतता धारण केली तरीही एक विचित्र अस्वस्थता विश्वामित्रांना जाणवली. ''खरं म्हणजे त्यासाठी मी तुम्हाला शिक्षा करायला हवी; परंतु माझ्या मेनकेचा सल्ला मी ऐकणार आहे. तिच्या चांगुलपणाला तुम्ही पात्र नाही हे खरं असलं तरी तुम्ही झाल्या प्रसंगावरून योग्य धडा घेतला आहे का हा प्रश्न अनुत्तरीत राहतो. इतरांच्या जीवांशी आणि भावनांशी खेळण्याची वाईट खोड तुम्हाला आहे. एक ना एक दिवस त्या साऱ्यांचे दुष्परिणाम तुम्हाला भोगावे लागतील. देवत्वाच्या पदावरून तुम्हाला पायउतार व्हावं लागेल. देवेन्द्रा, दक्ष राहा! तुम्ही स्वतःच स्वतःचे सर्वांत मोठे शत्रू आहात.''

ह्या प्रभावशाली ऋषीने आपल्याला कुठलाही शाप दिला नाही ह्या विचारात इन्द्र इतका मग्न होता की, विश्वामित्रांच्या म्हणण्याचा सखोल अर्थ जाणून घ्यायला तो कमी पडला. सुस्कारा टाकत त्याने म्हटलं, ''मुनीवर, तुमच्या तपसाधनेत अडथळा आणण्याचा माझा हेतू नव्हता. मी इथे एक दूत म्हणून - खरंतर एक मध्यस्थ म्हणून आलो आहे.''

इन्द्र पुढे काय बोलतो हे ऐकण्यासाठी विश्वामित्र शांत राहिले. इन्द्र घाईघाईने सांगू लागला, ''तुम्ही आता ब्रह्मर्षिपदाच्या अगदी निकट आहात. सर्व देव आणि त्रिमूर्तींना हे मान्य...''

''हा तर माझा गौरव आहे,'' इन्द्राचं बोलणं मध्ये तोडत विश्वामित्र म्हणाले. ''मात्र, मी वाट पाहत आहे ती महान ऋषी वसिष्ठ ह्यांच्या आशीर्वादाची. त्यांची मान्यता मला हवी आहे. ते सर्वश्रेष्ठ आहेत. ते ज्या क्षणी माझी साधना मान्य करतील, तो क्षण माझ्या आयुष्यातील सर्वोच्च क्षण असेल.''

''ते नाही येऊ शकत. त्यांच्या सर्व पुत्रांच्या मृत्यूमुळे त्यांना अतिशय शोक झाला आहे,'' नजर बारीक करत इन्द्र म्हणाला.

विश्वामित्रांनी ओठ घट्ट मिटून घेतले.

''मी असं ऐकलं की, त्यांच्या मृत्यूचं उत्तरदायित्व काही प्रमाणात तुमच्यावर...''

इन्द्राला वाक्य पूर्ण करू न देता विश्वामित्र म्हणाले, ''देवेन्द्र, पुरे झाला ढोंगीपणा. उगाचच विषय वाढवू नका.'' स्वर शांत असला तरी विश्वामित्रांची नजर गढुळलेली होती. चेहऱ्यावर खेद दिसत होता. इन्द्राचा अप्रत्यक्ष वार खोटा नव्हता. वसिष्ठपुत्रांच्या मृत्यूला विश्वामित्र नक्कीच जबाबदार होते. ते सारं काही इतक्या झटक्यात घडून गेलं की, विचार करायला किंवा थोपवायलादेखील विश्वामित्रांना अवधी मिळाला नव्हता.

इक्ष्वाकू वंशाचा राजा सौदास, ज्याला कल्माषपाद म्हणूनदेखील ओळखलं जात असे, तो वनातून जात असताना एक तरुण ऋषी त्याच्या समोर आला. अतिशय अरुंद अशा वाटेवरून एका वेळेस एकच जण जाऊ शकला असता. स्वाभाविकतः, तो ऋषी आपल्या राजरथासाठी वाट मोकळी करेल अशी अटकळ सौदास राजाने बांधली; परंतु तरुण ऋषी शक्ती - वसिष्ठांचा थोरला तापट पुत्र - ह्याला मात्र तसं वाटलं नाही. सामाजिक श्रेणी लक्षात घेता राजाने ऋषीसाठी मार्ग मोकळा करायला हवा असं त्याने राजाला

जतवलं. संतापलेल्या राजाने मुनी शक्तीला आसुडाने फटकारलं. शारीरिक वेदनेपेक्षा अपमानाच्या भावनेने शक्ती मुनी संयम विसरले. राजाला शाप देऊन मांसभक्षक असुरात त्यांनी राजाचं रूपांतर केलं. आपण काय करून बसलो आहोत हे शक्तीच्या लक्षात येण्याआधीच त्या मांसभक्षक असुराने शक्तीचा चट्टामट्टा केला. भुकेल्या त्या असुराने त्यानंतर वसिष्ठ मुनींच्या इतर पुत्रांना शोधून काढलं आणि त्यांचाही घास घेतला.

ही घटना घडण्याआधी काही काळ वसिष्ठ आणि विश्वामित्र ह्यांच्यामध्ये राज-पुरोहित पदावरून वैर निर्माण झालं होतं. वसिष्ठ जरी राजा सौदासाचे राजगुरू होते तरी राजा त्यांच्यावर संतुष्ट नव्हता. विश्वामित्रांना हे पद देण्याच्या त्याच्या विचारामुळे दोन्ही मुनींमधील वैर वाढलं होतं.

त्या दुर्दैवी प्रसंगाला विश्वामित्र साक्षीदार होते. आपलं वर्चस्व प्रस्थापित करण्याची ही नामी संधी त्यांनी साधली. तरुण राजा आणि तितकाच तरुण ऋषी ह्यांच्यात सुरू असलेला वाद पाहून ते तिथेच एका वृक्षाआड दडून राहिले. पुढे होऊन मध्यस्थी करण्याऐवजी ते मुद्दाम तसेच थांबले. अर्थात, ह्या साऱ्याची परिणती वसिष्ठमुनींच्या सर्व पुत्रांच्या मृत्यूत होईल, अशी त्यांना कल्पना नव्हती. त्यांनी वेळीच मध्यस्थी केली असती तर पुढचा रक्तपात आणि दुर्धर प्रसंग टळला असता.

इन्द्र अजूनही बारकाईने त्यांचं निरीक्षण करत होता. ''वसिष्ठ ऋषींचे सर्व पुत्र मृत्युमुखी पडल्यामुळे त्यांच्या दुःखाचा कडेलोट झाला आहे. अन्न आणि पाण्याचा त्याग करून ते जिवंत समाधी घेण्याची तयारी करत आहेत. सरस्वती नदीचं जल आपला देह वाहून नेईल ह्याची खात्री त्यांना आहे,ट' विश्वामित्रांच्या चेहऱ्यावरचे दचकल्याचे भाव पाहून इन्द्राने बोलणं थांबवलं.

''परिस्थिती इतकी बिकट आहे का?'' अस्पष्ट स्वरात विश्वामित्रांनी प्रश्न केला. त्यांच्या कपाळावर आठ्यांचं जाळ उमटलं होतं. आयुष्यात पहिल्यांदाच त्यांना वसिष्ठांबद्दल सहसंवेदना जाणवली होती. वसिष्ठ त्यांचा हाडवैरी. आज त्यांना जाणवलं की, प्रतिशोधापायी इतर चांगल्या भावना नष्ट होतात. राग, ईर्षा, द्वेष, क्लेश... केवळ विनाश तेवढा हाती येतो. घडलेल्या घटनेने विश्वामित्रांना चांगलाच धक्का बसला होता. त्या दोघांमधील वैर निष्कारण लांबलं होतं. कैक जीवांची आहुती त्यात पडली होती. ते थांबवणं गरजेचं होतं.

विश्वामित्रांच्या चेहऱ्यावरचा ठामपणा इन्द्राला जाणवला. ''वसिष्ठ ऋषींबद्दल मनात अजूनही संदेह असेल तर...''

''इन्द्रा,'' त्याचं बोलणं मध्येच तोडत विश्वामित्रांनी धमकावलं, ''आधीच भरपूर हानी केली आहेत तुम्ही. त्यात आता भर घालू नका. प्रत्येक वेळेस, प्रत्येक परिस्थितीत तुम्ही अत्यंत टोकाची भूमिका घेत आला आहात; परंतु देवांच्या आणि इतरांच्या चांगुलपणामुळे तुमची सुटका झाली आहे. खरं सांगायचं तर देव म्हणवून घ्यायची तुमची पात्रता नाही, मग देवराज पदाबद्दल तर बोलायलाच नको. मी तर म्हणेन की, तुम्ही मानवापेक्षा हीन आहात. स्वतःच्या लोकांशीदेखील तुम्ही कावेबाजपणे वागता.'' इन्द्राकडे रोखून पाहत विश्वामित्र पुढे म्हणाले, ''तुम्ही त्यांचा उपयोग नाही तर त्यांचा दुरुपयोग करता.''

इन्द्राचा चेहरा लाजेने लाल झाला. विश्वामित्रांचा रोख मेनकेकडे होता हे त्यांच्या लक्षात आलं. तिचा दुरुपयोग केल्याची जाणीव त्याला होती आणि म्हणूनच पुन्हा एकवार तो अस्वस्थ झाला.

''तुम्हाला मिळालेल्या अनिर्बंध सत्तेमुळे तुम्ही अतिशय धोकादायक झाला आहात. त्या सामर्थ्याची काळजी घ्या. कारण, त्याच्याशिवाय तुमच्या अस्तित्वाला काहीही अर्थ नाही. मर्त्यमानवदेखील तुम्हाला वरचढ ठरेल.''

विश्वामित्रांच्या प्रत्येक शब्दातून तिरस्कार जाणवत होता. इन्द्राने निष्कारण त्यांना डिवचलं होतं, त्याचे घोर परिणाम इन्द्र आता भोगत होता.

''आणि देवेन्द्र, लक्षात ठेवा,'' विश्वामित्र पुढे म्हणाले. ''तुम्ही स्वतःला दैवी म्हणून घेता, नाही का?'' अचानक विश्वामित्रांचा स्वर अतिशय मृदू झाला. ''हे दैवत्व माणसामध्येदेखील आहे. फक्त ह्या देणगीची त्याला कल्पना नाही. माणसाचा दंभ, अहंकार, गर्व आणि हाव ह्यांखाली ते गाडलं गेलं आहे. त्याचा जाणीवपूर्वक शोध माणसाला घ्यावा लागतो. हा शोध घेताना माणूस स्वतःला गवसतो. जेव्हा प्रत्येक माणूस दैवत्वाला पोहोचेल तेव्हा पृथ्वीवर नंदनवन आकाराला येईल आणि नेमकं हेच तुम्हाला नको आहे म्हणूनच मी साध्य गाठू नये ह्यास्तव तुम्ही अनेक अडचणी उभ्या केल्या. मला दैवत्वापर्यंत पोहोचू दिलं नाहीत.'' इन्द्राच्या चेहऱ्यावरचे भाव पारखत विश्वामित्र ठामपणे म्हणाले, ''इन्द्रा, तुम्ही स्वतःचं दैवत्व जतन करून ठेवाल अशी आशा करतो.''

विश्वामित्रांनी उच्चारलेला प्रत्येक शब्द आपल्यासाठी शाप ठरू शकतो, ह्याची स्पष्ट जाणीव इन्द्राला होती. आपल्या अधमपणावर पांघरूण घालण्याचा प्रयत्न करत इन्द्राने स्पष्टीकरण दिलं, ''मुनीवर, वसिष्ठ ऋषींची सद्यःपरिस्थिती तुमच्या कानावर घालण्याचं कार्य माझ्यावर सोपवलं होतं, ते मी पार पाडलं आहे, तेव्हा आता मी निघतो,'' इन्द्राचा ताठा लपत नव्हता.

विश्वामित्रांना हसू आलं. आपल्याहून वरचढ व्यक्तींचा इन्द्र नेहमीच तिरस्कार करतो हे ते जाणून होते. बुद्धीचा कस लागेल अशा कुठल्याही प्रसंगात शांत राहून परिस्थिती हाताळण्याची समर्थता इन्द्रात नव्हती हेसुद्धा त्यांना चांगलंच ठाऊक होतं. ह्याच विचारात त्यांची पावलं वसिष्ठ मुनींच्या आश्रमाकडे वळली.

आश्रमाच्या त्या नयनरम्य ठिकाणी विश्वामित्र येऊन पोहोचले. हिमालयाच्या बर्फाच्छादित परिसरात वसलेला आश्रम त्यांच्या नजरेस पडला. तिथल्या थंडगार बोचऱ्या वाऱ्याने विश्वामित्रांच्या कैक स्मृती जाग्या झाल्या. इथेच सुरुवात झाली होती. सत्ता, सन्मान आणि स्व-केंद्रितपणा. कानात न शिरणारे; परंतु अहंकाराला खतपाणी घालणारे आमचे पोकळ संतप्त शब्द. त्यानंतरचं युद्ध आणि रक्तपात. शोक आणि वियोग. सर्वनाश आणि पश्चात्ताप. मनातला विखार आणि जळजळ आणि ह्या साऱ्यांपायी गमावलेले अनेक निरागस जीव.

विश्वामित्र आता आश्रमापाशी पोहोचले. आश्रमवासियांच्या संतप्त नजरा त्यांच्यावर स्थिरावल्या. आता काय? पुन्हा एकदा रक्तरंजित सामना होणार का? मरणासन्न जराजर्जर वसिष्ठांवर विश्वामित्र चालून जाणार का?

अतिशय नम्रपणे विश्वामित्रांनी वसिष्ठ मुनींची कुटी कुठे आहे, ह्याबाबत विचारणा केली. भेदरलेला एक शिष्य कसाबसा पुढे झाला आणि त्याने विश्वामित्रांना मार्गदर्शन केलं. वसिष्ठांच्या कुटीत पाऊल टाकताच तिथे अचानक शांतता पसरली.

काय करावं ते विश्वामित्रांना उमजेना. वयस्कर अरुंधतीची नजर त्यांनी टाळली. तिच्यासमोर उभं राहण्यासाठी आणि ती जे बोलेल ते ऐकून घेण्यासाठी धीर गोळा करण्याची गरज होती. आपल्या पोटच्या सर्व पुत्रांना ती गमावून बसली होती. ह्या क्षणी मात्र तिच्या नजरेत आपल्या मरणासन्न पतीची काळजी तेवढी दिसत होती. विश्वामित्रांच्या उपस्थितीची यत्किंचितही दखल न घेता तिने वसिष्ठांच्या तप्त कपाळावर गार पाण्याच्या

घड्या ठेवण्याचं आपलं काम सुरू ठेवलं. विश्वामित्रांप्रती आपला तिरस्कार व्यक्त करण्याचा तो एकच मार्ग कदाचित तिला सुचला असावा. तिथेच बाजूला मुनी शक्तीची तरुण विधवा पत्नी अद्रशांती आपल्या बाळाला कडेवर घेऊन उभी होती. त्या लोभस बाळाच्या पिंगट नजरेत बुद्धीची झाक दिसत होती.

''काय नाव आहे बाळाचं?'' विश्वामित्रांनी विचारलं.

उत्तर द्यावं की नाही अशा द्विधा मनःस्थितीत बाळाची आई कसंबसं म्हणाली, ''पराशर.''

''पुत्री, कृपा करून मनात भय बाळगू नकोस आणि शक्य असेल तर मला क्षमा कर,'' आवंढा गिळत विश्वामित्रांनी बोलायला सुरुवात केली. बाळाच्या डोक्यावर हात ठेवत ते पुढे म्हणाले, ''हा बाळ मोठी कीर्ती प्राप्त करेल. त्याचे पुत्रदेखील कीर्तिवंत ऋषी होतील. साहित्यक्षेत्रात दिलेल्या योगदानामुळे हजारो वर्षं पराशर स्मरणात राहिल.''

वसिष्ठांनी किंचित हालचाल केल्याचं विश्वामित्रांना जाणवलं. अस्पष्ट आवाजात वसिष्ठ म्हणाले, ''तुम्ही व्यासाबद्दल बोलत आहात. हो ना? तुम्ही तर आमचं भविष्य वदत आहात! तुम्ही कधीपासून भविष्यवेत्त्याच्या भूमिकेत शिरलात, विश्वामित्र?''

त्यांचा मिस्कीलपणा अजूनही तसाच होता तर! असा विचार करत विश्वामित्र वसिष्ठांच्या दिशेने पुढे झाले. त्या वृद्ध मुनींची त्वचा शुष्क पर्णांहून कोरडी पडली होती, काया आक्रसली होती. नजरेतील बुद्धीचं तेज मात्र अधिक प्रकर्षाने जाणवत होतं.

''महामुनी, अतिशय नम्रतापूर्वक मी तुमच्यासमोर आलो आहे. माझ्या कृत्यांचा मला पश्चात्ताप होतो आहे. त्यासाठी मी तुमची क्षमायाचना करतो आहे,'' मृत्युपंथाला लागलेल्या वसिष्ठांकडे पाहत विश्वामित्रांनी आपलं बोलणं पूर्ण केलं. हे माझ्या करणीचं फळं आहे का? निरुपायाने विश्वामित्रांना मान्य करावं लागलं की, हे त्यांच्याच कृत्याचे परिणाम आहेत.

किंचितसं हसत वसिष्ठ म्हणाले, ''शेवटी तुम्ही आलात तर...'' त्यांचा स्वर चरचरीत झाला होता, ''मी तुमचीच वाट पाहत होतो.''

ते ऐकताच विश्वामित्र आणि अरुंधती चमकले. अस्वस्थपणे विश्वामित्र म्हणाले, ''मला क्षमा करण्यासाठी ना?''

"तुम्हाला माझ्या क्षमेची नाही, आशीर्वादाची आवश्यकता आहे," निर्विकारपणे वसिष्ठांनी उत्तर दिलं. "आपल्या शत्रूला तोंड दाखवण्यासाठी तुम्हाला इथे येणं भाग होतं," कसबसं हसत ते पुढे म्हणाले, "आणि तुमचा वैरभाव. इतक्या वर्षांच्या साधनेनंतर तुम्ही किती महती प्राप्त केली आहे हे दाखवण्यासाठी..."

"नाही, तसं नाही. सूड उगवायला किंवा मोठेपण मिरवायला मी आलेलो नाही. महामुनी, मला क्षमा करा. माझ्या हेकट अहंकारामुळे अनेकांची अतोनात हानी झाली आहे."

"कशासाठी क्षमा?"

"तुमच्या पुत्रांच्या मृत्यूला मी जबाबदार आहे," विश्वामित्रांच्या तोंडून अस्पष्ट शब्द बाहेर पडले.

"माझ्या पुत्रांच्या मृत्यूला ते स्वतः जबाबदार आहेत," वसिष्ठ पुढे म्हणाले, "अहंकाराच्या आहारी जाऊन शक्तीने राजा सौदासला शाप देणं चुकीचं होतं. त्या शापामुळे राजा नरमांस भक्षक राक्षस झाला. शक्ती त्याचं पहिलं भक्ष्य ठरला. त्याच्या शापापायी त्याच्या बंधूंचे प्राण गेले. सहसा कोणाच्या लक्षात येत नाही की असा राक्षस प्रत्येकाच्याच मनात दडलेला असतो..." मुनींनी सुस्कारा सोडला.

"हो, तसा तो माझ्यातदेखील दडलेला होता," विश्वामित्रांनी संथपणे बोलायला सुरुवात केली. "आणि, त्याला मीच सर्वस्वी जबाबदार आहे." अपराधीपणाची भावना पुन्हा एकवार त्यांना आतून उद्ध्वस्त करू लागली. "मुनीवर, तुमच्या पुत्रांच्या मृत्यूला मी जबाबदार आहे. त्यांचा घास घेण्यापासून त्या राक्षसाला मी थांबवू शकलो असतो; पण प्रतिशोधाच्या अविवेकी भावनेमध्ये मी वाहवत गेलो," विश्वामित्रांचा कंठ दाटून आला. लाजेने त्यांना बोलवेना, तरीही धीर एकवटत ते म्हणाले, "मला क्षमा करा. मी केलेल्या रक्तरंजित आणि अत्यंत घृणास्पद अपराधाला शक्य असेल, तर क्षमा करा."

तेवढ्यात त्यांना अरुंधतीची हालचाल जाणवली. तिच्याकडे बघत त्यांनी याचना केली, "माते, मला शाप देऊ नकोस!"

तिच्या मायाळू नजरेत वेदना दाटून आली. तिचे डोळे अश्रूंनी डबडबले. "हेच जर त्यांचं प्रारब्ध असेल तर असो! त्यांच्या आत्म्यांना शांती लाभो,"

अतीव दुःखाने ती म्हणाली. ''आणि आपल्यालाही. विश्वामित्र, तुमच्या प्रति मला रागही नाही आणि द्वेषही नाही. जे घडलं त्यात तुमची भूमिका संप्रेरकासारखी होती. कोणे एकेकाळी तुम्ही ह्या आश्रमात पाहुणे म्हणून आला होतात. त्यानंतर बरंच पाणी वाहून गेलं आहे. आज पुन्हा एकवार तुम्ही इथे आला आहात – तेही वेगळ्या उद्देशाने. मी तुमचा सन्मान करते.''

''ह्या शब्दांनी मला अजून लाज आणू नका. मी तुमचा सन्माननीय पाहुणा नाही. मी अपराधी आहे. क्षमायाचना करण्यासाठी इथे आलो आहे.''

''मी तुम्हाला क्षमा केली आहे. कारण, घडलेली घटना ही केवळ आपल्यातील वैमनस्यामुळे घडली नाही. ज्ञान आणि प्रज्ञा प्राप्त करण्याचा तुमचा हक्क डावलून मी आणि इतर ऋषींनी तुमच्यावर घोर अन्याय केला होता. तुम्हाला संताप येणं स्वाभाविक होतं. विद्यार्जन सगळ्यांसाठी मुक्त असलं पाहिजे. मग तो योद्धा असो की राजा, व्यापारी असो की सेवक; वर्ग, श्रेणी, जात इत्यादींच्या मर्यादांनी ज्ञानाला बांधता येत नाही. त्या दृष्टीने तुम्ही सर्वांना योग्य मार्ग दाखवलात. मी कुठे चुकत होतो ते तुम्ही दाखवून दिलंत. ज्ञानार्जन आणि क्षमा ह्या दोन्हीला प्रत्येक जीवमात्र पात्र आहे. पुत्रा, तुलाच नाहीतर राजा सौदास ह्यालादेखील मी क्षमा करतो. घडलेल्या घटनेला तुम्ही दोघंही जबाबदार नव्हतात. जबाबदार होता तो शक्ती. सौदासाला मिळालेला शाप मागे घेऊन मी त्याला मुक्त केलं आहे. ह्या पुढचं जीवन तो न्याय्य मार्गाने जगेल ह्याची मला खात्री आहे. त्याच्यासमोर राव येवो अथवा रंक, राजाच्या पदावरून तो सार्‍यांचा सन्मान करेल, सगळ्यांना एकसारखी वागणूक देईल. विश्वामित्र, राजाने असंच वागायचं असतं असं तुम्ही मला सांगितलं होतं, आठवतं?''

मस्तक झुकवत विश्वामित्र म्हणाले, ''आता मी असं म्हणेन की, जी व्यक्ती इतरांचा सन्मान जपते आणि प्रत्येकाशी कणवेने वागते ती व्यक्ती आपल्या आचरणातून स्वतःचं मानवत्व दाखवून देते, मग तिच्या ठायी दानवत्व उरत नाही. महामुनी, तुम्ही मला मानवत्वाकडे परत आणलं. माझ्या कृतीपायी कृपया जीवन त्याग करू नका. गेल्या कित्येक दिवसांचा हा तुमचा उपास मोडा. तुम्ही अन्न ग्रहण करावं अशी माझी कळकळीची विनंती आहे. अशा पद्धतीने तुम्ही जाऊ शकत नाही.''

काशाच्या फुलपात्रात पाणी ओतून विश्वामित्रांनी ते फुलपात्र वसिष्ठ मुनींच्या थरथरत्या ओठांशी नेलं. त्यांनी पाण्याचा लहानसा घोट घेतला.

''पुत्रा, दीर्घायुष्य लाभलं आहे मला,'' एवढं बोलून कष्टाने श्वास घेत वसिष्ठ मुनींनी पुन्हा एकवार अंथरुणाला डोकं टेकवलं. त्यांची वयोवृद्ध त्वचा फिकुटली होती. चेहऱ्यावरची प्रत्येक सुरकुती अगाध ज्ञानाची द्योतक होती. नजरेतील तेज यत्किंचितही कमी झालं नव्हतं. किंबहुना, अंतरिक ज्ञानाने त्यांची नजर झळकत होती. ''माझे पुत्र जरी आता नसले तरी माझ्या विचारांचा आणि ज्ञानाचा वारसा माझ्या शिष्यांच्या माध्यमातून पुढे पोहोचेल. केवळ पोटच्या पुत्रांकडून ज्ञानाचा प्रसार होतो असं नाही, हो ना विश्वामित्रा?'' हे विचारतांना वसिष्ठांच्या चेहऱ्यावर हलकंसं हसू उमटलं होतं. ''तुझ्या इतकं उत्तम प्रकारे कोण जाणतं ते? तू स्वतःही त्याचा अवलंब केला आहेस. तुझी सचोटी तुझं नाव पुढे नेत राहिल. तुझ्या पोटचे पुत्र सक्षम नव्हते म्हणून तर तू शुनःशेप आणि इतर शिष्यांवर तुझ्या शिकवणीचा प्रसार करण्याचं कार्य सोपवलंस.''

''मी तरी कुठे पात्र होतो,'' अस्पष्ट स्वरात विश्वामित्र म्हणाले. ''मी हेमवतीचा त्याग केला. निरागस शकुन्तलेचा त्याग केला ते कसं विसरू? मेनकेचा चांगुलपणा मी समजावून घेऊ शकलो नाही.'' त्यांचा चेहरा वेदनेने पिळवटला होता, ''माझ्या आयुष्यातील प्रत्येक स्त्रीशी मी वाईट वागलो हे कसं विसरू मी!''

''त्या साऱ्याचं परिमार्जन करण्याची संधी तुला मिळणार आहे,'' हसतमुखाने जराजर्जर वसिष्ठांनी म्हटलं. ''हेमवतीला जरी तू स्वतःसाठी सोडलंस तरी मेनकेनं तुझा त्याग केला तो तुझ्या भल्यासाठी. स्वार्थापायी तू तुझ्या कुटुंबाला सोडलंस; परंतु मेनकेनं निःस्वार्थीपणाने तुझा त्याग केला. हा फरक जाणून घेणं हाच तुझ्यासाठी धडा आहे. तुझा पश्चात्ताप हीच तुझी तपश्चर्या आहे. विश्वामित्र, तू स्वतःच स्वतःचा गुरू आहेस. घडलेल्या चुकांमधून तू शिकत गेलास. तू बंडखोर नाहीस. खऱ्या अर्थाने तूच तेवढा मुक्त आहेस. तू लढलास तो तुला उद्दिप्त केलं अथवा तुझी पायमल्ली झाल्यामुळे. तुझ्यामुळे पृथ्वीतलावरील प्रत्येक व्यक्तीला ज्ञान मिळवण्याचा पुरेपूर हक्क प्राप्त झाला आहे आणि म्हणूनच मला, इतर ऋषींना, इन्द्राला आणि इतर देवांना आव्हान देण्याचं साहस तू केलंस. तू ब्राह्मण म्हणून जन्माला आला नाहीस असं सांगणाऱ्या व्यवस्थेला तू आव्हान दिलंस आणि हे ब्राह्मण्य तू प्राप्त केलंस. विश्वामित्र, ह्या जगाला, देवांना आणि समस्त मानवजातीला तू सिद्ध करून दाखवलंस की, आत्मप्रबोधनापेक्षा

गुणवत्ता महत्त्वाची आहे. ह्या एका कारणासाठी आम्ही सर्व जण सदैव तुमच्या ऋणात राहू; ब्रह्मर्षी विश्वामित्र!''

ते नाव ऐकताच विश्वामित्र चमकले. वसिष्ठ मुनींनी केलेल्या आपल्या उल्लेखाचा नेमका अर्थ त्यांना अजूनही लागला नव्हता.

''हो, ब्रह्मर्षी! विश्वामित्रा, तू फार पूर्वीच ब्रह्मर्षिपद प्राप्त केलं आहेस; परंतु तुला त्याची यथार्थ जाणीव नव्हती. तू निष्कारणच अधिक काहीतरी प्राप्त करण्याच्या नादात होतास,'' हे बोलताना वसिष्ठांच्या चेहऱ्यावर समाधान होतं.

विश्वामित्रांच्या नजरेत अजूनही अविश्वास होता. ते अवाक झाले होते.

''एक राजा म्हणून तू फार मोठा नावलौकिक प्राप्त केला होतास. तू ज्येष्ठ योद्धा होतास. ठामपणाने तू साऱ्यांना जिंकलंस; ह्या पृथ्वीला, स्वर्गाला आणि... स्वतःलादेखील,'' वसिष्ठ शांतपणे सांगू लागले. ''आधीचे दोन विजय तू अगदी लीलया प्राप्त केलेस; परंतु तुझा अहंकार आणि क्रोध जिंकायला तुला सर्वाधिक कष्ट झाले.'' वसिष्ठांना आता थोडी तरतरी वाटू लागली होती. ते पुढे म्हणाले, ''अनेक प्रकारांनी मी तुझी परीक्षा घेत होतो. प्रत्येक परीक्षा तू हरत होतास आणि त्याच्या दुप्पट जोमाने स्वतःला ठामपणे सिद्ध करत होतास.''

विश्वामित्राने वसिष्ठांकडे नवलाने पाहिलं. वसिष्ठांनी मिरवलेला मोठेपणा हा निव्वळ विश्वामित्रांना पारखण्याचा मार्ग होता का?

त्यांच्या मनातील विचार जाणून वसिष्ठ पुढे म्हणाले, ''नाही तर मग तू स्वतःला दिलेलं आव्हान कसं काय पूर्ण करू शकला असतास?'' त्या वयोवृद्ध मुनीचा स्वर आता कोमल झाला होता. ते मायेने पुढे म्हणाले, ''विश्वामित्रा, तुझ्यासारखा एखादाच होतो रे. राजा म्हणून तू प्रजाहितदक्ष आणि सामर्थ्यशाली होतासच. आपल्या रयतेच्या उत्कर्षासाठी आणि भरभराटीसाठी तू नेहमीच झटलास. खरंतर, राजा म्हणण्याऐवजी तुला चक्रवर्ती सम्राट म्हणायला हवं आणि राजा असूनही तू ज्ञानप्राप्तीचा, इतरांच्या दृष्टीने अविचाराचा मार्ग चोखाळलास. हेहीं एक प्रकारचं युद्ध. तू कधी हरलास तर कधी जिंकलास. तरीही कठोर निश्चयाने तू पाऊल पुढे टाकत राहिलास. जिंकण्याचा तुझा निग्रह होता. ह्यातूनच प्रज्ञेचा जन्म झाला. तेवढी एकमेव उणीव तुझ्यात होती तीदेखील दूर झाली. विश्वामित्रा,

विश्वास ठेव, तू आता खऱ्या अर्थाने ब्रह्मर्षी झाला आहेस. सर्वाधिक प्रज्ञावंत. सर्वाधिक शक्तिशाली.''

अचानक तिथे शांतता पसरली. नुकतेच ऐकलेले शब्द विश्वामित्रांच्या कानात रुंजी घालू लागले. हेच शब्द ऐकण्यासाठी त्यांनी आजवर अतोनात श्रम घेतले होते. सर्वस्वाचा त्याग केला होता. आज स्वतः ब्रह्मर्षी वसिष्ठांनी त्यांना 'ब्रह्मर्षी विश्वामित्र' हे स्थान देऊ केलं होतं. सुन्न झालेल्या विश्वामित्रांना ते शब्द जाणून घेण्यासाठी वेळ द्यावा लागला आणि जेव्हा ती जाणीव झाली, तेव्हा विश्वामित्रांच्या लक्षात आलं की, त्यामुळे काही वेगळं घडलं नव्हतं. जिंकण्याची किंवा उत्तेजित होण्याची किंवा यशाची भावना त्यांना जाणवत नव्हती. इतर शब्दांच्या अस्तित्वाइतकंच ह्या शब्दांना मोल आहे असं त्यांना जाणवलं.

पुन्हा एकवार त्यांच्या मनातले विचार वाचल्याप्रमाणे वसिष्ठ मुनी म्हणाले, ''ब्रह्मर्षी विश्वामित्र!'' त्याच क्षणी वाऱ्याबरोबर सुगंधित फुलं आत प्रवेश करती झाली. ''देव, ब्राह्मण, इतकंच नाहीतर ब्रह्मा, विष्णू, महेश ह्या तिघांनी निर्विवादपणे तुझं ब्रह्मर्षिपद मान्य केलं आहे हे तुला जाणवत नाही का?'' वसिष्ठांनी हलकेच म्हटलं.

विश्वामित्रांनी डोळे मिटले. प्रगाढ शांतीची भावना त्यांना जाणवली. त्यांच्या नजरेसमोर प्रसन्न त्रिमूर्ती उभी राहिली. त्यांनी दिलेला आशीर्वाद विश्वामित्रांना मनोमन जाणवला. एक अनोखा नम्रभाव जाणवला. उच्चतम सजगता जाणवली. त्यांचं स्वतःचं खुजेपण त्या साऱ्यात विरून गेलं.

वसिष्ठांनी हात जोडून विश्वामित्रांना वंदन केलं. एका थोर ब्रह्मर्षींची ही नम्रता पाहून विश्वामित्रांचं अंतःकरण भरून आलं. त्यांनी स्वतःला वसिष्ठांच्या पायावर झोकून दिलं. कित्येक काळ ज्या एका गोष्टीचा ध्यास त्यांनी घेतला होता ते साध्य करण्यासाठी ज्या ब्रह्मर्षींने त्यांना साहाय्य केलं होतं, त्यांच्या चरणी विश्वामित्रांची ही अंतिम शरणागती होती. अतीव सौख्याच्या त्या क्षणी अचानक विश्वामित्र थरथरले. ह्या ब्रह्मर्षिपदाला ते पोहोचू शकले ते केवळ मेनकेमुळे हे सत्य ते कसं विसरणार होते?

# अपयश आणि समाधान

नुकत्याच मिळालेल्या निरोपामुळे मेनका गोंधळात पडली. कण्व ऋषींनी मला का बोलावलं असेल? नक्कीच शकुन्तला की भरत? तिच्या कपाळावर किंचितशा आठ्या उमटल्या. तारुण्यात पदार्पण करणारा भरत उंचापुरा, सशक्त आणि सुदृढ होता. त्याचं युद्धकौशल्य वादातीत होतं. अश्वारोहण, गजारोहण आणि चार प्रकारच्या गदा चालवण्यात तो निष्णात होता. असणारच! मेनकेच्या चेहऱ्यावर हसू उमटलं. प्रत्यक्ष इन्द्र, सूर्य आणि वरुणासारखे गुरू भरताला शस्त्रकला शिकवण्यासाठी लाभले होते. कण्व मुनींनी शकुन्तलेप्रमाणेच भरताला वेद आणि उपनिषद अध्ययनात पारंगत केलं होतं. वनात वास्तव्य असल्यामुळे भरताला वन्यप्राण्यांची भीती नव्हती. तो अतिशय चपळ होता. लहान असताना तो खुशाल वाघा-सिंहाच्या जबड्यात हात घालून त्यांचे दात मोजायचा. मनात येईल त्या जंगली श्वापदाच्या पाठीवर बसून तो अरण्यात सैर करायचा. त्याच्या मातेला – शकुन्तलेला ते मुळीच आवडत नसे.

"जंगली प्राणी आपल्या मनोरंजनासाठी नाहीत. त्यांची शिकार करण्यात कौशल्य असलं तरी त्यात काही पराक्रम आहे, असं मला वाटत नाही," भरताला रागवताना शकुन्तलेचा पारा चढला होता.

त्यावर मेनकेने आपल्या लेकीची प्रेमाने समजूत काढली होती, "माणसाला सातत्याने रक्ताची तहान असते. त्यालाच ते करमणुकीचं नाव देतात. प्रिये, तुला ह्या सगळ्याची सवय करून घ्यायला हवी. तू आता हस्तिनापूरची राणी आहेस."

शकुन्तलेच्या आठवणीने मेनका किंचित अस्वस्थ झाली. तिने लगबगीने कण्व मुनींचा आश्रम गाठला. नेहमीप्रमाणेच तेथील वातावरण निःशब्द होतं. मालिनी नदी झुळझुळ वाहत होती. जागोजागी रंगीबेरंगी फुलांचे ताटवे फुलले होते. शिष्यगण कार्यतत्पर होते. कण्व मुनींच्या आरोग्याबद्दल मेनकेच्या मनात शंका दाटली. अस्वस्थतेने खालचा ओठ चावत तिने त्यांच्या कुटीत प्रवेश केला. चिंतेने तिचा कंठ कोरडा पडला होता. चेहऱ्यावरचा रंग उडाला होता.

"शांत हो. नाहीतर, अप्सरांची शुद्धदेखील हरवते असं मान्य करावं लागेल."

तोच तो आवाज होता. गंभीर, खोलवरून आलेला, तोलून-मापून बोलणारा; तिच्या आठवणीत सदैव रुंजी घालणारा. त्याच्याबरोबर बोललेला प्रत्येक शब्द तिला आठवत होता. हे स्वप्न नव्हतं. समोर तोच होता. तसाच उंच. वाढत्या वयामुळे त्याचे खांदे जराही झुकले नव्हते; परंतु चेहऱ्यावर मात्र वयाच्या खुणा दिसत होत्या. लांब वाढलेल्या त्याच्या दाढीत पांढरे केस डोकावू लागले होते. त्याची नजर... ती अगदी तशीच होती. बुद्धीचं तेज अधिक वाढलं होतं आणि समोरच्याला निमिषार्धात जिंकून घेणारं त्याचं ते आर्जवी हसू, आजही अगदी तसंच होतं.

काळ जणू थांबला होता. तिला खूप काही बोलायचं होतं; परंतु भरून आलेले डोळे आणि दाटून आलेला कंठ ह्यामुळे ती बोलू शकत नव्हती. त्याऐवजी अधाशी नजरेने ती त्याला टिपून घेत होती. डोळ्यांची पापणी लवू न देता अनिमिषपणे ती त्याच्याकडे पाहत होती. न जाणो, चुकून पापण्या मिटल्या आणि तो समोरून नाहीसा झाला तर? आजही तो तिला एखाद्या मृगजळाप्रमाणे भासमय आणि अप्राप्य वाटत होता.

हळूहळू ती स्थिरावली. तिच्या पायात बळ आलं. हृदयाचे ठोके पूर्ववत पडू लागले. चेहऱ्यावरचा रंग मात्र अद्यापी परतला नव्हता. काही बोलण्याचा धीर तिला होत नव्हता. निःश्वासाने समोरचं दृश्य विरून जाईल अशी भीती तिला वाटतं होती. आजवर रोज ती हे दृश्य स्वप्नात पाहत होती. त्यानंतर जाग आल्यावर अस्वस्थपणे उर्वरित रात्र घालवत होती. आज तो खरोखरच समोर येऊन उभा होता. तो आला आहे, मला भेटायला आला आहे. तिचं मन आनंदलं. तो तिचा तिरस्कार करत नव्हता. तो

तिच्यावर संतापला नव्हता. त्याच्या नजरेत ना द्वेष होता ना राग. त्याच्या स्नेहार्द्र नजरेत तिच्या विषयीचं प्रेम दिसत होतं.

मेनकेने आपले थरथरणारे ओठ दातांनी दाबून ठेवले. त्याच्यासमोर तिने कधीच अश्रू ढाळले नव्हते मग आज तरी अपवाद कसा असणार? सावकाश ती त्याच्या दिशेने चालत गेली. ती जवळ पोहोचताच त्याचं रूप बदललं. आता तो कौशिक नव्हता, तो होता वसू... हसतमुख, पिंगट डोळ्यांचा, प्रेमळ नजरेचा वसू. मेनकेने सुस्कारा सोडला. ती दचकून जागी झाली. आता तिचे डोळे सताड उघडे होते. चमकणाऱ्या छताकडे बघून ती निपचित पडून राहिली. नुकतंच पाहिलेलं दृश्य तिच्या नजरेसमोरून जात नव्हतं. शेवटी ते स्वप्नच ठरलं म्हणायचं! तशीच थरथरत ती उठून बसली. तिच्या हृदयाची धडधड वाढली होती. कौशिक आणि वसू. ते दोघं माझा असा स्वप्नात छळ का मांडतात? किती खोलवर आहेत त्यांच्याबद्दलचे विचार! मला मनःशांती कधी लाभणार?

‘‘उठायला उशीर झाला आज. नृत्याच्या सरावासाठी जायचं आहे ना?’’ तिच्या कक्षात येत तिलोत्तमेनं विचारलं. ‘‘तू राणी आहेस आमची. एखाद्या सरावाला उपस्थित नसलीस तरी चालतं.’’

तिलोत्तमेचा थट्टेचा स्वर मेनकेला जाणवला नाही. ती अजूनही गोंधळलेली होती; पण तिलोत्तमेला समोर पाहून तिला नवल वाटलं.

‘‘राम आणि सीतेच्या स्वयंवराला तू इतरांबरोबर गेली नाहीस,’’ स्वप्नातून पूर्णपणे भानावर येत तिने विचारलं.

‘‘मीही तुझ्याप्रमाणे स्वर्गातच थांबायचं ठरवलं आहे.’’

‘‘म्हणजे आपल्याबद्दल वावड्या उठवायला सगळ्यांना पुन्हा संधी मिळणार तर!’’

आपले नाजूक खांदे उडवत तिलोत्तमा म्हणाली, ‘‘तुझ्या बाजूने मी जेव्हा तुम्बरूच्या विरुद्ध बोलले तेव्हापासून रम्भेने अशा चर्चेला सुरुवात केली. दुसरं म्हणजे ना कुठला गंधर्व माझ्या मागे लागला आहे ना मी कुठल्या देवाच्यापायी नादावले आहे. अशा परिस्थितीत माझं बोलणं स्वाभाविकत... अधिक... खरं वाटतं. ते जाऊ दे, ह्या क्षणी तरी पृथ्वीवरच्या राम–सीतेच्या विवाहसोहळ्याची अधिक उत्सुकता त्यांना वाटत असणार. अवघी इन्द्रपुरी मिथिलेमध्ये उपस्थित आहे!’’

''खरं की काय? काल रात्रभर मौज केल्यानंतर आज कामदेव आणि इतरांच्या शरीरात त्राण तरी उरलं होतं का?'' मेनकेने हसतमुखाने विचारलं. ''आज पृथ्वीवरचा सर्वाधिक आनंदाचा दिवस आहे म्हणूनच सर्व जण तिथे आनंदाने जातील. शिवाय, नूतन दाम्पत्यावर आशीर्वचनांचा वर्षाव करायला देवांची उपस्थिती हवीच ना!''

आपल्या सखीकडे तिरका कटाक्ष टाकत तिलोत्तमा म्हणाली, ''हा विवाहयोग ब्रह्मर्षी विश्वामित्रांनी जुळवून आणल्याचं बोललं जातं आहे.'' हे ऐकताच मेनका किंचित सावरून बसली. ते नाव. तो पुरुष. आता त्याने एक उपाधी मिळवली आहे तर! ठरवल्याप्रमाणे त्याने पद प्राप्त केलं होतं. आनंद आणि अभिमानाची संमिश्र भावना मेनकेला जाणवली.

''तारका राक्षसीण आणि तिचा पुत्र सुबाहू सातत्याने विश्वामित्रांच्या यज्ञामध्ये विघ्न आणत होती. राम आणि लक्ष्मण ह्या आपल्या शिष्यांकरवी विश्वामित्रांनी त्या दोघांचा वध करविला,'' तिलोत्तमा माहिती पुरवू लागली. 'आपल्या दोन्ही शिष्योत्तमांवर विश्वामित्र अतिशय प्रसन्न झाले आणि त्यांनी त्या दोघांना इतर ज्ञानासमवेत ब्रह्मज्ञान देऊ केलं. शिवाय, चिरतारुण्यासाठी बल आणि अतिबल ह्या विद्या दिल्या, त्यामुळे तहान, भूक आणि थकवा ह्यापासून राम-लक्ष्मणाची सुटका झाली आहे. आजवर संपादित केलेलं पवित्र आणि गुह्यज्ञानदेखील ब्रह्मर्षींनी आपल्या शिष्यांना दिलं. आता ह्या ज्ञानाचा वारसा पुढे नेण्याची जबाबदारी राम-लक्ष्मणाची आहे. स्वतः विश्वामित्र त्या दोघांना मिथिला नगरीत घेऊन गेले. राम-सीता आणि लक्ष्मण-उर्मिला ह्यांचा परिचय करून देत त्यांच्यामध्ये प्रेमाचं बीज रोवलं. ह्या भूतलावरचं त्यांच्या हातून तडीस जाणारं हे शेवटचं सत्कृत्य आहे असं त्यांचं म्हणणं आहे.''

मेनकेच्या चेहऱ्यावर हसू उमटलं, 'म्हणजे, अजूनही त्याचा प्रेमावर विश्वास आहे तर! अन्यथा हे कार्य त्याने का तडीस नेलं असतं?' मनाशीच बोलल्याप्रमाणे ती पुटपुटली. कौशिक, शकुन्तला आणि वसू ह्यांच्या संदर्भात अद्ययावत माहिती ठेवत असल्यामुळे तिला तिलोत्तमेकडून कुठल्याही स्पष्टीकरणाची गरज भासत नव्हती. रामाच्या उल्लेखाने तिच्या आशा पल्लवित झाल्या. इन्द्राच्या शापातून रामाच्या हस्ते वसू मुक्त होण्याची, तो स्वर्गात परतण्याची वेळ आली होती का?

तिच्याकडे रोखून पाहत तिलोत्तमा म्हणाली, ''तुला भेटायला विश्वामित्र एकदाही आले नाहीत. तूसुद्धा त्यांना भेटण्याचा प्रयत्न कधी

केला नाहीस. ते मिथिलेत आहेत म्हणूनच तू ह्या विवाहसोहळ्याला उपस्थित राहणार नाहीस. बरोबर आहे ना?''

खोल सुस्कारा सोडत मेनका म्हणाली, ''त्यामुळे कुणाचाही लाभ होणार नाही. एकमेकांशी बोलण्यासारखं आमच्या जवळ आता काहीही नाही.''

''कारण, एकमेकांच्या विनंतीला तुम्ही मान दिलात. ब्रह्मर्षी होण्याच्या त्यांच्या ध्येयाच्या दिशेने तू त्यांना ढकललंस आणि तू स्वर्गात परतून यावीस ह्या हेतूने त्यांनी तुला शाप दिला. स्वर्गात - वसूकडे - तुझ्या हक्काच्या जागी. वसूला विसरण्यासाठी तू त्यांचा वापर केलास हे ते जाणून होते,'' बोलता बोलता तिलोत्तमा अचानक थांबली. आपल्या सखीच्या नजरेतील वेदना आणि पिळवटलेला भाव बघणं तिला अशक्य झालं. ती पुढे म्हणाली, ''आपल्या लेकीच्या लग्नाला तरी कुठे उपस्थित राहिले ते? तुझा आनंद तुला पुन्हा प्राप्त व्हावा, वसू तुला मिळावा ह्या एकमेव कारणासाठी ते तुझ्यापासून अंतर राखून आहेत.''

नेहमीच्या सवयीने आपल्या तळहातांच्या रेषांवर नजर टाकत मेनका म्हणाली, ''ही बाब शकुन्तलेला जाणवली आहे म्हणूनच आपल्या पित्याबद्दल तिच्या मनात राग नाही. तिच्या विवाहात त्याच्या अनुपस्थितीचा स्वीकार तिने सहजतेने केला. विवाह पश्चात तिचा पिता तिला येऊन भेटला हे तिनेच मला सांगितले. शकुन्तला त्याच्या आनंदाचा एकमेव ठेवा आहे. मी त्याची वंचना केली ह्यापेक्षा अधिक दुःख त्याला तिचा त्याग करताना झालं,'' मेनकेच्या आठवणी जाग्या झाल्या. ''मुनीवर कण्वांना अपत्याची असलेली आस त्याला ठाऊक होती म्हणूनच त्यांच्या निगराणीत त्याने शकुन्तलेला ठेवलं. माझ्याहून उत्तम रीतीने कण्व मुनींनी तिची देखभाल केली आहे. घडतं ते चांगल्यासाठीच असं म्हणतात हे किती खरं आहे.''

आपल्या सखीचा हात घट्ट दाबत तिलोत्तमा म्हणाली, ''हो ना! ठरवल्याप्रमाणे विश्वामित्रांनी ब्रह्मर्षिपद प्राप्त केलं. उशिरा का होईना दुष्यन्ताने शकुन्तलेचा पत्नी म्हणून स्वीकार केला. त्यांचा विवाहसोहळा मोठ्या थाटामाटात संपन्न झाला. आज मिथिला युवराज्ञीच्या विवाहसोहळ्यामुळे माझ्या आठवणी जाग्या झाल्या आहेत,'' तिलोत्तमा आनंदाने म्हणाली.

मेनकेचा चेहरा फुलून आला, ''खरं आहे तुझं म्हणणं; पण किती अडचणीचा सामना करावा लागला शकुन्तलेला. तिने सारं निभावून नेलं.''

''काहीही झालं तरी ती तुझी कन्या आहे!''

''छे गं! माझ्यापेक्षा कैक पटीने चतुर आहे ती,'' मेनका हसून म्हणाली. ''आणि शूरदेखील. मी माझ्या लेकीला टाकून आले होते, तिने मात्र आपल्या बाळाचा त्याग केला नाही. एकटीच्या जीवावर बाळाचं संगोपन करणारी ती पहिलीच माता आहे,'' लेकीबद्दलचा अभिमान मेनका लपवू शकली नाही. ''तो विवाह झाला हे नवल म्हणायचं. दुष्यन्तापासून तिला पुत्रप्राप्ती झाली आहे हे तिने त्याला सांगितल्याचं मला आश्चर्य वाटलं. कारण, आपल्या पुत्राला केवळ शकुन्तला–पुत्र म्हणून वाढवण्यात ती समाधानी होती; परंतु भरताने जेव्हा सातत्याने आपल्या पित्याबद्दल प्रश्न विचारायला सुरुवात केली, तेव्हा तिने त्या दोघांची भेट घडवण्याचं ठरवलं म्हणूनच इतका काळ लोटल्यावर हस्तिनापूरला जाऊन तिने राजा दुष्यन्ताची भेट घेतली.''

''राजाने तिला किती निष्ठुरपणे वागवलं! वारांगना म्हणून तिचा उल्लेख केला,'' तिलोत्तमा धुमसत म्हणाली.

त्या आठवणीने मेनकेचाही संताप जागा झाला. ''तो तिला म्हणाला, 'अगदी आपल्या मातेवर गेली आहेस.' माझ्या पोटी जन्म घेतल्याचा कलंक शकुन्तलेला सहन करावा लागला,'' स्वतःवर नियंत्रण ठेवत मेनका म्हणाली. ''अर्थात, तिने त्याला ठामपणे ऐकवलं की, लौकिकप्राप्त माता–पित्याच्या पोटी तिने जन्म घेतला होता. त्याच्या म्हणण्यानुसार ती जर वारांगना असेल तर तिला दिलेलं विवाहाचं वचन मोडणारा दुष्यन्त अत्यंत खोटारडा आणि दांभिक राजा आहे. तिने त्याला जाणीव करून दिली की अनाथ असली तरी ती अनौरस नव्हती. कोणे एकेकाळी तिने त्याच्यावर जरी प्रेम केलं असलं तरी तिच्या प्रतिष्ठेवर आणि चारित्र्यावर त्याने शिंतोडे उडवणं ती कदापि सहन करणार नव्हती.''

मान डोलावत तिलोत्तमा म्हणाली, ''भरताला घेऊन ती इथे यायची तेव्हा भेटले आहे ना मी तिला. तुझं सौंदर्य, मार्दव आणि वेळप्रसंगी आक्रमक होण्याचा स्वभाव तिने जशाचा तसा उचलला आहे.''

''छे, तो तिच्या पित्याचा गुण आहे,'' मेनकेनं उत्तर दिलं.

''अं हं! तोही तुझाच गुण,'' तिलोत्तमा म्हणाली. ''गरज पडली की पूर्ण शक्तिनिशी तू विरोध करतेस. माहिती आहे ते मला. वसूच्या प्रतिष्ठेसाठी तू दिलेल्या लढ्याची मी साक्षीदार आहे ना.''

मेनकेच्या मनात आलं, शकुन्तलेला स्वतःच्या प्रतिष्ठेसाठी लढा द्यावा लागला. तिच्याशी विवाह करण्याचं वचन दुष्यन्ताने मोडलं होतं. त्याच्या विरहात तळमळत राहण्याऐवजी तिने त्यांच्या बाळाला आश्रमात जन्म दिला होता. बाळाचं नाव तिने 'सर्वदमन–सर्व जिंकून घेणारा' असं ठेवलं होतं. अरण्यात वास्तव्य असूनही एका युवराजाला आवश्यक अशा सर्व कला आणि शास्त्रांचं ज्ञान तिने त्याला दिलं होतं. तरीही दुष्यन्ताने त्या दोघांची ओळख नाकारून, तिला वारांगना ठरवून, राज्याबाहेर घालवून दिलं होतं. वासनेने बरबटलेल्या अनैतिक संबंधातून जन्माला आलेली अनौरस संतती अशी आपल्या पोटच्या पुत्राची संभावना केली होती. त्या शब्दांनी मेनका हेलावली होती. आपल्या पायी आपल्या लेकीच्या चारित्र्यावर शिंतोडे उडवले गेले आहेत, ह्या जाणिवेने ती दुखावली होती. शकुन्तलेला बोल लावताना दुष्यन्ताने मेनका आणि कौशिक ह्यांच्यावर निलाजरेपणाचा ठपका ठेवला होता. अशा पालकांच्या पोटी जन्माला आलेली कन्या वारांगनेसारखी वागली आणि बोलली तर त्यात नवल ते काय असा प्रश्न त्याने विचारला होता.

हा अपमान सहन न होऊन शकुन्तला स्वतःच्या नावाला आणि अर्भकाला जपण्यासाठी ठामपणे उभी राहिली. त्या माणसावर तिने निरागसपणे विश्वास टाकला होता, आपलं सर्वस्व अर्पण केलं होतं, राजधानीत परत गेल्यावर तो मात्र सारं विसरला होता. त्यांच्या शरीरसुखाची परिणती असलेल्या पुत्राला त्याने नाकारलं होतं. भर दरबारात सर्वांसमक्ष आपल्या प्रियेला आणि पुत्राला अवमानित केलं होतं.

"आश्रमात वाढलेली माझी शकुन्तला अगदी निरागस होती. घनदाट जंगल आणि हिंस्र प्राण्यांच्या सोबतीत वाढल्यामुळे तिला भीती हा शब्दच माहीत नव्हता. नगरीतील राजाची रीत मात्र उफराटी ठरली," हे बोलताना मेनकेच्या स्वरातील त्वेष आजही लपत नव्हता. "वंचना किंवा विश्वासघात शकुन्तलेने कधी अनुभवला नव्हता. कमकुवतपणा तिला ठाऊक नव्हता. प्रेम, कणव, आदर आणि सन्मान यांच्या सावलीत ती लहानाची मोठी झाली आहे. तिला केवळ सत्याची भाषा ठाऊक आहे. त्याच भाषेत तिने दुष्यन्ताला उत्तर दिलं. तिच्या आणि माझ्या नावाला लागलेला कलंक दूर करण्यासाठी ती ठामपणे उभी राहिली." आपल्या प्रियकराच्या राजसभेत त्याच्याच करवी घोर अपमान सहन करताना शकुन्तलेला किती वेदना झाल्या असतील या कल्पनेने मेनकेचा जीव विव्हळ झाला. तिच्या नजरेत वेदना दाटली.

त्या दिवशी शकुन्तला म्हणाली होती, ''मला ओळखत नसल्याचा आविर्भाव तू आणतो आहेस. वारांगना म्हणून माझा उल्लेख करतो आहेस; पण एक लक्षात घे. तू ओळख न दाखवल्याने मी वारांगना ठरत नाही. उलटपक्षी, तू मात्र भेकड ठरतोस. आपली तत्त्वं आणि संस्कृती ह्याची तुला यत्किंचितही चाड नाही हेच त्यावरून स्पष्ट होतं. कण्व मुनींच्या आश्रमात गांधर्व पद्धतीने आपण दोघं विवाहबद्ध झालो होतो; पण संधी मिळताच तू माझा त्याग केलास. तुझी राणी नसले तरीही मी तुझी पत्नी आहे. पतीकडून प्रेम आणि सन्मान मिळवण्यास मी पात्र असताना तू माझा अवमान करू पाहतोस..; पण हा हक्क मी तुला दिलेला नाही. एक राजा म्हणून आपल्या प्रजेचा उपमर्द करण्याचा हक्कदेखील तुला नाही हे विसरू नकोस. ज्या सन्मानाला मी पात्र आहे तो मला तुझ्याकडून मिळालाच पाहिजे.''

शकुन्तलेचा पाणउतारा एक प्रकारे मेनकेला स्वतःचा पाणउतारा वाटला होता. तिच्या भावनांना दुजोरा देत तिलोत्तमा म्हणाली, ''सत्याचं सामर्थ्य अफाट आहे म्हणूनच शकुन्तला आपला मुद्दा निर्भीडपणे मांडू शकली. आपला हक्क प्राप्त करताना ती जराही धास्तावली नाही. मेनका, वसूसाठी इन्द्राच्या दरबारात तूदेखील अशीच आग्रहाने बोलली होतीस. आपल्या प्रिय व्यक्तीसाठी तुम्ही दोघींनी लढा दिला होता – तू वसूसाठी तर शकुन्तलेनं तिच्या पुत्रासाठी आणि त्याहून महत्त्वाचं म्हणजे तुमचा हा लढा आत्मसन्मानासाठी होता. दोष तुझा किंवा तिचा नव्हता. इन्द्र आणि दुष्यन्त ह्यांनी वैयक्तिक लाभासाठी आपला आत्मा गमावला होता. प्रतिष्ठा पणाला लागली ती त्या दोघांची. तुझी किंवा शकुन्तलेची नाही.''

तिच्या ह्या बोलण्यावर मेनका हसली. त्या हसण्यात स्वाभिमान आणि अभिजातता होती. ''शकुन्तला हुशार आहे. म्हणूनच तिने दुष्यन्ताला आठवण करून दिली की, त्याचं प्रेम अथवा दातृत्व प्राप्त करण्यासाठी ती त्याच्या दरबारात उपस्थित नव्हती. तिला तशी गरजही भासत नव्हती,'' नकळत केसांचा अंबाडा बांधत मेनका सांगू लागली. ''गेली कित्येक वर्षं ती आपल्या आश्रमात आनंदात कालक्रमण करत होती. त्याच्या ऐश्वर्याचा अथवा राणीपदाचा मोह तिला नव्हता. त्याच्याप्रमाणे पोकळ होते ते. मात्र, आता तिला तिच्या पुत्रासाठी न्याय हवा होता. राजाने सर्वदमनाचा पुत्र म्हणून स्वीकार करावा एवढच तिला हवं होतं.'' आजही तिला शकुन्तलेचे शब्द आठवत होते.

''सत्य. माझ्याकडे स्वरक्षणाचं हे एकमेव अस्त्र आहे. ते स्वीकारण्याचा प्रामाणिकपणा आणि शहाणपणा दाखव. हजारो अश्वमेध यज्ञ केले तरी सत्य मिटणार नाही. वेदांचा अभ्यास केला तरी सत्य उमगणार नाही. गंगेच्या पवित्र स्नानाने सत्य गवसणार नाही. सत्य म्हणजे आपल्या सदसद्विवेक बुद्धीने आणि कर्तव्याने दिलेलं उत्तर आहे,'' तिने त्याच्या निदर्शनास आणून दिलं होतं. त्यानंतर ती उपहासाने म्हणाली होती की, 'हे राजन, माझी आणि आपल्या बाळाची ओळख नाकारून तू हे सत्य डावलतो आहेस. माझ्या माता-पित्याप्रती तू अश्लाघ्य शब्द उच्चारल्यामुळे त्यांना ते दुर्गुण चिकटत नाहीत. आदरणीय ऋषी म्हणून विश्वामित्रांच्या स्थानाला त्यामुळे धक्का पोहोचत नाही. ह्या विश्वाच्या निर्मिती बरोबरच ब्रह्माने माझ्या मातेची - सर्वांत सुंदर अप्सरेची - निर्मिती केली हे सत्य त्यामुळे असत्य ठरत नाही. माझ्या पित्याने तिच्याशी विवाह केला होता. तू निर्लज्जपणे माझा आणि पर्यायाने तिचाही वारांगना म्हणून उल्लेख केला असलास तरीही विश्वामित्राचं प्रेम, पत्नी आणि त्यांच्या कन्येची माता म्हणून ती ओळखली जाते - हीच तिची ओळख कायम राहिल!''

''एवढं बोलून ती आपल्या बारा वर्षांच्या पुत्राकडे वळून म्हणाली, 'आपला पिता कोण हे तुला जाणून घ्यायचं होतं ना? ये असा पुढे, मी तुला त्याची ओळख करून देते.' तिच्या चेहऱ्यावरचा तिरस्कार स्पष्ट होता. 'हा तो माणूस आहे ज्याने आपला त्याग केला. त्याच्या राज्यावर आणि प्रतिष्ठेवर अधिकार सांगायला आपण आलो आहोत असं त्याला वाटतं. हे राजन, घाबरू नकोस. माझ्या पुत्राला राजा होण्यासाठी तुझ्या राज्याची आवश्यकता नाही. माझ्या पित्याने ज्याप्रमाणे स्वतःचं नशीब घडवलं त्याप्रमाणे माझा पुत्रदेखील स्वतःचं नशीब घडवण्यास सक्षम आहे. दुष्यन्त-पुत्र अशी ओळख त्याला मिळाली नाही तरी विश्वामित्र-पौत्र म्हणून तो नेहमी ओळखला जाईल. तुझं नाव, वारसा किंवा ओळख न वापरता भरत ह्या नावाने तो राज्य करेल,' जळजळीत शब्दांत दुष्यन्ताला वास्तवतेची जाणीव करून देऊन शकुन्तला आपल्या पुत्राचा हात धरून वळली. त्याला घेऊन ती आता आश्रमात परतणार होती; परंतु देवांनी आणि ऋषींनी मध्यस्थी केली. दुष्यन्ताची निंदा करत त्याला मान्य करायला लावलं की, शकुन्तला त्याची पत्नी आणि सर्वदमन त्याचा पुत्र आहे. 'भरत हे नाव सर्वदमनला ऋषींनी दिलं. त्याच नावाने तो आता ओळखला जातो,'' नातवाच्या आठवणीने मेनका व्याकूळ झाली.

मेनकेला दुष्यन्ताचा पूर्वी इतका राग उरला नव्हता; पण ती जाणून होती की, तिला रुरू ऋषींबद्दल दुष्यन्ताहून अधिक माया वाटत होती. कारण, प्रमद्वरेशी ते एकनिष्ठ होते. त्यांच्या प्रेमात आदर, सन्मान आणि प्रामाणिकपणा होता. आपण कोण प्रामणिकपणाबद्दल बोलणाऱ्या, असा विचार करत मेनकेने निःश्वास टाकला.

दुष्यन्ताबद्दल मेनकेच्या मनात असलेली साशंकता तिलोत्तमा ओळखून होती. ''तुला तो कधीच फारसा आवडला नाही, हो ना?''

''अगं, माझ्या लेकीला किती सोसावं लागलं त्याच्यामुळे! कशी काय क्षमा करू मी त्याला?'' आपली बाजू मांडत मेनका म्हणाली, ''त्याने तिचा त्याग केला, बारा वर्षं तिला वाट पाहायला लावली, भर सभेत सर्वांसमक्ष तिचा आणि तिच्या बारा वर्षांच्या पुत्राचा पाणउतार केला. त्याचा आदर कसा करणार मी? शकुन्तलेशी विवाह आणि पुत्रजन्म ह्याबद्दल प्रजाजन प्रश्न विचारतील, आपल्याला दोष देतील ह्या विचारामुळे तो तिचा स्वीकार करण्यास असमर्थ होता असं त्याचं म्हणणं होतं. त्याच्या म्हणण्याप्रमाणे त्यांच्या गांधर्व विवाहास कोणी साक्षीदार नव्हते. विश्वामित्राच्या शापाची भीती इतर ऋषींनी त्याला घातल्यामुळे नाइलाजाने त्याने त्या दोघांचा स्वीकार केला हे मी विसरू शकत नाही.''

''ऋषींच्या धमकीमुळे तो भानावर आला असं म्हणता येईल,'' तिलोत्तमा हसून म्हणाली. मेनकेलादेखील हसू आलं.

''आजही कौशिकच्या रागाला भिऊन असतात सर्व. बरं झालं दुष्यन्त वेळशीर सावध झाला. शकुन्तलेच्या मनात त्याच्याबद्दल किंवा त्यांच्या विवाहाबद्दल कुठल्याही भ्रामक कल्पना नव्हत्या. विवाहास तिने मान्यता दिली, ते पुत्राचा हक्क त्याला मिळावा म्हणून. त्यात प्रेमाचा गंध उरला नव्हता. कैक वर्षांपूर्वीच शकुन्तलेचा दुष्यन्तावरचा विश्वास उडाला होता. तो परत मिळवण्यासाठी त्याला आटोकाट प्रयत्न करावे लागतील – जे तो करतो आहे; पण म्हणून तिच्या नजरेत प्रेमाची व्याख्या बदललेली आहे असं काही नाही,'' मेनकेच्या स्वरात हळहळ होती. ''असो, त्यातून काय चांगलं झालं असेल तर ते म्हणजे ती आज हस्तिनापूरची राणी आहे.''

''तो तिचा अधिकार आहे,'' तिलोत्तमा पटकन म्हणाली. ''कदाचित तो तिच्या प्रेमाला पात्र नसेल. ती मात्र सर्वार्थाने 'राणीपदाला' पात्र आहे.

दुष्यन्तासारख्या माणसावर विश्वासच कसा टाकला तिने? ऋषींनी मध्यस्थी केली नसती तर काय झालं असतं?''

''ती आश्रमात परत गेली असती. आपल्या पुत्राचं शिक्षण पूर्ण करून तिने त्याला राजा होण्यासाठी सक्षम केलं असतं. तिने आपल्या अटींवर निवड केली आहे; पण तू म्हणतेस ते खरं आहे. एखाद्या स्त्रीच्या आयुष्यातील पुरुष जेव्हा तिचा असा अपमान करतो तेव्हा तिचं काय होत असेल?'' व्यथित स्वरात मेनकेनं विचारलं.

त्यावर तिलोत्तमेनं विचारपूर्वक उत्तर दिलं, ''तिला जाणीव होत असेल की, तो पुरुष तिच्या योग्यतेचा नाही. आपल्या हातून घडलेला हा प्रमाद आहे असं समजून ती तो विसरून जाण्याचा प्रयत्न करत असेल.'' न राहून तिलोत्तमा पटकन पुढे म्हणाली, ''मेनका, तू ज्यांच्यावर प्रेम केलंस आणि जे सर्वार्थाने उत्तम होते, त्यांना तर विसरण्याचा प्रयत्न केलास तू!''

मेनका अस्वस्थ झाली. ''नेहमी पुरुषांच्या दृष्टिकोनातून स्त्रियांकडे का पाहिलं जातं?'' बोलता बोलता तिचा स्वर कातर झाला.

तिच्या सखीकडे उत्तर नव्हतं.

मेनका आवेगात पुढे म्हणाली, ''पुरुष! तिलोत्तमा, त्या सगळ्या माझ्या चुका होत्या का?'' तिने कळवळून विचारलं.

''वसू आणि विश्वामित्र ह्यांना चुका समजतेस का?'' तिलोत्तमेनं हळुवार स्वरात प्रश्न केला.

''अगं,'' निःश्वास सोडत मेनका म्हणाली, ''जे बरोबर नाही त्याला चूकच म्हणावं लागतं, नाही का?'' तिच्या चेहऱ्यावरचे भाव झरझर बदलले. ''मग तो समज असो किंवा जाणीव असो; पण मला कशाचाही पश्चात्ताप नाही,'' ठामपणे तिने वाक्य पूर्ण केलं.

''तुला काय म्हणायचं आहे?'' तिलोत्तमेने सावधपणे विचारलं.

''माझ्या मते जीवनात काही विशिष्ट घटना अतिशय आनंद देऊन जातात. मात्र, काही घटना निष्कारणच क्लेषदायक ठरतात. कितीही प्रयत्न केला तरी त्यातून बाहेर निघणं शक्य होत नाही,'' आठवणींचे मेघ मेनकेच्या डोळ्यांत दाटून आले होते. ''म्हणूनच की काय, अर्धवट नात्यांच्या जंजाळातून आपण स्वतःला बाहेर काढू शकत नाही. खरंतर, आपल्यालाच असं बाहेर पडणं नको असतं.''

तिच्या मनःस्थितीची अचूक कल्पना तिलोत्तमेला होती म्हणूनच ती म्हणाली, ''वसूच्या आठवणीतून तरी तू कुठे बाहेर आली आहेस? त्याच्या विरहाच्या दुःखातून बाहेर पडण्यासाठी तू जाणीवपूर्वक विश्वामित्राकडे गेलीस. त्याचा तू त्याग केला असलास हे खरं असलं तरी तो त्याच्या भल्यासाठी होता. स्वतःच्या सौख्याची काळजी तू घेतली नाहीस. सत्य स्वतःपुरतं मर्यादित ठेवलं असतंस तर विश्वामित्राबरोबर संपूर्ण आयुष्य घालवू शकलीस असतीस, नाही का?''

''असत्याच्या आधारावर मी जगू शकले नसते. किंचितसं अपराधीपण सौख्य पुसून टाकायला पुरेसं असतं. वसू आणि कौशिक ह्यांच्यामधे हाच तर फरक होता. वसूबरोबर मी समाधानी होते. त्याच्यावरच्या माझ्या प्रेमाला बंधन किंवा मर्यादा नव्हत्या. उलटपक्षी, कौशिकबरोबर प्रत्येक क्षणी मी अपराधाच्या भावनेने दबलेली होते. माझी उपस्थिती त्याच्या प्रत्येक कार्यात बाधक होती,'' दूरवरचा वेध घेत मेनका म्हणाली. ''विश्वासाच्या अभावात आणि अपराधीपणाच्या उपस्थितीत आमचा आनंद फार काळ टिकला नसता. विरहाचं दुःख म्हणशील तर - एकाला माझ्यापासून दूर नेलं होतं तर दुसऱ्यापासून मी स्वतः दूर गेले होते. विरहाची तीव्रता दोन्ही वेळेस तितकीच उत्कट होती. त्या दोघांवरही मी भरभरून प्रेम केलं हे ठाऊक आहे मला. मात्र आज त्या दोघांनाही गमावून बसले आहे मी.''

''तू वसूला गमावलेलं नाहीस, मला खात्री आहे की, तो लवकरच परतून येईल!'' तिलोत्तमा पटकन म्हणाली.

''हो, कदाचित. एक दिवस येईलही तो,'' कसंनुसं हसत मेनका म्हणाली. ''पण ज्या वसूवर मी प्रेम केलं तोच तो असेल का? मी स्वतःच बदलले आहे. अजूनही तो प्रेम करेल का माझ्यावर? 'जर, तर' किती अडथळे आहेत मध्ये. कुठलीही आशा ठेवण्याचं धैर्य आता माझ्यात नाही. वाट बघण्यात अर्थ नाही. तिलोत्तमा, अमरत्व घेऊन आलो आहोत आपण. मला मात्र, मृत्यू ही सुटका वाटते. आपल्या भल्यासाठी गरजेचा आहे तो. आपण स्वर्गीय अप्सरा ह्याबाबतीत अगदी दुर्दैवी आहोत. मृत्यूचं वरदान नाही आपल्याला. अमरत्वामुळे आपलं जीवन बारमाही वाहणाऱ्या नदीसारखं आहे. अडथळा आला तर पात्र बदलतो आपण; परंतु सागराशी भेट होण्याचं भाग्य नाही आपल्याला. आपण केवळ वाहत राहायचं,'' शून्याचा वेध घेत ती म्हणाली. ''वसू आणि प्रमद्वरा, कौशिक आणि शकुन्तला. ज्या दोन

पुरुषांवर मी मनापासून प्रेम केलं त्यांच्यापासून झालेल्या माझ्या कन्या. मी सारं भरून पावले. अपयशाची भावना नाही जाणवत मला.''

पश्चात्ताप, द्वेष, वैर अशी कुठलीच भावना तिच्या स्वरात नव्हती. होतं ते निव्वळ समाधान. ''नाती अपयशी ठरली तरी जीवन अपयशी ठरत नाही आणि इथे तर ना त्यांनी मला अपयश दिलं ना मी त्यांना. हानी नक्कीच झाली; पण त्याला मी अपयश म्हणणार नाहे!'' ती ठामपणे म्हणाली.

तिची भावना जाणून तिलोत्तमा म्हणाली, ''मेनका तुला अपयशी कोण म्हणेल? अत्यंत विपरीत परिस्थितीतून बाहेर आली आहेस. रम्भेच्या मानसिकतेच्या पार्श्वभूमीवर तुझ्या मनात असलेल्या आशयामुळे तू आज अप्सरांची राणी आहेस. ज्या प्रेमासाठी तू त्याग केलास त्याची परिपूर्ती झाली आहे. विश्वामित्र ब्रह्मर्षिपदाला पोहोचले आहे. केवळ तू वाचवलंस म्हणूनच प्रमद्वरा तिच्या कुटुंबाबरोबर सुखात नांदते आहे. शकुन्तला आणि भरत आनंदात आहेत. मुख्य म्हणजे त्या सर्वांचं तुझ्यावर प्रेम आहे.''

''मी त्यांच्या आदराला प्राप्त झाले हे माझ्या लेखी अधिक महत्त्वाचं आहे,'' अजूनही मेनका विचारात हरवली होती. ''मला वाटलं नव्हतं की, मला असा आदर मिळेल. तो त्यांनी दिला हा त्यांचा मोठेपणा आहे, माझा नाही. क्षमा करण्याचा त्यांच्या उद्दाततेच्या तुलनेत मी क्षुल्लक आहे.'' खालचा ओठ चावत ती पुढे म्हणाली, ''मुलांनी आपल्या पालकांचा आदर करणं गरजेचं आहे. माझ्यामुळे त्या दोघींवर खाली पाहण्याची वेळ आली तर मला कदापि सहन होणार नाही आणि अशा अनेक वेळा मीच त्यांच्यावर आणलेल्या आहेत.''

''असं फक्त तुला वाटतं. ते तुझं कुटुंब आहे. तू त्या कुटुंबाचा भाग आहेस,'' आपल्या सखीकडे आश्वस्त नजरेने पाहत तिलोत्तमा म्हणाली. नैराश्याच्या ह्या अवस्थेतदेखील मेनकेचं सौंदर्य कमी झालं नव्हतं. बुद्धीचं तेज लपत नव्हतं.

''चल, आपण विवाहाला उपस्थित राहू!'' अचानक तिलोत्तमा म्हणाली.

मेनका दचकली.

''खरं सांगते, जाऊ या आपण. तुला त्यांना भेटता येईल. ही शेवटची संधी आहे.'' तिलोत्तमा तिची मनधरणी करू लागली.

मेनका स्तब्ध होती.

''ह्या विवाहानंतर ते हिमालयाकडे प्रयाण करणार आहेत. पृथ्वीवरचं त्यांचं कार्य संपलं आहे असं त्यांचं म्हणणं आहे. प्रभू रामाची सेवा करून झाल्यावर त्यांना सर्वसंगपरित्याग करायचा आहे. मेनका, ऐक माझं. कदाचित ते आता कधीही परतणार नाहीत. कृपा कर आणि ऊठ, त्यांना भेट.''

मेनकेच्या हृदयाची धडधड अचानक वाढली. तिच्या सर्वांगातून चैतन्याचा प्रवाह वाहू लागला. माझ्या नजरेला तो दिसतो आहे. त्याचा मुलायम स्वर माझ्या कानावर पडतो आहे. त्याची प्रश्नार्थक नजर मला कुरवाळते आहे.

''कशाची काळजी वाटते आहे तुला, शापाची की त्याची?''

थरथरत्या स्वरात मेनका म्हणाली, ''नाही, तशी काळजी मला कधीच वाटली नाही. त्यालाही वाटली नव्हती आणि तो शाप नव्हताच. ती सावधानतेची सूचना होती. असं समज की, तो आगीचा लोळ होता ज्यातून ना मी बाहेर पडू शकत होते ना तो आत येऊ शकत होता.''

तिलोत्तमा गयावया करत म्हणाली, ''माझं ऐक. आज नंतर त्यांना भेटायची संधी तुला कधीही मिळणार नाही.''

मुठी घट्ट आवळून घेत मेनकेने स्वतःला स्थिर करण्याचा प्रयत्न केला. पुन्हा एकदा निर्णय घेण्याची वेळ आली होती, आशा जागी झाली होती.

तिच्या उत्तराची वाट पाहत तिलोत्तमा तशीच उभी होती. काळ अगदी सावकाश सरकत होता.

''नाही! नाही!'' मेनकेचा स्वर आता घोगरा झाला होता; पण तिचा निग्रह स्पष्ट होता. ''तसं केलं तर आम्ही एकमेकांवर अन्याय करू.'' तिच्या तोंडातून शब्द कसेबसे बाहेर पडले. काही क्षणांनी निश्चयपूर्वक ती म्हणाली, ''मी त्याला आणि तो मला कधीही भेटू शकलो असतो; पण आम्ही भेटलो नाही. घडायचं ते सारं घडून गेलं आहे. आता काही उरलं नाही. इथून पुढे भेट होणं नाही.''

तिलोत्तमेचे डोळे भरून आले. आपली सखी किती निग्रहाने स्वतःला सावरते आहे हे ती पाहत होती. मेनकेबद्दल वाटणारा तिचा आदर अधिक दुणावला. पुन्हा एकवार मेनकेच्या निळ्या-जांभळ्या नजरेत स्वच्छ

आत्मविश्वास दिसला. परंपरेच्या पल्याड जात एका सत्याला मेनकेनं स्वीकारलं होतं. रूढींच्या पल्याड असलेल्या विश्वासाला जपलं होतं.

''किती असामान्य आहेस तू!''

''छे गं, मुळीच नाही,'' मेनका हसून म्हणाली, ''मी अप्सरा आहे.'' तिला आता हसू आवरत नव्हतं. तिने बाहेर नजर टाकली.

आसमंत सौंदर्याने नटला होता. सूर्य तळपत होता. त्याला मानवंदना देण्यासाठी झाडं सळसळत होती. मंद वाहणाऱ्या वाऱ्यावर रंगीबेरंगी फुलं डोलत होती. त्यांच्यावर विसावलेले दवाचे थेंब निसटत होते. नागमोडी वाटांचं सौंदर्य खुललं होतं. एक नवीन दिवस. एक नवीन सुरुवात. एक नवीन आशा पल्लवित होत होती. हे नंदनवन होतं. इथले रंग आणि चैतन्य अद्वितीय होतं. इथे कशाचीच शाश्वतता नव्हती, तरीही तिला ते मान्य होतं. हे तिचं घर होतं. हा तिचा स्वर्ग होता. इथून सुटका नव्हती.

इथे राहण्यावाचून पर्याय नव्हता... एकट्याने असो की सोबतीने.

# उपसंहार
# मेनकेचा वारसा

उंच पर्वतरांगांमध्ये उर्वरित आयुष्य व्यतीत करण्याची अनुमती अथवा संधी विश्वामित्रांना कुणीही दिली नाही. त्यांच्या विद्वत्तापूर्ण सहवासात कित्येक ऋषिमुनींचा विकास झाला. धर्म, जात अथवा पार्श्वभूमी अशा बाबी गुरू-शिष्यांच्या नात्यात अडथळा म्हणून उभ्या राहिल्या नाहीत.

ऋषी ऋचिक ह्यांनी वर्तवलेली भविष्यवाणी खरी ठरली. विश्वामित्राचा भाचा म्हणजे जमदग्नी ऋषी. त्यांच्या पोटी जन्माला आलेला परशुराम म्हणजे विश्वामित्रांचा भाचे-पौत्र! ऋषी पुत्र असूनही रक्ताची ओढ असलेला योद्धा झाला तो. कित्येक क्षत्रिय घराण्यांचा त्याने संपूर्ण नाश केला. राजा जनकाच्या दरबारात सीतेच्या स्वयंवर प्रसंगी त्या दोघांची भेट झाली. राम-लक्ष्मणाचे गुरू म्हणून विश्वामित्र उपस्थित होते. स्वयंवराचा 'पण' म्हणून ठेवलेलं शिवधनुष्य रामाने भंग केलं म्हणून त्याला मारून टाकण्याची धमकी परशुरामाने दिली.

कबंधाच्या रूपात पृथ्वीवर शाप भोगणाऱ्या वसूला रामाने शापमुक्त केलं. अमरावतीत परतल्यानंतर देवेन्द्राने वसूचा स्वीकार केवळ देवगंधर्व म्हणून केला. पूर्वीचं मित्राचं स्थान इन्द्राने त्याला दिलं नाही. वसूने मेनकेशी विवाह केला होता, त्याबद्दल इन्द्राने वसूला कधीही क्षमा केली नाही. मेनकेला भेटण्याची वसूला तीव्र ओढ असल्यामुळे इन्द्राच्या अशा वागण्याने त्याला फरक पडला नाही.

दीर्घकाळपर्यंत रम्भा शिळेच्या स्वरूपात शाप भोगत राहिली. तिने नकळत सीतेला मदत केली. नलकुबेराने रावणाला शाप दिला असल्यामुळे

बंदिवासात असलेल्या सीतेला रावण स्पर्श करू शकत नव्हता. त्याऐवजी तिचं मन वळवण्याचा प्रयत्न तो करत राहिला.

इन्द्राबाबत मेनकेने उच्चारलेले शब्द खरे ठरले. आपलं राज्य, अभिमान आणि पत्नीलादेखील तो गमावून बसला. उन्मादाच्या एका अविवेकी क्षणी त्याने एका ऋषींचा वध केला. त्या पापाची शिक्षा म्हणून त्याला स्वर्गातून घालवून देण्यात आलं. स्वर्गात नवीन देवेन्द्राची निवड करण्यात आली.

मेनका आणि विश्वामित्राचा नातू भरत–हा फार पराक्रमी होता. त्याने जिंकून घेतलेल्या आर्यवर्ताला पुढे भारत हे नाव पडलं. त्या काळातील सूर्यवंशीय आणि चंद्रवंशीय राजघराण्यांचा तो प्रतिनिधी होता. त्याचे पिता राजा दुष्यन्त चंद्रवंशीय होते, तर माता शकुन्तला सूर्यवंशीय विश्वामित्रांची कन्या होती. पितामह विश्वामित्रांप्रमाणेच भरताचा विश्वासदेखील जन्मापेक्षा कर्मांवर होता. आपल्या माघारी राजसिंहासनावर बसण्यासाठी त्याने आपल्या कुठल्याही पुत्राची निवड केली नाही. नवीन वंशपरंपरा प्रस्थापित करण्याच्या हेतूने त्याने वितथ ह्या अनाथ पुत्राची निवड केली.

स्वर्गात परतल्यानंतर वसू आणि मेनकेचं पुनर्मिलन झालं. उर्वरित आयुष्य त्यांनी अतिशय समाधानानं घालवलं. मात्र, मेनका विश्वामित्राला कधीही विसरू शकली नाही. तिच्यात झालेला कळतनकळत बदल वसूने अचूक टिपला होता; परंतु त्यावर कुठलीही टीका टिपणी न करता तो तिच्यावर भरभरून प्रेम करत राहिला. त्याने दाखवलेला मनाचा मोठेपणा पाहून ती त्याच्यावर अधिक उत्कटतेने प्रेम करू लागली.

त्यानंतर मेनका विश्वामित्राला कधीही भेटली नाही. तिने मोहात पाडलेला तो सर्वांत शेवटचा पुरुष होता.

*(विश्वाची उत्पत्ती ज्याच्यापासून होते. त्याचे आम्ही ध्यान करतो. तोच सच्चिदानंदरूप आहे. तो अज्ञानाचा नाश करतो. तो आमच्या बुद्धीला प्रेरणा देतो. त्याच्या तेजाचे आम्ही ध्यान करतो. आमची सत्कर्मे–सद्विचार–सदाचार–संभाषणे सद्वर्तनाकडे प्रवृत्त होवोत.)*

# अनुवादक परिचय

डॉ. शुचिता नांदापूरकर-फडके या गेली कित्येक वर्षे अनुवाद, संपादन, काव्यलेखन अशा क्षेत्रांत सर्वथैव कार्यरत आहेत. त्यांनी आजवर अनेक इंग्लिश पुस्तकांचा सुरस आणि सरस अनुवाद केला असून, यात आत्मचरित्र, पौराणिक, तत्त्वज्ञान, विधी, तांत्रिक, शैक्षणिक, पाककृती, वैद्यकीय अशा विविध विषयांवरील पुस्तकांचा समावेश आहे.

नित्यनवीन काही आत्मसात करणं आणि शब्दांवरच्या प्रेमातून कविता करणं हे त्यांचे छंद आहेत. वाचनाची दांडगी आवड असलेल्या डॉ. शुचिता नांदापूरकर-फडके यांनी मानसशास्त्रात पदव्युत्तर शिक्षण घेतले असून, त्या समुपदेशक म्हणूनही काम करतात. कॅन्सरग्रस्त रुग्णांसाठी त्यांनी समुपदेशक म्हणून काम केले असून व्हॉइस ओव्हर आर्टिस्ट म्हणूनही त्यांनी काम केले आहे. प्री-स्कूल उभारणीच्या कार्याचा त्यांना अनुभव असून शालेय अभ्यासक्रमाची रचना करण्यात त्यांना स्वारस्य आहे.

अनुवादशास्त्र मांडणी आणि व्यवस्थापन या विषयांत त्यांनी पीएच. डी. केली आहे.